पुस्तकाची प्रशंसा

‘शारीरिक दृष्टीनं बुद्धिमान मानवांचं या ग्रहावरील आगमन, या प्रश्नावर दिवसेंदिवस गरमागरम चर्चा होत असतानाच टोनी जोसेफ यांनी प्रशंसनीय रितीनं त्याचं निराकरण केलं आहे. मानवी अवशेषांच्या आधारे प्राचीन डीएनएच्या अभ्यासामध्ये नव्यानंच झालेल्या संशोधनांचा खोलवर विचार करून त्यांनी ‘आर्यांचं स्थलांतर’ हा विषय मुळातून स्पष्ट केला आहे. लगेच निष्कर्ष काढता येईल असा हा विषय नाही; त्याची गुंतागुंत वाढत जाणारी आहे. या विषयावरील आपल्या विचारांना पुष्टी देण्यासाठी जोसेफनी पुरातत्त्वशास्त्र, भाषाशास्त्र, अनुवंशशास्त्र आणि साहित्यातील विविधांगी माहिती क्रमबद्ध रितीनं दिली आहे. आर्यांवरील वाद प्रस्तुत करण्याची ही पद्धत कदाचित अधिक शास्त्रीय आहे. सहज गम्यता हे या पुस्तकाचं वैशिष्ट्य आहे.’ **रवी कोरीसेट्टर**

‘विविध समाजांच्या उगमाविषयी अनेक वादविवाद आहेत आणि भारतातील बरेचसे वादविवाद काही अंशी धार्मिकतेकडे झुकलेल्या विचारसरणींनी प्रेरित आहेत. म्हणूनच विविध मानवजातींच्या आणि प्राचीन मानवी अवशेषांच्या आधारे करण्यात येणाऱ्या जनुकरचनेच्या अभ्यासातून विविध प्राचीन समाजांची मुळं, त्यांची स्थलांतरं आणि त्यांचं एकमेकांमध्ये मिसळून जाणं यांवर प्रकाश टाकला जात आहे, हे आनंददायी आहे. या वाचनीय पुस्तकामध्ये टोनी जोसेफ यांनी बुद्धिमान संशोधनांच्या परिणामांचा जणू काही अर्कच आपल्यापुढे मांडला आहे. वेळोवेळी एकापाठोपाठ येणाऱ्या लाटांप्रमाणे आलेले स्थलांतरितांचे तांडे, विविध समुदायांचं एकमेकांमध्ये मिसळणं आणि त्यातून विणलं गेलेलं आजचं भारतीयत्वाचं उंची वस्त्र यांविषयी जाणून घेण्याची उत्सुकता ज्यांना आहे, त्या सर्वांसाठी हे पुस्तक रोचक ठरेल.’ **वेंकी रामकृष्णन्**

‘इसवी सनापूर्वीच्या हजारो वर्षांच्या कालखंडातल्या मानवी डीएनएच्या अभ्यासामुळे हे निश्चित झालं आहे की, भारतीय समाजामध्ये अनेक मानवसमूह सामावलेले होते आणि एका विशिष्ट कालखंडात त्यात मध्य आशियातून आलेले मानवी समूह समाविष्ट झाले; पण हा अभ्यास प्राथमिक टप्प्यावर आहे हे लक्षात घेऊन त्याच्या आधारे अन्य स्रोतांमधून प्राप्त झालेल्या डीएनएबरोबर जुळवून बघण्याआधी हे निष्कर्ष सर्व बाजूंनी तपासून घेणं आवश्यक आहे. अतिप्राचीन मानवी इतिहासाशी संबंधित असलेल्या आपल्या धारणा अधिक सुस्पष्ट होण्यासाठी टोनी जोसेफनी सक्षम रीतीनं मांडलेला हा सारांश दिशादर्शक आहे.’ **रोमिला थापर**

‘टोनी जोसेफ यांच्या पुस्तकामुळे भारताच्या प्राचीन इतिहासातील सुरुवातीच्या टप्प्यांचं म्हणजे बुद्धिमान मानव प्रजातीचे लोक (बुद्धिमान मानव म्हणजेच होमो सेपियन्स) आफ्रिकेतून येऊन इथे कसे स्थिरावले इथपासून ते वेदकाळाच्या आरंभकाळापर्यंतचं अवलोकन करणं सहज शक्य होतं. विविध शास्त्रांच्या, विशेषतः पुरातत्त्वशास्त्र, भाषाशास्त्र, प्राचीन लेख आणि डीएनएसंबंधी नुकत्याच झालेल्या संशोधनाच्या आधारानं त्यांनी अनेक

पुरावेही उपलब्ध करून दिले आहेत. डीएनएतील संशोधनामुळे केवळ भारताचाच नाही तर युरोप, आफ्रिका आणि दक्षिण अमेरिकेच्याही इतिहासात आमूलाग्र बदल घडून येत आहेत. आणखी एक म्हणजे टोनी जोसेफनं तथाकथित (इंडो) आर्यांचा उगम आणि प्राचीन भारतातील त्यांच्या वसाहती *याविषयीच्या* प्रश्नालाही पूर्णविराम दिला आहे, जो गेल्या ४० वर्षांमध्ये राजकीय उद्देशानं उपस्थित केला गेला होता. अर्थातच विद्वतजगात नेहमी घडतं तसंच इथेही प्रत्येक अभ्यासक सर्व प्रश्नांशी आणि निष्कर्षांशी सहमत असेलच असं नाही (उदाहरणार्थ, सिंधू संस्कृतीचं स्वरूप आणि द्राविड भाषिकांशी असलेला तिचा संबंध) तरीही या पुस्तकाच्या रूपानं भारतीय इतिहास लिहिण्यासाठी एक दृढ पाया रचला गेला आहे. विविध विज्ञानशाखा आपल्याला अनाकलनाच्या अंधारातून सखोल आकलनाच्या प्रकाशाकडे घेऊन जातात.' **मायकेल विट्झेल**

अर्ली इंडियन्स

अर्ली इंडियन्स

आपले पूर्वज कोण होते?
आपले पूर्वज कुठून आले होते?

टोनी जोसेफ

अनुवाद : शुभांगना अत्रे व इंद्रायणी चव्हाण

MANJUL

मंजुल पब्लिशिंग हाउस

First published in India by

MANJUL

Manjul Publishing House

Pune Editorial Office
• Flat No. 1, 1ˢᵗ Floor, Samartha apartment, 1031,
Tilak Road, Pune - 411 002

Corporate and Editorial Office
• 2 Floor, Usha Preet Complex, 42 Malviya Nagar, Bhopal 462 003 - India

Sales and Marketing Office
• C-16, Sector 3, Noida, Uttar Pradesh, 201301, India
Website: www.manjulindia.com

Distribution Centres
Ahmedabad, Bengaluru, Bhopal, Kolkata, Chennai,
Hyderabad, Mumbai, New Delhi, Pune

English edition first published by Juggernaut Books

This edition first published in 2020
Second impression 2021

ISBN 978-93-90085-05-7

Marathi Translation: Shubhangana Atre & Indrayani Chavhan

Printed and bound in India by Thomson Press (India) Ltd.

ज्यांनी मला सर्वस्व मानलं त्या माझ्या माता-पित्यांना; हे पुस्तक जिच्यामुळे
आकाराला येऊ शकलं, त्या माझ्या पत्नीला आणि जिची जिज्ञासा
या पुस्तकाला कारण झाली त्या माझ्या कन्येला सप्रेम...

अनुक्रमणिका

इतिहासपूर्व काळातील भारतातल्या बुद्धिमान मानवाचा (होमो सेपियन्स)
संक्षिप्त कालानुक्रम   *xi*

प्रस्तावना – आपण, 'भारतीय' कसे घडलो?   १

१.   पुरातन भारतीय   १३

२.   आद्य शेतकरी   ५७

३.   आद्य नागरिक ः हडप्पावासी   ९१

४.   शेवटचे स्थलांतरित – 'आर्य'   १४७

     उपसंहार   १८५

     परिशिष्ट   २०३

     आभार   २११

     संदर्भ सूची   २१७

     अनुवादकांचा परिचय   २२७

     अनुवादकांचे मनोगत   २२८

इतिहासपूर्व काळातील भारतातल्या बुद्धिमान मानवाचा (होमो सेपियन्स) संक्षिप्त कालानुक्रम

~ ३,००,००० वर्षे : मोरोक्कोमधील साफी शहरापासून पन्नास किलोमीटरवर असलेल्या जेबेल इऱ्हौद (Jebel Irhoud) गुहेमध्ये सापडलेल्या *बुद्धिमान मानवाच्या* सर्वाधिक प्राचीन अवशेषांचं वय.

~ १,८०,००० वर्षे : आफ्रिकेत्तर प्रदेश, उत्तर इस्राईलमधील मिसिलिया येथील शैलाश्रयांमध्ये (रॉक शेल्टर) सापडलेल्या बुद्धिमान मानवाच्या सर्वाधिक प्राचीन जीवाश्माचं वय.

~ ७०,००० वर्षांपूर्वी : अनुवंशशास्त्रज्ञांनी केलेल्या गणितानुसार बुद्धिमान मानवानं आफ्रिकेतून इतरत्र केलेलं (आउट ऑफ आफ्रिका- ओओए) पहिलं यशस्वी स्थलांतर या काळात घडलं. त्या स्थलांतराला 'यशस्वी' म्हटलं गेलं. कारण, त्या काळी आफ्रिकेतून इतरत्र गेलेल्या आजच्या सर्व बिगर आफ्रिकी मानवसमूहांचे ते पूर्वज होते (त्या आधी आफ्रिकेबाहेरून आलेले बुद्धिमान मानवसमूह असतीलच, तर आज ओळखता येतील, अशा त्यांच्या कोणत्याही आनुवंशिक खुणा त्यांनी मागे ठेवलेल्या नाहीत). ७०,००० वर्षांपूर्वीचे (ओओए) स्थलांतरित कदाचित दक्षिणेकडच्या मार्गानं निघाले असतील. तो मार्ग त्यांना आफ्रिकेतून (विशेषतः एरिट्रिया आणि दिबूती (Djibouti) मधून) लाल समुद्राच्या दक्षिण टोकाला असलेल्या बॅबेल मॅन्डेबद्वारे आशियामध्ये (आजचा येमेन) घेऊन आला असेल.

~ ६५,००० वर्षांपूर्वी : ओओए स्थलांतरित भारतात पोहोचले तेव्हा त्यांची गाठ, तिथे पूर्वीपासून वास्तव्य करत असलेल्या धिप्पाड आणि बलवान मानवी समूहांशी पडली असावी. तेव्हा या उपखंडाच्या दक्षिण आणि मध्य भागात असणाऱ्या भारतीय प्रदेशांमध्ये प्राबल्य असणाऱ्या अन्य मानवी प्रजातींपासून दूर जाण्यासाठी *ते* कदाचित हिमालयाच्या

पायथ्याशी असलेल्या प्रदेशांमधून तसंच समुद्रकिनाऱ्यालगतच्या अशा दोन्ही मार्गांनी आग्नेय आशिया, पूर्व आशिया आणि तिथून ऑस्ट्रेलियामध्ये गेले असतील.

६०,००० ते ४०,००० वर्षांपूर्वी : या काळामध्ये ओओए स्थलांतरितांचे वंशज मध्य आशिया आणि युरोपमधील प्रदेशांमध्ये पसरले.

~४०,००० वर्षांपूर्वी : युरोपमधले शक्तिमान मानव (निअँडरथल मानव) संपुष्टात आले. नैर्ऋत्य युरोपमधले आयबेरियन द्वीपकल्प (आजचे पोर्तुगाल आणि स्पेन) हे त्यांचं अखेरचं आश्रयस्थान आणि ठाणं होतं.

४५,००० ते २०,००० वर्षांपूर्वी – **पहिल्या भारतीयांनी** (फर्स्ट इंडियन्स) म्हणजेच उपखंडावरील ओओए (आउट ऑफ आफ्रिका) स्थलांतरितांच्या वंशजांनी सूक्ष्मास्त्रांची निर्मिती करण्यास (मायक्रोलिथिक तंत्रज्ञान) सुरुवात केली आणि त्यानंतर मध्य आणि पूर्व भारतातील त्यांच्या संख्येमध्ये आश्चर्यकारकरीत्या वाढ होऊ लागली, त्यामुळे दक्षिण आशिया हे 'सर्वाधिक दाट लोकवस्ती' असलेलं स्थान ठरलं. दीर्घकाळापासून दक्षिण आणि मध्य भारतातील अन्य मानवी प्रजातींचं वास्तव्य असलेल्या स्थळांच्या परिसरात *बुद्धिमान मानवही* वावरू लागले.

~१६,००० वर्षांपूर्वी (इसवी सनपूर्व १४,००० वर्षे) : सायबेरिया आणि अलास्का यांना जोडणारा जमिनीचा पट्टा म्हणजेच बेरींजिया पार करून बुद्धिमान मानवसमूह अमेरिका खंडाला पोहोचले. बुद्धिमान मानव स्थलांतर करत करत सर्वांत शेवटी अमेरिका खंडात पोहोचला.

~इसवी सनपूर्व ७००० वर्षे : बलुचिस्तानमधील बोलन टेकड्यांच्या पायथ्याशी असलेल्या मेहरगढ या ठिकाणी नव्या शेतीप्रधान संस्कृतीची सुरुवात झाली, असं आढळून आलं आहे. नंतर तीच संस्कृती एका नागरी संस्कृतीमध्ये विकसित झाली. नंतर सिंधूचं खोरं आणि भूमध्य समुद्र यांच्यामधल्या प्रदेशात त्या काळी अस्तित्वात असलेल्या नागरी संस्कृतींच्या नगरांपेक्षा या संस्कृतीची नगरं विस्तारानं मोठी होती.

इसवी सनपूर्व ७००० ते ३००० वर्षे : या काळात इराणी शेतकऱ्यांनी झाग्रोस प्रदेशातून दक्षिण आशियात स्थलांतर केलं आणि भारतामध्ये आधीपासून असलेल्या मानवी समूहांमध्ये ते मिसळून गेले. अनुवंशशास्त्रज्ञांच्या अंदाजानुसार कमीत कमी इसवी सनपूर्व ४७०० ते इसवी सनपूर्व ३००० वर्षांदरम्यान हे घडलं असावं.

इसवी सनपूर्व ७००० ते २६०० वर्षे – मेहरगढ इथे जव आणि गव्हाची लागवड केल्याचे तसंच आहारात पाळीव प्राण्यांच्या मांसाचं प्रमाण वाढत गेल्याचे पुरावे आढळले. इसवी सनपूर्व २६०० ते इसवी सनपूर्व २००० वर्षांच्या दरम्यान मेहरगढमधली वस्ती उजाड झाली होती. तोपर्यंत भारतीय उपखंडाच्या वायव्येकडील प्रदेशातून पुढे सिंधू आणि घग्गर-हाक्रा नद्यांच्या खोऱ्यात आणि गुजरातमध्ये कृषिप्रधान जीवनावर अवलंबून असलेल्या ग्राम-वसाहती अस्तित्वात आल्या होत्या.

इसवी सनपूर्व ७००० वर्षे : या काळाच्या आसपास गंगेच्या खोऱ्यातील वरच्या पट्ट्यातील, लहुरादेवा, जिल्हा संत कबीर नगर, उत्तर प्रदेश इथे भातलावणी केल्याचे आणि कायमस्वरूपी ग्राम-वसाहतींचे पुरावे मिळाले. नैसर्गिक पद्धतीनं पिकलेल्या भाताची कापणी करणे ते पद्धतशीर भातलावणी करणे या टप्प्यांचा लहुरादेवा इथला कालानुक्रम अजून निश्चित समजलेला नाही; पण फक्त मेहरगढमध्येच नाही तर दक्षिण आशियातील अनेक ठिकाणी शेतीचे प्रयोग केले जात होते, हे लहुरादेवा इथल्या पुराव्यामुळे सिद्ध होतं.

इसवी सनपूर्व ५५०० ते २६०० वर्षे : पूर्व हडप्पा संस्कृतीचा काळ. या काळात सुरुवातीच्या ग्राम-वसाहतींचा विस्तार होऊ लागलेला दिसतो. त्यातून भारतातील कालीबंगन आणि राखीगढी तसंच पाकिस्तानातील बनावली आणि रहमान ढेरी यांसारखी वैशिष्ट्यपूर्ण शैलीची नगरं कशी उभारली गेली, याचा साक्षीदार असलेला हा काळ.

इसवी सनपूर्व ३७०० ते १५०० वर्षे : पूर्व राजस्थान, दक्षिण भारत, मध्य भारतातील विंध्य पर्वताचा प्रदेश, पूर्व भारत तसंच काश्मीरमधील स्वात नदीचं खोरं अशा भारताच्या विविध भागांमध्ये शेती सुरू झाल्याचे पुरावे मिळाले आहेत.

इसवी सनपूर्व २६०० ते १९०० वर्षे : प्रगल्भ हडप्पा (नागरी) संस्कृतीचा काल - या काळात अनेक नव्या वसाहती वसवल्या गेल्या. काही वसाहतींचं पुनर्निर्माण केलं गेलं, तर अनेक वसाहती उजाड झाल्या. याच काळात लिपी, मोहरा, वास्तुरचना आणि वजन-मापं यांचं लक्षणीय आणि उच्च दर्जाचं प्रमाणीकरण केलं गेलं. अशा प्रकारे हडप्पा पूर्व संस्कृतीच्या उदयापासून प्रगल्भ हडप्पा संस्कृतीच्या विकासापर्यंतचं परिवर्तन, चार-पाच पिढ्यांच्या अवधीत किंवा १००-१५० वर्षांच्या आत घडलं.

इसवी सनपूर्व २३०० ते १७०० वर्षे : ऑक्सस नदी (अमूदर्या)भोवती वसलेल्या आणि आजच्या उत्तर अफगाणिस्तान, दक्षिण उझबेकीस्तान आणि पश्चिम ताजीकीस्तान या प्रदेशांमध्ये पसरलेल्या नागरी संस्कृतीचा म्हणजेच बॅक्ट्रीया-मार्जियाना आर्केऑलॉजिकल कॉम्प्लेक्स (बीएमएसी) किंवा गांधार नावानं ओळखल्या जाणाऱ्या संस्कृतीचा काळ. गांधार आणि प्रगल्भ हडप्पा संस्कृतीमध्ये व्यापारी आणि सांस्कृतिक स्तरावरचे घनिष्ट संबंध होते.

इसवी सनपूर्व २१०० वर्षे : कझाकच्या गवताळ प्रदेशातील पशुपालक दक्षिणेच्या दिशेनं स्थलांतर करत करत मध्य आशियाई प्रदेशात म्हणजे आजच्या तुर्कमेनिस्तान, उझबेकीस्तान आणि ताजीकीस्तान या प्रदेशांमध्ये पोहोचले. या स्थलांतरितांशी गांधार संस्कृतीचा जो संपर्क आला, त्याच्या काही खुणा आढळतात, हे खरं असलं तरी बहुतेक पशुपालक गांधार संस्कृतीचा प्रदेश पार करून इसवी सनापूर्वीच्या दुसऱ्या सहस्रकादरम्यान दक्षिण आशियाकडे सरकत राहिले. (इसवी सनापूर्वी २०००-१००० वर्षे) त्यांची माहिती पुढे दिली आहे.

इसवी सनपूर्व २००० वर्षे : कृषितंत्रातली क्रांती आणि त्यामुळे जनसंख्येत मोठ्या प्रमाणात झालेली वाढ यामुळे चीनमधून स्थलांतरितांचे दोन मोठे लोंढे आग्नेय आशियात पोहोचले,

त्यामुळे आग्नेय आशियाचा सांस्कृतिक चेहरामोहरा बदलला. त्यातल्या पहिल्या लोंढ्यातून इसवी सनपूर्व २००० वर्षांनंतर आलेल्या स्थलांतरितांबरोबर ऑस्ट्रोएशियाटिक भाषा, नवी रोपं आणि तांदळाच्या नव्या प्रजाती भारतात पोहोचल्या.

इसवी सनपूर्व २०००-१००० वर्षे : मध्य आशियातल्या गवताळ प्रदेशातून स्थलांतर करणाऱ्या पशुपालकांचे अनेक लोंढे दक्षिण आशियात पोहोचले. त्यांनी आपल्याबरोबर इंडो-युरोपीय भाषा, नव्या धार्मिक आणि सांस्कृतिक परंपरा आणल्या.

इसवी सनपूर्व १९००-१३०० वर्षे : प्रगल्भ हडप्पा संस्कृतीचा अखेरचा काळ. याच काळात या संस्कृतीचा ऱ्हास होण्यास सुरुवात झाली आणि अखेरीस ती नाश पावली. या काळात पडलेल्या दीर्घकालीन दुष्काळाचा परिणाम पश्चिम आशिया, इजिप्त आणि चीन इथल्या नागरी संस्कृतींवर होऊन त्यांचा ऱ्हास झाला.

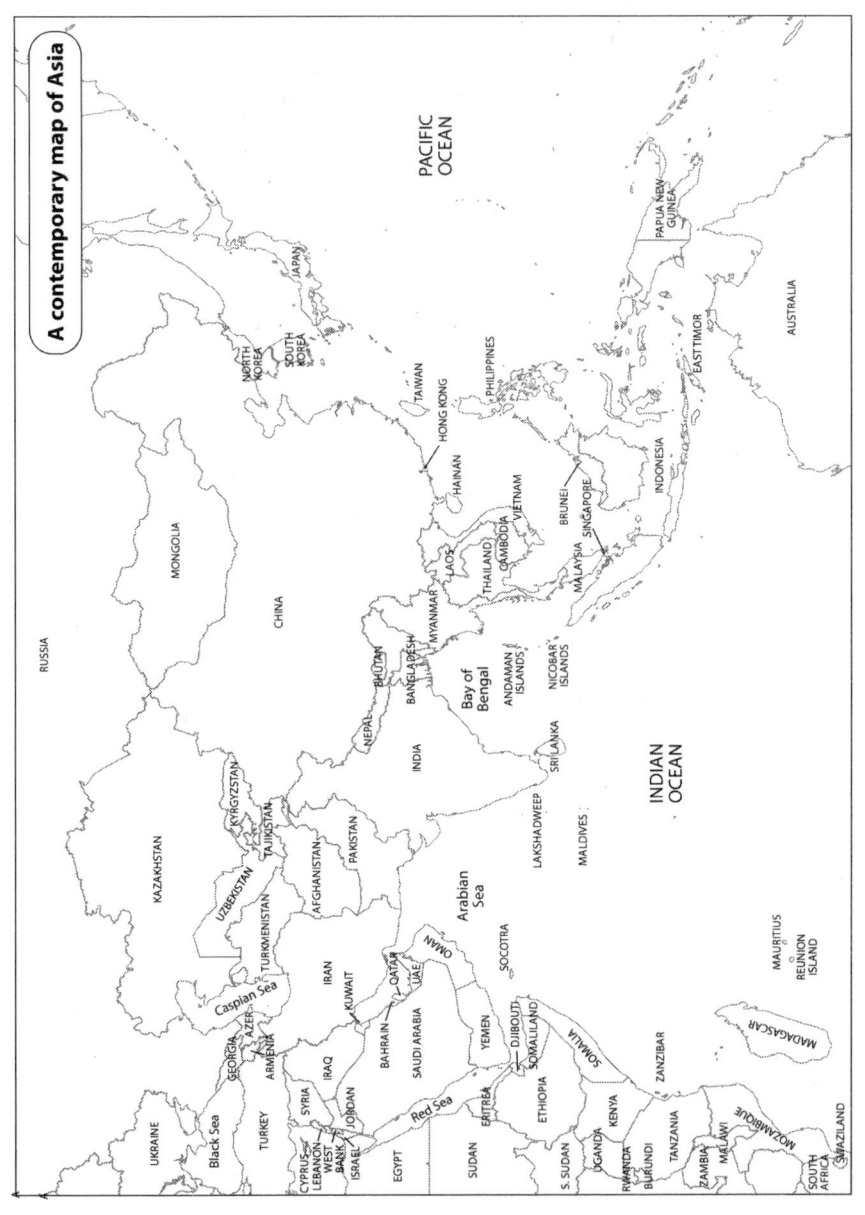

A contemporary map of Asia
RUSSIA
UKRAINE
KAZAKHSTAN
MONGOLIA
Black Sea
Caspian Sea
GEORGIA
AZER
ARMENIA
TURKEY
UZBEKISTAN
KYRGYZSTAN
TURKMENISTAN
TAJIKISTAN
CHINA
NORTH KOREA
SOUTH KOREA
JAPAN
CYPRUS
LEBANON
WEST BANK
ISRAEL
SYRIA
IRAQ
JORDAN
IRAN
AFGHANISTAN
KUWAIT
PAKISTAN
NEPAL
BHUTAN
BAHRAIN
QATAR
UAE
EGYPT
SAUDI ARABIA
INDIA
BANGLADESH
MYANMAR
TAIWAN
Red Sea
OMAN
HONG KONG
LAOS
HAINAN
PACIFIC OCEAN
SUDAN
Arabian Sea
Bay of Bengal
ERITREA
YEMEN
THAILAND
PHILIPPINES
CAMBODIA
SOCOTRA
DJIBOUTI
ANDAMAN ISLANDS
VIETNAM
SOMALILAND
LAKSHADWEEP
ETHIOPIA
SRI LANKA
NICOBAR ISLANDS
BRUNEI
S. SUDAN
SOMALIA
MALAYSIA
MALDIVES
SINGAPORE
UGANDA
KENYA
RWANDA
BURUNDI
ZANZIBAR
INDIAN OCEAN
INDONESIA
PAPUA NEW GUINEA
TANZANIA
EAST TIMOR
ZAMBIA
MALAWI
MOZAMBIQUE
MADAGASCAR
MAURITIUS
REUNION ISLAND
AUSTRALIA
SOUTH AFRICA
SWAZILAND

प्रस्तावना

आपण, 'भारतीय' कसे घडलो?

आफ्रिका, पश्चिम आशिया, पूर्व आशिया आणि मध्य आशिया या प्रदेशांमधून इथे आलेल्या आणि मागील ६५,००० वर्षांपासून या भूमीला आपलीशी करणाऱ्या आपल्या पूर्वजांची, प्राचीन भारतीयांची (अर्ली इंडियन्सची) ही कथा.

'आपण पूर्णतः स्थिर आहोत, असं तुम्हाला वाटत असतं तेव्हा प्रत्यक्षात तुम्ही गतिमान असता हे तुम्हाला माहीत आहे का?'

प्राध्यापक अँड्र्यू फ्रॅक्नोइ, खगोलशास्त्रज्ञ

'नेहमीच काही दिसतं तसं नसतं,' हे वाक्य वाचत असताना तुम्ही कदाचित तुमच्या अभ्यासिकेतल्या आरामशीर खुर्चीवर बसलेले असाल आणि तुम्हाला वाटत असेल की, आपण अगदी शांतपणे बसलो आहोत; पण तसं नाही. कारण, तुम्ही जिचा एक छोटासा घटक आहात ती आकाशगंगा, ताशी २.१ दशलक्ष किलोमीटर या वेगानं अवकाशात अविरत फिरते आहे, शिवाय पृथ्वीचं स्वतःच्या अक्षाभोवती फिरणं (विषुववृत्तावर ताशी १६०० किलोमीटर आणि दोन्ही ध्रुवांवर ताशी शून्य किलोमीटर), तिचं सूर्याभोवती फिरणं (ताशी १,०७,००० किलोमीटर) आणि सूर्याचं आकाशगंगेभोवती फिरणं (ताशी ७,९२,००० किलोमीटर)[१] हेही आहेच.

थोडक्यात काय तर वरचा परिच्छेद वाचण्यासाठी तुम्हाला साधारण जे वीस-एक सेकंद लागले असतील, तेवढ्या वेळात तुम्ही हजारो किलोमीटरचा प्रवास केला असेल आणि तोसुद्धा स्वतःच्याही नकळत.

---

१ अँड्र्यू फ्रॅक्नोइ- 'हाऊ फास्ट आर यू मूव्हिंग व्हेन सिटिंग स्टील,' युनिव्हर्स इन द क्लासरूम (ॲस्ट्रॉनॉमिकल सोसायटी ऑफ द पॅसिफिक, २००७).

वरील आकडेवारीप्रमाणेच अनेक संशोधनांतून हेही सिद्ध झालं आहे की, पृथ्वी म्हणजे सूर्याभोवती भ्रमण करणाऱ्या अनेक ग्रहांपैकी एक ग्रह आहे. सूर्य म्हणजे आकाशगंगेतला मध्यम वयाचा एक साधारण असा तारा आहे आणि ही आकाशगंगा अवकाशात असणाऱ्या लक्षावधी आकाशगंगांपैकी एक आहे. अशा संशोधनांमुळे काही लोकांना आपल्या न्यूनत्वाची जाणीव झाली असेल, तर आपण भव्यदिव्य अशा एका प्रचंड विश्वाचा घटक आहोत, या नव्यानं झालेल्या जाणिवेनं काही समंजस लोकांना विस्मयचकित केलं असेल.

पण केवळ ब्रह्मांडातच नाही तर जैविक स्तरावरही हे असंच घडतं आहे. डार्विननं साधारण दीड-एक शतकापूर्वी मानवी उत्क्रांतीचा सिद्धान्त मांडला आणि त्यामध्ये, चिंपांझी हे आपले सर्वांत जवळचे पूर्वज होते, असं मत व्यक्त करून मानवजातीला धक्का दिला. त्यापूर्वी अगदी मोठेपणानं आपण आपल्यालाच जीवसृष्टीतलं सर्वोच्च स्थान बहाल केलं होतं; पण डार्विनच्या सिद्धान्तानंतर लागलेल्या प्रत्येक महत्त्वाच्या शोधानं मानवाच्या त्या विशेष स्थानाला धक्के बसत गेले. आधी आपल्याला असं वाटत होतं की, बुद्धिमान मानव म्हणजेच *होमो सेपियन्स*[२] जेव्हा अस्तित्वात आले, तेव्हा त्यांनी बनवलेल्या हत्यारांमध्ये आधीच्या हत्यारांपेक्षा अचानक आणि प्रशंसनीय असा फरक पडला. तसंच त्या काळात कलाकौशल्यांना आणि कल्पक विचारांनाही बहर आला; पण आता आपल्याला कळून चुकलं आहे की, ती केवळ एक कल्पनाच होती. खरं तर आपण बनवलेली हत्यारं आणि आपल्या अगदी जवळच्या उत्क्रांत मानवी प्रजातींनी म्हणजे *होमो इरेक्टस* (ताठ कण्याचा मानव), *निअँडरथलेन्सिस* (शक्तिमान मानव) आणि *होमो सेपियन्स डेनिसोव्हा* (डेनिसोव्हन्स) यांनी बनवलेली हत्यारं, यांमध्ये बहुतेक वेळा फरक करता येत नाही. ती वेगवेगळी करता यावीत यासाठी निकष ठरावीत अशी वैशिष्ट्यं त्यांच्यात आढळत नाहीत म्हणजेच परिवर्तनाचा नेमका काळ निश्चित करता येत नाही. याचा अर्थ असा की, मानवाच्या (*होमो सेपियन्स* म्हणजे बुद्धिमान मानव हे आजही अस्तित्वात असलेले *मानवी* प्रजातीतले एकमेव सदस्य आहेत) लुप्त झालेल्या इतर उत्क्रांत प्रजातींचे मेंदूही आपल्याप्रमाणेच प्रगत होते.

मागच्या दशकात आपल्याला हे समजलं की, नष्ट झालेल्या मानवी प्रजातींमध्ये आणि *बुद्धिमान मानवांमध्ये* लक्षणीय प्रमाणात जनुकीय साम्य होतं, त्यामुळे *बुद्धिमान मानव* आणि या प्रजाती यांच्यात शारीरिक संबंध होऊन पुढच्या पिढीला जन्म देणं शक्य झालं. या पुढच्या पिढ्याही प्रजननक्षम होत्या. आपल्याला हे माहीत आहे. कारण, आफ्रिकन नसलेल्या सर्व *बुद्धिमान मानवसमूहांच्या* जनुकांमध्ये आजही २ टक्के डीएनए शक्तिमान

---

२ या पुस्तकात आधुनिक मानव आणि बुद्धिमान मानव या संज्ञा एकमेकांना पर्यायी वापरल्या गेल्या आहेत, तर केवळ 'मानव' म्हणजे होमो हेबिलीस (कुशल मानव), होमो इरेक्टस (ताठ कण्याचा मानव), होमो निअॅन्डरथलेन्सिस (शक्तिमान मानव) किंवा होमो सेपियन्स (बुद्धिमान मानव) अशा कोणत्याही मानवी प्रजातीचा सदस्य असा अर्थ होतो. 'पुरा मानव' म्हणजे होमो हेबिलिस (कुशल मानव), होमो इरेक्टस (ताठ कण्याचा मानव) किंवा होमो निअँडरथलेन्सिस (शक्तिमान मानव) अशा आता नष्ट झालेल्या मानवी प्रजातींमधील सदस्य असा अर्थ होतो. मात्र होलोसीनमध्ये (इसवी सनपूर्व ९७०० नंतर) 'मानव' म्हणजे 'आधुनिक मानव' असाच अर्थ घेतला जावा. कारण, तोपर्यंत पुरा मानवाच्या, वर उल्लेख केलेल्या प्रजाती नष्ट झाल्या होत्या.

Smithsonian National Museum of Natural History / Wikimedia Commons

होमो इरेक्ट्स (ताठ कण्याचा माणूस - सुमारे १८.९ लाख ते १,४३,००० वर्षांपूर्वी आफ्रिका आणि आशियामध्ये अस्तित्वात असलेला.)

Smithsonian National Museum of Natural History / Wikimedia Commons

होमो हायडेलबर्गेन्सिस (सुमारे ७,००,००० ते २,००,००० वर्षांपूर्वी आफ्रिका, आशिया आणि युरोपमध्ये अस्तित्वात असलेला.)

Smithsonian National Museum of Natural History / Wikimedia Commons

होमो निॲंडर्थलेन्सिस (शक्तिमान मानव – सुमारे ४,००,००० ते ४०,००० वर्षांपूर्वी युरोप तसेच वायव्य आणि मध्य आशियात अस्तित्वात असलेला.)

मानवाचा असल्याचं दिसतं. आपल्यातल्या काहींमध्ये म्हणजे मेलेनिशिया, पापुआ आणि ऑस्ट्रेलिया इथल्या आदिवासींमध्ये ३–६ टक्के डेनिसोव्हन डीएनए सापडतो, त्यामुळे खरं तर आपण त्यांना आपले पूर्वज मानू शकतो; पण त्यापेक्षा आपण त्यांना आपले उत्क्रांत भाईबंद मानणं अधिक योग्य ठरेल. कारण, *बुद्धिमान मानवसमूहांचे* त्यांच्याशी शारीरिक संबंध आले होते. ते एकत्रित जीवन जगले होते. जैविकशास्त्राच्या दृष्टिकोनातून पाहिलं तर आजचे आपण म्हणजे कोण आहोत? तर बुद्धिमान मानवाचा ९६ टक्के डीएनए असलेल्या चिंपांझींपासून सातत्यानं उत्क्रांत होत गेलेल्या प्रजातींच्या साखळीतला केवळ एक दुवा आहोत. *बुद्धिमान मानवाचा* उदय हासुद्धा नाट्यपूर्ण रितीनं अचानक घडलेला बदल नाही, तर ती एक दीर्घकालीन प्रक्रिया आहे. त्यामध्ये अनेक *मानवी* प्रजातींमध्ये घडलेला संकर महत्त्वाचा आहे. इतर मानवी प्रजाती आता लुप्त झाल्या आहेत. आपल्यातल्या काही संकुचित विचारांच्या लोकांना ही प्रक्रिया एक तर लक्षात ठेवण्याइतकी महत्त्वाची वाटत नाही किंवा ती त्यांना अमान्य आहे. इतर जिज्ञासूंना मात्र ही प्रक्रिया समजून घेणं म्हणजे आपल्या आसपासचं जग जाणून घेण्याच्या साधनांपैकी एक साधन वाटतं आणि त्यांना वैश्विक स्तरावर आपणा सर्वांना एकमेकांशी घट्ट जोडणाऱ्या समान गुणधर्मांविषयी कुतूहलही वाटतं.

ब्रह्मांडशास्त्र आणि जीवशास्त्र यांविषयीच्या घडामोडींना जे नियम लागू होतात, तेच आपल्या इतिहासालाही लागू होतात. *बुद्धिमान मानवाच्या* अलीकडच्या इतिहासात (पृथ्वीवर जैविक साखळीची उत्पत्ती झाल्यानंतरच्या ३.८ अब्ज वर्षांच्या तुलनेत अगदी अलीकडच्या म्हणजे ३,००,००० वर्षांपूर्वीच्या इतिहासात) आपल्यातील प्रत्येक जमात, वंश, राजवंश, साम्राज्य आणि देश या सर्वांनाच आपणच श्रेष्ठ आहोत, असं वाटत आलं आहे. काहींनी

तर अशीही कल्पना केली की, ते म्हणजे कोण्या विशिष्ट देवतेची संतती आहेत; काहींनी असं म्हटलं की, ते देवानं निवडलेले खास लोक आहेत आणि काहींनी असा दावा केला की, त्यांना जगावर सत्ता गाजवण्याचा दैवी आदेश प्राप्त आहे. लोकांना असंही वाटत असे की, पृथ्वीच्या ज्या प्रदेशात त्यांचं वास्तव्य आहे, तोच प्रदेश पृथ्वीचा मेरूदंडाचा प्रदेश आहे. उदाहरणार्थ – चीनमधल्या चाऊ साम्राज्याची, आपण पृथ्वीच्या केंद्रभागी असल्याची कल्पना किंवा नॉर्स पुराणातील मिडगार्डची कल्पना (पृथ्वीच्या केंद्रभागी असलेला सीमित भाग). अठराव्या आणि एकोणिसाव्या शतकांतील नवे राष्ट्रवाद अशाच कल्पनांवर उभारले गेले. त्या राष्ट्रवादांनी लोकांच्या मनात अशी भावना निर्माण केली की, नव्यानं निर्माण झालेल्या ज्या राष्ट्राचा ते घटक आहेत, तेच राष्ट्र अन्य सर्व राष्ट्रांपेक्षा सर्वतोपरी श्रेष्ठ आहे आणि अनादि काळापासून अस्तित्वात असलेलं असं आहे. वास्तविक, आपण आपला इतिहास सखोलतेनं जाणून घेण्याचा प्रयत्न करतो तेव्हा 'अनादि काळ' हा वाक्प्रचार पुन्हा पुन्हा वापरलेला आढळतो.

अर्थातच यांमधली कोणतीच विचारप्रणाली खरी नाही. कोणताच मानवीय समूह हा अन्य मानवी समूहांपेक्षा अधिक विशेष आणि श्रेष्ठ दर्जाचा नाही. आपल्यापैकी कोणीही कोणाही देवतेची संतती नाही आणि कोणीही खास निवडलं गेलेलं नाही. सर्व जण समान आहेत. त्याचप्रमाणे आपल्यापैकी कोणीही पृथ्वीच्या मेरूदंडापाशी राहत नाही. जेव्हापासून आपण या भूगोलाच्या पृष्ठभागावर वास्त्यव्याला आहोत, तेव्हापासून आपण सर्व जण फक्त पृथ्वीच्या परिघावर राहतो आहोत. आज आपण ज्यांना राष्ट्र म्हणतो ती केवळ काही शतकांपूर्वी अस्तित्वात आलेली आहेत; पण त्यापूर्वी म्हणजे आपल्याला कल्पनाही करता येणार नाही, इतक्या पूर्वीपासून आपण सर्व जण जैविक, सांस्कृतिक आणि ऐतिहासिक दृष्टीनं एकमेकांशी निगडित आहोत. 'अनादी काळ' असा वाक्प्रचार सतत वापरात असला तरी अधिकाधिक प्रयत्नांनी काळाचं विश्लेषण करून तो वाक्प्रचार संदर्भासह समजून घेतला पाहिजे. तसं केलं गेलं तरच आपण आपला समाज आणि आपली नागरी संस्कृती अधिक योग्य पद्धतीनं समजून घेऊ शकू आणि ती तशी का घडली ते जाणून घेऊ शकू.

आता हा विचार एखाद्यासाठी त्रासदायक ठरू शकतो का? मी पैजेवर सांगू शकतो की हो, निश्चितच तो तसा ठरू शकतो. कल्पना करा की, लहानपणी आपण जादूगाराची जादू पाहून आश्चर्यचकित होत होता; पण त्याच्या जादूचं रहस्य आपल्याला अचानक समजलं असतं तर कसं वाटलं असतं? तसंच काहीसं या विचारानं वाटू शकतं. जादूमागचं रहस्य समजल्यावर एक तर त्यातली मजा गेली म्हणून तुम्ही निराश होता किंवा नवीन ज्ञान मिळाल्यामुळे आनंदित होता आणि त्याचा उपयोग कुठे-कुठे करता येऊ शकेल, याचा विचार करता. प्रिय वाचकहो, मला खात्री आहे की, तुम्ही वरीलपैकी दुसऱ्या प्रकारचे वाचक आहात.

पुढील पाठांमध्ये आपण हे जाणून घेणार आहोत की, बुद्धिमान मानव म्हणजेच *होमो सेपियन्स* भारतात प्रथम कधी आणि कसे आले; ते आपल्यासाठी काय पुरावे मागे ठेवून गेले; आज त्यांचे वारस कोण आहेत; या आपल्या भूमीमध्ये होमो सेपियन्सखेरीज स्थलांतरित म्हणून आणखी कोणत्या मानवी प्रजातींचे समूह आले होते; आपण शेती

कधी सुरू केली आणि त्या काळातील जगातल्या सर्वांत विशाल अशा संस्कृतीची निर्मिती कधी झाली; ती संस्कृती कधी आणि कशी लयाला गेली आणि त्यानंतर काय झालं इत्यादी.

हे पुस्तक इतिहासपूर्व काळाशी संबंधित आहे आणि इतिहासपूर्व काळ म्हणजे ऐतिहासिक कालखंडाच्या पूर्वीचा काळ. ऐतिहासिक कालखंड केव्हा सुरू झाला? तर जेव्हा लेखन परंपरा सुरू झाली तेव्हा. कारण, लेखनाच्या परंपरेमुळेच विविध स्थानं आणि व्यक्ती, आपापल्या नावांसह आणि कधी कधी त्यांचा परिचय करून देणाऱ्या कथांसह आपल्यासमोर जिवंत होऊन येऊ लागल्या. इतिहासपूर्व काळासंबंधी कोणत्याही लिखित नोंदी उपलब्ध नसतात. आपण त्या काळातील स्थानांच्या किंवा व्यक्तींच्या नावांविषयी आणि त्यांच्याशी संबंधित घटनांविषयी निश्चित काही सांगू शकत नाही; पण अन्य प्रकारच्या पुराव्यांच्या आधारे त्या काळातील लोकांची जीवनशैली कशी होती हे काही प्रमाणात तरी आपण जाणून घेऊ शकतो. ते पुरावे म्हणजे उपलब्ध पुरातत्त्वीय उत्खननात सापडणाऱ्या विविध वस्तू, हत्यारं इत्यादी. मात्र ज्याचं महत्त्व वाढतच जात आहे, असा सर्वांत मोठा पुरावा म्हणजे आदिम मानवाच्या अस्थींचे अवशेष आणि त्यातून मिळवलेला जनुकीय पुरावा तसंच आजच्या युगातल्या मानवसमूहांचा डीएनए.

मग भारताचा इतिहासपूर्व काळ संपून त्याचा ऐतिहासिक कालखंड कुठे सुरू होतो? खरं तर हा प्रश्न काहीसा चकवणारा आहे. कारण, आपल्याकडे इसवी सनपूर्व २६०० ते १९०० वर्षांदरम्यान बहरलेल्या प्रगल्भ हडप्पा संस्कृतीच्या मुद्रांवर आणि पट्टिकांवर कोरलेले लेख आढळून येतात. हे लक्षात घेतलं तर प्रगल्भ हडप्पा संस्कृतीपाशीच इतिहासपूर्व काळ संपून ऐतिहासिक कालखंड सुरू झाला, असं म्हणता येईल; पण हडप्पा संस्कृतीतील लिपीचं वाचन निश्चितपणे न झाल्यामुळे अजूनही त्या लेखांमध्ये काय आहे हे समजलेलं नाही, त्यामुळे हडप्पा संस्कृतीचा काळ हा प्रागैतिहासिक काळ आणि ऐतिहासिक कालखंडाची सुरुवात यांच्यामधला आहे, असं मानावं लागेल; पण पश्चिम आशियातील मेसोपोटेमियन नागरी संस्कृतीच्या समकालीन लिखित नोंदींमध्ये हडप्पा संस्कृतीचे काही संदर्भ आढळून येतात, त्यामुळे प्रगल्भ हडप्पा संस्कृती, ऐतिहासिक कालखंडातील असल्याचं ठरवता येतं.

अशा संदिग्धतेमुळेच काही इतिहासतज्ज्ञांनी, इतिहासपूर्व काळ आणि ऐतिहासिक कालखंड यांमधील टप्प्याचं वर्णन करताना त्याला 'इतिहासपूर्व' अशी संज्ञा वापरायला सुरुवात केली. या पुस्तकात आपण हडप्पा नागरी संस्कृतीच्या अगदी अंतापर्यंत आणि त्यानंतरच्या काही शतकांचा विचार करणार आहोत. त्यानंतरच्या काळाची माहिती माझ्या पुढच्या पुस्तकात असेल कदाचित!

हे पुस्तक आत्ता लिहिण्याचं कारण काय?

हे पुस्तक आत्ताच का लिहिलं, या आधी का नाही, यामागे निश्चितच एक कारण आहे. ते कारण म्हणजे मागच्या साधारणपणे गेल्या पाच वर्षांपूर्वीपासून इतिहासाच्या सखोल संशोधनातील आपल्या दृष्टिकोनात अचानक बदल झाला आहे. आपल्या विस्तृत इतिहासपूर्व

काळाविषयी पुन्हा नव्यानं लिहिलं जाऊ लागलं. त्याला आधार होता, अनेक सहस्रकांपूर्वी होऊन गेलेल्या मानवी समूहांच्या अस्थींपासून मिळवलेल्या डीएनएच्या विश्लेषणाचा. या विश्लेषणामुळे आपण अध्याहृत धरलेल्या अनेक बाबी चुकीच्या सिद्ध झाल्या आणि त्यामुळे इतिहास, पुरातत्त्वशास्त्र, मानववंशशास्त्र इत्यादी विषयांतील तज्ज्ञांनी पूर्वीच्या माहितीच्या आधारे एकमेकांशी वाद-विवाद करून, शोधलेली उत्तरं बाजूला पडून नवीन आणि अधिक विश्वासार्ह अशी उत्तरं पुढे आली आहेत. त्याचं श्रेय अनुवंशशास्त्रज्ञांकडे जातं. त्यांनी प्राचीन जीवाश्मांमधून यशस्वीपणे डीएनए मिळवून त्याद्वारे प्राचीन मानवसमूहांमधील जनुकरचनेचा अभ्यास केला आणि ज्या गोष्टींमुळे मानवी समूह आनुवंशिकतेच्या सूत्रानं बांधले जातात, त्या समान सूत्राच्या आधारानं किंवा त्याच पद्धतीच्या आधारानं मानवी समूहांमधील फरक ओळखण्याची जी पद्धत त्यांनी विकसित केली आहे, त्यासाठी त्यांचे आभारच मानायला हवेत. तंत्रज्ञान इतकं विकसित झालं नसतं तर शास्त्रज्ञ आज जे संशोधन करत आहेत, ते करणं त्यांना शक्य झालं नसतं आणि जर त्यांच्या संशोधनाचे निष्कर्ष उपलब्ध झाले नसते, तर आपला इतिहासपूर्व काळ आधीप्रमाणेच संदिग्ध आणि विवादित राहिला असता आणि अर्थातच हे पुस्तकही लिहिलं गेलं नसतं.

गोष्टी किती वेगानं आणि कशा बदलत गेल्या पाहा : सहा वर्षांपूर्वी या पुस्तकासाठी काम सुरू केलं, तेव्हा हडप्पा संस्कृतीचे लोक कोण होते, त्यांचे वंशज कुठे गेले हे आपल्याला माहीत नव्हतं; पण आता हे आपल्याला माहीत आहे. सहा वर्षांपूर्वी आपल्याला हे माहीत नव्हतं की, आपल्या पूर्वजांच्या साखळीत ६५,००० वर्षांपूर्वी आफ्रिकेतून बाहेर पडून भारतात आलेल्या स्थलांतरितांचं प्रमाण किती आहे; पण आज आपल्याला ते माहीत आहे. सहा वर्षांपूर्वी आपल्याला हे माहीत नव्हतं की, जातिव्यवस्था कधी सुरू झाली; पण आता अनुवंशशास्त्रातील विश्वासार्हतेमुळे आपल्याला तो काळ नेमकेपणानं सांगता येईल, अशी शक्यता निर्माण झाली आहे. केवळ भारतापुरताच नाही तर जागतिक स्तरावर इतिहासपूर्व काळ समजून घेण्यात किती वेगानं सुधारणा होते आहे हे दर्शवणारी ही काही उदाहरणं आहेत.

प्राचीन डीएनएमुळे जगाच्या अन्य भागांमधील, इतिहासपूर्व काळाच्या संदर्भातल्या घडामोडींविषयी जे वेगळे विचार मांडले जाऊ लागले आहेत, त्यांची अल्प सूची इथे देत आहे - गेल्या १०,००० वर्षांमध्ये युरोपीय जनसमुदायाच्या आकृतिबंधात एकदा नाही तर दोन वेळा मोठ्या प्रमाणात बदल झाले, हे आता आपण जाणतो. ९००० वर्षांपूर्वी सर्वांत प्रथम, पश्चिम आशियातील शेतकऱ्यांनी प्रचंड मोठ्या प्रमाणावर युरोपमध्ये स्थलांतर केलं. हे स्थलांतरित शेतकरी तिथे आधीपासून वस्ती करून असलेल्या शिकार आणि वन्य उत्पादनांवर जगणाऱ्या टोळ्यांमध्ये सामावले गेले असावेत किंवा त्यांनी त्या शिकारी टोळ्यांचा विनाश केला असावा. मग साधारणपणे ५,००० वर्षांपूर्वी युरेशियातल्या गवताळ प्रदेशातून मोठ्या प्रमाणावर स्थलांतर करून आलेले लोक आणि तिथे वास्तव्यास असलेले युरोपी यांचे समूह परस्परांत मिसळून गेले किंवा पूर्वीपासून युरोपमध्ये असलेले शेतकरी विस्थापित झाले. आता आपल्याला हेसुद्धा कळलं आहे की, युरोपीय लोकांचं अमेरिका खंडामध्ये आगमन होण्यापूर्वी तिथे पूर्वीपासून असलेल्या अमेरिकन इंडियन्समध्ये आशियातून

एक-दोन नाही तर कमीत कमी तीन टप्प्यांत आलेल्या स्थलांतरित टोळ्यांचे अंश होते. पूर्व आशियातील अनेकांमध्ये, दोनदा किंवा त्याहून अधिक वेळा मोठ्या प्रमाणावर चिनी संस्कृतीचं उगमस्थान असलेल्या चीनच्या कृषिप्रधान प्रदेशातून आलेल्या स्थलांतरितांचे वंश आढळतात. सन २०१०मध्ये आपल्याला समजलं की, बुद्धिमान मानवसमूह आणि शक्तिमान मानवसमूह यांच्यामध्ये संकर झाला होता, तर सन २०१४मध्ये समजलं की, आपल्या पूर्वजांचा डेनिसोव्हन (प्राचीन डीएनएद्वारे जनुकरचना समजल्यानंतरच *मानवी* प्रजातींमध्ये समाविष्ट करता आलेली एक प्रजाती) बरोबरही संकर झाला होता.

सहा वर्षांपूर्वी हा प्रवास सुरू झाला, तेव्हा मला कल्पनाही नव्हती की, मी ज्या इतिहासपूर्व काळामध्ये प्रवेश करतो आहे, त्याविषयी मोठ्या प्रमाणावर अजून काही नवीन माहिती समोर येणार आहे आणि ते आकस्मिक योगायोगांमुळे घडणार आहे. कामाला सुरुवात केली तेव्हा मी हडप्पा संस्कृतीनं आणि तिच्या संदर्भातल्या अनेक अनुत्तरीत प्रश्नांमुळे खूपच भारला गेलो होतो. ते प्रश्न म्हणजे त्या काळी एवढी मोठी नगरं उभारणारे लोक कोण होते आणि ते कुठे गेले? गुजरातमधील धोलावीरा आणि लोथल ते हरियाणातील राखीगढीपर्यंत हडप्पा संस्कृतीच्या स्थळांना मी भेटी दिल्या. त्यानिमित्तानं मी अनेकदा भारतासह जगभरातील अनेक प्रथितयश इतिहासतज्ज्ञ, पुरातत्त्वज्ञ, पुराभिलेखांचे अभ्यासक, भाषाशास्त्रज्ञ आणि अनुवंशशास्त्राचे अभ्यासक यांना प्रत्यक्ष भेटून आणि ई-मेलद्वारे चर्चा केल्या. नवी दिल्लीतील रोमिला थापर आणि बी. बी. लाल, न्यू यॉर्कमधील शेल्डन पोलॉक, हार्वर्ड येथील मायकेल विट्झेल, डेव्हिड राईच आणि वाघीश नरसिंहन, चेन्नईमधील इरावथम् महादेवन, युनायटेड किंगडममधील हडर्सफिल्ड येथील मार्टीन बी. रिचर्ड्स, स्टॅनफोर्डमधील पीटर अंडरहील, पुण्यातील म. के. ढवळीकर, व्ही. एन. मिश्रा, वसंत शिंदे आणि के. पद्दय्या, मुंबईतील शिरीन रत्नागर, धारवाडमधील रवी कोरीसेट्टर, कोलकाता येथील पार्थ मजुमदार, हैदराबादमधील के. थंगराज, वाराणसीमधील लालजी सिंग, लखनौ येथील नीरज राय, जर्मनीतील जेना येथील मायकेल पेट्राग्लिया... ही यादी खूपच मोठी आहे.

हे सगळेच काही एकमेकांशी सहमत नव्हते, तरीही त्यांच्याशी झालेल्या प्रत्येक चर्चेतून मला माझ्या काही प्रश्नांची उत्तरं मिळत गेली आणि त्या उत्तरांमधून माझ्यापुढे आणखी प्रश्न उभे राहिले. ते प्रश्न फक्त हडप्पा संस्कृतीविषयी नव्हते, तर त्याही आधीच्या काळाविषयी होते. हडप्पा संस्कृतीचे लोक कोण होते, या माझ्या प्रश्नानं माझ्याही नकळत, आपण भारतीय कुठून आलो, असं वेगळं रूप धारण केलं.

या प्रवासात कुठेतरी हे लक्षात आलं की, सर्वांत महत्त्वाची माहिती लोकसांख्यिकी अभ्यास करणारं अनुवंशशास्त्र या विज्ञानशाखेद्वारे समोर येत आहे, त्यामुळे मी दक्षिण आशियातील लोकांशी संबंधित अनुवंशशास्त्रातील शोधनिबंधांचा मागोवा घेऊ लागलो. तसे डझनभर शोधनिबंध उपलब्ध होते. त्यांच्याशी संबंधित लेखकांशी भेट झाल्यावर, चर्चा झाल्यावर ते उपलब्ध होत असत. हैदराबादच्या सेंटर फॉर सेल्युलर अँड मोलेक्युलर बायोलॉजी (CCMB)चे प्रमुख शास्त्रज्ञ के. थंगराज आणि त्या संस्थेचे माजी संचालक आणि नंतर वाराणसीच्या बनारस हिंदू विश्वविद्यालयाचे उपकुलाधिपती लालजी सिंग यांची मी भेट घेतली. ही सन २०१५मधली गोष्ट आहे. त्या वेळी मला माझं हडप्पा संस्कृतीसंबंधीचं

पहिलं लेखन आणि त्याचबरोबर थंगराज, सिंग यांच्याबरोबरच्या चर्चा आणि संशोधनावर आधारित असलेला 'आर्यन मायग्रेशन'[३] हा अंक प्रकाशित करायचा होता; पण त्यात एक समस्या होती, त्यामुळे मी माझा लेख पूर्णच करू शकलो नाही. सिंग आणि थंगराज यांनी मला जे सांगितलं होतं, ते मी वाचलेल्या आणि त्या दोघांनी सन २००९मध्ये[४] जगभरातल्या अन्य काही शास्त्रज्ञांसह मिळून नव्यानं मांडलेल्या गृहीतकाशी जुळत नव्हतं, त्यामुळे मी माझं लेखन थांबवलं आणि सामूहिक अनुवंशशास्त्रासंबंधी काही लिहिण्याआधी त्याविषयीही अधिक माहिती मिळवायचं ठरवलं. त्यानंतर दोन वर्षांनी म्हणजे २०१७ साली, 'ए जेनेटिक क्रोनॉलॉजी ऑफ द इंडियन सबकॉन्टीनन्ट पॉइंट्स टू हेवीली सेक्स-बायस्ड डिस्पर्सल्स,' या शीर्षकाचा लेख माझ्या वाचनात आला. तो लेख, इंग्लंडमधील हडर्सफिल्ड विद्यापीठातील प्राध्यापक मार्टीन बी. रिचर्ड्स यांनी त्यांच्या सहकाऱ्यांसह[५] मिळून लिहिला होता. त्यातील प्रत्येक गोष्ट नीट लक्षात येईपर्यंत मी तो लेख पुन्हा पुन्हा वाचला. अखेरीस मला माझ्या लेखाची नस सापडली. संबंधित विषयातील विस्कळितपणा कशामुळे निर्माण झाला होता ते मला नेमकं समजलं होतं.

माझा गोंधळ व्हायचं कारण म्हणजे २०१५ साली जेव्हा मी या शास्त्रज्ञांना भेटलो होतो, तेव्हा त्यांनी माझ्यासमोर एक नवं गृहीतक मांडलं होतं आणि ते त्यांच्या २००९ सालच्या शोधनिबंधाशी जुळत नव्हतं. ते गृहीतक असं होतं की, मागच्या साधारण ४०,००० वर्षांपासून भारतामध्ये मोठ्या प्रमाणावर स्थलांतरं झालेली नाहीत. त्यांनी असंही म्हटलं होतं की, भारतामध्ये दोन प्राचीन समाज होते. त्यांतला एक उत्तर भारतात, तर दुसरा दक्षिण भारतात वसला होता आणि भारतातली आजची जनता म्हणजे त्या दोन समाजांच्या संकरातून निर्माण झालेली जनता आहे. त्यांना एन्सेन्ट्रल नॉर्थ इंडियन (ANI - उत्तर भारतातील पूर्वज समूह) आणि एन्सेन्ट्रल साउथ इंडियन (ASI - दक्षिण भारतातील पूर्वज समूह) अशी नावं दिली गेली आहेत.

---

३ इसवी सनापूर्वी साधारण २००० वर्षांच्या सुमारास युरेशियन गवताळ प्रदेशातून स्थलांतर करणारे आणि स्वतःला 'आर्य' म्हणवणारे लोक आपल्याबरोबर प्राचीन संस्कृतसह काही इंडो-युरोपीय भाषा घेऊन भारतात आले. या सिद्धान्तावर 'आर्यांचं स्थलांतर' ही संकल्पना आधारित आहे. इंडो-युरोपीय भाषा गटातील भाषा बोलणारे लोक म्हणजे 'आर्य'. या पुस्तकामध्ये जेव्हा 'आर्यांचं स्थलांतर' असा उल्लेख येईल, तेव्हा त्याचा अर्थ, 'स्वतःला आर्य म्हणवणाऱ्या आणि इंडो-युरोपीय भाषा बोलणाऱ्या लोकांचं तत्कालीन स्थलांतर' असा घ्यावा आणि जेव्हा 'आर्य' हा शब्द येईल, तेव्हा त्याचा अर्थ 'स्वतःला आर्य म्हणवणारे लोक' असा घ्यावा.

४ डेव्हिड राईच आणि इतर- 'रिकन्स्ट्रक्टिंग इंडियन पॉप्युलेशन हिस्ट्री,' नेचर ४६१: ४८९-९४ (सप्टेंबर, २००९)

५ मरीना सिल्व्हा आणि सहलेखक - 'ए जेनेटिक क्रोनोलॉजी...' बी.एम.सी. इव्होल्युशन बायोलॉजी (२०१७) मार्टिन बी. रिचर्ड्स आणि सहलेखकांनी लिहिलेला अंक, २३ मार्च, २०१७ रोजी प्रकाशित झाला आणि त्यानंतर एक आठवड्यानं तो मला मिळाला. पुढचे दोन महिने मी तो अंक पुन्हा पुन्हा वाचत होतो. भारतीय रहिवासी अस्तित्वात कसे आले हे स्पष्ट करणारे, वेगवेगळ्या कालावधींसंबंधीची समजायला अतिशय कठीण अशी अनुवंशशास्त्रीय माहिती वाचणं; त्यातला प्रत्येक शोधनिबंध लिहिला गेल्यावर अनुवंशशास्त्रात जी प्रगती झाली त्याच्या आधारे, एकमेकांशी विरुद्ध असलेल्या शास्त्रीय संशोधनांच्या निष्कर्षांची सांगड घालणं; ते शोधनिबंध लिहिणाऱ्या, प्रस्थापित विचार मोडून काढणाऱ्या तसंच अनेक संशोधनपर लेखांचं प्रकाशन नावावर असणाऱ्या, आपापल्या क्षेत्रातल्या वरिष्ठ लेखकांशी संपर्क साधणं आणि मी काढलेली अनुमानं पुन्हा पुन्हा तपासून पाहणं आणि आणखी अनेक शोधनिबंधांचं वाचन करण्यात मी ते दोन महिने घालवले.

पण लालजी सिंग आणि थंगराज यांनी २००९ साली, हार्वर्ड मेडिकल स्कूलच्या शास्त्रज्ञांसह मिळून लिहिलेल्या शोधनिबंधामध्ये मात्र ('रिकन्स्ट्रक्टिंग इंडियन पॉप्युलेशन हिस्ट्री') भारतात मागच्या ४०,००० वर्षांत कोणतंही मोठं स्थलांतर झालं नसल्याचा उल्लेख नव्हता. त्या प्रबंधामध्ये असं स्पष्टपणे म्हटलं होतं की, दक्षिण भारतातील पूर्वज समूह मूळचा इथला असला तरीही उत्तर भारतातील पूर्वज समूह युरेशियातील लोकांशी (पश्चिम आशिया, युरोप, मध्य आशिया आणि कॉकेशस प्रदेश इथले लोक) संबंधित होते, त्यामुळे मागच्या साधारण ४,००० वर्षांदरम्यान हडप्पा नागरी संस्कृती लयाला जात असताना, इंडो-युरोपीय भाषा बोलणारे आणि स्वतःला आर्य म्हणवणारे लोक स्थलांतर करून भारतात आले या सिद्धान्ताला अप्रत्यक्षरीत्या पुष्टी मिळत असल्याचं दिसून होतं. 'आर्यांचं स्थलांतर' हा विषय अनेक दशकांपासून, राजकारणातला कळीचा मुद्दा ठरला आहे. आर्य हे प्राचीन भारतातील आदिम रहिवाशांपैकी नसून ते भारताबाहेरून स्थलांतर करून आलेले आहेत, हे अनेक विद्वानांना मान्य नाही. आणखी एक समस्या आहे आणि ती समस्या हडप्पा संस्कृतीशी संबंधित आहे : भारतीय संस्कृतीवर अमिट ठसा उमटवणारी हडप्पा संस्कृती जर 'आर्यांच्या स्थलांतरा'पूर्वी अस्तित्वात असेल तर मग आर्य, त्यांची संस्कृत भाषा आणि वेदांच्या संहिता या गोष्टी हे भारतीय नागरी संस्कृतीचे मूलभूत घटक आहेत, या उजव्या विचारसरणीच्या मुळावरच घाव बसतो (या संदर्भात दुसऱ्या प्रकरणातील 'दुसरी पद्धत - संपूर्ण जिनोमची माहिती' हा भाग वाचा).

१७ जून, २०१७ रोजी द *हिंदूमध्ये* माझा 'हाऊ जेनेटिक्स इज सेटलिंग द आर्यन मायग्रेशन डिबेट,' हा लेख प्रसिद्ध झाला. ४,००० वर्षांपूर्वी इंडो-युरोपीय भाषा बोलणारे आणि स्वतःला आर्य म्हणवणारे लोक, मध्य आशियातून स्थलांतर करून भारतात आले होते, या सिद्धान्ताला डीएनए पुराव्यांचा आधार कसा लाभला आहे, हे त्या लेखात मी स्पष्ट केलं होतं. मार्च, २०१८मध्ये जगभरातल्या ९२ शास्त्रज्ञांनी, 'द जिनॉमिक फॉर्मेशन ऑफ साउथ अँड सेंट्रल एशिया,' या शीर्षकाचा, एक नवा विचार देणारा शोधनिबंध लिहून तो जीवशास्त्राच्या bioRxiv या प्रकाशनपूर्व सर्व्हरवर पाठवला, त्यामुळे माझ्या त्या लेखातल्या विधानांना पुष्टी मिळाली. राईच आणि थंगराज हे या अभ्यासगटाचे सहमार्गदर्शक होते. ज्या स्तरावर हा अभ्यास केला गेला, तो प्राचीन डीएनएवर आधारित होता. त्यातील निष्कर्ष आणि त्यात दिलेला लोकसमूहांच्या स्थलांतरांचा कालानुक्रम या गोष्टी प्रमाणित होत्या.

हे पुस्तक लिहिताना मला आलेल्या अनुभवांनी मला हे शिकवलं की, पूर्णतः वस्तुनिष्ठ स्तरावर काम करणाऱ्या संशोधकांच्या निष्कर्षांमध्येही त्यांच्या वैयक्तिक मतांना अप्रत्यक्षपणे प्राधान्य मिळालेलं असतं म्हणजे त्यामध्ये स्वतःच्या पूर्वग्रहांना जाणीवपूर्वक स्थान दिलं जातं असं नाही; पण जे सत्य उघड केल्यामुळे त्याचे काही घातक पडसाद उमटू शकतील, ते सत्य काळजीपूर्वक आणि योग्य प्रकारे समाजासमोर आणलं पाहिजे, असा प्रामाणिक विचार त्यामागे नक्की असतो. उदाहरणार्थ - गवताळ प्रदेशातून झालेल्या स्थलांतराला पुष्टी मिळाली, तर समाजात दीर्घकाळ प्रचलित असलेल्या भाषिक आणि प्रादेशिक भेदभावाला नव्यानं जोर येईल, अशी भीती आहे. अर्ध्या शतकापूर्वीच्या त्या काळच्या इतिहासतज्ज्ञांना कदाचित अशी भीती वाटत असेल की, मध्ययुगीन काळात केले जाणारे क्रूर व्यवहार

तपशिलानं समोर आले तर विविध धर्मांमध्ये तेढ निर्माण होईल; पण खरं तर भेदभाव थांबवण्यासाठी सत्य लपवणं हा उपाय नाही, त्यामुळे उलट भेदभाव तळापासून जोर धरून वाढत राहील. त्याचप्रमाणे एखादं सत्य लपवल्यावर त्याचे नक्की काय परिणाम होतील हे कोणीही शास्त्रज्ञ किंवा लेखक अचूकतेनं सांगू शकत नाही. इतिहाससुद्धा परिणामांचा विचार करून हेतुपूर्वक घडवला जात नाही, त्यामुळे कोणत्याही लेखकासाठी किंवा संशोधकासाठी हेच योग्य ठरतं की त्यानं सत्य मांडावं; पण ते करताना योग्य संदर्भाशिवाय, आधाराशिवाय कोणतेही निष्कर्ष न काढण्याची खबरदारी घ्यावी.

या पुस्तकाच्या बाबतीत सांगायचं झालं, तर इ.स.पू. दुसऱ्या सहस्रकात इंडो-युरोपीय भाषा बोलणाऱ्यांनी दक्षिण आशियामध्ये मोठ्या प्रमाणावर स्थलांतर केलं हे खरं आहे (चौथ्या प्रकरणामध्ये तुम्ही याविषयी अधिक जाणून घेऊ शकाल); पण हेही तितकंच खरं आहे की, आजच्या सर्व भारतीय समुदायांमध्ये, आतापर्यंत भारतात स्थलांतर करून आलेल्या विविध स्थलांतरित लोकसमूहांचे आनुवंशिक गुण आढळतात : इथे पूर्वापार चालत आलेली समाजाची वंशशुद्धता, कुटुंबाची वंशशुद्धता किंवा जातीची वंशशुद्धता ही कल्पना खरी नाही हेच दिसतं. अर्थातच, विविध समुदायांच्या एकमेकांशी झालेल्या संकराचं प्रमाण भिन्न भिन्न प्रदेशांमध्ये आणि भिन्न भिन्न समाजांमध्ये बदलतं आहे, त्यामुळे इंडो-युरोपीय स्थलांतराचं सत्य सांगायचं असेल, तर त्याबरोबर अन्य स्थलांतरांविषयी आणि हजारो वर्षांपूर्वी मोठ्या प्रमाणात झालेल्या संकराविषयीही सांगायला हवं. आपल्या आजच्या अजोड अशा भारतीय संस्कृतीचा स्रोत अनेकांगी आहे. ती वेगवेगळ्या प्रदेशांतील स्थलांतरित लोकसमूह, त्यांच्या सहज ऊर्मी, त्यांची संस्कृती, परंपरा आणि आचार-विचार यांच्या पद्धती इत्यादींच्या एकत्रीकरणातून आकाराला आली आहे.

प्राचीन डीएनएच्या संशोधनामुळे शक्य झालेले नवे निष्कर्ष तसंच पुरातत्त्वज्ञ, मानवशास्त्रज्ञ, पुराभिलेखांचे अभ्यासक (प्राचीन शिलालेखांचे अभ्यासक), भाषाशास्त्रज्ञ, जीवाश्म अभ्यासक (भौगोलिक भूतकाळाचे अभ्यासक) आणि इतिहासतज्ज्ञ या सर्वांनी काळाचे थर एकामागून एक बाजूला करत प्रकाशात आणलेली आश्चर्यकारक संशोधनपर तथ्यं, यांचा विचार आपण पुढील भागात करणार आहोत. ही कहाणी खरंच नवलाईची आहे आणि आजपर्यंत ती फारशी सांगितली गेली नाही, तर मग चला माझ्याबरोबर.

१

पुरातन भारतीय

आफ्रिकेतून बाहेर गेलेल्या स्थलांतरित समूहांनी भारत कसा शोधून काढला असेल, तिथल्या उत्क्रांत भाईबंदांबरोबर कसा व्यवहार केला असेल आणि तिथली पर्यावरणीय आव्हानं कशी झेलली असतील, नवीन तंत्रज्ञानावर प्रभुत्व कसं मिळवलं असेल, ही भूमी आपलीशी कशी केली असेल आणि पृथ्वीवरील एका सर्वाधिक लोकसंख्येचा बुद्धिमान मानवी समाज कसा स्थापित केला असेल.

तुम्हाला जर भारतातल्या पहिल्या बुद्धिमान मानवाची जीवनशैली अधिकाधिक जवळून बघायची असेल, तर त्यासाठी असलेल्या सर्वोत्तम ठिकाणांपैकी एक म्हणजे मध्य प्रदेशामधील रायसेन जिल्ह्यातील भीमबेटका. हे स्थान, मध्य प्रदेशची राजधानी भोपाळपासून साधारण पंचेचाळीस किलोमीटरवर आहे. सात टेकड्यांच्या परिसरातलं अतिशय रम्य असं ते स्थान आहे. तिथले शैलाश्रय म्हणजे नैसर्गिक रीतीनं तयार झालेली मोठमोठ्या शिळांखालची आश्रयस्थानं आहेत आणि ती आश्रयस्थानं एकविसाव्या शतकातल्या मानवनिर्मित आधुनिक निवासस्थानांपेक्षाही प्रशस्त आणि भव्य आहेत.

तिथे बारमाही वाहणारे झरे आणि माशांनी समृद्ध असे ओढे आणि नाले आहेत; अनेक प्रकारची फळं, कंदमुळं आहेत; हरणं, डुकरं आणि ससे आहेत आणि अर्थातच हत्यारं बनवण्यासाठी, हवे तेवढे दगडही उपलब्ध आहेत. विशेष म्हणजे ही आश्रयस्थानं टेकड्यांच्या चढांवर तयार झालेली आहेत, त्यामुळे तिथे राहणाऱ्यांना टेकडीखालून आपल्याकडे नक्की कोण येत आहे, आपली शिकार येते आहे की, आपलीच शिकार करणारा एखादा शिकारी येतो आहे म्हणजे नीलगाय येते आहे की बिबट्या येतो आहे ते सहज दिसू शकतं आणि त्याप्रमाणे सावध होता येतं.

सुरुवातीच्या मानवी जगात हे स्थान म्हणजे नक्कीच एखाद्या सर्व सोयींनी युक्त असलेल्या रिसॉर्टसारखं वाटलं असणार म्हणूनच साधारण १,००,००० वर्षांपूर्वीपासून आतापर्यंत ही आश्रयस्थानं, कधीच फार काळ रिकामी राहिलेली नाहीत. उलट त्याचा ताबा घेण्यासाठी किती जण टपलेले असतील, याची कल्पना करणे कठीण नाही. वास्तव्यासाठी इतक्या अनुकूल असलेल्या या प्रदेशात हजारो वर्षं कोणत्या ना कोणत्या मानव प्रजातींचे लोक राहण्यास आले. त्यांच्यामध्ये आपले पूर्वज असलेले *होमो सेपियनही* होते. तिथे त्यांनी शिकार केली, चित्रं काढली आणि उत्सव साजरे केले. होय, या गुहा भित्तिचित्रांनी सजवलेल्या आहेत. त्यातल्या काही चित्रांमध्ये ढोलाच्या तालावर नाचणारे लोक दाखवले आहेत. ही चित्रं कधी काढली गेली तो काळ निश्चित नाही, त्यामुळे असं जाणवतं की अन्य चित्रांप्रमाणे त्यातली काही चित्रं लाखो वर्षांची जुनी नाहीत तर ती मागच्या केवळ काही हजार वर्षांपूर्वी काढली गेली आहेत; पण तिथे असलेल्या काही अश्माकृती (Petroglyphs) किंवा पाषाणातील शिल्पं मात्र जगभरात आढळणाऱ्या *मानवी* प्रजातींच्या कलाविष्काराच्या अतिप्राचीन नमुन्यांपैकी आहेत असं दिसतं. त्यांमध्ये कोरलेले कपांसारखे खळगे आणि त्यांच्या बाजूला असलेल्या रेषा यांचा समावेश आहे.

Tony Joseph

भीमबेटका येथील शैलाश्रय.

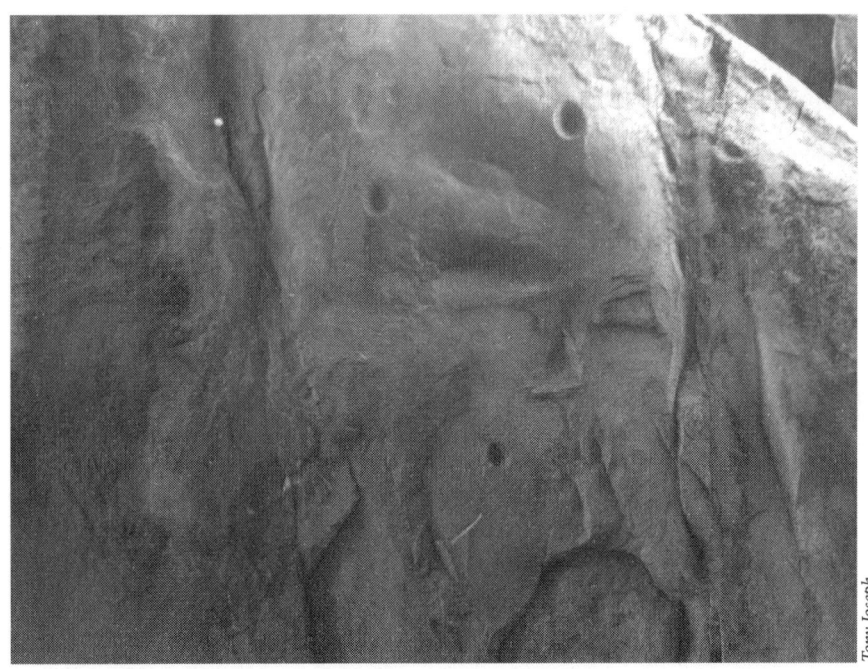

Tony Joseph

भीमबेटका येथील शैलाश्रयाच्या भिंतींवर केलेले कपाचा आकार असलेले खळगे.
मानवी प्रजातींनी जगभरात केलेल्या कलाकृतींमधला हा सर्वांत प्राचीन पुरावा असावा.

पण बुद्धिमान मानवानं भीमबेटकामध्ये त्याचप्रमाणे भारतामध्ये प्रथम कधी प्रवेश केला हे आपल्याला माहीत आहे का? या प्रश्नाचं उत्तर काहीसं गुंतागुंतीचं आहे. कारण, 'भारतातील पहिला बुद्धिमान मानव' असं आपण म्हणतो तेव्हा 'पहिला बुद्धिमान मानव' म्हणजे नक्की कोण याची व्याख्या केली पाहिजे. शास्त्रीय दृष्टिकोनातून पाहिलं तर या संकल्पनेचा अर्थ, *बुद्धिमान मानव (होमो सेपियन)* या प्रजातीमधली भारतात प्रथम पाऊल ठेवणारी कोणतीही व्यक्ती असा होतो; पण तरीही आपण जेव्हा 'भारतातील पहिले बुद्धिमान मानव' असं म्हणतो, तेव्हा त्याचा अर्थ साधारणपणे, आजच्या भारतीयांचे थेट पूर्वज असा होतो. या दोन गोष्टींमध्ये अंतर आहे हे समजून घेणं महत्त्वाचं ठरतं.

उदाहरणार्थ, असं म्हणू या की, ८०,००० वर्षांपूर्वी भीमबेटकामधला सुमारे ३० जणांचा समूह म्हणजे भारतातले पहिले *बुद्धिमान मानव* होते. असंही म्हणू या की, ७४,००० वर्षांपूर्वी सुमात्रा, इंडोनेशिया इथे टोबा ज्वालामुखीच्या मोठ्या उद्रेकासारखं एखादं संकट कोसळलं आणि पूर्व आशियापासून पूर्व आफ्रिकेपर्यंतच्या सलग प्रदेशाला प्रत्यक्ष-अप्रत्यक्षपणे त्याची झळ पोहोचल्यानं या बुद्धिमान मानवांच्या भीमबेटका इथल्या पहिल्या समूहाचे सर्व सदस्य मृत्युमुखी पडले, त्यामुळे त्यांच्यामागे भारतीय उपखंडात मानववंश वाढवणारं कुणी उरलंच नाही.[१] आता भीमबेटकामधील साधारण ५०,००० वर्षांपूर्वीच्या

---

१   ही परिस्थिती अशी होती हे गृहीत धरलेलं आहे. नुकतंच झालेलं संशोधन असं सांगतं की, ज्वालामुखीच्या उद्रेकामुळे आसपासच्या किंवा दूरवरच्या प्रदेशातील लोकांवर झालेला परिणाम, पूर्वी समजला जात होता तेवढा विध्वंसक नव्हता.

बुद्धिमान मानवांच्या दुसऱ्या समूहाचा विचार करू या. ते इथे स्थिर होण्यात यशस्वी झाले आणि त्यांच्या पुढच्या पिढ्याही इथे राहिल्या. त्यांचे वंशज आजही भारतात आहेत; पण आपण जेव्हा 'भारतातील पहिले बुद्धिमान मानव' असं म्हणतो, तेव्हा आपण या दुसऱ्या समूहाचा विचार करत असतो का? हा प्रश्न म्हणजे केवळ शब्दांचा खेळ आहे असं वाटू शकेल आणि एका अर्थी ते बरोबरही आहे; पण प्राचीन भारतीयांचा इतिहास अभ्यासताना पुरातत्त्वीय पुरावे किंवा अन्य पुरावे यांचा अर्थ समजून घेण्यासाठी हा अर्थच्छल आपल्या उपयोगाचा ठरतो.

Tony Joseph

भीमबेटका येथील शैलाश्रयाच्या भिंतीवरील हजारो वर्षांपूर्वीची चित्रे.

बुद्धिमान मानव, भारतात सर्वांत प्रथम कधी आले हा प्रश्न भारतीय पुरातत्त्वशास्त्रज्ञांना विचारला तर त्यांच्यातले निदान काही जण तरी साधारण १,२०,००० वर्षांपूर्वी असं सांगतील; पण जर तुम्ही हाच प्रश्न एखाद्या अनुवंशशास्त्रज्ञाला म्हणजे एखाद्या विशिष्ट जनसमूहाच्या आनुवंशिक वैशिष्ट्यांचा किंवा एकाहून अनेक जनसमूहांच्या आनुवंशिक वैशिष्ट्यांचा तौलनिक अभ्यास करणाऱ्या अभ्यासकाला विचारला तर त्याचं उत्तर असेल, साधारण ६५,००० वर्षांपूर्वी किंवा त्यादरम्यानच्या काळात. दोन शास्त्रांमधला हा फरक म्हणजे न मिटणारा वाद आहे, असं वाटत असलं तरी तो फरक एकमेकांना छेद देतो असं मात्र नाही. अनुवंशशास्त्रज्ञ जेव्हा भारतातल्या पहिल्या बुद्धिमान मानवांविषयी बोलत असतात, तेव्हा ते बुद्धिमान मानवांच्या ज्या समूहाच्या पुढच्या पिढ्या आजतागायत टिकून राहिल्या आहेत, त्या समूहांविषयी बोलत असतात; पण जेव्हा पुरातत्त्वशास्त्रज्ञ भारतातल्या पहिल्या बुद्धिमान मानवांविषयी बोलत असतात, तेव्हा ते ज्यांचे अभ्यासता

येतील असे पुरातत्त्वशास्त्रीय पुरावे उपलब्ध आहेत, त्या समूहाविषयी बोलत असतात. त्या समूहाच्या पुढच्या पिढ्या टिकून राहिल्या आहेत की नाहीत याचा विचार पुरातत्त्वशास्त्रात केला जात नाही.[२]

आपण भारतीय उपखंडामध्ये खरंच बाहेरून आलेले आहोत का?

मुळातच, बुद्धिमान मानव अन्य ठिकाणांहून भारतात आले असं आपण का समजायचं? ते मूळचे इथलेच असू शकत नाहीत का? अगदी काही दशकांपूर्वीपर्यंत हे प्रश्न समर्पक मानले गेले असते. कारण, तोपर्यंत १८७१ साली चार्ल्स डार्विननं मांडलेला, जगभरातल्या बुद्धिमान मानवाची उत्क्रांती मुळात आफ्रिकन वंशापासून सुमारे १.९ लक्ष वर्षांपूर्वी झाली, हा सिद्धान्त रूढ झालेला होता. तसंच त्या वेळी एक समजूत प्रचलित होती की, बुद्धिमान मानव त्या त्या प्रदेशांमधील प्राचीन प्रजातींपासून स्वतंत्रपणे उत्क्रांत झाला. उदाहरणार्थ, युरेशियामधील मानवी वंश तिथल्या ताठ कण्याच्या मानवापासून *(होमो इरेक्टस)* उत्क्रांत झाला. मात्र डार्विनचा सिद्धान्त असं सांगत होता की, प्राचीन काळात स्वतंत्रपणे उत्क्रांत झालेल्या विविध मानवी प्रजातींमध्ये संकर होऊन एकच प्रजाती उत्क्रांत झाली. भौगोलिक फरकानुसार त्या प्रजातीच्या भिन्न भिन्न शाखा निर्माण झाल्या नाहीत.

पण वर उल्लेख केलेल्या मानवी समूहांच्या स्वतंत्र प्रादेशिक उगमासंबंधीची समजूत आता स्वीकारार्ह मानली जात नाही. आता कोणताही तर्कनिष्ठ विचार करणारा शास्त्रज्ञ ही समजूत संभाव्य मानत नाही (मात्र काही ठिकाणी, विशेषतः चीनमध्ये असा दृढ विश्वास होता की, आजचे चिनी जनसमूह चीनमधल्या प्राचीन प्रजातींपासून स्वतंत्रपणे उत्क्रांत झालेले आहेत). पुरातत्त्व आणि अनुवंशशास्त्र या दोन्ही क्षेत्रांतील संशोधनामुळे हा सिद्धान्त कालबाह्य ठरला आहे. आफ्रिकेतील जीवाश्मांमध्ये, आपल्या नजीकच्या पूर्वज प्रजातींचे जीवाश्म मोठ्या प्रमाणावर आढळतात. त्यामध्ये सात लक्ष वर्षांपूर्वीचे *सहेलांथ्रोपस चॅडेन्सिस* (Sahelanthropus tchadensis), चार लक्ष वर्षांपूर्वीचे *आर्दिपिथेकस रॅमिडस* (Ardipithecus ramidus), ३.५ लक्ष वर्षांपूर्वीचे *केन्यान्थ्रोपस प्लॅटिऑप्स* (Kenyanthropus platyops), २.४ लक्ष वर्षांपूर्वीचे *कुशल मानव* (Homo habilis) आणि ७,००,००० ते २,००,००० वर्षांपूर्वीचे *होमो हायडेलबर्गेन्सिस* (Homo heidelbergensis) यांचा समावेश आहे. जगभरातल्या कोणत्याही प्रदेशात या कालखंडातील मानवी अवशेषांचे पुरावे मिळालेले नाहीत; परंतु बुद्धिमान मानव भिन्न भिन्न प्रदेशांमध्ये उत्क्रांत झाला, या सिद्धान्ताच्या विरोधातील जनुकशास्त्रीय युक्तिवाद सर्वांत अधिक पटण्याजोगा आहे. आफ्रिकेतून स्थलांतरित झालेले (ओओए) जगभरातील बुद्धिमान मानवांचे सर्व समूह हे एकाच मानवी समूहाचे वंशज आहेत, हा निष्कर्ष डीएनए विश्लेषणाच्या आधारे काढला गेला आहे. ७०,००० वर्षांपूर्वी कधीतरी आफ्रिकेतील स्थलांतरित आशियामध्ये पोहोचले तसेच जगभर पसरले. स्थलांतराच्या दरम्यान कदाचित

२ सगळेच पुरातत्त्वज्ञ या दोन मतप्रणालीतील फरकाशी सहमत नाहीत. लोकसमूहांचं स्थलांतर यशस्वी किंवा अयशस्वी होणं, यावर आधारलेली कल्पना अजूनही तपासून पाहिली जात आहे, असं सांगताना पुरातत्त्वशास्त्रज्ञ रवी कोरीसेट्टर पुढे म्हणतात, 'जनसमूहांच्या स्थलांतराच्या सर्व घटना यशस्वी ठरल्या आहेत.'

त्यांनी *शक्तिमान मानव* (Homo Neantherthalensis) या प्रजातीशी झालेल्या संघर्षात त्यांना हाकलून देऊन त्यांची जागा घेतली असेल. बुद्धिमान मानवांचा उगम आफ्रिकेतील आहे या निष्कर्षाला नवीन शोधांनीही पुष्टीच दिली आहे. नुकतीच म्हणजे २०१७ सालच्या जून महिन्यात एक बातमी आली होती. त्यात म्हटलं होतं की, मोरोक्कोमधल्या साफी शहरापासून ५० किलोमीटरवर असलेल्या जेबेल इऱ्होड इथल्या एका गुहेमध्ये एक कवटी सापडली. परीक्षणानंतर ती कवटी *बुद्धिमान मानव* या प्रजातीची आहे आणि ती सुमारे ३,००,००० वर्षांपूर्वीची आहे, असा निष्कर्ष काढला गेला.

जेबेल इऱ्होडमधल्या जीवाश्मांचा शोध लागण्यापूर्वी जे मानवी जीवाश्म सर्वाधिक प्राचीन समजले जात होते ते १,९५,००० वर्षांपूर्वीच्या दोन कवट्यांच्या स्वरूपातील होते. त्या कवट्या इथिओपियामधील ओमो किबिश या पुरातत्त्वीय स्थळी सापडल्या होत्या, त्यामुळे जेबेल इऱ्होड इथलं संशोधन, बुद्धिमान मानवाच्या उगमाचा काळ आणखी १,००,००० वर्षं मागे घेऊन जातं. त्याबरोबरच आपण कुठून आलो, या प्रश्नाशी संबंधित इतर सर्व शंकाही या संशोधनामुळे दूर होतात. जेबेल इऱ्होडमध्ये सापडलेल्या कवटीची चेहरेपट्टी आपल्यासारखीच वाटत असली तरीही कवटीचा मागचा भाग मात्र प्राचीन प्रजातींशी साम्य दर्शवणारा म्हणजे लांबुळका आहे आणि दातही खूप मोठे आहेत. यावरून लक्षात येतं की, बुद्धिमान मानव अचानक आणि आताच्या उत्क्रांत स्वरूपात अवतरला नाही. आताच्या उत्क्रांत अवस्थेपर्यंत पोहोचण्यासाठी त्याला किमान ३,००,००० वर्षांचा कालावधी लागला.

अनुवंशशास्त्राच्या संशोधनपद्धतीमागील तार्किक प्रणाली

समजा बुद्धिमान मानवांचा उगम आफ्रिकेमध्ये झाला हे आपण मान्य केलं तरी एक प्रश्न उरतोच. आफ्रिकेबाहेरच्या प्रदेशांमध्ये आज अस्तित्वात असलेले सर्व मानवसमूह साधारण ७०,००० वर्षांपूर्वी किंवा त्यानंतर आफ्रिकेतून स्थलांतर केलेल्या समूहांचे वंशज आहेत या निष्कर्षापर्यंत अनुवंशशास्त्रज्ञ कसे पोहोचले? त्यांचं मत समजून घेण्यासाठी आधी आपल्याला अनुवंशशास्त्राची थोडी माहिती घ्यायला हवी. ज्यांना अनुवंशशास्त्राचा परिचय नाही, त्यांना हे शास्त्र काहीसं जटिल वाटू शकेल; पण त्याची ओळख करून घेण्यासाठी काही वेळ खर्च करणं आवश्यक आहे. या शास्त्रातलं इथे सांगितलेलं तंत्र तुम्हाला जरी पूर्णपणे समजलं नाही तरी त्याची तोंडओळख करून घेतली, तर ते तुम्हाला भारतीयांच्या पूर्वजांची गोष्ट समजून घेण्यात उपयोगी ठरेल. इथे दिलेलं स्पष्टीकरण पूर्णपणे उमगलं नाही तरी गडबडून जाऊ नका. या शास्त्राशी संबंधित परिभाषा एकदा तुमच्या ओळखीची झाली की, तुम्ही हे प्रकरण पुन्हा एकदा वाचा म्हणजे तुम्हाला ते नीट समजेल. चला तर मग अनुवंशशास्त्राची ओळख करून घेऊ या.

मानवी गर्भाच्या रचनेच्या प्रक्रियेसाठी अनुवंश संकेत (जेनेटिक कोड) आवश्यक असतात. प्रत्येक पेशीकेंद्रातील हे अनुवंश संकेत (जेनेटिक कोड) गुणसूत्रांच्या (क्रोमोसोम्स) २३ जोड्यांमध्ये सामावलेले असतात. पेशीकेंद्रात समाविष्ट असलेल्या गुणसूत्रांच्या जोड्यांना एकमेव अपवाद म्हणजे मायटोकॉन्ड्रियल डीएनए (एमटी डीएनए). हा डीएनए पेशीकेंद्राच्या

बाहेर असतो. प्रत्येक व्यक्तीमध्ये असलेला एमटी डीएनए हा तिला केवळ स्वतःच्या जन्मदात्या मातेकडूनच मिळालेला असतो (पित्यामध्येही त्यांच्या स्वतःच्या मातेकडून आलेला एमटी डीएनए असतोच; पण पित्याकडून तो त्यांच्या कोणाही अपत्याला मिळत नाही, मग ते अपत्य मुलगा असो की मुलगी). माणसाच्या जिनोममध्ये एमटी डीएनए आणि गुणसूत्रांच्या २३ जोड्या समाविष्ट असतात.

एमटी डीएनए केवळ मातेकडून येतो. पेशीकेंद्रांमध्ये असलेल्या गुणसूत्रांच्या (क्रोमोसोम्स) २३ जोड्यांमधल्या प्रत्येक जोडीतला अर्धा भाग मातेकडून आणि अर्धा भाग पित्याकडून आलेला असतो. गुणसूत्रांची जोडी समान गुणसूत्रांनी बनलेली असते म्हणजेच त्यांमध्ये समाविष्ट असलेले अनुवंश संकेत (जेनेटिक कोड) हेही समान असतात आणि त्यांचं पेशीकेंद्रातलं स्थानही समान असतं. त्यांच्यातील ही समानता लक्षात घेतली तरी त्या जोडीतली गुणसूत्रं ही एमकेकांच्या प्रतिकृती नसतात. आपल्याला आपल्या दोन्ही जन्मदात्यांकडून मिळालेल्या गुणसूत्रांमधले फरक साधारणपणे ०.१% इतके असतात. सरासरी बघता दोन भिन्न व्यक्तींच्या जिनोममध्येही साधारण इतकाच फरक असतो. हे फरक पेशीविभाजनादरम्यान (पेशीविभाजनाची प्रक्रिया ही सजीवांच्या प्रजननामधील एक आवश्यक भाग असतो) होणाऱ्या उत्परिवर्तनामुळे (म्यूटेशन) म्हणजेच अचानक निर्माण होणाऱ्या असाधारण स्थितीमुळे घडून येतात. सर्वांगीण विचार करता ही असाधारण स्थिती त्या प्रजातीच्या अस्तित्वाला हानिकारक नाही हे सिद्ध झाल्यानंतर ती पुढील पिढ्यांमध्ये कायम होत जाते आणि नैसर्गिक निवडीच्या प्रक्रियेत नव्यानं घडून आलेले जैविक बदल टिकून राहतात.

अनुवंश संकेत (जेनेटीक कोड) हे A (एडेनाइन), C (सायटोसाइन), G (ग्वानिन) आणि T (थायमाइन) या चार अमिनो ॲसिड्स संरचनेनं बनलेले असतात. हे तुम्ही लक्षात घेतलं तर प्रत्येक जिनोममध्ये ३ अब्ज संकेतांचा समावेश आहे, हेही तुम्ही लक्षात घ्यायला हवं.[३] मग दोन माणसांच्या जिनोममध्ये ०.१% फरक असणं या विधानाचा अर्थ असा होतो की, दोन जिनोममध्ये असणारे फरक हे साधारणपणे तीस लाखांपर्यंत असतात. थोड्याच पिढ्यांचं अंतर असलेल्या दोन व्यक्तींच्या जिनोममधील फरक तुलनेनं कमी असतो (याचाच आणखी एक अर्थ म्हणजे दोन माणसांचा एकमेकांशी असलेला जनुकीय संबंध किती जवळचा किंवा दूरचा आहे हे जाणून घेण्यासाठी जनुकीय विश्लेषणाचा उपयोग होतो).

एक गोष्ट लक्षात घ्यायला हवी की, प्रत्येक व्यक्तीकडे आपल्या माता-पित्यांकडून आलेल्या गुणसूत्रांच्या २३ जोड्या असतात. याचा अर्थ त्या व्यक्तीला मातेकडून २३ जोड्या आणि पित्याकडून २३ जोड्या मिळाल्या असा होत नाही, तर मातेकडून २३ गुणसूत्रं आणि पित्याकडून २३ गुणसूत्रं मिळून अपत्यामधील गुणसूत्रांच्या २३ जोड्या तयार

३ नॅशनल ह्युमन जिनोम रिसर्च इन्स्टिट्यूट अनुसार, 'गुणसूत्रं म्हणजे डीएनएला पेशींमध्ये स्थापन करणारी संरचना. डीएनए ही अगदीच साधी संरचना असते. डीएनए म्हणजे A, C, T आणि G या चार मूलभूत ॲमिनो ॲसिडच्या एकत्रीकरणातून तयार झालेलं संयुग असतं. डीएनएमध्ये या चार संयुगांच्या आधारे ज्या संरचना बनलेल्या असतात, त्यांमध्ये एकामागोमाग एक अशा पद्धतीनं संकेतसूत्रांचं एक प्रचंड जाळं तयार करण्याची क्षमता असते. एखाद्या व्यक्तीच्या डोळ्यांचा रंग किंवा उंची अशी स्पष्ट दिसणारी लक्षणं ज्यांमुळे घडतात, त्या डीएनएच्या संरचनेतील विशिष्ट घटकाला किंवा संकेत सूत्रांना जनुकं असं म्हणतात.

झाल्या, असा होतो. हे कसं घडतं? या प्रक्रियेसाठी 'पुनर्संयोजन' (रिकॉम्बिनेशन) ही संज्ञा वापरली जाते. या संज्ञेचा अर्थ असा की, व्यक्तीच्या माता आणि पिता यांना त्यांच्या माता-पित्यांकडून मिळालेल्या गुणसूत्रांच्या २३ जोड्यांची अनिश्चित पद्धतीनं अदलाबदल होऊन त्यांचं विभाजन होतं आणि मग २३ जोड्यांचा फक्त एक संच त्या व्यक्तीला तिच्या माता-पित्यांकडून मिळतो. वेगळ्या शब्दांत सांगायचं तर, एखाद्या युगुलाला त्यांच्या माता-पित्यांकडून मिळालेले सर्व जनुकीय घटक जसेच्या तसे त्यांच्या अपत्याकडे संक्रमित होत नाहीत. त्यांच्यातील स्त्री आणि पुरुष यांच्याकडून प्रत्येकी केवळ २३ गुणसूत्रं (क्रोमोसोम्स) संक्रमित होतात. अशा प्रकारे आकाराला येणाऱ्या गर्भास त्या दोघांकडून गुणसूत्रांच्या २३ जोड्यांचा संच मिळतो.

पण या नियमाला एक अपवाद आहे : तो अपवाद म्हणजे गुणसूत्रांची तेविसावी जोडी किंवा व्यक्तीचं लिंग निश्चित करणारं गुणसूत्र. या गुणसूत्रामुळेच गर्भ मुलीचा की मुलाचा हे ठरतं. गर्भधारणेच्या वेळी XX या एकाच प्रकारच्या दोन गुणसूत्रांची एक जोडी तयार झाली, तर होणारे अपत्य हे मुलगी असते आणि ती जोडी जर XY या दोन गुणसूत्रांनी बनलेली असेल तर होणारे अपत्य हे मुलगा असते. प्रत्येक पुरुषाच्या गुणसूत्रांमध्ये उपस्थित असलेलं 'वाय' गुणसूत्र, त्याला त्याच्या पित्याकडून कोणत्याही पुनर्संयोजनाशिवाय अनेक प्रक्रियांच्या गुंतागुंतीच्या साखळीद्वारे थेट मिळालेलं असतं. वेगळ्या शब्दांत सांगायचं तर पुरुष अपत्याच्या बाबतीत Y हे गुणसूत्र फक्त आणि फक्त हजारो-लाखो वर्षांपासून चालत आलेल्या त्याच्या पैतृक वंशावळीतून संक्रमित झालेलं असतं.

त्यामुळे मर्यादित प्रमाणात आपण असं म्हणू शकतो की, Y गुणसूत्र किंवा काही वेळा ज्याला Y-डीएनए म्हटलं जातं ते म्हणजे एमटी डीएनएची जणू काही आरशातली प्रतिमा असते. कारण, एमटी डीएनए हा अगणित वर्षांपासून चालत आलेल्या मातृक वंशावळीतून आलेला असतो. जसं Y गुणसूत्र हे पुरुषाकडे त्याच्या पित्याकडून, त्यांच्याकडे त्यांच्या पित्याकडून... असं येतं तसंच एमटी डीएनए प्रत्येकाकडे मातेकडून, मातेकडे तिच्या मातेकडून... असा आलेला असतो. एमटी डीएनए हा स्त्री आणि पुरुष दोघांमध्येही असतो. मात्र Y गुणसूत्र हे केवळ पुरुषाकडेच असतं. स्त्रीमध्ये XX ही गुणसूत्राची जोडी तिचं लिंग ठरवते. स्त्रीमध्ये Y गुणसूत्र असत नाही. या असमानतेमागे एक निश्चित कारण आहे. प्रत्येक पेशीमध्ये एमटी डीएनए अतिशय गुंतागुंतीचं काम करत असतो. अन्नातल्या ऊर्जेचं रूपांतर पेशींना वापरता येईल, अशा प्रकारात करण्यासाठीचे संकेत देण्याचं काम हा डीएनए करत असतो, त्यामुळे एमटी डीएनएला 'पेशींचा ऊर्जास्रोत' असं म्हटलं तर ते योग्य ठरेल. हे सोपं करून सांगायचं तर पुरुषाचं अस्तित्व एमटी डीएनएशिवाय असू शकत नाही. याउलट स्त्रीचं अस्तित्व मात्र Y गुणसूत्राशिवायच असतं.

Y गुणसूत्र आणि एमटी डीएनए या दोहोंचं वैशिष्ट्य हे आहे की, इतर गुणसूत्रांच्याप्रमाणे पुनर्संयोजन न होता ते थेट पैतृक आणि मातृक वंशावळीतून आलेले असतात. त्यांच्या याच वैशिष्ट्याची, व्यक्ती आणि जनसमूहांच्या स्थलांतराचा इतिहास समजून घेण्यात मदत झाली. विशेषतः जनुकशास्त्राच्या प्रारंभीच्या काळात हे तत्त्व महत्त्वाचं ठरलं. पेशींचं विभाजन होताना जे उत्परिवर्तन होतं किंवा असाधारण स्थिती निर्माण होते, त्याच्या

आलेखाच्या आधारे ही मदत मिळते. एखाद्या व्यक्तीमधील एमटी डीएनएच्या विश्लेषणात असं दिसलं की, हा तंतोतंत त्याच्या मातेसारखा, आजी-पणजी-खापरपणजी... अशा मातृक वंशावळीसारखा आहे आणि Y गुणसूत्र हे तंतोतंत त्याच्या पित्यासारखं, आजोबा-पणजोबा-खापरपणजोबा... अशा पैतृक वंशावळीसारखं आहे, तर त्या व्यक्तीच्या मातृक आणि पितृक वंशावळीसंबंधी महत्त्वपूर्ण माहिती मिळवणं किंवा काहीच अंदाज बांधणं शक्य झालं नसतं; पण उत्परिवर्तनाच्या वेळोवेळी घडलेल्या प्रक्रिया अनेक पिढ्यांमधून संक्रमित होत राहिल्या, तर निश्चितच माणसाच्या Y गुणसूत्रात किंवा एमटी डीएनएमध्ये ती सर्व उत्परिवर्तनं त्याच्या/तिच्या पैतृक किंवा मातृवंशावळीतून शोधता येतात. कारण, त्यांची नोंद जनुकीय संरचनेच्या विश्लेषणात स्पष्टपणे उमटलेली दिसते.

उदाहरणार्थ, एखाद्या खापरपणजीच्या एमटी डीएनएमध्ये 'PCX' हे उत्परिवर्तन झालं असेल, तर तिने तो स्वतः जन्म दिलेल्या सर्व मुलींमध्ये आणि त्या मुलींकडून त्यांच्या मुलींमध्ये म्हणजेच खापरपणजीच्या नातींमध्ये, सर्व पणतींमध्ये... अशा पद्धतीनं पुढे संक्रमित होतो. जर आपण एखाद्या विशिष्ट प्रदेशातील लोकांचं जनुकीय परीक्षण करत असू आणि तिथे जर एमटी डीएनएमध्ये PCX असलेल्या अनेक स्त्रिया पाहण्यात आल्या तर त्यावरून आपण ते विशिष्ट उत्परिवर्तन आढळणाऱ्या लोकांचा जनुकीय वृक्ष (जेनेटीक ट्री) तयार करू शकतो आणि त्यानंतर त्यांच्यामध्ये अन्य काही उत्परिवर्तनं झाली असतील, तर त्यांचीही नोंद करू शकतो. दुसऱ्या शब्दांत सांगायचं तर, जर आपल्याकडे एखाद्या माणसाचा एमटी डीएनए किंवा Y गुणसूत्राचा नमुना असेल तर आपण त्या माणसाची मातृक किंवा पैतृक वंशावळ शोधून काढू शकतो. Y गुणसूत्र आणि एमटी डीएनए या दोन्हींच्या संदर्भातील मानवजातीचा वैश्विक जनुकीय माहितीसंचय (जेनेटिक डेटाबेस) उपलब्ध झाल्यापासून आता एकाच समुदायाच्या पुढच्या पिढ्यांचे म्हणजेच ज्यांचा उगम एका विशिष्ट उत्परिवर्तनापर्यंत नेऊन भिडवणं शक्य आहे, असे लोक जगभरातील कोणकोणत्या प्रदेशांमध्ये मोठ्या प्रमाणावर एकवटले आहेत, हे शोधणं शक्य झालं आहे.

पण हे म्हणजेच सर्व काही नाही. दीर्घकालापासून शास्त्रज्ञांना असं आढळून आलं आहे की, जनुकीय उत्परिवर्तनांमध्येही एक नियमितता किंवा विशिष्ट पद्धत आढळून येते. अर्थातच हे अचूक शास्त्र नव्हे, तरीही शास्त्रज्ञांनी जिनोममध्ये होणाऱ्या सर्वसाधारण उत्परिवर्तनांचं प्रमाण तसंच जिनोममधील Y गुणसूत्र आणि एमटी डीएनएमध्ये होणाऱ्या उत्परिवर्तनांचं प्रमाण यांचा अभ्यास केला आणि त्यामध्ये त्यांना बऱ्यापैकी निश्चितता दिसली.

एमटी डीएनए आणि Y गुणसूत्रांमध्ये निर्देशित झालेल्या उत्परिवर्तनाच्या क्रमबद्ध नोंदींमुळे आपण जनुकगट वेगळे करू शकतो, तर जिनोममधील उत्परिवर्तनाचं प्रमाण समजल्यामुळे त्या मूळ जनुकगटांच्या पिढ्यांमध्ये दिसणाऱ्या शाखा आणि उपशाखा तयार होण्याचा मधला काळही ठरवू शकतो.

समूहाचा जनुकीय अभ्यास करणाऱ्या शास्त्रज्ञांनी वैश्विक एमटी डीएनए आणि Y गुणसूत्रं यांच्या अनेक पिढ्यांमधून दिसणाऱ्या वाटचालीचा व्यापक अभ्यास करून त्यातून स्पष्ट होणाऱ्या जनुकवृक्षाच्या शाखांना नावं दिली आहेत. जनुकशास्त्रामध्ये अशा शाखांचा निर्देश 'हॅप्लोग्रुप' या संज्ञेनं केला जातो. ग्रीक भाषेमध्ये हॅप्लो म्हणजे 'एकल',

त्यामुळे हॅप्लोग्रुप म्हणजे एकल गट.[४] एकल गटाच्या मूळ शाखेला 'मॅक्रो-हॅप्लोग्रुप' म्हणतात. त्याचं उपशाखांमध्ये वर्गीकरण केलं जातं. त्या उपशाखांना 'सब-हॅप्लोग्रुप' किंवा 'क्लेड्स' म्हटलं जातं. हॅप्लोग्रुप्सना नावं दिलेली असतात. त्यामध्ये हॅप्लोग्रुप्स L0, L1, L2 आणि M7 हे हॅप्लोग्रुप्स म्हणजे जनुकवृक्षातल्या एमटी डीएनएच्या सर्वाधिक प्राचीन शाखा आहेत. त्याचप्रमाणे Y गुणसूत्राच्या हॅप्लोग्रुप्समध्ये A, B, CT आणि D या सर्वाधिक प्राचीन शाखा आहेत. अशा प्रकारे एखाद्या माणसाच्या एमटी डीएनएचा किंवा Y गुणसूत्राचा हॅप्लोग्रुप निश्चित करून त्या आधारावर आपण व्यापकपणे पुरुष किंवा स्त्री यांच्या दीर्घकालीन पैतृक किंवा मातृक वंशावळीचा मागोवा घेऊ शकतो. त्याचबरोबर अन्य वंशावळी त्या विशिष्ट व्यक्तीच्या वंशावळीपासून किती दूरच्या किंवा जवळच्या आहेत, हेसुद्धा जाणून घेऊ शकतो. दोन व्यक्ती जर एकाच एमटी डीएनए हॅप्लोग्रुपचे सदस्य असतील तर त्याचा अर्थ, त्या दोघांच्या पूर्वज साखळीतील पहिली स्त्री त्या हॅप्लोग्रुपच्या निर्मितीच्या काळातली आहे आणि जर दोन पुरुष एकाच Y गुणसूत्र हॅप्लोग्रुपचे सदस्य असतील, तर त्याचा अर्थ, त्या दोघांच्या पूर्वज साखळीतला पहिला पुरुष त्या हॅप्लोग्रुपच्या निर्मितीच्या काळातला आहे.

इथे एक सावधानतेची सूचना देणं आवश्यक आहे. आपण लक्षात ठेवायला हवं की, कोणत्याही व्यक्तीमधील Y गुणसूत्र किंवा एमटी डीएनए हा त्या व्यक्तीच्या जनुकीय रचनेमधला अत्यंत लहान, तेविसाव्या हिश्शापेक्षाही कमी असलेला घटक असतो, त्यामुळे एखाद्या माणसाची संपूर्ण जनुकीय जडणघडण समजून घेण्यासाठी त्याच्यातलं केवळ Y गुणसूत्र किंवा एमटी डीएनए माहीत असणं पुरेसं नसतं, त्यामुळे माणसाची फक्त पैतृक आणि मातृक वंशावळ यांचं व्यापक स्वरूप समजू शकतं आणि ही वंशावळ म्हणजे ज्यांना आपण निश्चितपणे आपले कायदेशीर पूर्वज म्हणू शकू त्यांच्यापैकी एक छोटा भाग असते. उदाहरणार्थ, आपण फक्त आपल्या Y गुणसूत्राच्या किंवा एमटी डीएनएच्या वंशावळीचा विचार केला तर त्यामध्ये आपल्या मातेचे पिता, आपल्या पित्याची माता किंवा आपल्या पित्याच्या मातेचे पिता यांचा समावेशच होणार नाही. आपण जर दहा पिढ्या मागे गेलो तर आपण ज्यांना आपले पूर्वज म्हणू शकू असे एकूण १०२४ लोक असतील पण फक्त Y गुणसूत्राचा किंवा एमटी डीएनएचा विचार केला, तर त्यातल्या प्रत्येकी १० लोकांशीच आपला संबंध दिसून येईल. आपण १५ पिढ्या मागे गेलो, तर आपल्या पूर्वजांची संख्या ३२,७६८ इतक्या प्रचंड प्रमाणात वाढलेली असेल; पण संबंधित व्यक्तीचं Y गुणसूत्र किंवा एमटी डीएनए हे त्यांच्यातल्या प्रत्येकी १५ जणांशीच संबंधित असेल. यामुळे कधी कधी अनपेक्षित निष्कर्ष निघू शकतात.

उदाहरणार्थ – असंही होऊ शकतं की, एखाद्या माणसाचे सर्व पूर्वज चीनमधले आहेत; पण त्याचा Y गुणसूत्र हॅल्पोग्रुप अधिकत्वानं भारतात आढळणारा आहे. हे असं घडण्यासाठी काही शतकांपूर्वी, समजा दहा शतकांपूर्वी, एखाद्या भारतीय पुरुषाचा एखादा मुलगा

४ याचा संबंध पुढील तथ्याशी आहे – Y गुणसूत्र किंवा एमटी डीएनए हे Haploid असतं म्हणजे जनुकांच्या एकाच जोडीचं वहन करणारं असतं. ते व्यक्तीच्या पित्याकडून किंवा मातेकडून आलेलं असतं. अन्य गुणसूत्रं Diploid असतात म्हणजे माता आणि पिता या दोघांकडून संक्रमित झालेली असतात.

चीनमध्येच राहिला आणि त्या मुलाच्या पुढच्या पिढ्या चीनमध्ये स्थिर झाल्या असतील, अशी शक्यता गृहीत धरावी लागेल. समजा त्याच्या प्रत्येक पिढीमध्ये एक मुलगा असेल. ती सर्व मुलं चीनमध्येच राहिली असतील आणि त्यांनी चीनी स्त्रियांशी विवाह केले असतील. त्या वंशातला आजचा पुरुष वारस म्हणजे त्या भारतीय पुरुषाच्या वंशावळीतला कित्येक पिढ्यांनंतरचा पुरुष असेल तर त्या वारसामध्ये आजही त्याच्या भारतीय पूर्वजाचं Y गुणसूत्र असू शकेल. व्यावहारिक दृष्टीनं पाहता त्याचे सर्व पूर्वज हे चीनी असतील; पण शतकांपूर्वीचा केवळ एक सूक्ष्म धागा त्याचं त्याच्या भारतीय पूर्वजाशी असलेलं नातं सांगू शकेल.

म्हणूनच एखाद्या माणसाची किंवा एखाद्या मानवी गटाची संपूर्ण जनुकीय रचना समजून घेण्यासाठी किंवा त्याचा अन्य गटांशी असलेला जनुकीय दुवा जाणून घेण्यासाठी त्यांच्या फक्त एमटी डीएनए आणि Y गुणसूत्रांचा अभ्यास पुरेसा नसतो; पण जनसमूहांच्या स्थलांतरांचा किंवा व्यक्तींचा आणि समूहांचा इतिहास जाणून घेण्यासाठी एमटी डीएनए आणि Y गुणसूत्रांचा अभ्यास हा एक उपयुक्त मार्ग आहे. त्यासाठी संपूर्ण जनुकीय संरचनेचा अभ्यास करणं आवश्यक असतं. त्यामध्ये त्याच्या केवळ एमटी डीएनए आणि Y गुणसूत्रांचंच नाही तर संपूर्ण जिनोमचं विश्लेषण करावं लागतं. व्यक्तीचं लिंग ठरवण्यामध्ये सहभाग नसलेल्या गुणसूत्रांना 'ऑटोझोम्स' म्हणतात. जनुकीय इतिहास जाणण्यासाठी या २२ ऑटोझोम्सचा उपयोग होत नाही. कारण, जनुकांचं पुनर्संयोजन किंवा गुणसूत्रातल्या त्यांच्या स्थानाची अदलाबदल आणि विभाजनाच्या प्रक्रियांमुळे केवळ ऑटोझोम्सच्या आधारे जनुकीय इतिहास जुळवणं अशक्य असतं; पण संपूर्ण जिनोमच्या संरचनेचं विश्लेषण केलं तर वेगवेगळ्या जनसमूहांच्या जनुकीय वैशिष्ट्यांमधील साधर्म्याचं प्रमाण निश्चित करता येतं.

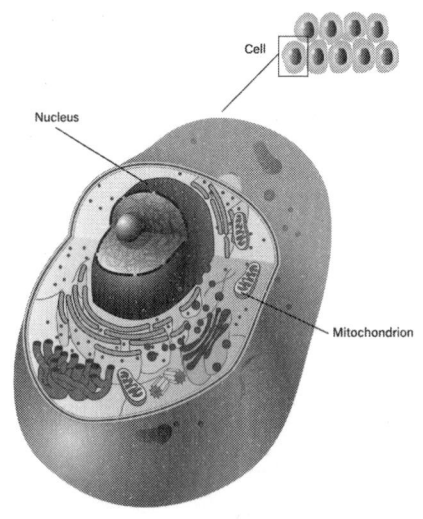

पेशी

स्रोत – नॅशनल ह्युमन जिनोम रिसर्च इन्स्टिट्यूट, बेथेस्दा.

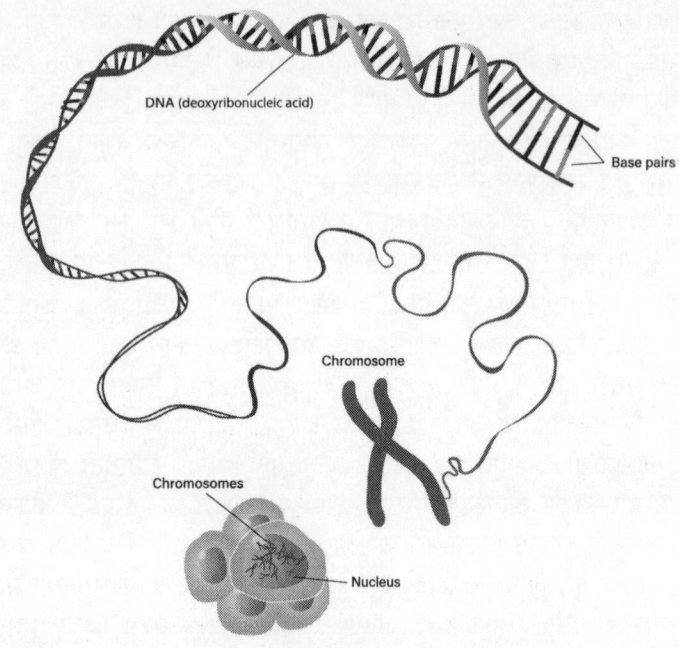

क्रोमोझोम

स्रोत - नॅशनल ह्युमन जिनोम रिसर्च इन्स्टिट्यूट, बेथेस्दा.

सुरुवातीच्या काळात संपूर्ण जिनोमचं विश्लेषण करण्याची प्रक्रिया खूपच महागडी आणि वेळखाऊ होती; पण प्रगत होत गेलेल्या तंत्रज्ञानामुळे आता जनुकीय विश्लेषण ही एक सहज बाब झालेली आहे.

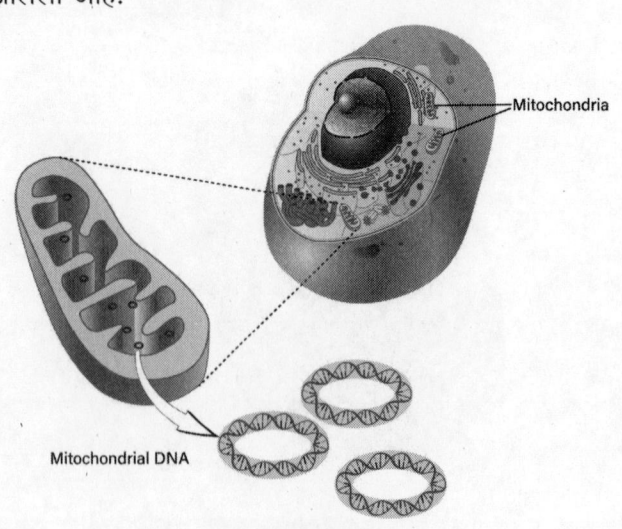

मायटो कॉन्ड्रियल

स्रोत- नॅशनल ह्युमन जिनोम रिसर्च इन्स्टिट्यूट, बेथेस्दा.

आफ्रिकेतून बाहेर झालेल्या स्थलांतरांचा काळ

आता जनुकीय यंत्रणेचा विषय आपण समजून घेतला, तेव्हा आता पुढच्या प्रश्नाचा विचार करू या : आता आफ्रिकेबाहेर असलेले बुद्धिमान मानवाचे सर्व समूह हे आफ्रिकेतील एकाच मानवसमूहाच्या पुढच्या पिढ्या आहेत, असं अनुवंशशास्त्रज्ञ का म्हणतात आणि त्यांच्या स्थलांतराचा काळ ७०,००० वर्षांपूर्वीचा किंवा त्यानंतरचा आहे, असं का म्हटलं जातं? कारण सरळ आहे. आफ्रिकेतून जगभरात पसरलेल्या जनसमूहांचा एमटी डीएनए तपासला तर असं लक्षात येतं की, ते सर्व जण L3 नामक एकाच हॅप्लोग्रुपचे सदस्य आहेत आणि त्याचं एक सूत्र आफ्रिकेतील जनसमूहांच्या जनुकीय इतिहासात खूपच मागे जातं. याचा अर्थ समजून घेऊ या : आफ्रिकेबाहेरचे सर्व जनसूमह हे एकाच आफ्रिकन आदिम स्त्रीचे वंशज आहेत. हीच स्त्री म्हणजे L3 या एमटी डीएनए हॅप्लोग्रुपचा स्रोत होती. आफ्रिकेमध्ये त्याहीपेक्षा पुरातन अशा आणखी १५ वंशावळी आहेत. ज्या हॅप्लोग्रुपशी त्या संबंधित आहेत, त्या हेप्लोग्रुप्सना L0, L1, L1a आणि L1c अशी नावं दिलेली आहेत; पण त्यांच्यातील कोणत्याही हॅप्लोग्रुपच्या जनसमूहांचे वंशज आफ्रिकेबाहेरील प्रदेशात आढळत नाहीत. आज M आणि N हे L3 या हॅप्लोग्रुपचे अगदी नजीकचे दोन सब-हॅप्लोग्रुप आहेत. त्यातल्या N या सब-हॅप्लोग्रुपचा स्वतःचा सब-हॅप्लोग्रुप आहे. त्याचं नाव आहे R. आफ्रिकेबाहेर, जगभरात असलेल्या सर्व मानवसमूहांचा समावेश M, N किंवा R या सब-हॅप्लोग्रुपमध्ये होतो. दक्षिण आशियामध्ये हे तिन्ही सब-हॅप्लोग्रुप दिसून येतात तर युरोपमध्ये त्यांतले फक्त N आणि R हे दोन सब-हॅप्लोग्रुप आढळतात. तिथे M या सब-हॅप्लोग्रुपची उपस्थिती आढळत नाही.

Y गुणसूत्रांच्या हॅप्लोग्रुप्सचा इतिहास पाहतानाही असंच काहीसं चित्र दिसतं. आफ्रिकेतील 'C', 'D' आणि 'F' या तीन हॅप्लोग्रुप्सची उपस्थिती आफ्रिकेबाहेरील जनसमूहांच्या पिढ्यांमध्ये सातत्यानं आढळून येते. केवळ तीन हॅप्लोग्रुप उर्वरित जगामध्ये वंशवृद्धी करत राहिले. हे सर्व हॅप्लोग्रुप, CT या Y गुणसूत्राच्या मूळ हॅप्लोग्रुपपासून निर्माण झाले आहेत. पुन्हा याचा असाच अर्थ होतो की, आफ्रिकेबाहेरच्या सर्व मानवसमूहांचा जनुकीय इतिहास, Y गुणसूत्राच्या CT या हॅप्लोग्रुपच्या एका आदिम पुरुषापासून सुरू झाला. या तथ्यांमधून असं दिसून येतं की, आफ्रिकेतील बुद्धिमान मानव प्रजातींच्या समूहामधील फक्त एक हिस्सा आफ्रिकेतून बाहेर पडला आणि त्या समूहाद्वारे जगभरातील बुद्धिमान मानवाच्या अनेक पिढ्यांची साखळी निर्माण झाली. दुसरी गोष्ट अशी की, स्थलांतर करणारे सर्व एमटीडीएनए हॅप्लोग्रुप हे अन्य कोणत्याही हॅप्लोग्रुपपासून नाही, तर फक्त L3पासून आले आहेत. यावरून लक्षात येतं की, स्थलांतराची घटना एकदाच झाली, अनेकदा नाही. कारण, स्थलांतराची घटना एकाहून अधिक वेळा झाली असती, तर त्याच्या परिणामानं संभवतः जगभरातल्या बुद्धिमान मानवांच्या पूर्वजांची मुळं केवळ L3मध्येच नाही तर अनेक एमटी डीएनए हॅप्लोग्रुपमध्ये दिसून आली असती. अनेकदा स्थलांतरं झाली असण्याची आणि त्या स्थलांतरितांच्या पुढील पिढ्या L3 हॅप्लोग्रुप असण्याची शक्यता अगदीच नगण्य आहे.

मग ७०,००० वर्षांपूर्वी किंवा त्यानंतर स्थलांतर करणारे बुद्धिमान मानवाचे समूह मुळात आफ्रिकेत कसे आले, याचंही स्पष्टीकरण अगदी सरळ आहे. आपण भारतात कसे आलो? मुळात स्थलांतर कसं झालं? उत्परिवर्तनाचं प्रमाण आणि आज उपलब्ध असलेल्या जिनोमविषयीच्या माहितीच्या आधारानं अनुवंशशास्त्रज्ञ, विशिष्ट हॅप्लोग्रुपच्या उदयाचा काळ जाणून घेऊ शकतात. त्यांनी असा निष्कर्ष काढला आहे की, साधारणपणे ७०,००० वर्षांपूर्वी L3 या हॅप्लोग्रुपचा उदय झाला. त्याचप्रमाणे N सब-हॅप्लोग्रुपचा काळ ६१,००० वर्षांपूर्वी आणि M^2 सब-हॅप्लोग्रुपचा काळ ४८,००० वर्षांपूर्वीचा आहे, असा निष्कर्ष काढला गेला आहे, त्यामुळे आफ्रिकेतून इतरत्र झालेल्या स्थलांतराची घटना ६१,००० वर्षांपेक्षा फार नंतरची असणार नाही (अन्यथा आफ्रिकेमध्ये N सब-हॅप्लोग्रुप आढळला असता; पण तसं झालेलं नाही), तसंच ७०,००० वर्षांपेक्षा खूप आधीचीही नसणार. कारण, तसं असतं तर आफ्रिकेमध्ये L3 हॅप्लोग्रुप अजिबातच आढळला नसता; पण L3 हॅप्लोग्रुप आफ्रिकेमध्ये आढळतो.[५]

हा युक्तिवाद स्थलांतराच्या किंवा निर्गमनाच्या काळाबाबत प्रस्थापित केलेल्या निष्कर्षांवर आधारित असल्यामुळे योग्य आहे, असं वाटू शकेल; पण वास्तवात हे निष्कर्ष, फक्त त्याच हेप्लोग्रुप्सच्या कालनिश्चितीच्या 'सरासरी'वर आधारित आहेत, ज्यांचा विचार आपण इथे करतो आहोत. यात केल्या गेलेल्या प्रत्येक कालनिश्चितीच्या कक्षेमध्ये हजार-एक वर्षांची लवचीकता म्हणजेच कमी-जास्त फरक असू शकतो, त्यामुळे असं म्हणणं जास्त योग्य ठरेल की, आफ्रिकेतून इतरत्र झालेल्या स्थलांतराची घटना ही ५०,००० वर्षांनंतर आणि ८०,००० वर्षांपूर्वी केव्हातरी घडली असावी. आपण जर या प्रचंड मोठ्या कालखंडाच्या बाहेर आलो आणि जनुकीय निकषांच्या जोडीनं, हवामानाच्या विशिष्ट स्थितींचा विचार केला तर साधारण ५०,००० ते ६०,००० वर्षांपूर्वीच्या कालखंडात डोकावून पाहणे शक्य आहे.

योग्य हवामान

मागच्या ७१,००० वर्षांपासून ते त्यापूर्वी ५७,००० वर्षांपर्यंतच्या काळात सर्वत्र हिमाच्छादित वातावरण होतं. हवामान थंड आणि कोरडं होतं, त्यामुळे आपण जिथे आहोत, त्या खंडातून दुसरीकडे स्थलांतर करण्याचा प्रयत्न करण्यासाठी तो योग्य काळ नसणार. हिमयुगाच्या काळात मोठमोठे जलाशय गोठून त्यांचं रूपांतर बर्फाच्या लाद्यांमध्ये झालं. हवामान थंड असल्यामुळे समुद्री पाण्याचं बाष्पीभवन होण्याचं प्रमाण नगण्य होतं, त्यामुळे पावसाचं प्रमाणही नगण्य होतं. परिणामतः सगळीकडे वाळवंटी, ओसाड परिस्थिती होती.

पण वातावरण उबदार, आर्द्र झालं की हे दृश्य बदलत असे. आधी जिथे एकही जलाशय नसे तिथे नवी तळी, नवे जलाशय तयार होत असत आणि वाळवंटी प्रदेशामध्ये नव्यानं उगवलेली मऊशार हिरवळ दिसू लागे. अशा वेळी नव्या हिरवाईच्या प्रदेशात प्राण्यांची संख्याही वाढत असे. कारण, गायी, शेळ्या, मेंढ्या, हरणं असे गवतावर जगणारे

५ आफ्रिकेमध्ये आज 'N' आणि 'M' हे सब-हॅप्लोग्रुप आढळण्याचं प्रमाण कमी आहे; पण बऱ्याचदा आफ्रिकेतून इतरत्र झालेल्या स्थलांतरानंतर पुन्हा युरेशियाहून आफ्रिकेकडे पुन्हा एकदा झालेलं स्थलांतर हे याचं कारण मानलं जातं.

प्राणी, अन्नाच्या आणि सुरक्षिततेच्या शोधात या नव्या समृद्ध प्रदेशात येत असत; पण लगेचच भरपूर अन्न मिळवण्याच्या उद्देशानं *बुद्धिमान मानवासह (होमो सेपियन)* अनेक शिकारी प्राणीही त्या प्राण्यांच्या पाठोपाठ तिथे येऊन दाखल होत असत, त्यामुळे तुम्हाला जर एखाद्या मोठ्या प्रमाणावरील स्थलांतरांचा काळ शोधायचा असेल, तर त्यासाठी आधी त्या वेळच्या हवामानाचा विचार करणं आवश्यक आहे. अर्थातच प्रत्येक गोष्टीला असतात तसे यालाही अनेक अपवाद आहेत; पण काही स्थलांतरांच्या मागे, वाळवंटी जमीन, जलाशय गोठवणारं थंड हवामान, समुद्रपातळी कमी झाल्यामुळे मोकळे झालेले आणि पार करता येण्याजोगे भूखंड ही कारणं होती.

१९६० आणि १९७० दरम्यान भूगर्भशास्त्रज्ञांनी वातावरणामध्ये वैश्विक स्तरावर होणाऱ्या बदलांचा कालानुक्रम ठरवण्यासाठी एक उपाय शोधून काढला. तो उपाय म्हणजे समुद्रामध्ये खोलवर छेद घेऊन त्यातील गाळाच्या थरांचे पृथक्करण करून प्रत्येक थरातील प्राणवायूच्या समस्थानिकांचे (isotope) विश्लेषण करणे. प्राणवायू-१८ या समस्थानकाचं प्रमाण अत्याधिक असणं हे तिथलं हवामान अतिशीत, बर्फाच्छादित आहे, असं दर्शवतं. तेच त्याचं प्रमाण अतिशय कमी असणं हे तिथलं हवामान उबदार आणि आर्द्र असल्याचं दर्शवतं. या माहितीच्या आधारानं आपण कोट्यवधी वर्षांपूर्वीचा हवामानाचा इतिहास जाणून घेऊ शकतो. हा इतिहास, वेगवेगळ्या कालखंडांमध्ये विभागलेला आहे. त्या कालखंडांना सागरी समस्थानिकांचे टप्पे Marine Isotope Stages (MIS) असं म्हटलं गेलं आहे. सध्या आपण उबदार आणि आर्द्र अशा 'MIS1'मध्ये आहोत. हा कालखंड १४,००० वर्षांपूर्वी सुरू झाला आणि अजूनही सुरू आहे. ज्या MIS कालखंडांचे निर्देशांक विषम आहेत, ते सर्व कालखंड उबदार आणि आर्द्र आहेत, तर सम निर्देशांक असलेले MIS कालखंड थंड आणि कोरडे हवामान असलेले हिमयुगीन कालखंड आहेत.

सागरी समस्थानिकांचे टप्पे (MIS)	आरंभ काल ('००० वर्षांपूर्वी)
MIS 1	१४
MIS 2	२९
MIS 3	५७
MIS 4	७१
MIS 5	१३०
MIS 6	१९१
MIS 7	२४३
MIS 8	३००
MIS 9	३३७
MIS 10	३७४

MIS 11	४२४
MIS 12	४७८
MIS 13	५२८
MIS 14	५६३
MIS 15	६२१
MIS 16	६७६
MIS 17	७१२
MIS 18	७६१
MIS 19	७९०
MIS 20	८१४
MIS 21	८६६

प्रत्यक्षात ही संपूर्ण सूची २.६१४ कोटी वर्षांपूर्वीपासून
MIS १०४पर्यंत तयार केलेली आहे.

या MIS सूचीवरून असं लक्षात येतं की, साधारण ५७,००० वर्षांपूर्वी हवामानात बदल झाला. उजाड वाळवंटी असलेल्या आफ्रिका आणि अरबी द्वीपकल्प या प्रदेशांचं रूपांतर हिरव्यागार गवताळ प्रदेशात झालं. तिथलं हवामान उबदार, आर्द्र झालं आणि मग आफ्रिकेच्या सहारा वाळवंटाच्या दक्षिणेकडील (सब–सहारा) प्रदेशात आश्रयाला असलेल्या आपल्या पूर्वजांसह अनेक शाकाहारी, मांसाहारी प्राणी तिथे येऊ लागले. त्या आधीचा काळ म्हणजे ७१,००० ते ५७,००० वर्षांपूर्वीचा काळ MIS 4मध्ये वर्गीकरण केल्याप्रमाणे हिमयुगाचा काळ होता. त्या काळात हिरवी वृक्षराजी आणि हिरवळीबरोबरच शाकाहारी आणि मांसाहारी प्राण्यांमध्येही घट होऊ लागली. सारा प्रदेश पुन्हा एकदा उजाड आणि वाळवंटी झाला. त्याही आधीचा, ७१,००० ते १,३०,००० वर्षांपूर्वीचा काळ उबदार होता; पण त्या काळाचा संबंध आफ्रिकेतून बाहेर स्थलांतरित झालेल्या मानवी प्रजातींच्या साधारण जनुकीय श्रेणीशी नाही, त्यामुळे जर हे स्थलांतर उबदार आणि आर्द्र हवामान असताना झालं असेल तर ते साधारणपणे ६०,००० ते ५०,००० वर्षांपूर्वी झालं असं म्हणावं लागेल.

आतापर्यंत तुमच्या लक्षात आलं असेल की, महत्त्वाच्या कालानुक्रमाचा मागोवा घेताना तर्कसंगतीच्या आधारे कालानुक्रमाची साधारण कक्षा ठरवता येते; परंतु त्या अंतर्गत येणाऱ्या तारखांच्या बाबतीत मात्र निश्चिती नसते. त्यांच्या बाबतीत थोडंफार मागेपुढे करता येणं शक्य असतं. पुरातत्त्वातल्या किंवा आनुवंशिकशास्त्रातल्या नव्या संशोधनांतून पुढे येणाऱ्या माहितीमुळे त्या कालक्रमामध्ये ते बदल केले जातात. कारण, अनुवंशशास्त्रज्ञ सतत नव्यानं पुढे येणारी आणि सूक्ष्म तपशील उलगडून सांगणारी माहिती त्यांच्या शास्त्रीय अहवालांमध्ये सामावून घेत असतात.

आशियात प्रवेश करताना

आतापर्यंत आपण आफ्रिकेतून बाहेर झालेल्या स्थलांतराच्या घटनांच्या संदर्भातील विचार करत असताना आनुवंशिक आणि हवामानविषयक कारणांचा आढावा घेतला; पण पुरातत्त्वशास्त्राच्या आधारानं विचार केला की, या घटनेकडे बघण्याचा दृष्टिकोन काहीसा बदलतो. त्याची कारणं या आधी दिलेली आहेत : ज्यांची वंशावळ अस्तित्वात आहे, अशाच लोकांचा विचार अनुवंशशास्त्रामध्ये केला जातो आणि ज्यांच्या वांशिक परंपरेचे पुरावे नव्हे, तर भौतिक संस्कृतीचे पुरावे उपलब्ध आहेत, अशा लोकांचा विचार पुरातत्त्वामध्ये केला जातो (या दोन शास्त्रांमधील अंतर लवकरच मिटू शकेल. जसजसे त्यांना अधिकतम प्राचीन मानवाचे आदिम मानवाचे डीएनए विश्लेषणासाठी उपलब्ध होतील, तसतसं या दोन्ही शास्त्रांमधलं अंतर लवकर नाहीसं होईल).

उदाहरणार्थ, २०१८च्या जानेवारी महिन्यात, उत्तर इस्राईलमधल्या मिसिलिया इथे बुद्धिमान मानवाच्या वरच्या जबड्याचे दात पुरातत्त्वज्ञांना सापडले. ते १,८०,००० वर्षांपूर्वीचे आहेत, असा निष्कर्ष काढला गेला. आफ्रिकेबाहेरच्या प्रदेशात सर्वाधिक प्राचीन मानवी जीवाश्म सापडण्याचं हे पहिलं उदाहरण आहे. मिसिलियातलं ते स्थान म्हणजे हजारो वर्षांपूर्वीच्या आदिम किंवा नामशेष झालेल्या मानवी प्रजातींचा निवास असलेला शैलाश्रय (रॉक शेल्टर) आहे. त्यांचं स्वरूप काहीसं आपल्या भीमबेटकासारखंच असलं तरी ते अधिक पुरातन आहे. मिसिलियातील जीवाश्माचा शोध लागण्यापूर्वी, *बुद्धिमान मानवाचे* आफ्रिकेबाहेर सापडलेले सर्वांत प्राचीन जीवाश्म ८०,००० ते १,२०,००० वर्षे जुने असल्याचे निष्कर्ष काढले गेले. तेसुद्धा इस्राईलमध्येच स्खूल (Skhul) आणि कॅफजे (Qafzeh) इथल्या गुहांमध्ये आढळले होते. ते सर्व कालखंड आफ्रिकेतून बाहेर झालेल्या स्थलांतराच्या बऱ्याच आधीचे आहेत. या स्थलांतराचा कालखंड ५०,००० ते ६०,००० वर्षांपूर्वीचा आहे, असा अंदाज वर्तवला जातो.

पण बुद्धिमान मानवाचे इतके प्राचीन जीवाश्म फक्त लवांत प्रदेशातूनच (आजचे सीरिया-जॉर्डन-लेबानन आणि इस्राईल) पुढे आले असं नाही. २०१८च्या एप्रिल महिन्यात पुरातत्त्वज्ञांनी घोषित केलं की, सौदी अरेबियाच्या ईशान्य भागात अल् वुस्ता या इतिहासपूर्वकालीन सरोवरामध्ये ८८,००० वर्षांपूर्वीचं, बुद्धिमान मानवाचं अश्मीभूत बोट सापडलं. आता त्या सरोवराच्या जागी एक वाळवंट झालं आहे; पण ८८,००० वर्षांपूर्वी हा प्रदेश गोड्या पाण्याची, शेकडो सरोवरं असलेला, लोकांना वस्ती करण्यासाठी आकर्षित करणारा असावा. *नॅशनल जिऑग्राफिकला* दिलेल्या मुलाखतीमध्ये जर्मनीतील मॅक्स प्लॅन्क इन्स्टिट्यूटचे मायकेल पेट्राग्लिया म्हणाले होते की, 'अरेबियामध्ये आम्हाला १०,००० प्राचीन सरोवरं मिळाली आहेत. त्यातल्या २०० स्थानांना आम्ही भेट दिली आणि त्या २००मधल्या ८० टक्के स्थानांच्या आसपास पुरातत्त्वीय पुरावा सापडतो.' पेट्राग्लिया आणि त्यांच्या सहकाऱ्यांनी हा शोध लावला.

नुकत्याच मिळालेल्या पुराव्याच्या आधारावर हे स्पष्ट झालं आहे की, ३,००,००० वर्षांपूर्वी आफ्रिकेमध्ये बुद्धिमान मानव उत्क्रांत होऊ लागला. त्यानंतर कमीत कमी आणि किमान १,८०,००० वर्षांपूर्वी ते लवांतच्या प्रदेशात आणि ८८,००० वर्षांपूर्वी अरेबियामध्ये

येऊन धडकले, तरीही एक प्रश्न उरतोच. तो म्हणजे बुद्धिमान मानव जर १,८०,००० ते ८८,००० वर्षांपूर्वी आशियापर्यंत येऊन ठेपला होता तर मग त्याच्या वंशजांचा प्रसार जगभर होण्याच्या दृष्टीनं त्यांचं हे प्रारंभिक स्थलांतर यशस्वी का झालं नाही? ते शक्य होण्यासाठी ६०,००० वर्षांपूर्वीपर्यंतचा किंवा तोपर्यंतचा कालावधी का जावा लागला? *ताठ कण्याचा मानव (होमो इरेक्टस)* आफ्रिकेबाहेर स्थलांतर करण्यात यशस्वी झाला होता आणि वीस लाख वर्षांपूर्वी त्यानं आग्नेय आशियापर्यंत यशस्वी स्थलांतर केलं होतं.[६] याचा विचार करता वरील प्रश्नाला महत्त्व येतं. *बुद्धिमान मानवानं* आफ्रिका सोडायच्या बरंच आधी अन्य *मानवी* प्रजातींनीही आफ्रिकेबाहेर स्थलांतर केलं असण्याची शक्यता नाकारता येणार नाही. शक्तिमान मानव (निअँडरथल) आणि डेनिसोव्हन हे कदाचित त्या प्रजातीचे वंशज असतील. मग असं असेल तर पहिले बुद्धिमान मानव आफ्रिकेबाहेरच्या जगाचा शोध घेण्यात का अडले असतील?

या प्रश्नाची दोन उत्तरं असू शकतात. त्यातली पहिली गोष्ट म्हणजे अर्थातच रूक्ष आणि आर्द्र हवामानाचे एकाआड एक येणारे टप्पे आणि दुसरी गोष्ट म्हणजे शक्तिमान मानवाचं अस्तित्व. आफ्रिकेबाहेरचे आशियाला जोडणारे मार्ग खुले असणं किंवा बंद असणं, याची शक्यता त्या वेळी जगभरातलं हवामान हिमयुगीन आहे की आंतरहिमयुगीन उबदार हवामानाचा काळ आहे, यांवर अवलंबून होती. या संदर्भात लवांतपर्यंत पोहोचलेल्या बुद्धिमान मानवांना युरेशियात अस्तित्वात असलेल्या प्रभावशाली शक्तिमान मानवाशी नक्कीच सामना करावा लागला असणार. लवांतमध्ये बुद्धिमान मानव आणि शक्तिमान मानव यांचं सहअस्तित्व असल्याचे अनेक पुरातत्त्वीय पुरावे उपलब्ध आहेत.

इस्राईलच्या स्खूलजवळ टेबन गुहेमध्ये १,२०,००० वर्षांपूर्वीचे शक्तिमान मानवाचे अवशेष आढळले आहेत. साधारणपणे याच काळात तिथे बुद्धिमान मानवांचं अस्तित्व होतं, तसेच अवशेष, स्खूल-कॅफजेपासून फारशा दूर नसलेल्या किबारा गुहेतही सापडले आहेत आणि कालमापनाच्या पद्धतीनुसार ते ६१,००० ते ४८,००० वर्षांपूर्वीच्या काळातले आहेत, असं निश्चित केलं गेलं आहे. शक्तिमान मानव युरोपमधल्या थंड हवामानाला सरावलेले होते, त्यामुळे आफ्रिकेतून स्थलांतर केलेल्या बुद्धिमान मानवांना त्यांच्या वरचढ ठरणं आणि लवांतच्या प्रदेशात राहून युरेशियात टिकून राहणं कठीण गेलं असण्याची शक्यता आहे. अखेरीस हजारो वर्षांनंतर आपल्या पूर्वजांना युरोपमध्येच शक्तिमान मानवांपेक्षा वरचढ होऊन स्वतःचं अस्तित्व टिकवून ठेवण्यात यश आलं; पण त्याआधी मात्र शक्तिमान मानव

---

६ वीस लाख वर्षांपूर्वीपर्यंत, लाल समुद्र अस्तित्वातच नव्हता, त्यामुळे सर्व प्राणीमात्रांना आफ्रिकेतून आशियामध्ये आणि आशियातून आफ्रिकेमध्ये चालत जाता येणं शक्य होतं. चालत जाता येण्यासारखा तो सर्व भूप्रदेश आता लाल समुद्रानं व्यापल्यामुळे आफ्रिका आणि आशिया हे दोन खंड एकमेकांपासून वेगळे झाले आहेत. ताठ कण्याचे मानव (होमो इरेक्टस) त्या मार्गावरून आफ्रिकेतून आशियामध्ये स्थलांतर करणारे, शेवटचे असण्याची शक्यता आहे. आफ्रिकन भूगर्भप्रस्तर आणि अरबी भूगर्भप्रस्तर यांच्या एकमेकांपासून दूर सरकण्यामुळे मोठी फट तयार झाली. त्याला 'रेड सी रिफ्ट' म्हटलं जातं, त्यामुळे रेड सी अर्थात तांबडा समुद्र उत्पन्न झाला. वीस लाख वर्षांपूर्वी त्या दोन भूगर्भप्रस्तरांमध्ये फट पडायला सुरुवात झाली, तेव्हापासून आफ्रिका आणि अरबस्तान एकमेकांपासून दूर सरकत आहेत. या दूर सरकण्याचा वेग पंधरा मिलिमीटर प्रतिवर्ष इतका आहे, त्यामुळे आफ्रिका आणि अरबस्तानमधली फट सतत रुंदावते आहे.

आणि आपल्या पूर्वजांमध्ये झालेल्या संघर्षांमध्ये ते कमी पडले असण्याची शक्यता लक्षात घ्यायला हवी.

त्या त्या प्रदेशातील भूगोल आणि हवामान यथार्थपणे समजून घेतल्याशिवाय, बुद्धिमान मानवांनी युरेशियामध्ये प्रवेश करण्यासाठी केलेले सुरुवातीचे प्रयत्न कशा प्रकारचे होते, त्या प्रयत्नांच्या दरम्यान काय घटना घडल्या हे समजून घेणं अशक्य आहे. आफ्रिकेतून युरेशियात येण्यासाठी प्राचीन बुद्धिमान मानवांसाठी चार संभाव्य मार्ग उपलब्ध असावेत. ते मार्ग असे - वायव्य आफ्रिकेतील मोरोक्कोतून जिब्राल्टरची अरुंद सामुद्रधुनी पार करून स्पेनमध्ये; ट्युनिशियातून सिसिलीमध्ये; इजिप्तमधून सिनाईच्या द्वीपकल्पात आणि तिथून लवांतमध्ये; पूर्व आफ्रिकेतील एरिट्रियातून तांबड्या समुद्राच्या दक्षिण टोकाला असलेलं बॅब-अल-मॅंडेब पार करून येमेन आणि सौदी अरेबियामध्ये. या चार संभाव्य मार्गांपैकी पहिला किंवा दुसरा मार्ग कधी वापरला गेला असेल हे दर्शवणारा कोणताही पुरावा उपलब्ध नाही; पण जेव्हा जेव्हा हवामानातील बदलामुळे भूभाग दृश्यमान होत असत, तेव्हा तिसरा आणि चौथा मार्ग वापरला गेल्याचे अनेक पुरावे आहेत.

भूगर्भशास्त्रीय कालदर्शिकेत ज्याला प्लाईस्टोसीन असं म्हटलं जातं, त्या काळात (२५ लाख ८० हजार ते ११,७०० वर्षांदरम्यानचा काळ) हवामान अतिशीत (हिमयुगीन) होतं. त्या काळात सहारा आणि सिनाई हे प्रदेश वाळवंटी असावेत, त्यामुळे इजिप्तमधून लवांतकडे जाणारा मार्ग पार करणं अशक्य असणार; पण सुदैवानं हिमयुगाच्या अंतर्गत उबदार हवामानाचे काही कालखंड असायचे (आपण आधी पाहिल्याप्रमाणे असे उबदार हवामानाचे काळ MISच्या विषम अंकांनी दर्शवलेले कालखंड आहेत). अशा कालखंडात हवामान आर्द्र झाल्यामुळे वाळवंटी प्रदेशाचं रूपांतर गवताळ प्रदेशात होऊन, ते पार करणं शक्य होत असे. अशा प्रकारच्या काळादरम्यान, आफ्रिका आणि युरेशिया या दोन्ही प्रदेशांमध्ये प्राणी आणि मानव या दोघांनाही स्थलांतर करणं शक्य झालं असणार. २,४३,००० आणि १,९१,००० वर्षांदरम्यानचा काळ, हिमयुगाअंतर्गत असलेला मधला (MIS7) आणि तुलनेनं उबदार काळ होता. १,३०,००० आणि ७१,००० वर्षांदरम्यानचा काळही (MIS5) तसाच होता. मिसलियामध्ये नुकताच मिळालेला जीवाश्म (१,८०,००० वर्षं जुना) हा सर्वसाधारणपणे पहिल्या टप्प्यातला आहे. तर इस्राईलमधल्या स्खूल-कॅफजेमध्ये सापडलेले जीवाश्म (१,२०,००० ते ८०,००० वर्ष जुने) दुसऱ्या टप्प्यातले आहेत.

जेव्हा जेव्हा उबदार हवामानाचा अंतर्हिमयुगीन काळ समाप्त झाला आणि हवामान पुन्हा थंड झालं, तेव्हा तेव्हा युरेशियातल्या मध्य किंवा उत्तर भागात आधीपासूनच उपस्थित असलेले शक्तिमान मानव उबदार हवामान असलेल्या प्रदेशाच्या शोधात कदाचित मोठ्या संख्येनं युरेशियाच्या दक्षिण भागात आले असावेत आणि त्यांनी तिथे नव्यानं आलेल्या *बुद्धिमान मानवावर* दबाव आणला असावा. शक्तिमान मानवामुळे वाढलेली तणावाची स्थिती आणि बदलतं हवामान या दोन्हींमुळे आफ्रिकेपासून ते लवांत आणि तिथून इतरत्र पहिल्या वसाहती करण्याचे बुद्धिमान मानवाच्या समूहांचे प्रयत्न निष्फळ ठरले असणार.

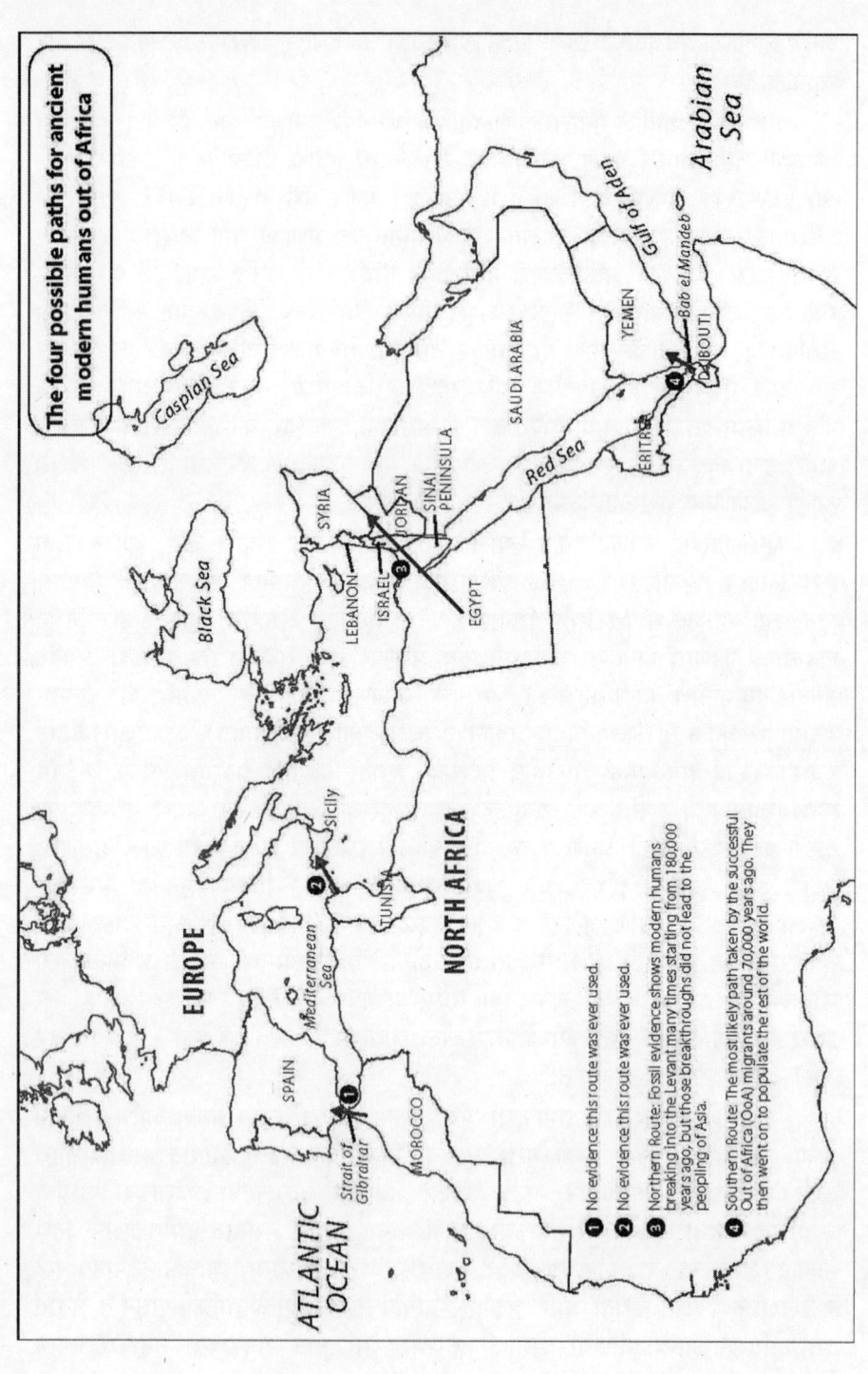

The four possible paths for ancient modern humans out of Africa

① No evidence this route was ever used.

② No evidence this route was ever used.

③ Northern Route: Fossil evidence shows modern humans breaking into the Levant many times starting from 180,000 years ago, but those breakthroughs did not lead to the peopling of Asia.

④ Southern Route: The most likely path taken by the successful Out of Africa (OoA) migrants around 70,000 years ago. They then went on to populate the rest of the world.

एक गोष्ट लक्षात घ्यायला हवी की, प्राचीन काळी काय झालं हे स्पष्ट करताना आपण जे भौगोलिक विभाजन गृहीत धरलं ते आजच्या काळाला लागू होणारं आहे. अर्थातच प्राचीन काळी स्थलांतर करताना हे भौगोलिक विभाजन आपल्या पूर्वजांना नक्कीच अभिप्रेत नसणार. फक्त हवामानात होणाऱ्या बदलाप्रमाणे स्थलांतराची कक्षा त्यांनी वाढवली किंवा कमी केली असावी. त्यासाठी बदलत्या हवामानानुसार उपलब्ध असणारे प्राणी आणि वनस्पती यांनुसार ही कक्षा ठरवली गेली असावी. कारण, आपल्या पूर्वजांचं जीवनमान त्यांच्या उपलब्धतेवर अवलंबून होतं. हवामान जेव्हा शुष्क, थंड होत असे तेव्हा त्यांच्या स्थलांतराच्या कक्षा आकुंचित होत असतील आणि हवामान जेव्हा आर्द्र, उबदार होत असेल, तेव्हा नव्या प्रदेशातली कुरणं आणि तिथल्या शिकार करून खाण्यायोग्य प्राण्यांच्या आकर्षणामुळे त्यांची स्थलांतराची कक्षा विस्तारत असेल.

लवांतमध्ये वस्ती करून असलेले सुरुवातीचे बुद्धिमान मानवांचे समूह, सिनाई आणि सहारा प्रदेशांचे वाळवंटात रूपांतर झाल्यानंतर आफ्रिकेत पुन्हा परत स्थलांतर करू शकले की त्यांचा आफ्रिकेशी असलेला संपर्क पूर्णपणे तुटला की सातत्यानं विस्तारणाऱ्या वाळवंटाला अतिशीत हवामानाच्या लाटेनं व्यापून टाकलं की कदाचित दक्षिणेकडे सरकणाऱ्या शक्तिमान मानवांच्या समूहांमध्ये ते घेरले गेले आणि नाश पावले, असे अनेक प्रश्न आहेत, ज्यांची निश्चित उत्तरं आपल्यापाशी नाहीत. लवांतमध्ये पुन्हा बुद्धिमान मानवाचं वास्तव्य होण्यासाठी ३०,००० वर्षांचा कालावधी जावा लागला. सुमारे ५०,००० वर्षांपूर्वी ते तिथे पुन्हा एकदा वावरू लागले असं मिळालेल्या पुराव्याच्या आधारे दिसतं. त्या वेळी ते स्वतःचं अस्तित्व टिकवून ठेवण्यात यशस्वी झाले.

अश्रूंच्या प्रवेशद्वारापलीकडे

ज्या मार्गाला आफ्रिकेतून आशियाला जाणारा उत्तरेकडील मार्ग म्हणतात त्या इजिप्त ते लवांत या मार्गावर या सर्व घटना घडत होत्या. त्याच काळात दक्षिण मार्गावरही हालचाली सुरू होत्या. हा मार्ग एरिट्रियातून तांबड्या समुद्राच्या टोकावरच्या बॅब-अल-मँडेबवरून येमेन आणि सौदी अरेबियाकडे जात होता (बॅब-अल-मँडेब म्हणजे अश्रूंचं प्रवेशद्वार. याला अश्रूंचं प्रवेशद्वार म्हटलं जाण्याची दोन कारणं आहेत. एका दंतकथेनुसार समुद्री भूकंपामुळे आशिया आणि आफ्रिकेदरम्यानचा प्रदेश तुटून ते दोन्ही खंड वेगळे झाले, तेव्हा अगणित लोक वाहून गेले. त्यांनी केलेल्या आक्रोशामुळे त्या प्रदेशाला हे नाव मिळालं. काही तज्ज्ञांच्या मते हा समुद्र पार करून जाणाऱ्या प्रवाशांना, या नावातून तिथे असलेल्या धोक्यांसंबंधी सावधानतेचा इशारा दिलेला आहे. कारण, त्या समुद्रामध्ये पोवळ्याची अनेक बेटं आहेत).

उत्तर मार्गामध्ये कोणताही समुद्र ओलांडावा लागत नाही; पण दक्षिण मार्गामध्ये मात्र बॅब-अल-मँडेब इथून तांबडा समुद्र ओलांडावा लागतो. सध्या हे अंतर ३० किलोमीटर इतकं आहे; पण हिमयुगाच्या काळात हवामान शुष्क आणि अतिशीत असतं तेव्हा समुद्रपातळी खाली जाते, त्यामुळे हे अंतर तिपटीनं कमी होतं आणि समुद्र पार करणं काहीसं सोपं जातं. त्या काळातल्या बुद्धिमान मानवांना होडी तयार करण्याचं ज्ञान होतं,

हे सिद्ध करणारे कोणतेही पुरातत्त्वीय पुरावे उपलब्ध नाहीत; पण त्यांना ते ज्ञान असावं. कारण, त्या काळच्या बुद्धिमान मानवांना जगण्यासाठी समुद्रकिनारा पिंजून काढणं आवश्यक होतं. कारण मासे, कालवं अशा समुद्रीअन्नावरच त्यांची गुजराण होत असे. या गोष्टीचा पुरावा उपलब्ध आहे, त्यामुळे होडी हे त्यांचं जगण्याचं उपयुक्त आणि आवश्यक साधन ठरलं असणार.

ते काहीही असो, आपल्याला एवढं मात्र समजलं आहे की, लवांतमधल्या शुष्क आणि थंड हवामानामुळे बुद्धिमान मानवांना तिथे तग धरणं अशक्य होत होतं; पण त्यांच्यातील ज्यांनी दक्षिणेकडे स्थलांतर केलं, त्यांच्या वाट्याला थोडं सौम्य हवामान आलं, त्यामुळे तांबडा समुद्र पार करणं सोपं झालं एवढंच नव्हे, तर एकदा अरबस्तानात पोहोचलं की, तिथल्या समुद्री किनाऱ्यावरील आर्द्र हवामानामुळे पडणाऱ्या मोसमी पावसामुळे लवांताच्या शुष्क आणि थंड हवामानापासून त्यांची सुटका होत असे (मोसमी पाऊस पडणे हा हिमालयाच्या अस्तित्वाचा परिणाम आहे. भारतीय भूप्रस्तर युरेशियन भूप्रस्तराकडे सरकून तो युरेशियन भूप्रस्तराला सतत ढकलत असल्यामुळे हिमालयाची निर्मिती झाली. याची सुरुवात साधारणपणे पाच कोटी वर्षांपूर्वी झाली).

त्यामुळे अतिशीत हवामानातसुद्धा बुद्धिमान मानव बॅब-अल-मँडेबमधून आशियामध्ये येऊ शकले असतील, असं काही पुरातत्त्वज्ञांचं मत आहे. ५०,००० ते ६०,००० वर्षांदरम्यान हवामानस्थितीमुळे आफ्रिकेतून बाहेरील प्रदेशात स्थलांतर झालं असावं, या निष्कर्षाबद्दल साशंक होण्याचं एक कारण आहे. त्यासंबंधी आपण पुढे माहिती घेणार आहोतच. वास्तविक आफ्रिकेतून झालेलं स्थलांतर त्याहूनही पूर्वी झालं असावं, यावर काही पुरातत्त्वशास्त्रज्ञ जोर देत आहेत. मायकेल पेट्राग्लिया हे त्या शास्त्रज्ञांमधले एक आहेत. २०१२ साली त्यांनी आपल्या मतांना 'पॅलिओडेझर्ट' या महत्त्वाकांक्षी शोधप्रकल्पाचा आधार द्यायचं ठरवलं. हा प्रकल्प सौदी अरेबियावर केंद्रित होता. आफ्रिका आणि उर्वरित युरेशियामधील प्राचीन संबंधांवर प्रकाश टाकणं हा त्या प्रकल्पाचा उद्देश होता. याच प्रकल्पांतर्गत सौदी अरेबियाच्या ईशान्येकडील अल् वुस्ता या प्रागैतिहासिक काळातील सरोवरामध्ये मानवी बोटाचा जीवाश्म सापडला होता. या जीवाश्माचा काळ ८८,००० वर्षं इतका प्राचीन आहे. *नेचर एशियाला* दिलेल्या मुलाखतीमध्ये, संशोधनात सापडलेल्या गोष्टींविषयी बोलताना पेट्राग्लिया म्हणाले, 'माझ्यासाठी जीवाश्मांचा शोध लागणं ही संशोधनातील सर्वांत अद्भुत गोष्ट असते. कारण, अरबस्तानामध्ये स्थलांतर करू शकलेले प्राणी कोणत्या प्रकारचे होते, याविषयीची माहिती ते जीवाश्मच आपल्याला देतात. आपल्याकडे हत्तींचेही जीवाश्म आहेत. ते हत्ती महाकाय होते. ते आफ्रिकन हत्तींपेक्षाही मोठे होते. आश्चर्य म्हणजे इथे पाणघोड्यांचे जीवाश्मही आहेत. त्यावरून तो प्रदेश किती पाणथळ असेल हे लक्षात येतं. कारण, पाणघोडे अतिशुष्क आणि जलविहीन प्रदेशात जगू शकत नाहीत. जिथे भरपूर पाणी आणि वनस्पती आहेत अशाच प्रदेशात ते तग धरू शकतात.'

अल वुस्तामध्ये ज्याचं बोट सापडलं ती व्यक्ती, कालांतरानं जगाच्या अन्य भागांमध्ये ज्यांचा वंश टिकून राहिला अशा यशस्वी स्थलांतरितांपैकी एक होती का? नक्कीच नाही.

कारण मानवी बोटाचा तो जीवाश्म ८८,००० वर्षांपूर्वीचा असल्यानं ती व्यक्ती आफ्रिकेतून बाहेर झालेल्या स्थलांतरापेक्षाही प्राचीन म्हणजेच जनुकशास्त्रज्ञांच्या मतानुसार आफ्रिकेतून बाहेर जे स्थलांतर झालं त्याच्या खूप आधीच्या काळातली होती, त्यामुळे ज्या व्यक्तीच्या बोटाचा जीवाश्म सापडला ती व्यक्ती नष्ट झालेल्या स्थलांतरित समूहाची एक सदस्य असावी किंवा पूर्णतः वेगळ्या दिशेनं विचार केला तर असं वाटतं की, हवामानात बदल झाल्यावर त्या माणसाच्या समूहातले काही लोक बदललेल्या हवामानामुळे अरबस्तानच्या अंतर्भागातील वाळवंटी भागातून बाहेर पडून दक्षिण आशियाकडे गेले असतील आणि कदाचित हजारो वर्षांदरम्यानच्या काळात, आग्नेय आशियात आणि ऑस्ट्रेलियामध्ये जाऊन पोहोचले असतील; पण अनेक कारणांच्या एकत्रित परिणामांमुळे किंवा मागच्या वीस लक्ष वर्षांमधल्या सर्वांत तीव्र समजल्या जाणाऱ्या टोबा ज्वालामुखीच्या प्रचंड उद्रेकामुळे ते सर्व जण नष्ट झाले असतील, त्यामुळे आजच्या मानवी समूहांमध्ये त्यांच्याकडून संक्रमित झाल्या असतील, अशा कोणत्याही आनुवंशिक खुणा आढळत नाहीत.

अरबस्तानातील वाळवंटात पेट्राग्लियांना सापडलेल्या अवशेषांवरून हे सिद्ध होतं की, दक्षिणेकडचा मार्ग वापरायच्या दृष्टीनं अधिक सोयीचा होता. आफ्रिकेतून इतरत्र स्थलांतर करून जगभर पसरलेल्या बुद्धिमान मानवांनी त्याच मार्गाचा वापर केला असणार.[७]

पहिल्या बुद्धिमान मानवांच्या स्थलांतराच्या इतिहासातलं हे अरबी प्रकरण वेगळ्या कारणासाठीही महत्त्वाचं आहे. ते कारण म्हणजे बुद्धिमान मानव आणि शक्तिमान मानव याच प्रदेशात भेटले, त्यांच्यामध्ये संकर झाला आणि त्यातून आधुनिक मानवाच्या आफ्रिकेबाहेर असलेल्या शाखेची जनुकीय पूर्वज साखळी निर्माण झाली असण्याची दाट शक्यता आहे. आजही आफ्रिकन नसणाऱ्या मानवी समूहांमध्ये ही वांशिक लक्षणं दिसून येतात. आफ्रिकन नसणाऱ्या सर्वांमध्ये शक्तिमान मानवाची २ टक्के जनुकं सापडतात.

दोन मानवी प्रजातींमधला असा संकर अन्य प्रदेशांमध्ये वारंवार का होऊ शकला नाही, याचं काहीच कारण सापडत नाही; पण असं मानणं सहज शक्य आहे की, पहिले स्थलांतरित आफ्रिकेबाहेर येण्याच्या आणि तिथून त्यांच्या वाटा वेगवेगळ्या होण्याच्या दरम्यान कमीत कमी एकदा तरी त्यांचा संकर घडला असणार आणि त्यांचा *संमिश्र* वंश तयार झाला असणार. कारण, आफ्रिकन नसलेल्यांमध्ये शक्तिमान मानवाच्या डीएनएचं प्रमाण सारखंच कसं आहे, याचं हेच एक सोपं स्पष्टीकरण आहे.

२०१० साली जेव्हा सध्याच्या माणसांमध्ये शक्तिमान मानवाची जनुकं आढळल्याची घोषणा प्रथम केली गेली, तेव्हा सर्व जगासाठीच तो एक धक्का होता. कारण, तोपर्यंत

७ साधारण ६०,००० वर्षांपूर्वी बुद्धिमान मानवाच्या समूहांनी लवांतामध्ये स्थलांतर केलं असणं आणि शक्तिमान मानवांशी त्यांचा संकर होऊन आपल्यामध्ये दोहोंची वांशिक लक्षणं संक्रमित होण्याची शक्यता का नाकारावी? कारण, बुद्धिमान मानव जगभरामध्ये कसे पसरत गेले, यासंबंधीच्या पुराव्याच्या आधारे सिद्ध होणारा कालक्रम लक्षात घेता हे शक्य नाही. युरोपमध्ये बुद्धिमान मानवांच्या अस्तित्वाचा सर्वांत जुना पुरावा ४५,००० वर्षांपूर्वीचा आहे, तर ऑस्ट्रेलियामध्ये त्यांचं वास्तव्य ६०,००० वर्षांपासून होतं. यावरून असं दिसतं की, आफ्रिकेतून इतरत्र झालेलं स्थलांतर, प्रथम दक्षिण मार्गानं केलं गेलं. ते स्थलांतरित प्रथम अरबस्तानात गेले, त्यानंतर दक्षिण आशियात, तिथून आग्नेय आशियात आणि तिथून ऑस्ट्रेलियामध्ये गेले. बुद्धिमान मानव जर उत्तर मार्गानं प्रवास करत जगभरात पसरले असते, तर पूर्व आशिया आणि ऑस्ट्रेलियाच्याही आधीचे, त्यांच्या अस्तित्वाचे पुरावे युरोपमध्ये सापडणं अपेक्षित होतं.

आपण शक्तिमान मानवांना आपल्याहून कमी उत्क्रांत असलेले मानत होतो आणि असंही समजत होतो की, ते संपूर्णपणे वेगळ्याच प्रजातीचे असल्यामुळे त्यांच्याबरोबर मानवाचा संकर होऊन प्रजोत्पादन होण्यासाठी ते सक्षम नव्हते; पण आता हे स्पष्ट झालेलं आहे की, फक्त शक्तिमान मानवाशीच नाही तर डेनिसोव्हन या प्रजातीशीही आधुनिक मानवाचा संकर झालेला आहे आणि कदाचित ही गोष्ट इथेच संपत नाही. कारण, आफ्रिकेमध्ये आणि इतरत्रही सुरू असणाऱ्या संशोधनांमधून अशा शक्यता समोर येत आहेत की, बुद्धिमान मानव आणि मानववंशाच्या इतर अनेक शाखांबरोबर अनेक वेळा संकर झाले असणार. त्यांच्यातल्या काहींची तर अजून ओळखही पटली नसेल.

आता आपण आपल्या कथेला आफ्रिकेबाहेर आणून आशियात नेलं आहे, त्यामुळे आता आफ्रिकेतून बाहेर झालेल्या स्थलांतराची घटना नक्की केव्हा घडली असेल आणि त्यानंतर काय झालं असेल यासंबंधी स्पष्ट चित्र उभं करणारे, जगातल्या दुसऱ्या भागातले पुरावे देण्यासाठी ही वेळ योग्य आहे. जगातला तो दुसरा भाग म्हणजे ऑस्ट्रेलिया. पहिल्या स्थलांतरितांसंबंधीच्या कोणत्याही घटनेतला हा अतिशय महत्त्वाचा भाग आहे. २०१८ सालच्या जून महिन्यात, ऑस्ट्रेलियातील युनिव्हर्सिटी ऑफ क्विन्सलँडमधील पुरातत्त्वज्ञ ख्रिस क्लर्कसन यांच्या नेतृत्वाखालील शास्त्रज्ञांच्या एका गटानं असा विचार मांडला की, ७०,७०० ते ५९,३०० वर्षांदरम्यान किंवा त्या कालखंडाचा मध्य लक्षात घ्यायचा तर साधारण ६५,००० वर्षांपूर्वी त्या ऑस्ट्रेलियाच्या खंडामध्ये मानव अस्तित्वात होते.

ऑस्ट्रेलियातील उत्तर भागातील मॅज्झेदबेब (Madjedbebe) इथल्या गुहेमध्ये बुद्धिमान मानवांनी वापरलेले पाटे, वरवंटे, कुऱ्हाडी आणि रंगकामाचं साहित्य अशा वस्तू सापडल्या. शास्त्रज्ञांनी अतिशय काळजीपूर्वक त्यांचा काळ निश्चित करून वरील निष्कर्ष मांडले आहेत. ऑस्ट्रेलियामध्ये *बुद्धिमान मानवाव्यतिरिक्त* अन्य कोणत्याही *मानवी* प्रजातींचा वंश अस्तित्वात नव्हता, त्यामुळे तिथली प्रजाही बुद्धिमान मानवाची प्रजा आहे, याबद्दल फारशी शंका नाही. २०१८ सालच्या जुलै महिन्यात सिडनीमधील मॅक्वायर युनिव्हर्सिटीच्या किरा वेटस्वे यांच्या नेतृत्वाखालील आणखी एका संशोधनातून एक निष्कर्ष मांडला गेला. त्यानुसार एका शतकापूर्वी इंडोनेशियातील सुमात्रा बेटावरील लिडा अजेर गुहेमध्ये सापडलेल्या दोन दातांचा काळ संशोधनाद्वारे ६३,००० ते ७३,००० वर्षांपूर्वीचा असल्याचं निश्चित केलं गेलं आणि ते दात बुद्धिमान मानवाचे आहेत, असा निष्कर्ष काढला गेला. या दोन्ही संशोधनांमुळे आग्नेय आशिया आणि ऑस्ट्रेलियातील बुद्धिमान मानवांच्या अस्तित्वाचा काळ १५,००० ते २०,००० वर्षांनी मागे ढकलला गेला आणि त्यामुळे आफ्रिकेतून बाहेर झालेल्या स्थलांतराच्या घटनेचा काळ आणि स्थलांतराची पद्धत या दोन्हींच्या संदर्भातील गृहीतकांवर मर्यादा आल्या.

तुम्ही या दोन्ही संशोधनांतून प्रस्थापित झालेल्या स्थलांतराच्या कालनिश्चितीची किमान मर्यादा गृहीत धरली तरीही बुद्धिमान मानव ६३,००० वर्षांपूर्वी आग्नेय आशियामध्ये अस्तित्वात होते, हे स्पष्ट आहे. याचाच अर्थ, आफ्रिकेतून बाहेर झालेल्या स्थलांतराच्या घटनेचा काळ आधी गृहीत धरलेल्या ५०,००० ते ६०,००० यानंतरचा असणार. फक्त दोन प्रकारांनी विचार केला तरच हे कोडं सुटू शकतं. पहिला विचार म्हणजे मॅज्झेदबेबे आणि

लिडा अजेर इथे ज्यांचे जीवाश्म आणि हत्यारं सापडली ते लोक आफ्रिकेतून आलेल्या स्थलांतरितांच्या पहिल्या लाटेतले असणार आणि स्थलांतर केलेल्या प्रदेशात त्यांचा टिकाव न लागल्यामुळे त्यांचा वंश तिथे वाढणं शक्य झालं नसणार किंवा आफ्रिकेतून बाहेर स्थलांतर होण्याची घटना आपण पूर्वी समजत होतो, त्यापेक्षा खूप आधी घडलेली असणार. बुद्धिमान मानवांनी अरबस्तानामध्ये केलेलं स्थलांतर उबदार आणि आर्द्र हवामान असताना केलं नव्हतं तर थंड आणि शुष्क हवामानातच केलं होतं, असा याचा अर्थ होत असला तरी वरील कोडं सोडवण्याचा हाच मार्ग आहे. यामुळे आफ्रिकेतून झालेल्या स्थलांतराच्या घटनेचा काळ मागे ढकलला जाऊन तो ज्या काळात वंशवृद्धी होण्यासाठी योग्य स्थिती होती त्या ८०,००० वर्षांपूर्वीच्या कालखंडाच्या अगदी जवळ जातो. आता याच शक्यतेचा विचार करू आणि हा विचार आपल्याला कुठे घेऊन जातो ते पाहू.

आशियातील स्पर्धा

समजा शिकाऱ्यांची एखादी टोळी येमेनपासून ऑस्ट्रेलियाकडे निघाली असेल; पण त्यांचा उद्देश ऑस्ट्रेलियाला जाणं हा नसून फक्त शिकार करणं, टोळी करून राहणं, खाणं आणि टिकून राहणं एवढाच असेल तर त्यांना ऑस्ट्रेलियाला पोहोचायला साधारण किती वेळ लागेल? या प्रश्नाचं उत्तर काही सोपं नाही; पण पुरातत्त्वीय पुराव्यांच्या अनुसार असं दिसून येतं की, अलास्काहून अमेरिकेला जाणारे (सुमारे १६,००० वर्षांपूर्वी) पहिले स्थलांतरित, साधारण २१००० किलोमीटर अंतर पार करून दक्षिण अमेरिकेच्या टोकावर पोहोचायला साधारण दोन हजार वर्षं लागली. ते बहुतेक अमेरिकेच्या पश्चिम किनाऱ्याच्या कडेकडेनं दक्षिणेकडे गेले असणार. किनारी मार्गाचं वैशिष्ट्य म्हणजे स्थलांतराची प्रक्रिया वेगानं आणि सहज होते. त्याची दोन कारणं आहेत : पहिलं कारण म्हणजे स्थलांतर करणाऱ्या शिकारी टोळ्यांना त्यांच्या जीवनशैलीत किंवा कौशल्यांमध्ये कमालीचे बदल करायला लागत नाहीत किंवा त्यांच्या जीवनशैलीत सतत सुधारणा कराव्या लागत नाहीत, त्यामुळे त्यांचा प्रवास लवकर होऊ शकतो. दुसरं कारण म्हणजे समुद्रकिनाऱ्याचा मार्ग स्थलांतरितांना नकळत एक दिशा देतो आणि त्यांना इकडेतिकडे भटकू न देता सरळ सरळ पुढे घेऊन जातो; पण समुद्रकिनाऱ्यापासून आत असलेल्या जमिनीवरील मार्गांवर तसं होत नाही. तिथे अनेक अनपेक्षित आश्चर्यकारक गोष्टी समोर येतात, चकवे लागतात आणि त्या मार्गांबद्दल अनिश्चितता असते.

आता आपण पुन्हा आपल्या विषयाकडे येऊ. अरबी द्वीपकल्पातील येमेनहून ऑस्ट्रेलियापर्यंतचं अंतर किती असेल? आपण जर समुद्रकिनाऱ्याच्या मार्गाचा विचार केला तर ते अंतर अलास्कापासून अर्जेंटिनाच्या दक्षिणी टोकापर्यंतच्या अंतरापेक्षा खूप जास्त नाही, त्यामुळे येमेन–ऑस्ट्रेलिया स्थलांतरासाठी, अलास्का–अर्जेंटिना स्थलांतराच्या दुप्पट वेळ लागेल, असं जरी गृहीत धरलं तरी ते अंतर ४,००० ते ५,००० वर्षांमध्ये पूर्ण केलं जाऊ शकतं. अर्थातच त्या स्थलांतरितांनी अमेरिकेला जाणाऱ्या पहिल्या स्थलांतरितांप्रमाणे समुद्रकिनाऱ्याच्या मार्गानं प्रवास केला, असं गृहीत धरावं लागेल. बुद्धिमान मानवांच्या ऑस्ट्रेलियातील पुराव्यांच्या आधारानं आता जर आपण ६५,००० वर्षांपूर्वीच्या काळाच्या

The peopling of the world

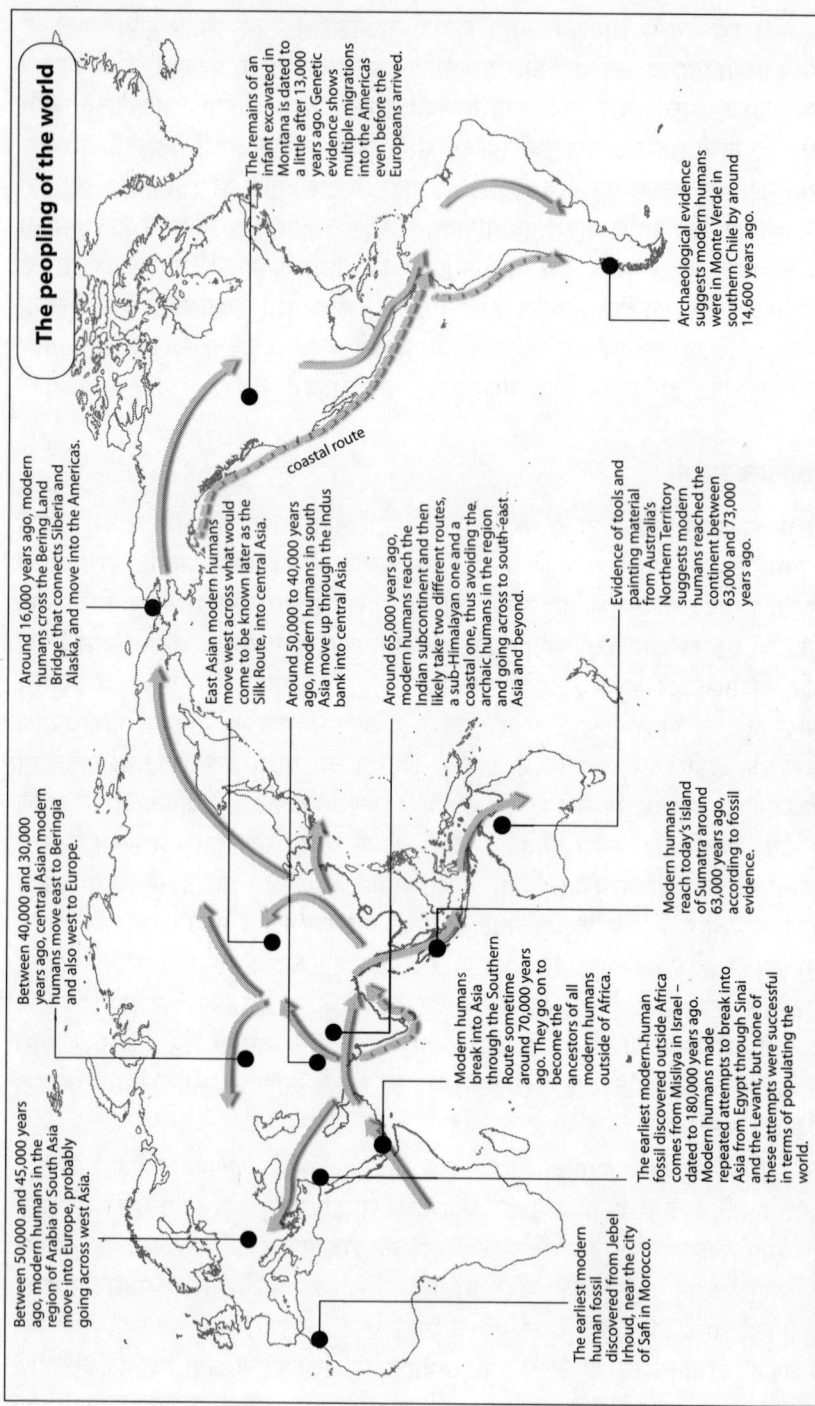

The remains of an infant excavated in Montana is dated to a little after 13,000 years ago. Genetic evidence shows multiple migrations into the Americas even before the Europeans arrived.

Archaeological evidence suggests modern humans were in Monte Verde in southern Chile by around 14,600 years ago.

Around 16,000 years ago, modern humans cross the Bering Land Bridge that connects Siberia and Alaska, and move into the Americas.

East Asian modern humans move west across what would come to be known later as the Silk Route, into central Asia.

Around 50,000 to 40,000 years ago, modern humans in south Asia move up through the Indus bank into central Asia.

Around 65,000 years ago, modern humans reach the Indian subcontinent and then likely take two different routes, a sub-Himalayan one and a coastal one, thus avoiding the archaic humans in the region and going across to south-east Asia and beyond.

Evidence of tools and painting material from Australia's Northern Territory suggests modern humans reached the continent between 63,000 and 73,000 years ago.

coastal route

Between 40,000 and 30,000 years ago, central Asian modern humans move east to Beringia and also west to Europe.

Between 50,000 and 45,000 years ago, modern humans in the region of Arabia or South Asia move into Europe, probably going across west Asia.

Modern humans reach today's island of Sumatra around 63,000 years ago, according to fossil evidence.

Modern humans break into Asia through the Southern Route sometime around 70,000 years ago. They go on to become the ancestors of all modern humans outside of Africa.

The earliest modern-human fossil discovered outside Africa comes from Misliya in Israel – dated to 180,000 years ago. Modern humans made repeated attempts to break into Asia from Egypt through Sinai and the Levant, but none of these attempts were successful in terms of populating the world.

The earliest modern human fossil discovered from Jebel Irhoud, near the city of Safi in Morocco.

Adapted from Stephen Oppenheimer, 'Out-of-Africa, the Peopling of Continents and Islands: Tracing Uniparental Genes Across the Map', Philosophical Transactions of the Royal Society B, The Royal Society Publishing, 2012

मध्यापासून सुरुवात केली, तर आफ्रिकेहून सुरू झालेला स्थलांतरितांचा वाटचाल, ७०,००० वर्षांपूर्वी सुरू झालेला असला पाहिजे. याचा अर्थ, ते स्थलांतरित लोक हिमयुगाच्या[८] काळात तांबडा समुद्र पार करून अरबी द्वीपकल्पात गेले असा होत असला तरी हा काळ अजूनही अनुवंशशास्त्रानुसार मांडलेल्या अंदाजांना धरूनच सांगितला गेला आहे.

या सर्व गोष्टींविषयी अनुवंशशास्त्राचं म्हणणं काय आहे? आफ्रिकेबाहेरच्या, समुद्रकिनाऱ्यावर राहून समुद्रीअन्नावर उदरनिर्वाह करणाऱ्या बुद्धिमान मानवांच्या टोळ्या विखुरल्या आणि साधारण ५,००० वर्षांपूर्वी येमेनमधून दक्षिण मार्गानं ऑस्ट्रेलियामध्ये गेल्या, या कल्पनेशी वरील गोष्टी जुळत आहेत का? तर होय, नक्कीच जुळत आहेत. जनुकीय पुरावे हे अशा प्रकारे होणाऱ्या स्थलांतराच्या वेगाचा मागोवा घेण्यासाठी उपयुक्त असतात. एवढंच नाही तर खरं पाहता, जनुकीय विश्लेषणासाठी अशा प्रकारच्या वेगवान स्थलांतरातून दूरवर पसरणाऱ्या लोकसमूहांची अपेक्षा असते. कारण, हा वेग जर कमी असेल आणि लोकसमूह थोड्या थोड्या कालांतरानं पसरत असतील तर अशा समूहांचा वंशवृक्ष थबकलेला दिसतो आणि तसं इथे झालेलं दिसत नाही. यासाठी एखादं कल्पित उदाहरण बघू या- जर 'हॅप्लोग्रुप एम' भारतामध्ये विखुरला आणि काही हजार वर्षं तिथेच वसाहत करून राहू लागला तर कालांतरानं त्यांच्या जीवनशैलीतील बदलाच्या परिणामानं एम या हॅप्लोग्रुपचे काही सब-हॅप्लोग्रुप निर्माण होतील. समजा त्यांनी पुढे म्यानमारला स्थलांतर केलं तर त्यात सब-हॅप्लोग्रुपही समाविष्ट असतील. असं समजू या की, त्या सब-हॅप्लोग्रुपना पुढे थायलंडला जायचं आहे; पण पुढे जाण्यापूर्वी त्यांनी म्यानमारमध्येच काही हजार वर्षं वास्तव्य केलं, तर त्यांच्यातून आणखी अनेक सब-हॅप्लोग्रुप निर्माण होतील आणि पुढच्या स्थलांतरामध्ये तेसुद्धा सहभागी होतील. अशा प्रकारे नंतर स्थलांतर झालेल्या प्रदेशांमध्ये पुढचे वाढत जाणारे सब-हॅप्लोग्रुप दाखल होत जातील. अशा वंशसाखळीचा उत्क्रांतीदर्शक (फायलोजेनेटिक) वृक्ष तयार केला, तर त्यामध्ये एका प्रदेशातून दुसऱ्या प्रदेशात जाताना एका सब-हॅप्लोग्रुप खाली दुसरा सब-हॅप्लोग्रुप,

---

८ इथे महत्त्वाचं गृहीतक हे आहे की, स्थलांतर करणारे लोक समुद्रीकिनाऱ्याच्या प्रदेशातच भटकत होते आणि प्रामुख्यानं कौशल्यांचा वापर करून सागरी अन्नावर गुजराण करणारे होते; पण हे गृहीतक व्यवहार्य आहे का? पुरातत्त्वशास्त्र म्हणतं की, हे शक्य आहे. आफ्रिकेमध्ये साधारण १,२५,००० वर्षांपूर्वीचे समुद्रकिनाऱ्यावर राहून, मासे आणि कालवं यांवर उदरनिर्वाह करणाऱ्या बुद्धिमान मानवांचे पुरावे आपल्याला मिळतात. हे पुरावे म्हणजे उकललेल्या शिंपल्यांचे (कालवं खाऊन टाकलेल्या शिंपल्यांचा कचरश 'शेल मिडन') ढीगच्या ढीग होते, त्यामुळे ते शोधणं अगदी सोपं होतं. तांबडा समुद्र पार केल्यावर अरबी द्वीपकल्पाच्या जवळ एरीट्रीयन किनाऱ्यावर 'अब्दुर' नावाच्या ठिकाणी शिंपल्यांच्या ढिगांचा सर्वांत जुना पुरावा सापडला. त्या ठिकाणी मोठमोठ्या सस्तन प्राण्यांचे अवशेषही सापडले. त्यावरून लक्षात येतं की, तिथले बुद्धिमान मानव समुद्रीअन्नावर जगत असले तरीही ते फक्त तेवढंच खाऊन राहत नव्हते. दक्षिण आफ्रिकेतील क्लॅसीस नदीच्या मुखाजवळ आणि अन्य ठिकाणी प्राचीन शिंपल्यांच्या कचऱ्याचे पुरावे आढळले आहेत; पण अब्दुरला सापडलेले पुरावे शास्त्रज्ञांना जास्त उत्साहित करणारे होते. कारण, ते दक्षिण मार्गाच्या खूपच जवळ होते.

सामान्यतः जमिनीवरील प्राण्यांची शिकार करून राहणाऱ्या बुद्धिमान मानवांना कदाचित एखाद्या हिमयुगामध्ये समुद्रीअन्नाशिवाय पर्याय राहिला नसावा. कारण, हिमयुगातील काळात अतिशीत आणि शुष्क हवामानामुळे आफ्रिकेतील बऱ्याचशा भागाचं रूपांतर वाळवंटात झालं होतं; पण त्या काळातल्या अतिशीत हवामानात समुद्राची पातळी, आजच्यापेक्षा बरीच खालावलेली असणार. त्या वेळच्या किनाऱ्यांवर वस्तीचे पुरावे असलेली बरीचशी ठिकाणं समुद्रपातळी वाढल्यानंतर पाण्याखाली गेली असणार आणि त्यामुळे त्या ठिकाणांचे पुरावे आता मिळत नाहीत.

दुसऱ्याखाली तिसरा... तिसऱ्याखाली चौथा असे सब-हॅप्लोग्रुप थबकलेले दिसतील; वास्तवात मात्र असं नसतं. उत्परिवर्तनांची संख्या खूप होण्यापूर्वीच ऑस्ट्रेलियामध्ये सर्वत्र 'एम' हॅप्लोग्रुपचा प्रसार झाला आहे आणि प्रत्येक प्रादेशिक भागामध्ये 'एम' हॅप्लोग्रुपपासून थेट उत्क्रांत झालेले स्वतंत्र सब-हॅप्लोग्रुप आहेत. थोडक्यात, आफ्रिकेतून स्थलांतर झाल्यावर ऑस्ट्रेलियातील लोकसमूहांचा प्रसार अतिशय वेगानं होत गेला. याला अनुवंशशास्त्रीय पुराव्याचं पुरेसं समर्थन आहे.

६०,००० ते ७०,००० वर्षांपूर्वी आशियामध्ये इतक्या वेगानं स्थलांतरं झाली असली तरी त्याची साक्ष देण्यासाठी त्या काळातल्या बुद्धिमान मानवांचे पुरेसे जीवाश्म दक्षिण आशियामध्ये आढळत नाहीत. तिथे मिळालेले जीवाश्म अगदी अलीकडच्या काळातले आहेत. दक्षिण आशियातला बुद्धिमान मानवाचा प्राचीन जीवाश्म, श्रीलंकेतल्या कालुतारा जिल्ह्यामध्ये फाहियान गुहेत सापडला. तो ३५,००० वर्षांपूर्वीचा असल्याचा निष्कर्ष लावला गेला. श्रीलंकेतल्याच बेटाडोम्बालेना गुहेमध्ये सापडलेले बुद्धिमान मानवांचे आणखी काही अवशेष २८,००० वर्षं इतके जुने असल्याचा निष्कर्ष काढला गेला. या शोधांमुळे हे निःसंशय स्पष्ट झालं की, आफ्रिकेतून आलेले स्थलांतरित भारताच्या किनारपट्टीवर वस्ती करून राहिले होते आणि उष्णकटीबंधातल्या श्रीलंकेमध्येही राहिले होते. या दोन्ही ठिकाणी जीवाश्मांसह सूक्ष्मास्त्रेही (मायक्रोलिथिक) मिळाली. सूक्ष्मास्त्रांचा उपयोग दांड्याच्या टोकाला घट्ट बसवून बाण आणि भाले बनवण्यासाठी केला गेला असावा. सूक्ष्मास्त्रं, प्रामुख्यानं बुद्धिमान मानवांशी निगडित आहेत, त्याहून प्राचीन किंवा नष्ट झालेल्या अन्य *मानवी* प्रजातींशी नाही.

पण जर पहिले बुद्धिमान मानव प्रवास करत भारताच्या पश्चिम किनाऱ्यावर आले असतील आणि नंतर पूर्व किनाऱ्यानं वर सरकले असतील आणि नंतर आग्नेय आशिया, तिथून चीन, मग जपान आणि ऑस्ट्रेलियाला गेले असतील, तर मग भारताच्या किनारपट्टीवर त्यांचे जीवाश्म, त्यांनी टाकून दिलेल्या शिंपल्यांचे ढीग किंवा त्यांनी वापरलेली दगडी हत्यारं असं काहीच का सापडलं नाही? त्याचं एक कारण असं असू शकेल की, ७१,००० ते ५७,००० वर्षांपूर्वीचा काळ हा हिमयुगाचा (MIS4) काळ होता, त्यामुळे समुद्राची पातळी आतापेक्षा खाली गेलेली असणार, त्यामुळे पहिले स्थलांतरित ज्या प्रदेशातून पुढे सरकले असतील तो प्रदेश आता पाण्याखाली गेला असणार आणि म्हणून किनाऱ्यावर त्यांच्या अस्तित्वाचे पुरावे सापडणं शक्य झालं नसणार. ते लोक फाहियानसारख्या किनारपट्टीपासून आत असलेल्या प्रदेशात आल्यानंतरच त्यांच्या संबंधीचे पुरावे उपलब्ध होत गेले. त्या प्रदेशात पोहोचायला त्यांना बराच काळ लागला असणार म्हणूनच पहिल्या स्थलांतराच्या काळाशी तुलना करता, दक्षिण आशियामध्ये सापडणारे बुद्धिमान मानवांच्या वास्तव्याचे पुरावे अगदी अलीकडच्या काळातले आहेत.

समुद्रकिनाऱ्यावरून जाणाऱ्या स्थलांतर मार्गाच्या संबंधीचा युक्तिवाद सर्वच पुरातत्त्वशास्त्रज्ञांना आणि अनुवंशशास्त्रज्ञांना मान्य आहे, असं नाही. कर्नाटक विद्यापीठाचे रवी कोरीसेट्टर, अनुवंशशास्त्रज्ञ स्टीफन ओपनहायमर आणि ऑक्सफर्ड युनिव्हर्सिटीचे

पुरातत्त्वज्ञ मायकेल हॅस्लॅम यांनी नुकतंच एका शोधनिबंधामध्ये[१] एका वादाला तोंड फोडलं आहे. तो वाद असा की, समुद्राचं पाणी मागे हटल्यावर त्या खंडाच्या समुद्राखालील भूमीचा किती भाग उघडा पडेल हे त्या किनाऱ्याच्या उतारावर अवलंबून असतं. ज्या खंडाच्या किनाऱ्याला अगदी कमी उतार असतो, तिथे मोठ्या प्रमाणावर, कदाचित दहा किलोमीटरपेक्षा जास्त रुंद अशी समुद्राखालील जमीन वर दिसू लागेल. त्या उलट ज्या खंडाच्या किनाऱ्याचा उतार तीव्र असेल तिथे समुद्राखालची अगदी कमी जमीन दिसू शकेल. या शास्त्रज्ञांच्या मतानुसार भारतीय उपखंडाचा किनारा, विशेषतः पश्चिम किनारा बराचसा तीव्र उताराचा आहे म्हणून भारतीय उपखंडातील आदिम रहिवासी तिथून चालत गेले आणि ती जमीन नंतर पाण्याखाली गेली, अशी शक्यता नगण्य आहे.

समुद्रीकिनाऱ्यांवरून झालेल्या स्थलांतराचे पुरावे आपल्याला का सापडत नाहीत, हे स्पष्ट करताना ते म्हणतात की, बुद्धिमान मानव सोयीस्कर मार्ग निवडत असत. कधी ते किनाऱ्यावरून जात असत आणि कधी समुद्रापासून दूर असलेल्या मार्गांवरून प्रवास करत असत, त्यामुळे आपल्याला जेव्हा बुद्धिमान मानवाचे अधिक जुने जीवाश्म सापडतील, तेव्हाच या संबंधातले हे वाद मिटतील.

आता भारतामध्ये बुद्धिमान मानवांची पहिली वस्ती साधारण ६५,००० वर्षांपूर्वी झाली, असा निष्कर्ष काढला गेल्यावर (कारण ऑस्ट्रेलियात आणि आग्नेय आशियात सापडलेल्या जीवाश्मांचा विचार करता आपण आधी पाहिल्याप्रमाणे त्यांना ७०,००० वर्षांपूर्वी आफ्रिका सोडावी लागली असावी) आता आपली ही कथा पुढे सुरू करू या; पण त्याआधी बुद्धिमान मानव बाकीच्या जगात कसे पसरले, यासारख्या काही राहून गेलेल्या प्रश्नांकडे लक्ष देऊ या. आतापर्यंत आपण आफ्रिकेतून निघून अरबी द्वीपकल्पापर्यंत पोहोचलेल्या आणि तिथून दक्षिण आशियामध्ये गेलेल्या आणि मग पूर्व आशियात आणि ऑस्ट्रेलियात पसरलेल्या स्थलांतरितांविषयी जाणून घेतलं; पण युरोप आणि मध्य आशियाचं काय? त्या प्रदेशांमध्ये मानवी वस्ती कधी झाली? युरोपमध्ये सापडलेल्या बुद्धिमान मानवाच्या वास्तव्याचा पहिला पुरावा ४५,००० वर्षांपूर्वीचा आहे (यातला गमतीचा योगायोग पाहा : साधारण ६५,००० वर्षांपूर्वी जेव्हा पहिले स्थलांतरित किंवा आदिम रहिवासी ऑस्ट्रेलियात स्थिरावले होते तेव्हा युरोपात मानवी वस्ती झालीच नव्हती).

युरोपमध्ये मानवी वस्ती होण्यास लागलेला विलंब अर्थात आफ्रिकेतून झालेलं स्थलांतर आणि युरोपमध्ये सापडलेले बुद्धिमान मानवाचे पुरावे यांमध्ये असलेल्या साधारण २५,००० वर्षांच्या अंतरामुळे हे दिसून येतं की, अरबी द्वीपकल्पातून युरोपकडे जाणारा मार्ग, हवामान थोडं उबदार होईपर्यंत खुला झालेला नव्हता. त्यामध्ये दोन मोठे अडथळे आले असावेत. पहिला अडथळा म्हणजे रब–अल्–खाली किंवा 'रिकामी जागा' म्हणजेच अरबी द्वीपकल्पाचा एक तृतीयांश भाग व्यापणारं, द्वीपकल्पाला लागून असणारं जगातलं सर्वांत मोठं वाळवंट आणि दुसरा अडथळा म्हणजे इराणचे 'झॅग्रोस' आणि 'टॉरस' हे

१ रवी कोरीसेट्टर आणि अन्य लेखक– 'आउट ऑफ आफ्रिका, इनटू साउथ एशिया : अ रिव्ह्यू ऑफ आर्किओलॉजिकल ॲन्ड जेनेटिक एव्हिडन्स फॉर द डिस्पर्सल ऑफ होमो सेपियन्स इनटू द इंडियन सबकॉन्टीनन्ट', बियॉन्ड स्टोन्स ॲन्ड मोअर स्टोन्स, रवी कोरीसेट्टर आणि त्यांचे सहकारी (द मिथिक सोसायटी, २०१७).

पर्वत. हे पर्वतही ओलांडून जाण्यासाठी तेवढेच कठीण होते, त्यामुळे दक्षिण आशियानंतर पहिल्या बुद्धिमान मानवांनी वस्ती केलेला प्रदेश युरोप नसून मध्य आशिया असणार, असं मत वर उल्लेख केलेल्या शोधनिबंधामध्ये कोरीसेट्टर आणि अन्य शास्त्रज्ञांनी मांडलं आहे. आताच्या पाकिस्तानमधून ते चालत चालत सिंधू नदीच्या काठानं पुढे जात मध्य आशियामध्ये पोहोचले असतील. त्यानंतर ५७,००० वर्षांपूर्वी हवामान उबदार झाल्यावर, आफ्रिकेतून बाहेर पडलेल्या स्थलांतरितांपैकी जे अजूनही अरबी द्वीपकल्पामध्ये किंवा दक्षिण आशियाजवळ कुठेतरी राहत होते, त्यांपैकी काही लोक झॅग्रोस पर्वत ओलांडून पश्चिमेकडे तुर्कस्तान, सीरिया, इस्राईल आणि युरोपमध्ये गेले असतील. नंतर ३०,००० वर्षांपूर्वी मध्य आशियातून युरोपमध्ये जाणाऱ्या स्थलांतरितांच्या दुसऱ्या समूहानंही तोच मार्ग अवलंबला असेल.

साधारण त्याच काळात, जेव्हा मध्य आशियातले काही समूह स्थलांतर करून युरोपमध्ये जात होते, तेव्हा अन्य समूह बेरिंजियाच्या आसपासच्या प्रदेशात स्थलांतरित झाले असतील. बेरिंजिया म्हणजे आत्यंतिक थंड हवामानात अलास्का आणि सैबेरियाच्या मध्ये असणारा आणि त्यांना सेतूप्रमाणे जोडणारा प्रदेश. १६,००० वर्षांपूर्वी हाच प्रदेश अमेरिकेत येणाऱ्या पहिल्या स्थलांतरितांसाठी प्रवेशद्वार बनला होता. आशियातून अमेरिकेत होणाऱ्या या स्थलांतरांपूर्वी, पूर्व आशियामध्ये पहिल्यांदा आलेल्यांपैकी काही जण सैबेरियात आणि त्याच्या आसपासच्या बेरिंजियासारख्या प्रदेशात जाऊन तिथल्या लोकांमध्ये मिसळले म्हणून अमेरिकेला जाणाऱ्या स्थलांतरितांमध्ये फक्त मध्य आशियातील लोकांचेच नव्हे तर पूर्व आशियातील लोकांचे वंशगुणही असणार. अशा प्रकारे आफ्रिकेतून बाहेर निघालेल्या स्थलांतरितांच्या इतिहासाचा आणि जगभर पसरलेल्या स्थलांतरितांच्या इतिहासाचा आराखडा इथे पूर्ण होत आहे.

जंबुद्वीपाचं दक्षिणदल

विश्वोत्पत्ती कशी झाली या संबंधात अनेक संस्कृतींतील मिथकांमध्ये आपण विश्वाच्या केंद्रबिंदूच्या प्रदेशामधील रहिवासी आहोत, असं सांगितलं जातं. आपल्या बौद्ध, हिंदू आणि जैन मिथकांमध्येही तशाच कल्पना आहेत; पण काही बाबतीतच (विश्वोत्पत्तीच्या संदर्भातील मिथकं दक्षिण आशियात कालांतरानं आलेल्या एखाद्या स्थलांतरितांच्या समूहानं आपल्या बरोबर आणली असावीत किंवा तयार केली असावीत; पण सध्या हा विषय बाजूला ठेवू या). विश्वोत्पत्तीच्या मिथकांमध्ये असं सांगितलं गेलं आहे की, जंबुद्वीप आपल्या जगाला म्हणतात. जमीन मग समुद्र, पुन्हा जमीन, मग समुद्र अशा एका नंतर एक असलेल्या सात समकेंद्री वर्तुळांच्या बरोबर मध्यावर जंबुद्वीप आहे. यातल्या आतल्या वर्तुळापासून बाहेरच्या वर्तुळापर्यंतच्या समुद्रांमधला एक एक समुद्र क्रमशः खारं पाणी, उसाचा रस, सुरा, तूप, दही, दूध आणि पाण्याचा आहे. जंबुद्वीपाच्या मध्यभागावरच्या उंचवट्यावर मेरू पर्वत आहे. याला देवांचं निवासस्थान मानलं जातं. काही चित्रांमध्ये, जंबुद्वीपाला चार विशाल प्रदेशांमध्ये विभाजित केलेलं दिसून येतं. त्यांतला प्रत्येक प्रदेश कमळाच्या पाकळीसारखा असून मध्यभागी मेरू पर्वत दिसतो आणि त्यात फळाच्या गाभ्याप्रमाणे दिसणारी दक्षिणेकडची पाकळी म्हणजे भारतवर्ष आहे.

बुद्धिमान मानवांचा पहिला समूह भारतामध्ये आला, तेव्हा त्यामध्ये प्रत्येकी पंचवीस सदस्य असलेले शंभर एक समूह असतील. भारतात पोहोचण्यासाठी अरबी द्वीपकल्पाहून शेकडो किंवा हजारो वर्षं चालत प्रवास करून ते आले असतील. त्या वेळी त्यांच्याकडे त्यांच्या स्वतःच्या, गूढ गोष्टी स्पष्ट करणाऱ्या विश्वोत्पत्तीसंबंधीच्या कथा असतील का? आपण आता ज्या दिशेनं जात आहोत, तिकडच्या प्रदेशाला आपले वंशज पुढची सहस्रावधी वर्षं आपली भूमी मानणार आहेत हे त्या वेळी त्यांना जाणवलं तरी असेल का? या प्रश्नांची उत्तरं आपल्याला मिळू शकणार नाहीत; पण तंत्रज्ञानाच्या मदतीनं आणि उपलब्ध असलेल्या पुराव्यांच्या आधारानं अन्य काही प्रश्नांची उत्तरं आपण निश्चितच मिळवू शकतो. ते प्रश्न असे : बुद्धिमान मानव भारतात कधी आले, ऑस्ट्रेलिया आणि अमेरिकेत गेलेल्या बुद्धिमान मानवांप्रमाणे, भारतातही फक्त तेच होते का? की लवांत आणि अरबस्तानात गेलेल्या बुद्धिमान मानवांना जसा तिथल्या अन्य *मानवी* प्रजातींशी संघर्ष करावा लागला तसा तो भारतीय उपखंडात पोहोचल्यावर त्यांनाही करावा लागला? त्यांचा एकमेकांशी संघर्ष झाला? की ते एकमेकांमध्ये सहजपणे मिसळून गेले? आपल्या त्या पूर्वजांनी, इथे आधीपासून असलेल्या इतर मानवी प्रजातींना नष्ट केलं का? त्यांनी आपल्याबरोबर धनुष्य-बाण आणि भाले यांसारखी काही विकसित हत्यारं आणली होती का? की ते आपल्याबरोबर फक्त मध्याश्मयुगीन तासण्या कुऱ्हाडी आणि धारदार पात्याप्रमाणे वापरता येणारे दगडी छिलके अशा हत्यारांची पोतडी घेऊन आले होते? आणि अर्थातच, ते कसे दिसत होते? आजच्या काळात आपल्यामध्ये कुणी त्यांचे थेट वंशज आहेत का? असतील तर कुठे असतील?

ज्या प्रश्नाचं जास्त निश्चित उत्तर मिळू शकेल, अशा प्रश्नानं सुरुवात करू या. तो प्रश्न म्हणजे ते कसे दिसत होते? आपल्याला माहीतच आहे की, अंदमान बेटावरचे ऑन्ग जमातीचे लोक, आफ्रिकेतून आलेल्या मूळ स्थलांतरितांचे थेट वंशज आहेत. त्यांचा अन्य समूहांशी फारसा संपर्क आला नाही. मग याचा अर्थ ते भारतीय उपखंडात आलेल्या आदिम रहिवाशांसारखे दिसत होते का? या प्रश्नाचं होकारार्थी उत्तर दिलं तर दुरन्वयाचं ठरेल.

कालानुक्रमाचा विचार करता, भारतीय उपखंडातील आदिम रहिवासी आणि आजच्या भारतीय समाजातील आपण यांच्यात जितकं अंतर आहे, तितकंच अंतर भारतीय उपखंडातील आदिम रहिवासी आणि आजच्या ऑन्ग लोकांमध्ये आहे. खरं तर ही सगळ्यांना माहीत असलेली गोष्ट आहे. ती वेगळी सांगायची काही गरज नाही; पण आपल्या काही मानसिक धारणा आपल्या तार्किक विचारशक्तीवर मात करणाऱ्या असतात. उदाहरण द्यायचं, तर जेव्हा आपण साधारण ३,००,००० वर्षांपूर्वीच्या सुरुवातीच्या बुद्धिमान मानवसमूहांविषयी विचार करतो, तेव्हा आपल्या मनश्चक्षूंपुढे येणारं त्यांचं रूप हे आजच्या आफ्रिकन लोकांसारखं असतं; पण ती कल्पना चुकीची आहे. बुद्धिमान मानवांच्या सुरुवातीच्या समूहांपेक्षा आज आपण जितके वेगळे आहोत, तितकेच आफ्रिकन लोकही वेगळे आहेत. अन्य मानवी समुदायांप्रमाणे आफ्रिकन लोकांमध्येही कालानुसार अनेक उत्परिवर्तनं झाली आणि त्यानुसार बदल झाले, त्यामुळे आपल्याप्रमाणेच तेही सुरुवातीच्या बुद्धिमान मानवांसारखे दिसत नाहीत. उत्परिवर्तनामुळे त्वचेचा रंग, नाकाचा आकार, केसांचा पोत किंवा डोळ्यांचा आकार बदलतो, तसंच अति उंचीवरच्या प्रदेशात राहण्याची (तिबेटी लोक) किंवा जास्त

काळ पाण्याखाली राहण्याची क्षमता या गोष्टी उत्परिवर्तनामुळे कशा विकसित होतात, याबद्दल वेगळं भाष्य करणं आवश्यक नाही.

Vishvajit Pandya / MCT / Getty Images

भारतातील अंदमान बेटावर असलेला 'ऑन्ग' आदिवासी.

त्याचप्रमाणे ऑन्ग लोकांच्या बाबतीतही ६०,००० ते ६५,००० वर्षांच्या काळात बरीच उत्परिवर्तनं होऊन अनेक बदल घडले आहेत. जनुकीय अपवहन (Drift) आणि नैसर्गिक निवड (Selection) या प्रक्रियांच्या चाळण्याही अनुवंश क्षेत्रात बदल घडवत असतात. जनुकीय अपवहन (Drift) आणि नैसर्गिक निवड (Selection) म्हणजे काय? एखाद्या मूळ प्रवाहापासून विलग झालेल्या जमातीमध्ये काही काळानं आनुवंशिक लक्षणांमधील विविधता कमी होण्याची वृत्ती येते. त्याला अनुवंशशास्त्रज्ञ जनुकीय अपवहन (Genetic Drift) असं म्हणतात. यामागचं तत्त्व अगदी साधं आहे. प्रत्येक पिढीत एखादी व्यक्ती अशी असू शकते, जिच्या जनुकांमध्ये एखाद्या विशिष्ट बदलाचे संकेत संचयित असतात; परंतु ते बदल पुढच्या पिढीतील व्यक्तींमध्ये संक्रमित झाले नाहीत, तर त्या बदलांच्या संकेतांचं वहन करणारी ती शेवटची व्यक्ती असते.

असं प्रत्येक पिढीमध्ये होण्याची शक्यता असते. संख्येनं मोठ्या असणाऱ्या विशिष्ट उत्परिवर्तनाच्या संकेतांचं वहन करणारी जनुकं असणारी एकच एक व्यक्ती असण्याची शक्यता कमी असते, त्यामुळे त्या विशिष्ट उत्परिवर्तनामुळे होणाऱ्या बदलांची संभाव्यता पूर्णतः नष्ट होत नाही, त्यामुळे जनुकीय अपवहनाचं (Genetic Drift) प्रमाणही कमी असतं. दुसऱ्या शब्दांत सांगायचं, तर छोट्या जमातीमध्ये कालानुसार पुरेशी वांशिक विविधता राहत नाही आणि सर्व लोकांमधला एकसारखेपणा वाढत जातो किंवा त्यांच्यातील आनुवंशिकता ठरीव पठडीची होत जाते, त्यामुळे विशिष्ट कालावधीमध्ये, केवळ जनुकीय अपवहनामुळे एखादी मर्यादित संख्येची जमात त्यांच्या मूळ पूर्वजांपेक्षा खूपच वेगळी दिसू शकते.

त्याउलट 'नैसर्गिक निवड' या संज्ञेनं उत्क्रांतीच्या प्रक्रियेचा निर्देश होतो. त्यामध्ये भौतिक किंवा सामाजिक वातावरण आणि प्रजोत्पत्तीसाठी साथीदाराच्या निवडीतील प्राधान्य यांमुळे काही आनुवंशिक लक्षणं किंवा उत्परिवर्तनं यशस्वीपणे पुढील पिढ्यांमध्ये संक्रमित होतात, तर काहींच्या बाबतीत अशा संक्रमणात खंड पडतो. अशी दाट शक्यता आहे की, या सर्व प्रक्रियांमुळे उत्परिवर्तन, जनुकीय अपवहन आणि नैसर्गिक निवड ऑन्गा जमातीतले आजचे लोक भारतीय उपखंडातील आदिम रहिवाशांपेक्षा लक्षणीयरीत्या वेगळे दिसत आहेत (ही प्रक्रिया अशीच असते – उत्परिवर्तन, जनुकीय अपवहन आणि नैसर्गिक निवड यांमुळे वेगवेगळ्या ठिकाणी विखुरलेल्या जमाती त्यांच्यामधलं भौगोलिक अंतर किंवा अन्य भौगोलिक अडथळे यांमुळे एकमेकांपासून अलग होतात आणि काही काळानं भिन्न वांशिक वैशिष्ट्यं घेऊन वाढू लागतात).

ज्या सांगाड्यावरून पहिल्या स्थलांतरिताच्या चेहरेपट्टीचा आराखडा तयार करता येईल, असा साधारण ६५,००० वर्षांपूर्वीचा एखादा सुस्थितीतला सांगाडा जोपर्यंत सापडत नाही, तोपर्यंत पहिल्या स्थलांतरितांची चेहरेपट्टी समजून घेण्यासाठी आपल्याकडे त्यातल्या त्यात चांगला असा आणखी एकच पर्याय आहे : अन्य प्रदेशातल्या बुद्धिमान मानवांचे प्राचीन सांगाडे शोधायचे. इस्राईलच्या स्खूल गुहेमध्ये तसा एक सांगाडा सापडलाही आहे. अर्थात तो खूपच आधीचा म्हणजे १,२०,००० ते ८०,००० वर्षांपूर्वीचा आहे. तो सांगाडा एका बुद्धिमान मानव प्रजातीच्या स्त्रीचा आहे. त्यावरून तयार केलेला चेहरा आपल्याला ओळखीचा, आपल्यापैकीच वाटू शकतो; पण त्यामध्ये काही महत्त्वाचे फरकही दिसतात (आंतरजालावर 'mitochondrial eve' या संकेत शब्दांनी शोध घ्या). अर्थातच, ८०,००० वर्षांपूर्वी आफ्रिकेतल्या विविध भागांमधल्या आणि लवांतमधल्या बुद्धिमान मानवांमध्ये किती प्रमाणात फरक होता, याची कल्पना आपल्याला नाही. जे लोक अरबी द्वीपकल्पावर गेले ते (कालांतरानं ते दक्षिण आशियामध्ये गेले) लवांतमध्ये प्रवेश केलेल्या लोकांपेक्षा नक्कीच खूप वेगळे दिसत असणार. सध्या तरी आपण जास्तीत जास्त एवढंच म्हणू शकतो.

बुद्धिमान मानव भारतीय उपखंडाच्या वेगवेगळ्या भागांमध्ये कशा प्रकारे स्थिरावले, याविषयीचा आणखी एक सूचक प्रश्न आहे : ते जेव्हा भारतामध्ये आले, तेव्हा आधीपासून इथे वास्तव्यास असलेल्या अधिक प्राचीन *मानवी* प्रजातींच्या सदस्यांशी त्यांची अनपेक्षित गाठ पडली का? तर त्याचं उत्तर निःसंशय 'होय' असं आहे. याचा अर्थ, बुद्धिमान मानव भारतात आले, त्या काळात इथे अधिक प्राचीन प्रजातींच्या *मानवी* समूहांचं वास्तव्य होतं, हे स्पष्ट करणारे जीवाश्मांचे पुरेसे पुरावे सापडले आहेत असा नाही (खरं तर तसा एकही पुरावा आपल्याकडे नाही. आदिम मानवाचा आपल्याकडे असलेला एकमेव जीवाश्म पुरावा म्हणजे नर्मदेच्याकाठी हाथनोरा इथे सापडलेली, २,५०,००० वर्षांपूर्वीची एक कवटी आहे दुसऱ्या प्रकरणामध्ये तिच्याविषयी जाणून घेऊ). त्याऐवजी आपल्याकडे काही असेल, तर ती खूप मोठ्या संख्येनं मिळणारी विविध काळातली आणि विविध शैलीची दगडी हत्यारं. त्यामध्ये पूर्व पुराश्मयुगापासून ते मध्य पुराश्मयुग आणि सूक्ष्मास्त्रांपर्यंतची दगडी हत्यारं भरपूर प्रमाणात आहेत. त्यावरून हे स्पष्ट होतं की, आपले पूर्वज भारतात आले, त्याकाळी भारत म्हणजे बिनवस्तीचा मोकळा प्रदेश नव्हता.

पुराश्मयुगाशी संबंधित म्हणजे प्राचीन दगडी हत्यारांच्या युगातील आणि सूक्ष्मास्त्रांशी संबंधित म्हणजे दगडांची सूक्ष्म हत्यारं बनवली जाऊ लागली त्या काळाशी संबंधित. पूर्व पुराश्मयुगामध्ये बुद्धिमान मानवांनी आणि आदिम मानवांनी तयार केलेली अतिपुरातन शैलीची दगडी हत्यारं येतात. त्यात मुख्यतः तोडहत्यार, फरशी आणि हातकुऱ्हाडींचा समावेश आहे. ही सर्व हत्यारं मोठी आणि वजनदार आहेत आणि त्यातली बरीचशी हत्यारं मोठ्या दगडाचे छिलके काढत तयार केली आहेत. या पद्धतीला एश्युलिअन असं म्हणतात. मध्य पुराश्मयुगामध्ये हत्यारांची शैली बदललेली आहे. कारण, तोपर्यंत मोठ्या गोट्याचे छिलके नेमकेपणानं दूर करून पूर्व नियोजित आकाराचा गाभा वेगळा करून काढलेल्या छिलक्यांपासून तासण्या, टोचे यांसारखी अणकुचीदार हत्यारं कशी करायची हे माणूस शिकला होता. या तंत्रामुळे हत्यारं तयार करण्यासाठी लागणारा वेळ आणि कष्ट दोन्ही कमी झाले होते आणि हत्यारांची गुणवत्ता[१०] वाढली होती.

पूर्व पुराश्मयुगीन हत्यारांच्या तुलनेत मध्य पुराश्मयुगीन हत्यारं आकारानं लहान आहेत आणि सूक्ष्मास्त्रं त्याहीपेक्षा लहान आहेत. त्यांतली काही हत्यारं तर एक सेंटिमीटरपेक्षा लहान आहेत. सूक्ष्मास्त्रं म्हणजे वेगवेगळ्या आकारातली पाती असतात. त्यातली काही पाती अणकुचीदार असतात. सूक्ष्मास्त्रं हाडं, काठ्या यांच्यावर खोबणी करून, त्यामध्ये बसवून, बाण आणि भाले बनवले जात.

बुद्धिमान मानवांशी सूक्ष्मास्त्रांपासून तयार केलेल्या औजारांचा जितका जवळचा संबंध आहे; परंतु पुराश्मयुगीन किंवा मध्य पुराश्मयुगीन हत्यारांचा संबंध अमुकच एका मानवी प्रजातीशी लावता येत नाही. कोणत्याही मानवी प्रजातीला ती तयार करता आली असती, त्यामुळे नुसतं त्या हत्यारांकडे बघून ती कोणत्या काळातील मानवी प्रजातीनं केली आहेत, हे निश्चित सांगता येत नाही. वेगळ्या शब्दांत सांगायचं तर बुद्धिमान आणि आदिम प्रजातींच्या मानवांचा इतिहास लक्षात घेता त्यांनी केलेल्या हत्यारांमध्ये प्रादेशिकतेनुसार आढळणारे किरकोळ फरक सोडले, तर त्यांच्यात असणारं साम्य लक्षणीय आहे म्हणूनच हत्यारांचं वर्गीकरण त्यांच्या प्रकारावरून पूर्व पुराश्मयुगीन किंवा मध्य पुराश्मयुगीन सूक्ष्मास्त्रं असं केलं जातं.

भारतातला पुराश्मयुगीन हत्यारांचा सर्वांत प्राचीन पुरावा तमिळनाडूमध्ये, चेन्नईपासून ६९ किलोमीटरवर असलेल्या अट्टीरमपक्कम् इथे सापडला. हे हत्यार १.५ कोटी वर्षांपूर्वीचं आहे. (म्हणजेच बुद्धिमान मानवांचा उदय होण्याच्या १.२ कोटी वर्षं आधी) भारतामध्ये

---

१० हत्यारं तयार करण्याच्या एश्युलिअन (Acheulian) पद्धतीमध्ये मुठीच्या आकाराच्या किंवा मोठ्या आकाराच्या गोट्याचा हत्यार करण्यासाठी उपयोग केला जातो. त्यासाठी एका गोट्यावर दुसऱ्या गोट्याचा आघात करून गोट्याचे छिलके काढले जात. अशा पद्धतीनं गोट्याला नागमोडी धार काढली जाई. अशा हत्याराचा उपयोग तोडणे, कुटणे, कापणे अशा कामांसाठी होत असे. एश्युलिअन हत्यारांच्या दोन्ही पृष्ठभागांवर काम केलेलं असतं म्हणून ती 'द्विपृष्ठीय' (bifaces) असतात. या पद्धतीनं तयार होणाऱ्या दगडाचा गाभा हत्यार म्हणून वापरला जातो आणि तो तयार करताना निघालेले छिलके टाकून दिले जातात. हत्यारं तयार करण्याच्या मध्य पुराश्मयुगीन शैलीमध्ये गोट्याच्या खडबडीत पृष्ठभागाचे उभट पाती काढून गाभा तयार केलेला असतो. त्या गाभ्यापासून लांब धारदार पाती वेगळी केली जातात. पाती वेगळी केल्यानंतर पन्हाळीदार आकाराचा गाभा शिल्लक राहतो. त्या गाभ्यापासून आणखी पाती काढता येणार नाहीत, इतका तो लहान होईपर्यंत पाती काढली जातात.

उत्तर कर्नाटकातील हुंसगी–बैचबाळ खोरं, मध्य प्रदेशातील शोण नदीच्या खोऱ्याचा मध्यभाग, बाह्य हिमालय म्हणून ओळखल्या जाणाऱ्या शिवालिक टेकड्या या सर्व ठिकाणी आदिम मानवांच्या अस्तित्वाचे पुरावे विखुरलेले आहेत. हे पुरावे बुद्धिमान मानवांनी त्या प्रदेशात प्रवेश करण्यापूर्वीचे किंवा बुद्धिमान मानवांचा उदयही झाला नसेल अशा काळातले आहेत. नर्मदेच्या आसपास झालेल्या संशोधनातील निष्कर्षाप्रमाणे हे पुरावे *होमो हायडेलबर्गेन्सिस* या नावानं ओळखल्या जाणाऱ्या प्रजातीच्या किंवा *ताठ कण्याच्या मानवाचे* असतील का? की तेव्हा शक्तिमान मानवसुद्धा तिथे असतील? की अजूनही ज्यांच्याविषयी माहिती मिळालेली नाही, अशा काही अन्य प्रजातींचे आदिम मानव तिथे असतील? असं असणं अगदीच काही अशक्य नाही. आपल्याला अजूनही आदिम मानवांच्या सर्व प्रजातींची, जगभरात पोहोचलेल्या बुद्धिमान मानवाच्या काही समकालीन आदिम मानवी प्रजाती असतील तर त्यासंबंधीची माहितीही अजून उपलब्ध झालेली नाही. उदाहरणार्थ, डेनिसोव्हनचा शोध फक्त एक दशकापूर्वी लागला. उत्तर सैबेरियाच्या अल्ताई पर्वतांमधल्या डेनिसोव्हा गुहेमध्ये एका कुमारवयीन व्यक्तीच्या बोटाचं हाड आणि काही दात सापडले. त्यानंतर त्या बोटाच्या हाडातील डीएनएच्या संरचनेचं विश्लेषण केलं गेलं. ती व्यक्ती, बुद्धिमान मानव आणि शक्तिमान मानवापेक्षा भिन्न प्रजातीची आहे, हे त्या विश्लेषणातून स्पष्ट झाल्यावर सर्वांनाच आश्चर्य वाटलं. ते जीवाश्म ५०,००० ते ३०,००० वर्षांपूर्वीचे असल्याचं निश्चित केलं गेलं. अशी प्रजाती अस्तित्वात होती, हे या जीवाश्मांचा शोध लागेपर्यंत माहीतही नव्हतं. खरं तर डेनिसोव्हन प्रजातीला अजूनही योग्य शास्त्रीय नाव देण्यात आलेलं नाही.

थोडक्यात सांगायचं तर दक्षिण आशियामधलं आदिम मानवाचं अस्तित्व लक्षात घेण्याजोगं होतं. ते नक्की कोण होते हे आपल्याला माहीत नाही; पण हे नक्की माहीत आहे की, दगडी हत्यारं बनवण्याच्या पद्धतीत आणि दगडी हत्यारांच्या प्रकारात बदल करण्याइतके बुद्धिमान ते नक्कीच होते. त्यांनी ३,८५,००० वर्षांपूर्वी मध्य पुराश्मयुगीन तंत्र विकसित करण्याइतकी प्रगती केली होती. याचे पुरावे अट्टीरमपक्कम्मध्ये आढळतात. पुरातत्त्वज्ञ डॉ. शांती पप्पू आणि त्यांच्या सहकाऱ्यांनी अट्टीरमपक्कम्मध्ये केलेल्या दीर्घकालीन आणि विशेष उल्लेखनीय संशोधनकार्यामुळे हे पुरावे प्रकाशात आले. या प्रदेशात ३,८५,००० वर्षांपूर्वी विकसित झालेल्या मध्य पुराश्मयुगीन हत्यारांच्या प्रारंभाचा त्यांनी लावलेला शोध २०१८ सालच्या जानेवारी महिन्याच्या अखेरीस प्रकाशित झाला.

हत्यारं तयार करण्यामधलं पूर्व पुराश्मयुगापासून मध्य पुराश्मयुगापर्यंत झालेलं तांत्रिक परिवर्तन ही संकल्पनेच्या पातळीवरील एक मोठी झेप होती. कारण, मध्य पुराश्मयुगीन हत्यारं आकाराला येईपर्यंतचे अनेक टप्पे मनामध्ये साकार व्हावे लागतात. आधी आपल्याला कशा प्रकारचं हत्यार हवं आहे, तो आकार दृष्टीसमोर आणायचा. त्यानंतर दगडावर आघात करत आपल्याला हव्या त्या आकाराचा गाभा तयार करायचा आणि अखेरीस मनात निश्चित केलेल्या आकारानुसार हुबेहूब तसंच धारदार हत्यार तयार करायचं. या प्रक्रियेत प्रत्येक टप्पा पूर्वनियोजित असावा लागतो. मध्य पुराश्मयुगीन पद्धतीनं हत्यारं करणाऱ्यानं जर एश्युलिअन पद्धतीनं हत्यारं करणाऱ्याला हिणवण्यासाठी

म्हटलं की, 'हे काम काय कोणी मूर्खही करू शकेल.' तर ते बरोबरच असेल (अर्थातच त्या मूर्खांमध्ये आपण येत नाही. कारण, दगडाचे छिलके काढणं हे काम आज खास कौशल्याचं काम मानलं जातं आणि त्या खास कौशल्यात पारंगत होण्यासाठी आपल्याला खूप सराव करावा लागेल).

भाईबंद प्रजातींच्या विरोधात

ज्या प्रदेशात आधीपासूनच आदिम मानवांच्या प्रजातींचं लक्षणीय अस्तित्व होतं, तिथे जाऊन त्यांच्या बरोबरीनं स्थिरावणं ही गोष्ट बुद्धिमान मानवांसाठी सहजसाध्य निश्चितच नव्हती. आपल्याला लवांतमधल्या पहिल्या मानवी स्थलांतराच्या इतिहासावरून समजलंच आहे, त्यामुळे असं गृहीत धरणं योग्य ठरेल की, जेव्हा आपले पूर्वज भारताच्या उंबरठ्यावर प्रथम येऊन ठेपले, तेव्हा लवांतप्रमाणेच इथेही त्यांना विरोध झाला असणार. बुद्धिमान मानवांनी ती परिस्थिती कशी हाताळली असेल याविषयी आधी उल्लेख केलेल्या प्रबंधामध्ये कोरीसेट्टर, ओपनहायमर आणि हॅस्लॅम यांनी 'इंडियन स्टेज्ड डिस्पर्सल' या शीर्षकाखाली एक नवा आकृतिबंध मांडला आहे. स्थूलमानानं सांगायचं तर आपले पूर्वज भारताच्या वेगवेगळ्या भागांमध्ये वेगवेगळ्या काळात आले. ते एकाच झटक्यात भारतभर पसरले नाहीत. ते सर्व जण आफ्रिकेतून आलेल्या स्थलांतरितांच्या लाटेपैकीच होते; पण जगभरात, ते जसे वेगवेगळ्या प्रदेशांत वेगवेगळ्या काळात पोहोचले, तसेच भारतातही वेगवेगळ्या प्रदेशांमध्ये वेगवेगळ्या वेळी पोहोचले असावेत.

नवीन आलेल्या बुद्धिमान मानवांसाठी दक्षिण भारतातील आदिम मानवांची संख्या आव्हानात्मक ठरावी इतकी अधिक होती. उत्तर भारतातील आदिम मानवांची संख्या त्या मानानं कमी असावी, असं पुरातत्त्वीय पुराव्याच्या आधारे म्हणता येतं. अट्टीरमपक्कम्, हुंसगी–बैचबाळ खोरं, शोणच्या खोऱ्याचा मध्यभाग, भीमबेटका ही आदिम मानवाच्या वस्तीची स्थळं विंध्य पर्वताच्या दक्षिणेला आहेत, त्यावरून शास्त्रज्ञांचं सुरुवातीचं गृहीतक बरोबरच होतं, असं म्हणावं लागेल. शास्त्रज्ञांना वाटतं की, भारतात नव्यानं आलेल्या बुद्धिमान मानवांनी दक्षिण भारताच्या दिशेनं जाण्याचं टाळून ते हिमालयाच्या पायथ्याच्या प्रदेशातून जाणाऱ्या मार्गानं आले असावेत. तिथून ते म्यानमार आणि मग दक्षिण–पूर्व आशिया, पुढे ऑस्ट्रेलिया, पूर्व आशिया आणि चीनकडे गेले असावेत. अर्थातच या नव्यानं भारतात आलेल्या बुद्धिमान मानवांना हिमालयाच्या पायथ्या–पायथ्यानंच पुढे सरकावंसं का वाटलं, याचं एक निश्चित उत्तर नाही. त्यांच्यातल्या काहींना समुद्रकिनाऱ्याच्या मार्गानं येता आलं असतं. तसं त्यांनी केलं असतं तर मध्य भारत आणि दक्षिणेकडचा समुद्रीकिनाऱ्यापासून दूर असलेला प्रदेश इथे वास्तव्य असणाऱ्या आदिम मानवांशी सामना करण्याचा प्रश्न उद्भवला नसता. आपल्याला आता हे माहीत आहे की, पहिले स्थलांतरित जेव्हा अमेरिकेत गेले, तेव्हा त्यांनीही वेगवेगळे मार्ग निवडले आणि त्यानंतर हजारो वर्षं ते एकमेकांपासून दुरावले गेले. भारतात बाहेरून आलेले पहिले बुद्धिमान मानव कोणत्याही मार्गानं आले असले तरी त्यांना भारतातील आदिम मानवांशी प्रत्यक्ष झगडा करावा लागला नाही असं दिसतं. स्थलांतरित लोक अमुक एका मार्गानं आले किंवा इकडे गेले, तिकडे

गेले, असं जेव्हा आपण म्हणतो, तेव्हा त्याचा अर्थ आधीची वस्ती सोडून ते सगळेच्या सगळे दुसरीकडे गेले असा होत नाही, तर ते जिथे होते तिथून त्यांचा वावर असणाऱ्या प्रदेशाची कक्षा वाढत गेली, ते आणि त्यांचे वंशज नवनवीन प्रदेशात पोहोचले असं अभिप्रेत आहे.

कालांतरानं बुद्धिमान मानवांनी त्यांच्या वावरच्या भौगोलिक सीमा विस्तारत नेल्या. एवढंच नाही तर ते दक्षिणेकडच्या आदिम मानवांना हटवून, दक्षिणेतही वस्ती करू लागले आणि त्यामुळे दक्षिणेतले आदिम मानव नामशेष झाले. भारतीय पुरातत्त्वशास्त्राच्या नोंदींमध्ये सूक्ष्मास्त्रांचा वापर अचानक वाढलेला दिसतो. यावरून हे कधी आणि कसं झालं असावं, याची कल्पना येऊ शकते. दगडी हत्यारांमुळे बहुतेकदा आपल्याला मानवाची प्रजाती ओळखायला मदत होत नाही हे खरं असलं तरी सूक्ष्मास्त्रं ही त्याला अपवाद आहेत. भारतात आणि इतरत्र सूक्ष्मास्त्रं आदिम मानवांपेक्षा बुद्धिमान मानवांशी अधिक निगडित आहेत. भारतीय उपखंडामध्ये ती साधारण ४५,००० वर्षांपूर्वीची आहेत. त्यांच्यातील सातत्य आश्चर्यजनक आहे. हे सातत्य फक्त भारतीय उपखंडातच दिसत नाही तर त्याचा प्रसार इतरत्र झालेला दिसतो. सुमारे ३८,००० वर्षांपूर्वीची पहिली सूक्ष्मास्त्रं श्रीलंकेमध्ये सापडतात आणि तेव्हापासून जवळ जवळ ३,००० वर्षांपूर्वीपर्यंत म्हणजे भारतात आणि श्रीलंकेत लोखंडाचा वापर सुरू होईपर्यंत त्यांचा वापर सातत्यानं होत होता.

मध्य प्रदेशामध्ये मेहताखेरी इथे सापडलेली सूक्ष्मास्त्रं ४५,००० वर्षांपूर्वीची आहेत. मध्य प्रदेशातल्या निमारच्या प्रदेशातील आठ स्थळांच्या उत्खननात ४५,००० ते ३४,००० वर्षांदरम्यानची सूक्ष्मास्त्रं सापडली. मेहताखेरी हे त्यांच्यापैकी एक स्थान आहे. विशेष म्हणजे सूक्ष्मास्त्रं सापडण्याचा काळ आणि भौगोलिक विस्तारही भारतातील पहिल्या बुद्धिमान मानवांचा काळ आणि त्यांचा भौगोलिक विस्तार (म्हणजेच त्यांच्या लोकसंख्येत झालेल्या वाढीचे भौगोलिक निदर्शक) यांच्याशी तंतोतंत जुळतं. भारतीय उपखंडावरील आनुवंशिक कालक्रमासंबंधी, आधी उल्लेख केलेल्या २०१७ सालच्या शोधनिबंधात सांगितल्याप्रमाणे ४५,००० ते ३५,००० या कालखंडांदरम्यान[११] मध्य आणि पूर्व भारतामध्ये हॅप्लोग्रुप 'एम'च्या एमटी डीएनएचा खूप मोठ्या प्रमाणावर विस्तार आणि प्रसार झाला. या काळाच्या अखेरीस हळूहळू हवामानामध्ये बदल होऊन सर्व जग MIS2 कालखंडातील हिमयुगीन स्थितीमध्ये परिवर्तित झालं.

म्हणजेच एकाच वेळी अनेक गोष्टी घडत होत्या : हवामानातील आर्द्रतेचं प्रमाण अधिकाधिक कमी होत गेल्यामुळे सर्व सजीवांचं जीवन कठीण होऊ लागलं; बुद्धिमान मानव सूक्ष्मास्त्रांचा जास्तीत जास्त वापर करू लागले होते; त्यांची प्रजा वेगानं वाढायला आणि त्यांचा भौगोलिक विस्तार व्हायला सुरुवात झाली होती. या सर्व गोष्टी मध्य भारतात घडत होत्या आणि विशेष म्हणजे हा प्रदेश आदिम मानवांनाही वास्तव्य करण्यासाठी अनुकूल वाटला होता.

---

११ मरीना सिल्व्हा आणि इतर – 'ए जेनेटिक क्रोनॉलॉजी फॉर इंडियन सबकॉन्टीनन्ट पॉइंट्स टू हेव्ही सेक्स-बायस्ड डिस्पर्सल,' बीएमसी इव्होल्यूशनरी बायॉलॉजी (२०१७).

असं झालेलं असू शकेल का की, भारतातल्या बुद्धिमान मानवांना हवामान जास्त जास्त कोरडं आणि शुष्क होत असलेलं जाणवलं असेल, तेव्हा त्या प्रतिकूल हवामानात शिकारीसाठी आणि अन्य स्रोतांच्या वापरासाठी त्यांनी सूक्ष्मास्त्रासारख्या नव्या तंत्रज्ञानाचा जास्तीत जास्त उपयोग करून, भाले आणि बाणांसारखी टोकदार छोटी हत्यारं तयार केली असतील? तशा हवामानात अजूनही वास्तव्यासाठी योग्य असलेल्या; पण आदिम मानवांच्या अस्तित्वामुळे तोपर्यंत टाळलेल्या एखाद्या नव्या प्रदेशात ते गेले असतील का? त्यांनी जर खरंच तसं केलं असेल, तर बुद्धिमान मानव त्यांच्या सर्व मोहिमांमध्ये यशस्वी झाले आणि त्याचा परिणाम म्हणून त्यांची प्रजोत्पत्ती वेगानं होत गेली असं म्हणणं शक्य आहे.

पुरातत्त्वशास्त्र आणि अनुवंशशास्त्रातील काही मान्यवर व्यक्तींनी २००९ साली लिहिलेल्या, 'पॉप्युलेशन इन्क्रीज अँड एन्व्हायरनमेन्टल डिटीरिओरेशन कॉरस्पॉन्ड वुईथ मायक्रोलिथिक इन्नोवेशन्स इन साउथ एशिया 35,000 इयर्स अॅगो,[१२] या शोधनिबंधात असं म्हटलं गेलं आहे की, 'मागच्या ४५,००० ते २०,००० वर्षांदरम्यान दक्षिण आशियामध्ये मानव जमातीचं प्रमाण सर्वांत जास्त होतं. या संशोधनात सादर केलेल्या पुराव्यात प्रतिबिंबित होतं की, भारतात ज्या पद्धतीनं मानव वंश विस्तारत होता तसा तो अन्य कुठेही विस्तारत नव्हता.'

३,८५,००० वर्षांपूर्वी अट्टीरमपक्कम्मधील आदिम मानव मध्य पुराश्मयुगीन हत्यारं तयार करू लागले होते, तर ४५,००० वर्षांपूर्वी मध्य भारतातील बुद्धिमान मानवांनी, सूक्ष्मास्त्रं तयार करून आणि त्यांचा वापर करून तंत्रज्ञान क्षेत्रात आघाडी घेतली होती. मेहताखेरीला सापडलेली सर्वाधिक प्राचीन सूक्ष्मास्त्रं ४५,००० वर्षांपूर्वीची असली तरी सूक्ष्मास्त्रं तयार करण्याचं तंत्रज्ञान भारताच्या वेगवेगळ्या भागांमध्ये, वेगवेगळ्या वेळी आलं असणार म्हणजे हे तंत्रज्ञान महाराष्ट्रातील पाटणे, आंध्र प्रदेशातील ज्वालापुरम् आणि श्रीलंकेतील फाहियान गुहा (पहियानगल गुहा) आणि बेटाडोंबेलेना गुहा (दिव गुहव) अशा काही ठिकाणी केवळ ३५,००० वर्षांपूर्वी आलेलं दिसतं.

उपलब्ध माहितीचे तुकडे एकत्र करून जे चित्र उभं राहतं, त्यानुसार साधारण ६५,००० वर्षांपूर्वी बुद्धिमान मानव भारतात आले तेव्हा त्यांच्या आधीपासून इथे शेकडो, हजारो वर्षं स्थिरस्थावर झालेल्या आदिम मानवांचं अस्तित्व हा त्यांच्यासाठी अनपेक्षित धक्का होता. त्यानंतर बुद्धिमान मानव, जसं साधेल तसे धीम्या गतीनं पुढे सरकत राहिले. काही जण उत्तर भारतातील हिमालयाच्या पायथ्याकडील प्रदेशातून पश्चिमेकडून पूर्व दिशेला गेले, तर काही जण समुद्रकिनाऱ्याच्या मार्गानं उत्तरेतून दक्षिणेकडे गेले. ३५,००० वर्षांपूर्वी हवामान अतिशय प्रतिकूल झालं; पण तोपर्यंत बुद्धिमान मानवानं शिकार करण्यासाठी आणि शत्रूंशी सामना करण्यासाठी नवीन तंत्रज्ञान अंगीकारलं होतं. एकापाठोपाठ एक यश मिळत गेल्यामुळे बुद्धिमान मानवांची लोकसंख्या वेगानं वाढू लागली आणि ते विस्तृत भूप्रदेशात पसरले. दक्षिण भारताच्या द्वीपकल्पीय प्रदेशात ते आतपर्यंत घुसले, त्यामुळे कदाचित

१२ मायकेल पेट्राग्लिया, अन्य लेखकांसह – 'पॉप्युलेशन इन्क्रीज अँड एन्व्हायरनमेन्टल डिटीरिओरेशन कॉरस्पॉन्ड वुईथ मायक्रोलिथिक इन्नोवेशन्स इन साउथ एशिया 35,000 इयर्स अॅगो, *पीएनएएस* (जुलै, २००९).

तिथल्या आदिम मानवांना अधिक सुरक्षित जागांमध्ये आश्रय घ्यावा लागला. उदाहरणार्थ, ज्वालापुरम् किंवा भीमबेटका. ते त्यांचा पूर्ण शेवट होईपर्यंत तिथेच राहिले.

हे सर्व कसं घडलं असेल, हे पुराव्यासह जाणून घेण्यासाठी ज्वालापुरम् हे योग्य स्थान आहे. ते कर्नुल जिल्ह्यातील जुर्रेरू नदीच्या खोऱ्यात आहे. महत्त्वाची गोष्ट ही की, या खोऱ्यात आजही ७४,००० वर्षांपूर्वी उद्रेक झालेल्या, टोबा ज्वालामुखीच्या अतिप्रचंड उद्रेकाच्या खुणा असलेले राखेचे थर आढळतात. सुमात्रा बेटावर असलेल्या या ज्वालामुखीचा उद्रेक झाला, तेव्हा त्याची लाखो टन राख आग्नेय आशिया आणि दक्षिण आशियामध्ये पसरली आणि तिथली जीवसृष्टी धोक्यात आली.

प्राध्यापक कोरीसेट्टर यांनी ज्वालापुरम् या प्रागैतिहासिक स्थळाचा शोध लावला. कोरीसेट्टर आणि प्राध्यापक पेट्राग्लिया यांच्या नेतृत्वाखालील पुरातत्त्वशास्त्रज्ञांच्या गटानं दहा वर्षांपूर्वी तिथे उत्खनन केलं. तिथे राखेखाली, तळाशी असलेल्या थरांमध्ये त्यांना एक महत्त्वाची गोष्ट सापडली : ती गोष्ट म्हणजे ७७,००० वर्षांपूर्वीची मध्य पुराश्मयुगीन हत्यारं. उत्खनकांच्या मते ती हत्यारं बुद्धिमान मानवांनी तयार केलेली होती. राखेच्या थरावरील थरांमध्ये मिळालेली हत्यारंही त्याच प्रकारची असल्याचं त्यांना आढळलं. मात्र ती हत्यारं ४५,००० ते ३५,००० वर्षांपूर्वीची होती. त्या निरीक्षणांमुळे संशोधनक्षेत्रात विचारमंथन सुरू झालं. कारण, आफ्रिकेतून झालेल्या स्थलांतराची घटना ७०,००० वर्षांपूर्वी घडली या गृहीतकाला आव्हान देणारं ते संशोधन होतं. ती हत्यारं बुद्धिमान मानवांनीच तयार केली होती, या सिद्धान्तावर पेट्राग्लिया ठाम होते; पण २०१७मध्ये कोरीसेट्टर, ओपेनहायमर आणि हॅस्लॅम यांनी सहलेखन केलेल्या शोधनिबंधामध्ये मात्र ही हत्यारं आदिम मानवांनीच तयार केली असण्याची शक्यता अधिक असल्याचं म्हटलं आहे.

आणखी विशेष म्हणजे त्याच जुर्रेरू खोऱ्यामध्ये, कोरीसेट्टर आणि पेट्राग्लिया यांना ३८,००० ते काही हजार वर्षांपूर्वीपर्यंत वापरात असलेली सूक्ष्मास्त्रं सापडली. या सूक्ष्मास्त्रांच्या संदर्भात कोरीसेट्टर, ओपेनहायमर आणि हॅस्लॅम म्हणतात, 'जुर्रेरूच्या खोऱ्यात मिळालेल्या हत्यारांचं सर्वांत सोपं उत्तर द्यायचं असेल, तर त्याद्वारे तिथे ४०,००० ते ३५,००० वर्षांपूर्वीच्या सुमारास बुद्धिमान मानवाचा वावर होता, हे असेल.'

जुर्रेरू खोऱ्यात आधीपासूनच आदिम मानवांची वस्ती होती आणि नंतर साधारण ३५,००० ते ४०,००० वर्षांपूर्वी *बुद्धिमान मानव* तिथे आले, हे स्पष्टीकरण जर बरोबर असेल तर त्या वेळी ते खोरं, सूक्ष्मास्त्रांच्या तंत्रज्ञानानं सज्ज असलेले बुद्धिमान मानव आणि अजूनही मध्य पुराश्मयुगीन हत्यारं वापरणारे त्यांचे आदिम भाईबंद यांच्यातल्या चकमकींचं महत्त्वाचं स्थळ ठरलं असणार. या दोघांमध्ये झालेल्या संघर्षांच्या शेवटच्या टप्प्यातली जी स्थळं असतील, त्यातलं हे एक स्थळ आहे का हे मात्र कदाचित कधीच कळणार नाही.

आता जर आपण ज्वालापुरम्च्या मोकळ्या मैदानी प्रदेशात आलो तर आपल्याला दिसतं की, लोक टोबा ज्वालामुखीची राख पोत्यांत भरून, गाड्यांवर लादून नेत आहेत. ही राख सफाईसाठीची पावडर (डिटर्जंट) म्हणून किंवा पितळी वस्तूंना चकाकी आणण्यासाठी म्हणून विकली जाते. मी जेव्हा २०१८ सालच्या सुरुवातीला या स्थळाला भेट दिली,

तेव्हा मला तिथे राख खणून काढल्यामुळे झालेले खड्डे दिसले. खणल्यामुळे तयार झालेल्या खड्ड्यांच्या बाजूंवर दिसणारे थराचे पट्टे पाहिले, तर त्यामध्ये पांढऱ्या राखेचे रुंद पट्टे दिसले. हे पांढरे पट्टे म्हणजे ज्वालामुखीच्या उद्रेकाच्या शिल्लक राहिलेल्या खुणा आहेत. ज्वालामुखीचा उद्रेक झाला तेव्हा या खोऱ्यावर राखेचा साधारण पाच सेंटिमीटरचा थर जमला होता; पण आज आपल्याला तिथल्या खड्ड्यात दिसणारा राखेचा पट्टा काही सेंटिमीटरचा नाही तर काही इंचांइतका जाड आहे. याचं कारण म्हणजे ज्वालामुखीच्या उद्रेकामुळे या खोऱ्यात येऊन पसरलेल्या प्राथमिक राखेनं एक थर तयार झाला; पण नंतर दीर्घकाळापर्यंत या खोऱ्यात राखेचा वर्षाव होत होता आणि ती राख मान्सून पावसामुळे, अन्य जल प्रवाहांमधून आणि जुर्रेरू नदीच्या प्रवाहातून या खोऱ्यात वाहून आली, त्यामुळे या राखेच्या थराची जाडी थोडी वाढत गेली.

या नदीपात्राशी उभं राहिलं की, साधारण ३८,००० वर्षांपूर्वी भारतात आलेल्या बुद्धिमान मानवांची पहिली लाट, आदिम मानवांच्या आश्रयस्थानांमधलं एक शेवटचं स्थान म्हणता येईल, अशा या ठिकाणी येऊन पोहोचली, तेव्हा इथे कोणतं नाट्य घडलं असेल, अशी हुरहुर मनाला लागते. बुद्धिमान मानव भारतभर पसरले त्याला किती काळ लागला असेल? आणि आदिम मानव कधी इतिहासजमा झाले असतील? ही अजूनही विज्ञानाला न उकललेली रहस्यं आहेत; पण बुद्धिमान मानव दक्षिण आशियामध्ये कुठपर्यंत गेले (साधारण ३८,००० वर्षांपूर्वी नैर्ऋत्य श्रीलंका पार करून) आणि आपल्या आदिम भाईबंदांच्या (साधारण ३५,००० वर्षांपूर्वी ज्वालापुरम्‌मधील) दीर्घकालीन आश्रयस्थानांचा ताबा घेणं त्यांना किती शक्य झालं, याचा विचार केल्यावर आपण हे गृहीत धरू शकतो की, आपले पूर्वज ज्या भूमीवर आले त्या भूमीवर ३०,००० वर्षांपूर्वी त्यांनी पूर्ण ताबा मिळवला होता.

भारतातील पहिल्या बुद्धिमान मानवांची झलक पाहायची आहे? तर मग आरशात पाहा!

आता पुढचा प्रश्न येतो : त्यांचे म्हणजे भारतातील पहिल्या बुद्धिमान मानवांचे वंशज आज कुठे आहेत? ते संख्येनं किती आहेत? आणि आपल्याला कुठे भेटतील? तुम्हाला जर अजूनही त्यांचे अन्य जमातींबरोबर फारसा संकर न झालेले, आज अस्तित्वात असलेले सगळ्यात जवळचे थेट वंशज बघायचे असतील, तर तुम्हाला छोट्या अंदमान बेटावर जायला हवं आणि तिथल्या ऑन्ग जमातीच्या लोकांना बघायला हवं. १९०० साली तिथे ६७० ऑन्ग होते. ते कमी होत होत आता साधारण शंभर उरले आहेत. त्यांचा मातृक हॅप्लोग्रुप 'एम' हा आहे आणि पैतृक हॅप्लोग्रुप 'डी' हा आहे. २०११ साली एका ऑन्ग बालकाच्या जन्मानंतर त्यांची संख्या १०१ झाली, तेव्हा या घटनेच्या बातमीमुळे ते प्रकाशझोतात आले.

पण खरंच तुम्हाला जर भारतातील पहिल्या बुद्धिमान मानवांचे वंशज पाहायचे असतील, तर तुम्ही फक्त आरशात पाहायला हवं किंवा तुमच्या आसपास तुमच्या कार्यालयातल्या, तुमच्या घरातल्या लोकांकडे पाहायला हवं. युरोप, ऑस्ट्रेलिया आणि अमेरिकेतल्या बुद्धिमान मानवाच्या मूळ शाखेचा ऱ्हास होत गेल्यानं त्या शाखेचे सदस्य

आता अगदी कमी संख्येनं उरले आहेत; पण भारतात तसं नाही. भारतातील पहिल्या बुद्धिमान मानवाच्या जनुकीय वैशिष्ट्यांच्या खुणा आजच्या भारतीय समाजात ठळकपणे उपस्थित आहेत.

खरं म्हणजे आपल्या जनुकीय संरचनेचा अर्धा ते दोन तृतीयांश हिस्सा भारतातील पहिल्या बुद्धिमान मानवांच्या जनुकीय संरचनेतून आलेला आहे. भारतीय स्त्री आणि पुरुष या दोन्हींमधल्या जनुकीय संरचनेवर आधारित विश्लेषण पद्धती ही साखळी जाणून घेण्यासाठी सर्वांत योग्य पद्धत आहे; पण या साखळीचं स्वरूप समजून घेण्याच्या अन्य पद्धतीही आहेत. त्या पद्धतींमुळे यासंबंधीचे थोडे वेगळे दृष्टिकोन मांडता येतात. उदाहरणार्थ, जर आपण मातृक वंशसाखळीचं जनुकीय विश्लेषण लक्षात घेतलं तर 'एम' हॅप्लोग्रुपचं प्रमाण अधिक आढळतं म्हणजे साधारण ७० ते ९० टक्के लोकसंख्या ही भारतात आलेल्या पहिल्या बुद्धिमान मानवांचे भारतीय वंशज आहेत. जर आपण 'वाय' गुणसूत्रांचा वंशानुक्रम पाहिला तर मात्र थोडं वेगळं चित्र दिसतं : केवळ १० ते ४० टक्के लोक भारतातील पहिल्या बुद्धिमान मानवांच्या हॅप्लोग्रुपमध्ये असलेले दिसतात. अर्थात हे आपण लोकसंख्येतल्या कोणत्या गटाचा विचार करतो आहोत, यावर अवलंबून आहे (पुरुष आणि स्त्री यांच्यातील जनुकीय संरचनेच्या विश्लेषणावर आधारित संख्याशास्त्रीय नोंदीमध्ये दिसणारी तफावत पुढील काळात झालेल्या स्थलांतरांचा इतिहास दर्शवणारी आहे. तो भाग आपण चौथ्या प्रकरणामध्ये पाहणार आहोत).

आता तुम्हाला 'एमटी' डीएनए आणि 'वाय' गुणसूत्र विश्लेषण पद्धतीनुसार मांडलेल्या वंशानुक्रमाची माहिती देणाऱ्या पृष्ठ क्र.१८ ते २४चा संदर्भ घेणं आवश्यक आहे. इथे त्याचा सारांश पुन्हा दिलेला आहेच. 'एमटी' डीएनए मातेकडून थेट मुलीमध्ये संक्रमित होतो. त्याचप्रमाणे 'वाय' गुणसूत्र वडिलांकडून मुलाकडे संक्रमित होतं, त्यामुळे जेव्हा आपण म्हणतो की, ७० ते ९० टक्के 'एमटी' डीएनएच्या साखळीचं मूळ भारतातील पहिल्या बुद्धिमान मानवांच्या समूहापर्यंत जाऊन पोहोचतं, तेव्हा त्याचा अर्थ असा होतो की, ७० ते ९० टक्के भारतीय स्त्रियांमधील मातृक वंशसाखळीचा स्रोत आफ्रिकेतून आलेल्या स्थलांतरित स्त्रियांच्या जनुकीय संरचनेत आहे. भारतातील पहिल्या बुद्धिमान मानवसमूहातील ती किंवा त्या माता साधारण ६५,००० वर्षांपूर्वी भारतात पोहोचलेल्या असतील. त्याचप्रमाणे जेव्हा आपण म्हणतो की, १० ते ४० टक्के भारतीयांच्या 'वाय' गुणसूत्रांचा वंशानुक्रम भारतातील पहिल्या बुद्धिमान मानवांच्या वंशजांकडून आलेला आहे, तेव्हा त्याचा अर्थ असा होतो की, भारतातील १० ते ४० टक्के पुरुषांच्या पैतृक वंशानुक्रमाचं मूळ हे आफ्रिकेतून आलेल्या स्थलांतरितांमध्ये होतं.

मग असा प्रश्न निर्माण होतो की, जर आम्हा भारतीयांचा परिपूर्ण प्रतिनिधी ठरवायचा असेल तर तो कसा असेल? याचं खरं उत्तर म्हणजे 'एक आदिवासी स्त्री' असं असेल. कारण, भारतीय जनसमूहांमध्ये आज जनुकीय पातळीवर खोलवर रुजलेल्या आणि मोठ्या प्रमाणावर प्रसार झालेल्या 'एम २' या 'एमटी' डीएनएची ती वाहक असण्याची शक्यता सर्वाधिक आहे. अनुवंशशास्त्राच्या दृष्टिकोनातून सांगायचं तर थोडं कमी-अधिक वगळता, आपल्या संपूर्ण जनुकीय इतिहासाची ती प्रतिनिधी असणार

आहे. तिची जनुकीय घडण बहुतेक भारतीयांना आनुवंशिकतेनं मिळालेली आहे. मग ते कोणत्याही सामाजिक स्तरावर असोत किंवा कोणतीही भाषा बोलत असोत अथवा कोणत्याही प्रदेशात राहत असोत. कारण, आपण सर्व जणच स्थलांतरित आहोत आणि एकमेकांशी संकर होऊन निर्माण झालो आहोत.

Subhendu Sarkar / LightRocket / Getty Images

ओडिशामधील कोरापुट येथील 'बोंडा' जमातीतील स्त्री. बोंडा लोक,
'रेमो' ही ऑस्ट्रोएशियाटिक भाषा बोलतात.

छत्तीसगढमधील बस्तर येथील 'गोंड' जमातीतील स्त्री. गोंड लोक, 'गोंडी' ही द्राविडी भाषा बोलतात.

आपली पूर्वज स्त्री मात्र इथेच होती. ती काहीशी ४,५०० वर्षांपूर्वीच्या मोहेंजोदाडोमधल्या 'नर्तकी'सारखी (पुस्तकाच्या मुखपृष्ठावरील) दिसत होती. आज सामान्यतः आपली जी चेहरेपट्टी आणि शरीरयष्टी आहे, ती बहुधा त्या काळातच पूर्णत्वाला आलेली होती.

पण सिंधू नदीच्या आणि घग्गर-हाक्रा या जुळ्या नद्यांच्या खोऱ्यातल्या मोहेंजोदाडो, हडप्पा, ढोलावीरा, राखीगढीसह अन्य स्थळांमध्ये नांदलेली नागरी संस्कृती समजून घेण्यापूर्वी आपण शिकाऱ्याचे शेतकरी कसे झालो, कुठल्या काळात आणि का झालो, हे जाणून घ्यायला पाहिजे.

२

आद्य शेतकरी

भारतातील आणि इराणच्या झॅग्रोस पर्वतरांगांमधल्या गुराख्यांनी भारताच्या वायव्य प्रदेशांमध्ये अल्पावधीत प्रसृत केलेल्या आणि प्राचीन जगातल्या सर्वांत मोठ्या नागरी संस्कृतीच्या उदयासाठी अनुकूल स्थिती निर्माण करणाऱ्या कृषिक्रांतीची बीजं पहिल्यांदा कशी पेरली गेली?

आजच्या भारतीयांच्या जनजीवनाची जडणघडण समजून घ्यायची असेल, तर पिझ्झा डोळ्यांसमोर आणा. आफ्रिकेतून भारतात आलेले पहिले स्थलांतरित भारतीय ही त्या जनजीवनाची पूर्वपीठिका म्हणजे पिझ्झा-बेस आहे. पिझ्झ्याचे काही भाग पातळ पापुद्र्याचे आहेत, तर काही भाग जाड पापुद्र्याचे आहेत; पण त्या सर्व भागांच्या तळाशी एक आधार आवश्यक आहे. तो आधार नसेल तर पिझ्झा होऊ शकणार नाही. पिझ्झ्याच्या बेसनंतर त्याच्यावर पसरायच्या सॉसचा, मग चीजचा आणि मग त्यावर घालायच्या वेगवेगळ्या गोष्टींचा विचार करू या. या वेगवेगळ्या गोष्टी म्हणजे भारतीय उपखंडात नंतर वेगवेगळ्या कालखंडांमध्ये आलेले वेगवेगळे लोक. पिझ्झ्यावर घातलेल्या विविध गोष्टी म्हणजे टॉपिंग्ज, पिझ्झ्याच्या सर्व भागांवर एकसारख्या पसरलेल्या नसतात. त्याच्या काही भागांवर टोमॅटोचे तुकडे जास्त असतात. काही भागांवर ढोबळी मिरचीचे तर काहींवर मशरूमचे तुकडे जास्त असतात. भारतीय पिझ्झ्यावर पसरलेले सॉस, चीज आणि टॉपिंग्जही इत्यादींचंही अगदी असंच आहे. पश्चिम आशियातल्या, आग्नेय आशियातल्या, युरोपमधल्या आणि मध्य आशियातल्या अशा जगाच्या अन्य भागांमध्येही असंच झालेलं दिसतं; पण भारतातल्या पिझ्झ्याचा बेस एकमेवाद्वितीय आहे. तसा बेस तुम्हाला जगात दुसरीकडे कुठेही आढळणार नाही, तसंच भारताइतका प्रचंड वैविध्यपूर्ण पिझ्झाही आफ्रिकेशिवाय इतरत्र कुठेही मिळणार नाही.

भारतामध्ये इतकं वेगवेगळेपण, इतकी विविधता येण्याचं कारण काय? त्याची कथा हाच तर या पुस्तकाचा विषय आहे. आफ्रिकेच्या खालोखाल दक्षिण आशिया हा असा एकमेव प्रदेश आहे, जिथे आधुनिक मानवांचं दीर्घकाळ आणि मोठ्या संख्येनं वास्तव्य आहे. तिथल्या वैविध्याचं कारण कदाचित हेच असू शकेल. प्रत्येक पिढीमध्ये जन्मलेल्या अपत्यांमध्ये माता-पित्यांच्या जनुकांच्या प्रतिकृती निर्माण होत असतात. त्या प्रत्येक प्रतिकृतीमध्ये उत्परिवर्तन घडून येण्याची शक्यता असते. उत्परिवर्तनानं झालेले हे बदल पुढील पिढ्यांमध्ये संक्रमित होतात. जनसंख्या जितकी जास्त तितकं त्यांच्यात नव्यानं होणारं उत्परिवर्तन जास्त. मागील प्रकरणात पाहिल्याप्रमाणे दहा सहस्र वर्षांहून जास्त काळापासून आधुनिक मानवांची वस्ती असणाऱ्या प्रदेशांपैकी एक भारत आहे; पण इथल्या विविधतेच्या कारणांमधलं ते फक्त एक कारण झालं. दुसरं महत्त्वाचं कारण म्हणजे स्थलांतरे.

तर सुरुवातीच्या काळापासून आजपर्यंत आपण कसे घडत गेलो, ते सर्व कसे घडले हे आता जाणून घेऊ. भारतीय उपखंडामध्ये झालेलं पहिलं स्थलांतर आपण या प्रकरणात समजून घेणार आहोत. भारताच्या जनसमूहांच्या रचनेत लक्षणीय बदल घडवून आणणारं हे पहिलं स्थलांतर सुमारे ६५,००० वर्षांपूर्वीचं आहे.

त्यांना जे जे दिसलं त्यांवर त्यांनी स्वामित्व मिळवलं

मागील प्रकरणाच्या अखेरीस आपण पाहिलं की, भारतात बाहेरून आलेल्या पहिल्या स्थलांतरितांनी पाऊल टाकलं, त्या प्रदेशावर त्यांनी स्वतःचा हक्क प्रस्थापित केला आणि आदिम प्रजातीच्या मानवांना तिथून नाहीसं केलं किंवा ते त्यांच्यापेक्षा वरचढ ठरले. मग भारतातले आदिम मानव नक्की कोणत्या काळात लुप्त झाले? आपल्याकडे याचा नक्की पुरावा देता येईल, असं उत्तर नाही. खरं तर ते *ताठ कण्याचे मानव (होमो इरेक्टस)* होते, *होमो हायडेलबर्गेन्सिस* होते की, *शक्तिमान मानव (होमो निअँडर्थलेन्सिस)* होते की, अजूनही आपल्याला माहीत नाही अशा एखाद्या मानवी प्रजातीपैकी होते, हेसुद्धा आपल्याला माहीत नाही.

दक्षिण आशियामध्ये म्हणजे भारतीय उपखंडामध्ये आदिम मानवाच्या केवळ एका जीवाश्माचा शोध लागला आहे. तो जीवाश्म म्हणजे कवटीचा एक तुकडा आहे आणि ती २,५०,००० वर्षांपूर्वीची आहे. १९८२ साली मध्य प्रदेशात नर्मदेच्या खोऱ्यातल्या हाथनोरा इथे ती सापडली. आधी त्या जीवाश्माचं वर्गीकरण ताठ कण्याचा मानव म्हणून, नंतर *बुद्धिमान मानवाच्याच* प्रजातीतल्या एका पुरातन समूहाचा सदस्य *होमो हायडेलबर्गेन्सिस* म्हणून केलं गेलं. हाथनोरा जीवाश्माच्या प्रजातीविषयीचा वाद अजूनही मिटलेला नाही, त्यामुळे या उपखंडातील आदिम मानव केव्हा नाहीसे झाले हे निश्चित माहीत नाही, याचं आश्चर्य वाटण्यासारखं काहीच नाही.

पण आपल्याला हे माहीत आहे की, शक्तिमान मानव ४०,००० वर्षांपूर्वी युरोपमधून लुप्त झाले. नैर्ऋत्य युरोपामधले आयबेरियन द्वीपकल्प हे त्यांचं शेवटचं आश्रयस्थान होतं. आधुनिक मानव सुमारे ४५,००० वर्षांपूर्वी युरोपमध्ये पोहोचले म्हणजेच काही हजार वर्षं ते आणि शक्तिमान मानव युरोपमध्ये एकाच वेळी अस्तित्वात होते; पण शक्तिमान मानवांच्या

बरोबर बुद्धिमान मानवांचा व्यवहार कसा होता हा वादाचा मुद्दा आहे, तरीही असं म्हणता येईल की, आधुनिक युरोपात पोहोचल्यानंतर काही काळातच त्यांच्यात आणि शक्तिमान मानवांच्या समूहात झालेल्या संघर्षांमुळे किंवा त्यांच्याबरोबर आलेल्या रोगांच्या नव्या साथींमुळे किंवा अन्य काही कारणांमुळे, शक्तिमान मानवांची सर्वत्र पीछेहाट झाली.

पहिल्या प्रकरणात सांगितल्याप्रमाणे भारतातले आदिम मानव साधारण ३५,००० वर्षांपूर्वी लुप्त झाले असावेत आणि *बुद्धिमान मानवांच्या* नरजेखालचा इथला सर्व प्रदेश पूर्णतः त्यांच्या ताब्यात आला असावा, त्यामुळे भारतातील आधुनिक मानवांना या उपखंडावरचा राहण्याजोगा प्रदेश अधिकाधिक व्यापणं आणि तिथल्या स्वतःच्या अस्तित्वाच्या खुणा निर्माण करणं शक्य झालं. भारताच्या उत्तर, दक्षिण, पूर्व, पश्चिम अशा चारी दिशांच्या कानाकोपऱ्यात स्थिरावायला त्यांना भरपूर कालावधी मिळाला. यावरून, आधी वर्णन केलेला 'भारतीय पिझ्झा'चा जो अनेक पापुद्र्यांचा बेस आहे, तो संपूर्ण दक्षिण आशियामध्ये का दिसून येतो हे समजतं.

पण हा बेस एकमेवाद्वितीय का आहे? हा बेस एकमेवाद्वितीय आहे. कारण, तो भारतातील पहिल्या स्थलांतरितांच्या वंशावळीमधून तयार झाला आहे म्हणजेच ५० ते ६५ टक्के भारतीय जनसमुदाय हे त्यांच्या वंशसाखळीतून जन्माला आलेले आहेत आणि या पहिल्या भारतीय वंशसाखळीच्या नजीकचे नातेवाईक आता या उपखंडाच्या बाहेर आढळत नाहीत. या वंशसाखळीच्या सर्वांत जवळच्या नातेवाइकांनी एकदा भारत सोडला आणि स्थलांतर करून ते आग्नेय आशियात आणि तिथून ऑस्ट्रेलियाला गेले; पण ६५,००० वर्षांपूर्वी भारतातल्या पहिल्या बुद्धिमान मानवांचे समूह अशा रीतीनं एकमेकांना दुरावले ते कायमचेच, त्यामुळे भारतात राहिलेले आणि भारताबाहेर गेलेले यांच्यामध्ये आता काही जवळचं नातं राहिलं असेल, असं म्हणणं ही अतिशयोक्ती ठरू शकते. कारण, जे जनसमुदाय एकमेकांपासून दीर्घकाळ वेगळे राहतात. ते वेगवेगळ्या पद्धतीनं उत्क्रांत होत जातात म्हणूनच भारतीय पिझ्झा एकमेवाद्वितीय तर आहेच आणि भारतीय उपखंडात सर्वत्र असण्याइतका व्यापकही आहे म्हणजे भिन्न भिन्न प्रांतांतल्या सर्व भाषिक समुदायांच्या, सर्व जातींच्या, सर्व आदिवासी जमातींच्या लोकांमध्ये भारतातील पहिल्या बुद्धिमान मानवांच्या समूहांचे जनुकीय ठसे आढळतात. वैज्ञानिक संशोधनानं हे वारंवार दाखवून दिलं आहे म्हणूनच त्यांना आजच्या भारतीय जनसमुदायाचा मूलभूत आधार म्हणणं अगदी अचूक आहे.

मग हा पिझ्झा-बेस काही ठिकाणी म्हणजे वायव्य प्रदेशांमध्ये पातळ आणि दक्षिणेकडच्या प्रदेशांमध्ये जाड असं का आहे? या प्रश्नाचं उत्तर शोधताना भारताबाहेरून इथे झालेल्या महत्त्वाच्या स्थलांतरांचा विचार करावा लागेल. त्या स्थलांतरितांनी इथल्या पहिल्या बुद्धिमान मानवांच्या समूहांना वेगवेगळ्या प्रमाणात पिटाळून लावलं किंवा विस्थापित केलं, आपल्यामध्ये सामावून घेतलं. साधारण विचार केला तर भारताच्या वायव्य किंवा ईशान्य या प्रदेशांमध्ये बाहेरून नवे स्थलांतरित आले. भारतात प्रथम आलेल्या तिथल्या बुद्धिमान मानवांचा जनुकीय बेस हा मध्य किंवा दक्षिण द्वीपकल्पातल्या त्यांच्या जनुकीय बेसच्या तुलनेत पातळ आहे.

हे नंतर येणारे स्थलांतरित कोण होते आणि ते कधी आले? या प्रश्नाचं उत्तर शोधण्यासाठी आपल्याला पुराहवामान शास्त्राचा विचार करावा लागेल. आपण आधी पाहिल्याप्रमाणे भारतीय उपखंडामध्ये सापडलेला सूक्ष्मास्त्रांचा सर्वांत जुना पुरावा सुमारे ४५,००० ते ३५,००० वर्षांपूर्वीचा आहे. त्या सुमारास त्यांचा प्रसार मोठ्या प्रमाणावर झाला असणार. त्या सुमारास हवामान बिघडायला सुरुवात झाली होती. त्या काळात जगात २९,००० ते १४,००० वर्षं इतक्या दीर्घकाळ अस्तित्वात असणाऱ्या हिमयुगाची ती जणू काही नांदीच होती; पण त्या हिमयुगाचा शेवट सरळपणे झाला नाही : त्याच्या अखेरीस हवामान हळूहळू उबदार होऊ लागल्यासारखं वाटू लागलं. त्यात मध्येच एखादी नकोशी सुरकुती पडावी, त्याप्रमाणे १२,९०० ते ११,७०० वर्षं या कालावधीत जवळजवळ १३०० वर्षं पुन्हा एकदा हवामान अतिशीत झालं. जगाचं हवामान पुन्हा एकदा शुष्क आणि कोरडं झालं. या काळाला 'यंगर ड्रायस' म्हणतात. यंगर ड्रायसचा काळ संपल्यानंतर म्हणजे ११,७०० वर्षांपूर्वी खऱ्या अर्थानं जगात, ज्याला होलोसिन म्हटलं जातं तो उष्ण, आर्द्र, वनस्पतींसाठी पोषक असणारा दीर्घकाळ सुरू झाला. आपण आता होलोसिनमध्येच आहोत.

हवामानामध्ये अशा प्रकारे मोठ्या प्रमाणात चढ-उतार होतात तेव्हाच मानवी इतिहासात अनेक नव्या नाट्यपूर्ण घडामोडी घडतात, असं दिसून येतं. त्यावरून पुन्हा एकदा हे सिद्ध होतं की, मानवी प्रजातींना धक्का मिळून प्रगतीच्या वाटेवर पुढे जाण्यासाठी तीव्र भीतिदायक स्थिती (स्रोतांची कमतरता) किंवा लोभ उत्पन्न करणारी स्थिती (आवश्यक त्या गोष्टी भरपूर प्रमाणात उपलब्ध होण्याची आशा) उत्पन्न व्हावी लागते. उदाहरणार्थ : साधारण १६,००० वर्षांपूर्वी हिमयुग संपून बेरिंजियातून आलेल्या आशियाई लोकांमुळे अमेरिकेत मानवी वस्ती होण्यास सुरुवात झाली. बेरिंजिया म्हणजे रशिया आणि अलास्का यांना जोडणारा भूसेतू होय.

त्याचप्रमाणे होलोसिनच्या सुरुवातीच्या काळातही पश्चिम आशिया (आजचा इराक, इराण आणि लवांत), दक्षिण आशिया, इजिप्त आणि चीन या 'फर्टाईल क्रिसेंट' म्हणून ओळखल्या जाणाऱ्या अत्यंत सुपीक प्रदेशातही थोड्या थोड्या अवधीनं काही नवीन प्रयोग केले गेलेले आपल्याला दिसतात. या प्रयोगांतूनच अखेरीस माणसानं या प्रदेशांमध्ये कृषितंत्र विकसित केलेलं दिसतं. त्यातले सगळेच प्रयोग काही यशस्वी झाले नाहीत; जे प्रयोग यशस्वी झाले ते फार काळ प्रभावी ठरले नाहीत आणि अशा प्रयोगांच्या खाणाखुणा पुरातत्त्वशास्त्रामध्ये पुरातत्त्वीय संशोधनात सापडणं शक्य नसतं; पण अखेरीस इसवी सनपूर्व ९,७०० ते इसवी सनपूर्व ५,००० दरम्यानच्या ४-५ हजार वर्षांच्या संक्रमण काळात फर्टाईल क्रिसेंटमध्ये तसंच भारत, इजिप्त आणि चीन या प्रदेशांमध्ये शेतीचे प्रयोग यशस्वी होऊन कृषितंत्र विकसित झालं, त्यामुळे आधी कधीही नव्हती, इतक्या प्रचंड प्रमाणात लोकसंख्या वाढू लागली. परिणामी लोकांना मोठ्या प्रमाणावर स्थलांतर करणं भाग पडलं, त्यामुळे युरोप, मध्य आशिया, दक्षिण आशिया, चीन आणि पूर्व आशिया या प्रदेशातील लोकसांख्यिकी परिस्थिती बदलली.

मेहरगढमध्ये घडलेलं अद्‌भुत

दक्षिण आशियामध्ये प्राचीन काळी केल्या गेलेल्या शेतीच्या प्रयोगांचं एक उत्तम उदाहरण म्हणजे 'मेहरगढ.' या नावानं ओळखलं जाणारं स्थळ. ते आजच्या पाकिस्तानातील बलुचिस्तान प्रदेशात, बोलन खिंडीच्या पायथ्याशी वसलेलं आहे. इसवी सनपूर्व सुमारे ७,००० ते इसवी सनपूर्व २,६०० वर्षांदरम्यानच्या साधारण ४,४०० वर्षांमध्ये या गावात वस्ती होती. त्याच परमोत्कर्षाच्या काळात साधारण २०० हेक्टरपर्यंत पसरलेली ही वस्ती, सिंधूचं खोरं आणि भूमध्यसागरी प्रदेश यांच्यामधल्या भूप्रदेशातल्या मोठ्या वसाहतींमधली एक असावी.

'पाकिस्तानी पुरातत्त्वशास्त्र विभाग' आणि फ्रेंच पुरातत्त्वज्ञांचा एक गट यांनी एकत्रितरीत्या केलेल्या शोधमोहिमेत १९७६ साली पाकिस्तानमध्ये मेहरगढ या इतिहासपूर्व काळातल्या स्थानाचा शोध लागला, त्यामुळे दक्षिण आशियामध्ये शेती कशी सुरू झाली आणि तिचा प्रसार कसा होत गेला, यासंबंधीच्या आपल्या कल्पना बदलून टाकणारी माहिती अचानक समोर आली. हडप्पा नागरी संस्कृतीचा पाया मेहरगढ इथल्या कृषिसंस्कृतीवर आधारलेला होता. मेहरगढ इथे इसवी सनपूर्व सुमारे ७,००० वर्षांपासूनचे सांस्कृतिक पुरावे मिळाले. हे पुरावे ज्या टेकाडाच्या उत्खननातून पुढे आले, त्या टेकाडातील सांस्कृतिक थर नऊ मीटर उंचीचे होते (सांस्कृतिक थरांमध्ये थर मानवानं वापरलेल्या, तयार केलेल्या वस्तू किंवा मानवी व्यवहार यांचे अवशेष मिळतात). एखाद्या ठिकाणी जेव्हा शेकडो हजारो वर्षं मानवी वस्ती होते, तेव्हा त्यांच्या दैनंदिन व्यवहारातून निर्माण झालेल्या टाकाऊ वस्तूंचा कचरा, विशेषतः पडक्या वास्तूंचा राडारोडा यामुळे जमिनीवर एकावर एक थर साचत जातात आणि त्याचं टेकाड तयार होतं. या थरांच्या जाडीवरून तिथे किती वर्षांपासून वस्ती असेल, याचा अंदाज लावला जातो. त्यासाठी त्याच स्वरूपाच्या इतर पुरातत्त्वीय स्थळांमध्ये मिळालेल्या पुराव्याच्या आधारे तुलनात्मक विश्लेषण केलं जातं.

मेहरगढ इथल्या उत्खननात तळाच्या थरामध्ये संशोधकांना छोटी, आयताकृती, अनेक खोल्या असलेली मातीच्या विटांची घरं आढळली. त्यांच्यातली काही कदाचित गोदाम म्हणून वापरली जात असावीत. त्याच बरोबर सापडलेल्या अन्य गोष्टी म्हणजे कापणीसाठी वापरले जाणारे विळे. हे विळे लाकडी दांड्यावर सूक्ष्मास्त्रं बसवून तयार केले जात. याखेरीज मातीमध्ये आणि मातीच्या विटांमध्ये जव आणि गहू यांचे दाणे तसंच काळवीट, नीलगाय, रानडुक्कर, रानरेडा या प्राण्यांचं मांस खाल्ल्यानंतर टाकून दिलेली हाडं असे अवशेष मिळाले. *झेबू (Bos indicus)*, वशिंड असलेला स्थानिक जातीचा बैल आणि कदाचित शेळ्यासुद्धा पाळत असावेत, हेही त्या हाडांच्या अवशेषांवरून म्हणता येतं.

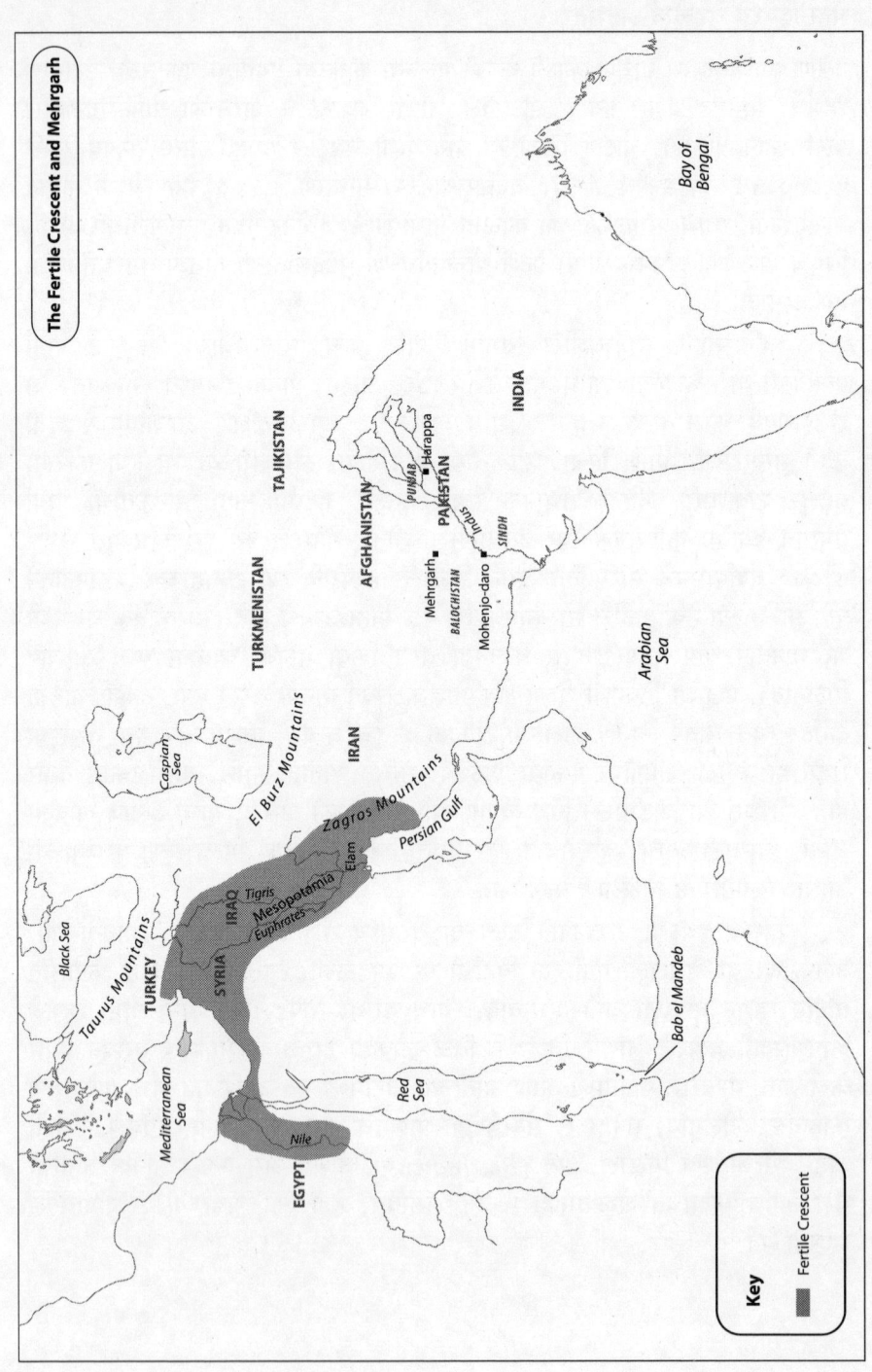

The Fertile Crescent and Mehrgarh

Bay of Bengal

INDIA

TAJIKISTAN

TURKMENISTAN

AFGHANISTAN

PAKISTAN

PUNJAB

Harappa

Indus

SINDH

Mehrgarh

BALOCHISTAN

Mohenjo-daro

Arabian Sea

Caspian Sea

IRAN

El Burz Mountains

Zagros Mountains

Persian Gulf

Elam

Tigris

Mesopotamia

Euphrates

IRAQ

SYRIA

Black Sea

Taurus Mountains

TURKEY

Mediterranean Sea

Red Sea

Nile

EGYPT

Bab el Mandeb

Key

Fertile Crescent

फ्रेंच संशोधकांच्या गटाचं नेतृत्व करणारे जाँ फ्रँक्वॉ जॅरीज हे त्यांना मेहरगढच्या सर्वाधिक प्राचीन थरांमध्ये मिळालेल्या पुराव्यांचा आधार देत म्हणतात की, त्या थरांचा काळ हा 'असेरॅमिक' म्हणजे ज्या काळात अजूनही मातीची भांडी वापरात आलेली नाहीत, असा आहे. मेहरगढ इथली घरं अनेक खोल्यांची आहेत. त्यांचे चार प्रकारात वर्गीकरण केलेलं आहे : दोन खोल्यांची, चार खोल्यांची, सहा खोल्यांची आणि दहा खोल्यांची अशी ती घरं आहेत. त्यांच्या भिंती साच्यांचा उपयोग करून हातानं केलेल्या मातीच्या कच्च्या विटांच्या दोन-दोन आडव्या रांगा रचून बांधलेल्या आहेत. या लांबट आणि अरुंद विटा ६२ X १२ X ८ सेंटिमीटर मापाच्या आहेत. मातीच्या गाऱ्यानं विटा एकमेकांना जोडता येण्यासाठी,[१] विटा पाडणाऱ्या कामगारानं विटांच्या वरच्या बाजूला, आपल्या अंगठ्यानं इंग्रजी 'V' आकाराच्या खाचा पाडलेल्या दिसतात (यासंदर्भात गारा म्हणजे विटा जोडण्यासाठी वापरला जाणारा बारीक माती मळून तयार केलेला सरसरीत चिखल. वीटकामगाराच्या अंगठ्याच्या ठशांमुळे विटेचा पृष्ठभाग खडबडीत होतो, त्यामुळे त्यावर गाऱ्याचा थर देऊन विटा एकमेकांना पक्क्या जोडणं शक्य होतं). अन्य ठिकाणी जॅरीजनं या विटांचं वर्णन 'सिगारच्या आकाराच्या' असं केलं आहे. जॅरीजच्या सहकाऱ्यांच्या निरीक्षणानुसार, काही बांधकामांमध्ये चूल किंवा चुलानी आणि मानवी व्यवहाराचे महत्त्वाचे अवशेष आढळले; पण सहा खोल्यांच्या इमारतीमध्ये तसं काहीच आढळलं नाही. त्यावरून असा निष्कर्ष काढला गेला की, या मोठ्या इमारतींचा वापर धान्याचं कोठार म्हणून किंवा अन्य काही वस्तूंचं गोदाम म्हणून केला जात असावा.

मातीच्या घरांच्या भिंतींना आतल्या आणि बाहेरच्या बाजूनं मातीच्या २ सेंटिमीटर जाड गाऱ्याचा गिलावा केलेला आहे. अनेक घरांच्या बाहेरच्या भिंतींना लाल रंग लावला आहे, एवढंच नाही तर त्यावर चित्रं काढून त्या सजवलेल्या आहेत, याचेही पुरावे आहेत. सर्वांत तळाचा जो स्तर आहे (इसवी सनपूर्व साधारण ७,०००) त्या थरातल्या एका पडक्या भिंतीचा काही भाग विटकरी लाल रंगानं रंगवलेला होता. त्यावरच्या थरांमधल्या अनेक भिंतींवर तशाच प्रकारच्या रंगाचे अवशेष आढळले. जमिनीवर भिंतींच्या गिलाव्याचे मोठमोठे तुकडे पडलेले आढळले. त्यांतल्या काहींवर लाल रंगातली V आकाराची नक्षी आहे, तर काहींवर लाल रंगातली भौमितिक आकृत्यांची गुंतागुंतीची नक्षी आणि लाल-काळे ठिपके आहेत. काही ठिकाणी चोपलेल्या जमिनीलाही विटकरी लाल रंग दिलेला आहे. घरांच्या मलब्यामध्ये छपरांचे काही तुकडेही सापडले. त्यांच्यामध्ये थर येण्यासाठी पाणवनस्पतींचे तंतू आणि धान्याची तुसं मिसळून तयार केलेल्या मातीचे तुकडे आहेत.

छोट्या घरांमधल्या अनेक खोल्यांमध्ये चुलीच्या खुणा होत्या. घराघरांमधल्या मोकळ्या जागेत ४० ते ६० सेंटिमीटर व्यासाचे आणि जास्तीत जास्त ४५ सेंटिमीटर खोल असे जाळ करण्यासाठी तयार केलेले गोल खड्डे आढळले. मजेची गोष्ट म्हणजे त्यातल्या बऱ्याचशा खड्ड्यांमध्ये पूर्ण जळलेले, तडा गेलेले गोटे होते आणि एका खड्ड्यात मात्र लांबट गोल आकाराचे मातीचे गोळे होते. त्यांचा काय उपयोग होत असावा, हे ओळखणं काही कठीण नाही. कारण, बलुचिस्तानमध्ये आजही गरम दगडांवर रोट्या भाजल्या जातात.

---

१ जिन-फ्रँक्का जेरीज- 'Mehrgarh Neolithic', *Pragdhara 18* (२००६)

मेहरगढमधल्या वनस्पतींच्या अवशेषांवरून (किंवा तिथल्या उत्खननात सापडलेल्या अवशेषांनुसार तिथले रहिवासी वापरत असलेल्या विशिष्ट वनस्पती) असं दिसतं की, जवाचं (बार्ली) पीक सर्वांत जास्त घेतलं जात होतं (या जातीच्या जवाच्या लोंब्यांमधल्या फुलकण्यांचे सहा जुडगे असतात आणि या जुडग्यांमध्ये धरलेल्या दाण्याची तुसं उकलेली असतात). उत्खननात सापडलेल्या धान्याचे दाणे आणि त्यांचे ठसे यांमध्ये ९० टक्के पुरावे जवाचे होते. मेहरगढचे रहिवासी फक्त रानात उगवलेले जवाचे दाणे गोळा करत होते की स्वतः त्याची लागवडही करत होते, हे शोधण्याचा एक मार्ग आहे.

लागवडीखाली आणलेल्या सर्व वनस्पती आणि पाळीव पशू आणि त्यांच्या मूळ नैसर्गिक जाती यांच्यात अगदी स्पष्ट ओळखता येतील, असे फरक असतात. कारण, लागवडीखालची पिकं आणि प्राणी यांच्या रचनेत कृत्रिम किंवा बदललेल्या परिस्थितीत टिकून राहण्यासाठी काही बदल होतात. उत्क्रांतीच्या प्रक्रियेत हे अपरिहार्य असतं. उदाहरणार्थ, पाळीव प्राण्यांच्या अनेक प्रजातींचा आकार लहान होत जातो, त्यांची आक्रमकता कमी होते, मेंदूचा आकार कमी होतो आणि मोठमोठी शिंगंही लहान होतात. एवढंच नाही तर लिंगदर्शक वैशिष्ट्यांमधला फरक कमी होतो. नर आणि मादीच्या शारीरिक आकारात फारसा फरक राहत नाही. असं का होतं हे जाणून घेणं अगदी सोपं आहे. पहिलं कारण म्हणजे अशीच जनावरं निवडली जातात ज्यांना हाकणं सोपं असतं आणि जी अंगावर येत नाहीत. पिढी दरपिढी त्या जनावरांचं नियंत्रण केलं गेल्यामुळे अशा प्राण्यांच्या आकारामध्ये बदल झालेला दिसतो. त्यांच्या डोक्याचा आणि शिंगांचा आकार कमी होतो. त्यांचे दात फारसे तीक्ष्ण राहत नाहीत आणि त्यांच्या मेंदूचा आकार छोटा होतो. दुसरं कारण म्हणजे वन्य प्राण्यांना नैसर्गिक परिस्थितीत टिकून राहण्यासाठी जे तणाव सहन करावे लागतात, त्यांपासून पाळीव प्राण्यांची सुटका होते. त्यांना अन्न मिळवण्यासाठी किंवा प्रजोत्पत्ती करण्यासाठीही त्यांच्याच प्रजातीच्या अन्य नरांबरोबर संघर्ष करावा लागत नाही.

त्याचप्रमाणे लागवडीखाली आणलेल्या वनस्पतींमध्येही अनेक बदल होत जातात. उदाहरणार्थ, त्यांची बीजं परिपक्व झाल्यावर आपोआप फुटत नाहीत. त्यांना लवकर आणि मोठे अंकुर सहजपणे फुटतात. याचं कारणही समजून घेणं सोपं आहे. माणूस जेव्हा पिकाची कापणी करतो, तेव्हा धान्याचे जे दाणे खाली पडून फुटतात ते मातीत मिसळून जातात. फक्त कणसांमध्ये/शेंगांमध्ये असलेली बीजं म्हणजे धान्य आणि दाणे गोळा केले जातात. त्यातलं काही धान्य किंवा दाणे खाण्यासाठी वापरले जातात आणि काही पुढच्या मोसमातल्या पेरणीसाठी बियाणं म्हणून राखून ठेवले जातात. अशा प्रकारे परिपक्व झाल्यावर सहज न फुटणारी बीजंच निवडली जातात. याचाच दुसऱ्या बाजूनं विचार करायचा, तर लागवडीखालील वनस्पतींना टिकून राहण्यासाठी आपल्या बीजांचा प्रसार करण्याची गरज उरत नाही. कारण, त्यांचं ते काम आता माणूस करणार असतो, त्यामुळे वनस्पतींमध्ये बीज परिपक्व झाल्यावर ते नैसर्गिकरीत्या फुटून अंकुरित होण्याची क्रिया थांबते. लागवडीखाली आणलेल्या वनस्पतींची बीजं मोठी असण्यामागचं आणि ती सहज अंकुरण्यामागचं कारणही ही निवड प्रक्रियाच आहे.

शास्त्रज्ञ जेव्हा प्राण्यांच्या किंवा वनस्पतींच्या जीवाश्मांचा अभ्यास करतात, तेव्हा त्या लागवड केलेल्या होत्या की मूळ नैसर्गिक प्रजातींच्या होत्या हे त्यांच्यातल्या या फरकांमुळेच समजू शकतं. हे महत्त्वाचं आहे. कारण, जरी एखाद्या विळ्यासारखी कापणीची औजारं सापडली असली, धान्याच्या कोठारांचे आणि धान्य वापराचे पुरावे आढळले असले तरी ते लोक शेतकरीच होते असं नाही. कदाचित, ते प्रामुख्यानं शेतीवर निर्वाह करणारे नसून शिकारीबरोबरच रानात निसर्गतः उगवणारं वनस्पतिजन्य अन्न गोळा करून आणणारे असतील; पण पाळीव प्राणी आणि लागवड केलेल्या वनस्पतींचे पुरावे मिळाले, तर मात्र ते लोक रानातले वनस्पतिजन्य अन्न गोळा करून आणत नव्हते, तर स्वतः शेतकरी होते हे स्पष्ट होऊ शकतं. मेहरगढ उत्खननातील तळाच्या थरांमध्ये सापडलेल्या जवाच्या दाण्यांविषयी मानवशास्त्रज्ञ आणि कृषिशास्त्रज्ञ लॉरेन्झो कॉन्स्टॅन्टीनो यांचं असं मत आहे की, 'ते जव शेतात पिकवलेलं असलं तरी ते अजून पूर्णतः लागवडीखाली आलेलं नव्हतं,' याचा अर्थ त्या काळात शेतीचे प्रयत्न सुरू झालेले होते.

मग प्राण्यांविषयी काय? मेहरगढ इथे असलेले प्राणीसुद्धा पाळीव जनावरांच्या स्वरूपाचे होते का? मेहरगढचे रहिवासी कुशल शिकारी होते; पण त्यांच्याकडे पाळीव प्राणीही होते याचा पुरावा मिळतो. मात्र सुरुवातीला त्यांचं पशुपालन तंत्र शेळ्यांपुरतंच मर्यादित होतं. मेहरगढच्या तळाच्या थरांमध्ये तरुण स्त्रियांची काही दफनस्थानं सापडली. त्यामध्ये त्यांच्या पायांशी शेळीच्या पिल्लांचे पाच पूर्ण सांगाडे अर्धगोलात रचून पुरलेले आढळले. मेहरगढ आणि हडप्पा या दोन्ही ठिकाणी उत्खननामध्ये सहभागी असलेले पुरातत्त्वज्ञ आणि प्राणिशास्त्रज्ञ आर. एच. मेडो यांच्या मते, मेहरगढ उत्खननामध्ये सुरुवातीच्या थरांमधील प्राण्यांच्या हाडांमध्ये छोटी पिल्लं आणि पूर्ण वाढ झालेल्या शेळ्या-बकऱ्यांची हाडं असणं यावरून तिथे शेळ्या पाळल्या जात होत्या, असं दिसून येतं. याचं कारण म्हणजे शिकारी जास्तीत जास्त मांस मिळवण्याच्या उद्देशानं कळपातल्या सगळ्यात मोठ्या प्राण्याची शिकार करतो, तर जिथे पशुपालनावर निर्वाह केला जातो, तिथे फक्त काही निवडक नर सोडले, तर बहुतेक नर लहान असतानाच मारले जातात. तिथे टाकून दिलेल्या हाडांच्या आधारे समजणाऱ्या प्राण्यांच्या आकारावरून त्यांचं वय काय होतं हे लक्षात येतं आणि त्यावरून तत्कालीन समाजात पशुपालन हे निर्वाहाचं प्रमुख साधन होतं किंवा नाही हे लक्षात येतं.

मेडो यांनी हेसुद्धा दाखवून दिलं की, मेहरगढमधल्या पहिल्या कालखंडामध्ये (इसवी सनपूर्व सुमारे ७००० ते सुमारे इसवी सनपूर्व ६००० वर्षं) दरम्यान तिथल्या वसाहतीत सापडलेल्या प्राण्यांच्या अवशेषांमध्ये नीलगाय आणि हरणं या वन्य पशूंपेक्षा गाईगुरं आणि शेळ्या यांच्या हाडांचं प्रमाण खूपच जास्त होतं. पशुपालन हे निर्वाहाचं प्रमुख साधन असल्याचा हा आणखी एक पुरावा. पहिल्या कालखंडाच्या अखेरीपर्यंत साचलेल्या प्राण्यांच्या हाडांमध्ये गाईगुरांच्या हाडांचं प्रमाण त्यातही निम्म्याहून अधिक होतं. त्यातही झेबूच्या (त्यातही वशिंड असलेल्या बैलाच्या) हाडाचं प्रमाण जास्त होतं. मेडो यांच्या मतानुसार पशुपालन ही निर्वाहाची प्रमुख पद्धत झाल्यानंतर जे घडणं अपेक्षित असतं, त्यानुसार मेहरगढमधील प्राणी आकारानं लहान होत गेले.

शेतीची आणि पशुपालनाची सुरुवात, घरं बांधणे, शिकार करणे हे सर्व सुरू असतानाच मेहरगढमधले रहिवासी त्यांच्या निर्मितीक्षमतेचा विकासही साधत होते. त्यासाठी वेळ काढत होते. पुरातत्त्वज्ञांना तिथे मणी तयार करण्याच्या कारखान्याचे अवशेष आढळले. मणी तयार करण्यासाठी कच्चा माल म्हणून गारगोटीचे दगड आणि संगजिरा (Steatite) वापरले जात असत (ही दोन्ही खनिजं आहेत). दफनासोबत पुरलेल्या वस्तूंमुळे मेहरगढमधील लोकांच्या कारागिरीची स्पष्ट कल्पना येते. या वस्तूंमध्ये समुद्री शिंपले, लाजवर्दी खडे, काळा संगजिरा आणि अशा अन्य अनेक प्रकारच्या खड्यांपासून तयार केलेले दागिने होते. इथे एक गोष्ट लक्षात घ्यायला हवी की, मेहरगढच्या आसपास कुठेही समुद्र नसतानाही तिथे समुद्री शिंपले आढळले. याचा अर्थ त्या काळी दूरवरच्या प्रदेशापर्यंत पसरलेलं व्यापाराचं किंवा वस्तू विनिमयाचं जाळं तयार झालेलं असणार. ते पाकिस्तानातल्या मकरानच्या (Makran) किनाऱ्यापर्यंत पसरलेलं असावं. जॅरीज म्हणतात की, या प्राचीन दागिन्यांचं काम आपल्या कल्पनेपेक्षा कितीतरी अधिक सफाईदार आहे.

त्यांनी एका विशेष लक्ष वेधून घेणाऱ्या दफनाचं वर्णन केलं आहे : २७४ क्रमांकाच्या या दफनामध्ये अनेक स्त्रियांचे सांगाडे होते. त्यांच्या डोक्यावर डेंटालियम (सुळ्याच्या आकाराचा समुद्री शंख) गुंफून तयार केलेल्या कपालपट्टिका बांधलेल्या होत्या. त्या बांधण्यासाठी कपालपट्टिकेच्या दोन्ही बाजूस फिती जोडलेल्या होत्या. प्रत्येक पट्ट्यावर छिद्रं पाडलेले चार शिंपले लावून तो सजवलेला होता. गळ्यामध्ये शिंपल्यांपासून केलेल्या मण्यांचे एकेरी हार होते आणि कमरेला कंबरपट्ट्यासारखा दागिना होता. तो छोट्या नळीच्या आकाराच्या शंखांपासून केलेल्या मण्यांनी तयार केला होता. त्या कंबरपट्ट्याच्या मध्यभागी कंगोरेदार शंखाचा अग्रभाग कापून बसवलेला होता. एका स्त्रीच्या कंबरपट्ट्याला डेंटालियमच्या अनेक मण्यांनी विणलेली झुलती झालर होती.

पण तिथे आणखी एक लक्षणीय शोध लागला होता. या उत्खननामध्ये पुरातत्त्वज्ञांना, इसवी सनपूर्व सुमारे ६,०००च्या सुमारास दोन दफनांपैकी एकामध्ये तांब्याच्या मण्यांच्या छिद्रांमध्ये सुती धाग्याचे ठसे आढळले – सुती धाग्याच्या जगातील वापराचा सर्वप्रथम पुरावा तसंच भारतीय उपखंडातील तांब्याच्या प्रथम वापराचाही हा सर्वप्रथम पुरावा आहे.

काळानुसार मण्यांचा आणि दागिन्यांचा दर्जा आणि संख्या या दोन्हींमध्ये वाढ होत गेली. त्यासाठी लागणाऱ्या कच्च्या मालातील काही माल खूप दूरवरच्या प्रदेशातून येत होता. मणी तयार करण्याचं तंत्रही विकसित होत होतं. उदाहरणार्थ, काळ्या संगजिऱ्याला उष्णता देऊन ते पांढरं कसं करायचं याचं तंत्र त्यांना अवगत झालं होतं.

कारागिरी विकसित होत होती तसे अन्य व्यवसायही वाढत होते. काही दफनांमध्ये दंतचिकित्सेचे असे काही पुरातत्त्वीय पुरावे सापडले आहेत, जे सर्वाधिक प्राचीन आहेत. नऊ व्यक्तींच्या (चार स्त्रिया, दोन पुरुष आणि ज्यांच्या दातांवरून लिंगनिश्चिती करता आली नाही असे तीन जण) एकूण अकरा दातांवर आवरण चढवल्याचं आढळतं. एका माणसाचे तीन दात गिरमिटानं कोरलेले होते. दुसऱ्या एका माणसाचा एकच दात दोन वेळा गिरमिटानं कोरलेला होता. तिथे पूर्ण वेळ काम करणारे तज्ज्ञ दंतवैद्यक होते की दंतचिकित्सेच्या कामात अधूनमधून आपला हात आजमावून पाहणारे लोक होते हे माहीत नाही; पण मेहरगढच्या

लोकांच्या दातांना नवाश्मयुगातला कर्बोदकयुक्त पद्धतीचा आहार मानवला नव्हता एवढं मात्र खरं! (शेती आणि पशुपालन यांना मुख्य व्यवसायाचं स्वरूप ज्या काळात आलं तो कालखंड असा 'नवाश्मयुग' या संज्ञेचा साधारण अर्थ आहे. पुरातत्त्वीय पुराव्यात बऱ्याचदा चकाकीदार दगडी हत्यारं, पाटे-वरवंटे, क्वचित मातीची भांडी अशा वस्तू या कालखंडाची व्यवच्छेदक लक्षणं मानली जातात.) नवाश्मयुगीन (निओलिथिक) कालखंड, पुराश्मयुगीन (पॅलिओलिथिक) कालखंडाच्या नंतरचा आणि ताम्रपाषाणयुगीन (चाल्कोलिथिक) किंवा ताम्रयुगीन कालखंडाच्या किंवा ताम्रयुगाच्या पूर्वीचा आहे.

मेहरगढमध्ये मातीची भांडी वापरात आल्याचा कालखंड इसवी सनपूर्व ६,००० वर्षांच्या सुमारास म्हणजे तिथली आद्य वसाहत वसल्यावर साधारण हजार वर्षांनी झाला. तोपर्यंत मेहरगढमधले लोक बाहेरून राळ या पदार्थाचा (बिटुमिन - नैसर्गिक काळं डांबर किंवा गुग्गुळ या नावानं ओळखला जाणारा, वृक्षांपासून मिळणारा चिकट द्राव) लेप दिलेल्या टोपल्या आणि दगडी भांडी वापरत होते. इसवी सनपूर्व ६,००० वर्षांपूर्वीच्या मेहरगढमधल्या पहिल्या मातीच्या भांड्यांचे काही नमुने मिळाले. ती भांडी भाजलेली नव्हती. आणखी एक महत्त्वाची गोष्ट म्हणजे ती भांडी चाकावर घडवलेली नव्हती, तर चिखलाच्या पट्ट्या एकमेकांना जोडून त्यांना भांड्याचा आकार दिलेला होता. ते तुकडे एकमेकांना जोडण्यासाठी कदाचित राळेचा वापर केला असावा. मातीची भांडी तयार करण्याच्या या प्राचीन तंत्रात, मातीच्या पट्ट्या क्रमाक्रमानं एकावर एक चढवल्या जात असत. यालाच 'सिक्वेंशियल स्लॅब कन्स्ट्रक्शन' असं म्हणतात. त्याची माहिती पुढे आपण घेणारच आहोत.

The Metropolitan Museum of Art, New York

इसवी सनपूर्व ३००० ते २५००च्या दरम्यानचं मेहरगढ शैलीचं भांडं.

मातीची भांडी वापरायला लागल्यानंतरच्या कालखंडामध्ये, धान्य कोठारांच्या संख्येत आणि आकारात अचानक वाढ झालेली दिसून येते. त्यावरून तिथली लोकसंख्या वाढत होती हे लक्षात येतं. त्या काळात सुंदर, चमकदार लाल रंगाच्या भांड्यांचा (लस्ट्रस रेड वेअर) वापर वाढत होता; पण अधूनमधून दिसणाऱ्या मण्यांव्यतिरिक्त, दफनांसोबत वस्तू पुरण्याची पद्धत आता फारशी प्रचारात राहिली नव्हती. इसवी सनपूर्व ५,३०० वर्षांपर्यंत ताम्रपाषाणयुगीन कालखंड सुरू झाला होता आणि भौतिक प्रगतीचा आलेख सतत वर चढत होता. नवनवीन शोध लावले जात होते. चाकावर केलेली मातीची भांडी, कपाशीची लागवड, टेराकोट्टाच्या छोट्या मूर्ती या सर्व गोष्टी इसवी सनपूर्व ३,०००च्या सुमारास असलेल्या हडप्पा नागरी संस्कृतीच्या सुरुवातीचा म्हणजे 'पूर्व हडप्पा' संस्कृतीचा निर्देश करतात ('पूर्व हडप्पा' ही संज्ञा फक्त कालदर्शक आहे. मेहरगढ इथे दिसणारा हा टप्पा प्रत्यक्षात हडप्पा नागरी संस्कृतीचा भाग नाही).

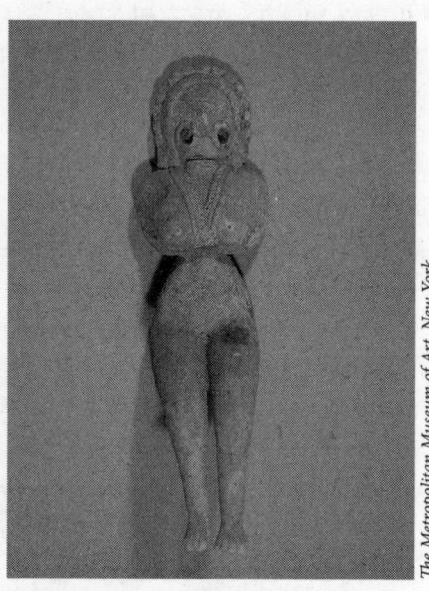

The Metropolitan Museum of Art, New York

इसवी सनपूर्व ३००० ते २५००च्या दरम्यानच्या मेहरगढ शैलीच्या स्त्री प्रतिमा.

इसवी सनपूर्व २,६०० ते इसवी सनपूर्व २,०००दरम्यान कधीतरी मेहरगढपासून पाच मैलांवरच्या मोठ्या आणि तटबंदी असलेल्या नौशारो या नगरात स्थलांतर झाल्यानं मेहरगढ गाव रिकामं झालं. मेहरगढ इथल्या सांस्कृतिक घडामोडींमधून आसपासच्या प्रदेशांमध्ये हाक्रा, कोट दिजी, आम्री, नाल आणि आहड अशा अनेक ताम्रपाषाणयुगीन संस्कृतींचा जन्म झाला. या संस्कृतींमधून पुढे पूर्ण विकसित हडप्पा नागरी संस्कृती विकसित झाली.

त्यामुळे शेतीचे प्रयोग करणारं मेहरगढ हे छोटंसं गाव ५,००० वर्षांदरम्यानच्या काळात विकसित होत होत वेगानं विस्तारत जाणाऱ्या नव्या जीवनशैलीचं, उपखंडातल्या वायव्य प्रदेशामधलं महत्त्वाचं केंद्र[२] ठरलं असणार, त्याचप्रमाणे सिंधू आणि घग्गर-हाक्रा

२ शेतीची सुरुवात करणारी तितकीच महत्त्वाची आणि या कालखंडाच्याही आधीची अन्य केंद्रं पश्चिम आशियापेक्षा इतर कुठे असली तरी अजून त्यांचा शोध लागायचा आहे.

नद्यांच्या खोऱ्यात विकसित झालेल्या हडप्पा नागरी संस्कृतीच्या उगमाचा स्रोतही ठरलं असणार; पण मेहरगढमधले लोक कोण होते? आणि ते कुठून आले होते?

पश्चिम आशियातल्या समांतर संस्कृती

मागील प्रकरणात आपण शिकार करून आणि वन्य खाद्यपदार्थ गोळा करून जगणाऱ्या लोकांच्या जीवनशैलीची माहिती घेतली. तुम्ही जर पुन्हा एकदा मेहरगढच्या सुरुवातीच्या टप्प्याचा विचार केला, तर तुमच्या लक्षात येईल की, आधीच्या प्रकरणात वर्णन केलेली शिकार आणि अन्न गोळा करण्यावर अवलंबून असलेली भटकी जीवनशैली आणि मेहरगढ उत्खननातील थरांमध्ये दिसून आलेली जीवनशैली या दोन्हींमध्ये मूलभूत फरक झालेला दिसतो. असं वाटतं की, त्या दोन्हींना जोडणारी एक कडी कुठेतरी हरवलेली आहे. मेहरगढचे रहिवासी स्थिरस्थावर झाल्यावर त्यांनी लगेचच मातीच्या विटांची घरं आणि धान्याची कोठारं बांधायला सुरुवात केली. अशा प्रकारची घरं आणि कोठारं भारतीय उपखंडात प्रथमच बांधली गेली होती. या घरांची आणि कोठारांची उभारणी तसंच शेती आणि पशुपालन यांची सुरुवात हातात हात घालूनच झालेली दिसून येते. पश्चिम आशियामध्ये शेतीची सुरुवात, पशुपालन आणि स्थिर वसाहतींची सुरुवात यात जे काळाचं अंतर दिसतं ते मेहरगढमध्ये दिसत नाही. पश्चिम आशियात शेतीच्या प्रयोगांची सुरुवात मेहरगढपेक्षा काही हजार वर्षं आधी झाली होती; परंतु मेहरगढ इथे दिसणारं शेतीतलं सातत्य तिथे दिसत नाही. पश्चिम आशियात शेतीला सुरुवात होऊन पुढे थोड्याच काळात फारसं काही न घडता शेतीमध्ये खंड पडत असे. तिथलं बदलतं हवामान, कधी नवीन तंत्राचा विकास करायला प्रेरक ठरत असे तर कधी कधी हवामानाच्या अनिश्चितीमुळे शेतीचे प्रयोग निष्फळ ठरवत असत.

पश्चिम आशियातली शेतीची कथा सुसूत्र किंवा अखंडित नसली तरी खूपच रोचक आहे. कारण, बुद्धिमान मानवांच्या तोपर्यंतच्या इतिहासातला म्हणजे सुमारे ३,००,००० वर्षांच्या कालखंडातला हा काल सर्वांत नाट्यमय काल आहे. ज्या प्रदेशांमध्ये शेतीचा विकास आधीच झाला होता, त्यांचीही पार्श्वभूमी लक्षवेधक असू शकते. मात्र त्या प्रदेशांमध्ये आधुनिक मानवांच्या अस्तित्वाचा हा चढता आलेख, तितका स्पष्ट होत नाही जितका तो पश्चिम आशियामधल्या आधुनिक मानवांच्या जीवनशैलीत झालेल्या बदलांमधून दिसून येतो. पश्चिम आशियातल्या पुरातत्त्वीय पुराव्यांचा जितका सखोल अभ्यास केला गेला तितका इतर कुठे झालेला नाही.

शेतीच्या तंत्रामध्ये होत गेलेला विकास, शेती व्यवस्थेकडे जाणारे, जग बदलून टाकणारे त्या संक्रमणाचे परिणाम आणि सर्वांत जास्त महत्त्वाचं म्हणजे या सर्व गोष्टींचं मेहरगढशी असलेलं नातं समजून घेण्यासाठी आपण उत्क्रांतीची प्रक्रिया समजून घेतली पाहिजे, तर चला सुरुवात करू या.

लवांतमधील कृषिप्रधान संस्कृतीच्या उदयाविषयी विस्तृत लेखन करणारे, जेरूसलेम विद्यापीठातील पुरातत्त्वज्ञ ए. नायजेल गोरींग-मॉरीस आणि एना बेल्फर-कोहेन म्हणतात: ‘लवांतच्या विकासाच्या आलेखातील घटनांचे सिंहावलोकन करताना त्या दिशादर्शक आहेत असं वाटू शकतं; पण त्या विकासामागील प्रक्रियांचे अनेक पैलू होते, ज्यामुळे तिथे

अनेक पर्याय उपलब्ध झाले होते; त्यातल्या काही पर्यायांची निवड पुढील काळातल्या घडामोडींसाठी महत्त्वाची ठरली. उरलेल्या पर्यायांमधले काही पर्याय महत्त्वाचे नव्हते, तर काहींचं स्वरूप एखाद्या आंधळ्या गल्लीप्रमाणे होतं. उत्क्रांती रोखणारे होते म्हणूनच पुरातत्त्वातील नोंदींमध्ये या दोन्ही प्रकारचे पुरावे आपल्यासमोर येऊ शकतात.'[३] त्यानंतर शेवटच्या हिमयुगीन कालखंडात (२९,००० ते १४,००० वर्षांपूर्वी) झालेल्या नवाश्मयुगाकडे किंवा शेतीकडे जाणाऱ्या संक्रमणाच्या आरंभ काळातल्या प्रक्रियांचा मागोवा घेत २०,००० वर्षांपूर्वीच्या काळात जाणं गरजेचं आहे, असं मत या लेखकांनी मांडलं आहे. 'हा काळ सुमारे १५,००० वर्षांचा आहे. तो नवाश्मयुगाच्या अखेरीस संपतो. या काळात किमान ५०० ते ६०० पिढ्या होऊन गेलेल्या असणार,' असं ते म्हणतात.

या कथेची सुरुवात, लवांतमधल्या शिकार करून आणि वन्य-वनस्पतिजन्य अन्न गोळा करून, हिमयुगातल्या सर्व अडीअडचणींवर मात करत जगणाऱ्या मानवांपासून, लोकांपासून होते. त्या काळात अनेक प्रदेश जीवसृष्टीसाठी प्रतिकूल बनले होते. तिथे जीवनावश्यक गोष्टींची कमतरता निर्माण झाली होती. अशा प्रदेशांमधून बाहेर पडून अनुकूल प्रदेशांमध्ये आश्रय शोधायला आलेल्या लोकांमुळे, तिथल्या लोकसंख्येची घनता नक्कीच वाढलेली असणार. कारण, तिथल्या पूर्वीच्या रहिवाशांच्या संख्येत मागाहून आश्रय शोधण्यासाठी आलेल्या या लोकांची भर पडली. त्या काळातला मानवीसमूह म्हणजे साधारणपणे २० ते ३० लोकांची एक टोळी या स्वरूपाचा असे. अशा एका टोळीचा सामाजिक संबंध साधारण २५० ते ५०० लोकांशी प्रस्थापित होणं शक्य होतं. प्रजोत्पादनक्षम स्त्री-पुरुष एकत्र येण्यासाठी एवढी लोकसंख्या आवश्यक होती.

हिमयुगात राहण्यायोग्य भूप्रदेशांचं क्षेत्र आकुंचित होतं, त्यामुळे जिथे शक्य आहे, तिथेच टिकून राहण्याची वृत्ती वाढली असणार, त्यामुळे लोक एकाच प्रदेशात दीर्घकाळ वस्ती करून राहू लागले असावेत. वाढलेल्या लोकसंख्येमुळे अन्न गोळा करणं आणि शिजवणं यासाठी अधिक प्रभावी पद्धतींचा शोध घेण्यास सुरुवात झाली असावी. १४,००० वर्षांपूर्वी जेव्हा हवामान हळूहळू पुन्हा चांगलं होऊ लागलं, तेव्हा यातल्या काही प्रयत्नांना यश आलं असेल, तर काही फसले असतील. ज्या टोळ्यांना त्यांच्या प्रयत्नात यश आलं, त्या टोळ्यांना एकाच जागी स्थिरावण्याचं महत्त्व चांगलंच पटलं असणार आणि ज्या टोळ्यांचे प्रयोग अयशस्वी झाले ते पूर्वीप्रमाणे भटकं जीवन जगत राहिले असतील.

इसवी सनपूर्व १२,५०० ते इसवी सनपूर्व ९,५०० या ३,००० वर्षांच्या कालावधीत अस्तित्वात असलेली नटुफियन (Natufian) संस्कृती, स्थिर आणि भटकं अशा दुहेरी पद्धतीच्या जीवनशैलीचं प्रतिनिधित्व करणारी असल्याचं मानलं जातं. ज्यामध्ये काही लोक स्थिर जीवन जगत असतात, तर काही लोक निमभटकं जीवन जगतात (नटुफियन हा शब्द, पॅलेस्टाइनमधल्या वादी-एन-नटुफ म्हणजेच नटुफचं खोरं यावरून आलेला आहे. या प्रदेशामध्ये पुरातत्त्वज्ञ डोरोथी गॅरॉड यांना काही सांस्कृतिक अवशेष आढळले. त्यांनी १९२८ साली त्या अवशेषांना नटुफियन संस्कृती असं नाव दिलं). गोरींग-मॉरीस आणि

---

३ नायजेल ए. गोरींग-मॉरीस आणि एना बेल्फर-कोहेन- 'निओलिथायझेशन प्रोसेसेस इन द लवांत : द आऊटर एन्व्हलप', करंट एन्थ्रॉपॉलॉजी (ऑक्टोबर, २०११)

बेल्फर-कोहेन यांच्या मते, 'अनुकूल वातावरण तयार झाल्यामुळे काही टोळ्या त्या त्या प्रदेशात बऱ्यापैकी स्थिरावलेल्या होत्या (उदाहरणार्थ, सरोवरांच्या काठावर राहणाऱ्या किंवा पाणथळ प्रदेशातल्या). काही टोळ्या बदलत्या ऋतूंना अनुसरून निमभटकं जीवन जगत असत; पण काही टोळ्या मात्र प्रामुख्यानं भटकं जीवन जगणाऱ्या होत्या.'

नटुफियन लोकांकडे विशेष करून खलबत्त्यासारखी विविध प्रकारची दगडी उपकरणे होती. यावरून लक्षात येतं की, ते लोक अन्न शिजवण्याच्या तंत्रांमध्ये अधिकाधिक सुधारणा करत होते आणि त्यांची अन्नसंस्कृती विकसित करत होते. त्यांच्याकडे हाडांमध्ये खोबण करून त्यात सूक्ष्मास्त्रं बसवून तयार केलेले दगडाचे विळे किंवा दगडी सुऱ्या होत्या. यावरून लक्षात येतं की, ते कदाचित गवताची किंवा बोरूसारख्या पाणवनस्पतींची कापणी करत होते. ते रानात उगवलेलं धान्य गोळा करण्यासाठी कापणी करत असतील, असं वाटत नाही. कारण, तसं असतं तर विळ्यांच्या धारेवर विशिष्ट प्रकारची चकाकी (धान्य पिकाच्या दांड्यांमध्ये मोठ्या प्रमाणात सिलिका असल्यानं ते कापल्यानंतर पात्यांवर चमक येते) आली असती. तिथे जी काही हत्यारं सापडली, त्यांच्यावर अशा प्रकारची चमक नव्हती. अन्न शिजवण्याच्या तंत्रांप्रमाणेच त्या लोकांनी अन्न गोळा करण्यासाठी वनस्पतींच्या प्रकारांमध्ये वाढ केली होती, तरीही ते नेमानं शेती करत असल्याचा काही पुरावा उपलब्ध नाही.

नटुफियन संस्कृतीतल्या निदान काही टोळ्यांची लोकसंख्या वाढत होती आणि त्यांना भौगोलिकतेची जाणीव झाली होती, असं वाटण्यासाठी कारण आहे. उदाहरणार्थ, नटुफियन स्थळांमध्ये दफनभूमीसाठी स्वतंत्र जागा निश्चित करायला सुरुवात झाली होती. शिवाय त्या लोकांचं व्यापारी देवाण-घेवाणीचं जाळं दूरवरच्या प्रदेशांपर्यंत पसरलेलं होतं. त्याद्वारे दगडी भांड्यांसारख्या गृहोपयोगी वस्तू आणि कालवं, हिरवा दगड (शिस्ट किंवा इतर हिरव्या रंगाच्या खनिजांचे दगड) आणि अन्य खनिजांसारख्या अनोख्या वस्तूंचा व्यापार होत असे. पुरातत्त्वीय पुराव्यांनुसार, हाडांच्या हत्यारांच्या पुराव्यांवरून असं दिसतं की, टोपल्या आणि चटया विणणे यांसारखे नवीन हस्तकौशल्यावर आधारलेले व्यवसाय सुरू झाले होते. चुनखडीपासून चुन्याचं उत्पादन, चिकणमाती भाजणे आणि गेरूचे दगड भाजणे असं नवीन तंत्रज्ञानही लोकांना अवगत झालं होतं, हे त्यासाठी उपयोगात आणलेल्या भट्ट्यांच्या पुराव्यामुळे लक्षात येतं.

तरीही यंगर ड्रायस कालखंडाच्या हानिकारक परिणामांमुळे (१२,९०० ते ११,७०० वर्षांपूर्वी) असेल कदाचित; पण नटुफियन संस्कृती जास्त काळ टिकू शकली नाही. प्रारंभीच्या नटुफियन नागरी संस्कृतीमध्ये मोठे परिवार राहू शकतील अशी आणि भक्कम बांधणीची निवासस्थानं होती; पण कालांतरानं ही घरं आणि तिथे राहणारी कुटुंबं आकारानं लहान होत गेली. नटुफियन लोक अधिकाधिक भटकं जीवन जगू लागले होते तर काही भागांतील त्यांच्या वस्त्या पूर्णपणे उजाड झाल्या होत्या. यामुळे नटुफियन संस्कृतीचं बदलतं रूप म्हणजे अस्थिर हवामान आणि नटुफियन लोकांनी त्याच्याशी केलेला सामना याचा परिणाम असावा.

लवांतमध्ये केवळ नटुफियन लोकच नवनवीन गोष्टी आजमावून पाहत होते असं नाही. इसवी सनपूर्व ११,०००च्या सुमाराच्या युफ्रेटिस खोऱ्याच्या मध्यावर असलेल्या प्रदेशातील मुरैबित जवळच्या अबू हुरैरा इथल्या पुराव्यानुसार रानगहू आणि राय (Rye) या नैसर्गिक रीतीनं

उगवणाऱ्या धान्याची कापणी करत होते, असे पुरावे उत्खननात मिळाले आहेत. मात्र इसवी सनपूर्व १०,७००च्या सुरुवातीलाच राय या धान्याची पद्धतशीर लागवड होत असल्याच्या खुणा दिसू लागल्या होत्या. याविषयी शास्त्रज्ञांमध्ये मतभेद आहेत आणि अजून ते मिटलेले नाहीत; पण जर हे शोध खरे ठरले तर इथली राय या धान्याची लागवड शेतीच्या सुरुवातीची सर्वप्रथम घटना ठरेल. तरीही यातून आपल्याला शेतीतून केलेल्या धान्य उत्पादनासंदर्भात फार महत्त्वाचं विधान करता येत नाही. कारण, पश्चिम आशियातील शेतीमध्ये रायच्या धान्याला कधीच महत्त्वाचं स्थान मिळालं नाही. जिथे रायच्या धान्याच्या शेतीचा पहिला पुरावा मिळाला ते अबू हुरैरा हे स्थान यंगर ड्रायसनंतर जवळ जवळ नामशेष झालं.

११,७०० वर्षांपूर्वी हवामान पुन्हा वेगानं उबदार होऊ लागलं आणि जागतिक तापमान सरासरी ७ अंश सेल्सिअस इतकं वाढलं, त्यामुळे यंगर ड्रायसच्या काळात जे तणाव वेगानं निर्माण झाले होते, तेही कमी होऊ लागले. पुरातत्त्वज्ञांच्या म्हणण्यानुसार त्यानंतर लगेचच फर्टाईल क्रिसेंटच्या प्रदेशात विविध धान्यांची कृत्रिम पद्धतीनं लागवड केल्याचे किंवा निदान रानात उगवणाऱ्या त्यांच्या मूळ प्रजातींचं आणि वन्य पशूंचं पद्धतशीर 'व्यवस्थापन' करायला सुरुवात झाल्याचे पुरावे सापडायला लागतात. इथे 'व्यवस्थापन' म्हणजे रानात उगवणाऱ्या वनस्पती आणि पशू यांच्यापासून मिळणाऱ्या अन्नधान्याची साठवण करून ते नंतर वापरता यावेत, यासाठी वेगवेगळ्या पद्धतींनी त्यांची देखभाल केली जाऊ लागली. या व्यवस्थापनात, रानात उगवणाऱ्या वनस्पतींची हेतुतः लागवड करणे, त्यांची निगा राखणे ते कापणी करण्यापर्यंत विशेष काळजी घेण्याचा समावेश असे.

एमेर (खपली गहू) आणि आइनकॉर्न या जातींच्या लागवडीचे सर्वप्रथम पुरावे साधारण इसवी सनपूर्व ८,५०० ते इसवी सनपूर्व ८,२०० पूर्वी लवांतमधल्या युफ्रेटिसच्या खोऱ्याच्या वरच्या प्रदेशात एकीकडे, तर इसवी सनपूर्व साधारण ८,००० या कालखंडापर्यंत संपूर्ण फर्टाईल क्रिसेंट आणि एनातोलियाच्या मैदानी प्रदेशामध्ये जवाची लागवड केल्याचे पुरावे मिळतात. दुसरीकडे इसवी सनपूर्व ७,९०० दरम्यान झॅग्रोस पर्वतश्रेणीच्या मध्य भागात गंज दारेह या ठिकाणी शेळीपालनाचा सर्वाधिक प्राचीन पुरावा आढळतो. शेळ्यांचा वावर असलेल्या इथल्या नैसर्गिक परिसरात पुरातत्त्वज्ञांना वन्य प्राण्यांच्या कळपामागोमाग हिंडणाऱ्या टोळ्यांच्या कार्यपद्धतीचं एक वैशिष्ट्य आढळून आलं : ते नरांना लहान असतानाच मारत असत आणि माद्यांची मात्र पूर्ण वाढ होऊ देत असत. पशुपालन सुरू होण्यापूर्वीची म्हणजे हर्डिंगची (वन्य प्राण्यांच्या कळपा मागोमाग हिंडत राहणे) सुरुवात झाल्याचा हा सर्वांत मोठा पुरावा आहे. कारण, सामान्यतः हर्डर्स असंच करतात. नरांना लहान असतानाच मारलं जातं, तर प्रजोत्पादनासाठी आणि कदाचित दुधासाठीही माद्यांची वाढ होऊ देतात. नैर्ऋत्य इराणमध्ये साधारण इसवी सनपूर्व ७,५००च्या सुमारास अस्तित्वात आलेल्या, अली कोश या वसाहतीमध्येही अशीच पद्धत दिसून आली. अली कोश हे जिथे शेळ्यांचा वावर असू शकतो, अशा नैसर्गिक परिसरापासून दूर आहे. यावरून दिसून येतं की, अली कोश वसवणारे हर्डर्स रानशेळ्यांच्या कळपांना हाकू लागले होते आणि त्यांना त्यांच्या मूळ परिसरातून बाहेर काढून दुसरीकडे नेऊ लागले होते.

गंज दारेह आणि अली कोश या दोन्ही ठिकाणी हर्डिंग व्यवस्थित सुरू असल्याचे पुरावे आढळतात. तिथे सुरुवातीला शेळ्यांच्या कळपामागे हिंडण्याचा मूळ उद्देश 'शिकार'

हा होता, याचे पुरावेही सापडले; परंतु निर्वाहासाठी हर्डिंगची[४] ही पद्धत फार काळ प्रचारात राहिली नाही. या ना त्या कारणानं, त्या संपूर्ण प्रदेशात इसवी सनपूर्व ८,००० ते इसवी सनपूर्व ७,००० दरम्यान हे शेळ्यांचे कळप पूर्णतः माणसाळले गेले होते, याचे पुरावे मोठ्या प्रमाणात सापडू लागले. शेळ्यांच्या शिकारीऐवजी आता हरणांची शिकार मोठ्या प्रमाणावर होऊ लागली होती, हे तिथल्या वसाहतींमध्ये सापडलेल्या प्राण्यांच्या हाडांच्या विश्लेषणावरून समजतं. अशाच प्रकारच्या घडामोडींचे अखेरचे पुरावे लवांतमध्ये (इसवी सनपूर्व ७,२००) आणि फर्टाईल क्रिसेंटच्या पूर्वेकडच्या बाजूला (इसवी सनपूर्व ७,०००) सापडले.

पुरातत्त्वज्ञ मेलिंडा ए. झेडर यांच्या मते त्या प्रदेशातील गायीगुरांना *(बॉस टॉरस)* माणसाळवण्याच्या घटनांचे तुरळक पुरावे आहेत. २०११ सालच्या एका शोधनिबंधामध्ये त्यांनी लिहिलं आहे की, युफ्रेटिस खोऱ्यातील वरच्या आणि मध्य भागांमध्ये इसवी सनपूर्व ९,००० ते इसवी सनपूर्व ८,००० दरम्यानचे प्रचंड मोठ्या आकाराच्या (ऑरोक- युरेशियन प्रदेशातील गाईगुरांची प्रजाती) गायीगुरांचे अवशेष आढळले असले, तरी इतरत्र अनेक ठिकाणी त्यांच्यातील लिंगसूचक भेद कमी होत गेल्याचे पुरावे आहेत.[५] त्याच प्रदेशातल्या समकालीन स्थानांमधील उत्खनित हाडांच्या पुराव्यावरून असं दिसून येतं की, तिथल्या गाईगुरांच्या शारीरिक आकारातील भेद ठळक होता, त्यामुळे ती हाडं शिकारीत मारल्या गेलेल्या वन्य गायीगुरांची होती असं दिसतं. झेडर यांच्या मतानुसार पशुपालनाचा प्रारंभिक केंद्रबिंदू असलेल्या या ठिकाणाहून त्याचा प्रसार हळूहळू म्हणजे इसवी सनपूर्व ७,५०० ते इसवी सनपूर्व ७,०००च्या सुमारास लवांतच्या दक्षिण टोकापर्यंत आणि इसवी सनपूर्व ६,५००च्या सुमारास झॅग्रोसच्या दक्षिण भागात होत गेला.

त्यामुळे स्थूलमानानं बघायचं तर इसवी सनपूर्व ९,५०० ते इसवी सनपूर्व ६,५०० यादरम्यान म्हणजेच यंगर ड्रायस हा काळ संपून होलोसिन सुरू होतानाच्या काळातील ३,००० वर्षांमध्ये, पूर्वीच्या हिमयुगात अधूनमधून झालेल्या शेती आणि पशुपालनाचे प्रयत्न आता मागे पडून फर्टाईल क्रिसेंटच्या बऱ्याचशा भागांमध्ये पशुपालन आणि शेती यांचा

---

४ उदाहरणार्थ, वायव्य झॅग्रोसमधल्या झावी केमी शानिदार इथे पुरातत्त्वज्ञ डी. पार्किन्स (ज्युनिअर) यांना शिकारींचे जे पुरावे आढळले, त्यात प्रामुख्यानं फक्त दोन ते तीन वर्षं वयाचे एडके मारले जात होते हे दिसतं. ती पद्धत, शिकारीच्या (प्रामुख्यानं पूर्ण वाढ झालेल्या नरांची शिकार केली जाई) किंवा हर्डिंगच्या म्हणजेच निर्वाहासाठी वन्य कळपांच्या मागे हिंडण्याच्या (लहान वयाचे नर आणि भाकड माद्यांना मारलं जाई) नेहमीच्या पद्धतीपेक्षा वेगळी होती. झावी केमीच्या वायव्येला ३०० किलो मीटरवर हल्लन केमी या अन्य ठिकाणीही अशीच पद्धत दिसून आली. हल्लन केमीमध्ये काम करणारे पुरातत्त्वज्ञ रिचर्ड रेडिंग म्हणतात की, वयात आलेल्या नरांना मारण्याच्या पद्धतीपेक्षा ही पद्धत वेगळी आहे; पण त्या परिसरातील कळपांमधल्या वयात आलेल्या नरांची संख्या काही कारणानं कमी होऊन निर्माण झालेल्या तणावाच्या स्थितीमुळे त्या लोकांना असं करावं लागलं असेल. आपलं म्हणणं स्पष्ट करताना त्यांनी असा मुद्दा उपस्थित केला आहे की, त्या परिसरातील शिकाऱ्यांनी वयात आलेल्या नरांची खूप मोठ्या प्रमाणावर शिकार केल्यामुळे त्यांची संख्या जवळ जवळ संपली असेल म्हणून इतर ठिकाणचे नर त्या प्रदेशाकडे आकर्षित झाले असतील. वयात आलेल्या नरांची मोठ्या प्रमाणावर शिकार करण्याच्या या पद्धतीमुळे आणि त्यामुळे तिथे प्रजोत्पादनक्षम नर बाहेरून नव्यानं दाखल होत राहिल्यामुळे या प्रदेशाचं स्वरूप, 'नरांना खेचून घेणारं क्षेत्र' असं झालं असणार. अर्थातच प्रजोत्पादनक्षम नरांची मोठ्या प्रमाणावर शिकार होऊनही मूळ कळपात मात्र लहान वयाचे नर आणि प्रजोत्पादनक्षम माद्या यांची संख्या न घटता तशेच राहिली असणार. याच प्रदेशातल्या कोर्तिक टेपे (इसवी सनपूर्व ८,९००) या ठिकाणीही अशाच प्रक्रियेचे पुरावे मिळाले.

५ मेलिंडा झेडर- 'द ओरीजिन्स ऑफ ॲग्रिकल्चर इन द निअर इस्ट,' करंट एन्थ्रॉपॉलॉजी, (ऑक्टोबर, २०११)

प्रसार झाला होता. अर्थातच त्यात वेगवेगळ्या प्रदेशांमध्ये, वेगवेगळ्या प्रकारे, वेगवेगळ्या काळांमध्ये आणि कदाचित एकाच प्रजातीच्या प्राण्यांना माणसाळवण्याच्या हिमयुगीन प्रयत्नांचा त्यात मोलाचा वाटा होताच.

आपण आधी पाहिल्याप्रमाणे शिकार आणि अन्न गोळा करणे या टप्प्याकडून पशुपालन आणि शेती या टप्प्याकडे संक्रमण होत असताना लोक त्यांना ज्ञात असलेल्या वनस्पती आणि प्राणी बरोबर घेऊन नव्या जागी स्थलांतर करत होते. बहुधा त्या वनस्पती लागवडीखाली आणण्याचे आणि प्राणी माणसाळवण्याचे प्रयत्न केले जात होते. फर्टाईल क्रिसेंटच्या अनेक भागांमध्येही काही वनस्पती आणि प्राणी बाहेरून आणलेले होते. उदाहरणार्थ, दक्षिण लवांतमधल्या शेळ्या; पण पूर्णतः नवे प्राणी किंवा नव्या वनस्पती एखाद्या प्रदेशात कशा रुजवल्या गेल्या याचं उदाहरण पाहायचं असेल तर ते म्हणजे सायप्रसचा प्रदेश. इसवी सनपूर्व ८,५०० दरम्यान तिथे स्थलांतर करणारे लोक स्वतःबरोबर अनेक वनस्पती आणि प्राणी घेऊन गेले. त्या स्थलांतरितांचा मूळ प्रदेश कुठला हे अजून स्पष्ट झालेलं नाही; पण ते उत्तर लवांतच्या समुद्रकिनाऱ्यालगतच्या प्रदेशातून आले असावेत, असं दर्शवणारे काही पुरावे मिळाले आहेत. या स्थलांतरांमुळे त्या काळी सायप्रसमधली लोकसंख्या मोठ्या प्रमाणात वाढली असावी.

त्या ठिकाणच्या पुरातत्त्वीय पुराव्यांवरून दिसून येतं की, तिथे स्थलांतर करून आलेल्या लोकांनी त्यांच्या बरोबर लागवड केलेले जव आणि गहू (एमेर आणि आइनकॉर्न या दोन्ही जातींचे) आणले होते. त्या बरोबरच वन्य पण ज्यांच्या उपयुक्ततेचा फायदा कसा करून घ्यायचा हे माहीत होतं अशी गायीगुरं आणि शेळ्याही आणल्या होत्या. झेडर लिहितात : 'याचा अर्थ ज्या काळामध्ये युफ्रेटिस खोऱ्याच्या वरच्या भागात मूळ आकारात बदल दर्शवणाऱ्या खपली आणि आइनकॉर्न या गव्हांच्या जाती आढळल्या (त्या पूर्वीच्या काळातही अशा तऱ्हेनं आकार बदललेल्या या गव्हांच्या जातींचा पुरावा या प्रदेशातच मिळाला आहे) आणि फर्टाईल क्रिसेंटच्या मध्यवर्ती भागात वन्य प्राण्यांचे व्यवस्थापन केल्याचे पहिले पुरावे मिळणे, याचा अर्थही त्या काळात लवांतच्या प्रदेशातील लोक लागवडीसाठी योग्य असलेल्या वनस्पती आणि माणसाळवण्यास योग्य असे प्राणी समुद्रमार्गे लवांतपासून १६० किलोमीटर अंतरावर असलेल्या सायप्रसच्या बेटांवर नेत होते. त्या वनस्पतींची आणि प्राण्यांची योग्य ती काळजी कशी घ्यायची, याचं पुरेसं ज्ञान त्यांच्याजवळ होतं.'

त्यातले कोणतेही प्राणी सायप्रसमध्ये त्याआधी अस्तित्वात नव्हते, तरीही लवांतमधून सायप्रसमध्ये आलेल्या स्थलांतरितांनी ज्या आत्मविश्वासानं हे प्राणी आपल्या बरोबर आणले आणि त्यांचा यशस्वी उपयोग करून घेतला ते पाहता एक गोष्ट लक्षात येते. ती म्हणजे लवांतमध्ये असताना या प्राण्यांच्या व्यवस्थापनाचं जे तंत्र त्यांनी विकसित केलं होतं, त्यावर त्यांनी सायप्रसमध्ये आल्यावर अधिक प्रावीण्य मिळवलं होतं, असं झेडर म्हणतात.

मेहरगढपर्यंत पोहोचण्याचा मार्ग

मेहरगढचे लोक कुठून आले होते? या प्रश्नानं ही चर्चा सुरू झाली, त्यामुळे त्या प्रश्नाकडे पुन्हा जाण्यापूर्वी वर उल्लेखलेली पार्श्वभूमी लक्षात ठेवली पाहिजे, तसंच आणखीही काही

गोष्टींचा विचार केला पाहिजे. उदाहरणार्थ, मेहरगढ जिथे वसलेलं आहे तो पाकिस्तानच्या बलुचिस्तानमधल्या काछी मैदानाचा प्रदेश आजच्या होलोसिनच्या उबदार आणि आर्द्र हवामानातही काहीसा कोरड्या (semi arid) हवामानाचा आणि कमी पर्जन्यमानाचा आहे, त्यामुळे असं शक्य आहे की, इसवी सनपूर्व ९,७०० आधीचं हिमयुग आणि नंतरचा यंगर ड्रायस काळ यांमुळे हा प्रदेश वाळवंटी होता. मेहरगढमध्ये आपल्या वसाहतींचे इसवी सनपूर्व ७,०००पासूनचे पुरावे मागे सोडून गेलेले लोक हजार वर्षांपेक्षा जास्त काळ तिथे टिकू शकले नसतील. जेव्हा हवामानात बदल झाला, तेव्हा तिथली लोकसंख्या वाढली असेल. वाळवंटाचं रूपांतर कुरणांमध्ये झालं असेल, गवत खाणारे प्राणी अन्नाच्या शोधात तिथे आले असतील आणि त्यांच्या मागावर असलेले शिकारी प्राणी तिथे पोहोचले असतील. अर्थातच या सर्वांच्या मागोमाग मानवीसमूह तिथे पोहोचले असणार; पण ती माणसं कुठून आली असतील? त्याच्या दोन मोठ्या शक्यता आहेत : एक तर ते भारतीय उपखंडात पाऊल टाकणारे स्थलांतरित होते. हिमयुगातल्या त्यांच्या उत्तर, मध्य किंवा पूर्व भारतातील आश्रयस्थानांपासून ते पश्चिमेकडे सरकले असावेत किंवा ते मूळचे इराणमध्ये राहणारे होते आणि तिथून स्थलांतर करत ते पूर्वेकडे सरकले असावेत किंवा या दोन्ही गोष्टी एकाच वेळी झाल्या असाव्यात अथवा एकापाठोपाठ झाल्या असाव्यात आणि त्याचा परिणाम म्हणून मिश्र समाज तयार झाला असावा.

हा विचार करताना एक महत्त्वाचा मुद्दा लक्षात घ्यायला हवा, तो म्हणजे मेहरगढ हे स्थान पश्चिम आशियाई हवामान असलेल्या प्रदेशाच्या परिघावर आहे. तिथे हिवाळी पाऊस आणि रब्बी पिकांचं अधिक्य आहे. त्याच्या पूर्वेला भारतीय हवामानाचा प्रदेश आहे. तिथे मोसमी वारं, मोसमी पाऊस आणि खरीप पिकांचं अधिक्य आहे म्हणूनच भारतात आलेले पहिले स्थलांतरित भारताच्या मध्य किंवा दक्षिण भागातून जर वायव्येकडे गेले असले, तर त्यांच्यासाठी तिथलं हवामान अपरिचित ठरलं असतं; पण इराणी लोक त्या हवामानाशी परिचित असल्यानं त्यांच्यासाठी मात्र तिथे जाण्याचा अर्थ म्हणजे केवळ आपल्या भौगोलिक सीमा विस्तारणं असा होता. त्यांना हवामानात किंवा पीकपाण्यात कोणताही फरक जाणवला नसता; पण याचा अर्थ मेहरगढमध्ये पूर्वेकडून लोक येण्याची शक्यताच नव्हती, असा अजिबात नाही. हवामानातला फरक हा जर स्थलांतराच्या मार्गातला पार न करता येणारा अडथळा असता, तर बुद्धिमान मानव आफ्रिकेबाहेर पाऊल टाकू शकला नसता.

त्यामुळे मेहरगढ अस्तित्वात कसं आलं हे समजून घेण्यासाठी आपल्याला अन्य पुरावे पाहावे लागतील; पण त्यापूर्वी पुन्हा एकदा हे लक्षात घेऊ या की, त्या काळी ना भारत अस्तित्वात होता, ना इराण आणि म्हणूनच त्याकाळी इकडून तिकडे जाणाऱ्या लोकांना या नावांशी काही घेणं-देणं नव्हतं. त्या काळचा साधारण भौगोलिक आराखडा जाणून घेण्यासाठी सोय म्हणून केवळ ही नावं वापरली आहेत.

मेहरगढमध्ये नक्की काय घडलं असेल हे जाणून घेण्यासाठी पुरावे म्हणून मेहरगढमध्ये मिळालेल्या गोष्टी आणि त्याच्या पूर्वेकडील आणि पश्चिमेकडील प्रदेश यांमध्ये मिळालेल्या गोष्टी यांच्यातलं साधर्म्य जाणून घ्यायला हवं. गुजरात आणि पूर्व राजस्थानात इसवी सनापूर्वी सुमारे ३,७०० वर्षं; दक्षिण आणि पूर्व भारतामध्ये इसवी सनापूर्वी सुमारे ३,०००; माळवा

आणि मध्य प्रदेशात इसवी सनापूर्वी सुमारे २,०००; विंध्य प्रदेशात इसवी सनापूर्वी सुमारे १,७००; काश्मीर तसंच स्वात खोऱ्यात इसवी सनापूर्वी १,५००मध्ये शेतीचे सर्वाधिक प्राचीन पुरावे मिळालेले आहेत. ही सर्व स्थळं मेहरगढच्या पूर्वेला आहेत. (ईशान्य भारतामध्ये इतक्या कमी प्रमाणात उत्खनन केलं गेलं आहे की, तिथे शेतीची सुरुवात कधी झाली याचे निष्कर्ष काढणं अवघड आहे). मेहरगढ आणि भारतातील इतर स्थळांमधून प्राप्त झालेले पुरावे यांच्यामध्ये हजारो वर्षांचं अंतर आहे, त्यामुळे तुलनात्मक विश्लेषणासाठी त्यांचा फारसा उपयोग नाही.

अशा पद्धतीनं तुलना करण्यासाठी पुरावे उपलब्ध करून देणारा एकमेव प्रदेश म्हणजे गंगेच्या खोऱ्याचा मध्यवर्ती प्रदेश. उत्तर प्रदेशात असलेल्या, संत कबीर नगर जिल्ह्यामध्ये लहुरादेवा इथे खरोखरीच भातलावणीचे, स्थिरस्थावर झालेल्या वसाहतीचे आणि मातीची भांडी तयार करण्याचे इसवी सनपूर्व ७,००० वर्षांच्या सुमाराचे पुरावे आहेत. रानतांदळाच्या कापणीपासून, पद्धतशीर लावणी करण्यापर्यंतच्या संक्रमणातील टप्प्यांचा कालानुक्रम अजूनही निश्चित झालेला नाही; पण तरीही मेहरगढमध्येच नाही तर त्याच काळात दक्षिण आशियातही अनेक ठिकाणी शेतीचे प्रयोग केले जात होते, असं लहुरादेवाच्या उदाहरणावरून दिसून येतं. फक्त या प्रयोगांचा दुवा मेहरगढशी जुळवण्यातला किंवा मेहरगढशी तुलना करण्यापासून रोखणारा एक अडथळा आहे. तो म्हणजे लहुरादेवा इथे घेतलं जाणारं पीक तांदळाचं होतं. मेहरगढचं मुख्य पीक गहू आणि जव यांचं होतं, जे पुढे हडप्पा नागरी संस्कृतीचंही मुख्य पीक ठरलं.

मग लहुरादेवा इथल्या प्रयोगांमधून गंगा खोऱ्याच्या मध्यवर्ती प्रदेशामध्ये भात पिकावर आधारित नागरी संस्कृती का उभारली गेली नाही? पिकं आणि पाळीव प्राणी यांच्यातील विविधतेमुळे मेहरगढमधली किंवा पश्चिम आशियातली शेतीव्यवस्था विकसित होऊ शकली. तशी ती लहुरादेवामध्ये होऊ शकली नाही, यामागे पर्यावरणीय किंवा अन्य काही कारणं असण्याची दाट शक्यता आहे. असंही असू शकेल की, लहुरादेवा इथे ज्या जातीचा भात पिकवला जात होता, त्याच्या उत्पादनाची इष्टतम पातळी गाठणं शक्य झालं नाही. ते नंतरच्या काळात पूर्व आशियातून आलेल्या जापोनिका आणि इंडिका या जातींच्या संकरातून निर्माण झालेल्या तांदळाच्या जातींचं उत्पादन वाढवणं शक्य झालं असावं.

मग मेहरगढ आणि पश्चिम आशिया यांमध्ये असलेल्या साधर्म्याविषयी काय? याविषयी जेरीजचं काही म्हणणं आहे : 'मेहरगढ इथल्या झेबूची (Bos Indicus) वाढती पैदास आणि कृषीवर आधारित अर्थव्यवस्थेत झालेला विकास यांचं मेसोपोटेमियाच्या पूर्व सीमेवरच्या प्रदेशातील पहिल्या नवाश्मयुगीन वसाहतींशी असलेलं साधर्म्य स्पष्ट दिसून येते.'

उदाहरणार्थ, झॅग्रोस पर्वताच्या पायथ्याशी, इराणच्या देह लुरान प्रदेशातल्या गंज दारेह आणि अली कोश इथल्या उत्खननात पुरातत्त्वज्ञांना इसवी सनपूर्व ७,९००च्या सुमाराची मेहरगढमधल्या घरांसारखीच चौकोनी आकाराची घरं आढळली. ती घरं साधारण साठ सेंटिमीटर लांबीच्या अरुंद विटांनी बांधलेली होती. मेहरगढप्रमाणे या विटांवरही गारा घट्ट बसण्यासाठी बोटांचे ठसे उमटवलेले होते. मेहरगढमध्ये आढळलेले, जळलेल्या गोट्यांनी भरलेले, जाळ पेटवण्यासाठीचे खड्डे आणि मेहरगढमधील भिंतींवरच्यासारखे लाल रंगाचे अवशेषही या वसाहतींमध्येही दिसून येतात. मेहरगढ उत्खननातील कालखंड १च्या

शेवटी शेवटी काळ्या डायोराईटच्या (diorite) चकाकीदार दगडी कुऱ्हाडी आढळल्या. त्याचप्रमाणे अली कोश इथे उत्तर कालखंडात अशा कुऱ्हाडींसह काही दगडी भांडीही सापडली. अली कोश इथे फक्त काहीच दफनांचं उत्खनन केलं गेलं. त्या दफनांमध्ये असलेले सांगाडे मेहरगढमधील दफनांसारखे गुडघे पोटापाशी घेऊन झोपल्याप्रमाणे ठेवलेले होते. अली कोश आणि मेहरगढमधील अन्य साधर्म्यांमध्ये शिंपल्यांपासून आणि नीलमणी (टर्क्वा)सारख्या उपरत्नांनी बनवलेले दागिने, काही तांब्याचे मणी, राळ या पदार्थांचा लेप दिलेल्या टोपल्या आणि गेरूचे लंबगोलाकार गोळे यांचा समावेश आहे.

या साधर्म्यांमधील एक अत्यंत लक्षणीय गोष्ट म्हणजे चिखलाच्या पट्ट्या क्रमाक्रमानं एकावर एक चढवून तयार केलेली मातीची भांडी. मेहरगढच्या आणि झॅग्रोस पर्वताच्या पायथ्याशी असलेल्या नवाश्मयुगीन स्थळांमधली ही सुरुवातीची भांडी आहेत. मेहरगढ आणि झाग्रोस पर्वताच्या पायथ्याच्या प्रदेशातील नवाश्मयुगीन स्थळांमध्ये मातीची बांधकामं आणि अनेक खोल्या असलेल्या मातीच्या कोठारांची उभारणी एकाच पद्धतीनं केली गेली. मेसोपोटेमियाच्या पूर्व सीमेवर असलेली गंज दारेह, अली कोश यांसारखी पुरातत्त्वीय स्थळं आणि सिंधूच्या खोऱ्याच्या पश्चिम सीमांवरची मेहरगढसारखी पुरातत्त्वीय स्थळं यांतला सारखेपणा 'महत्त्वपूर्ण' आहे, असं जॅरीजचं मत आहे. 'भौगोलिक संदर्भ आणि काळानुसार विकसित होत गेलेल्या प्राचीन वसाहती' या दृष्टीनं विचार करता मेसोपोटेमिया आणि सिंधू खोरं या प्रदेशांमधल्या संबंधाचं स्पष्टीकरण करण्यासाठी जॅरीज यांनी 'सांस्कृतिक सातत्य' या संज्ञेचा प्रयोग केला आहे.

त्यामुळे नवाश्मयुगीन मेहरगढ आणि नवाश्मयुगीन पश्चिम आशिया यांच्यामधला जवळचा संबंध नाकारणं अवघड आहे; पण हेही विसरून चालणार नाही की, मेहरगढची स्वतःची अशी लक्षणीय आणि महत्त्वपूर्ण वैशिष्ट्यं होती आणि ती पश्चिम आशियापेक्षा खूप वेगळी होती. झेबू जातीची गुरं आणि बहुधा स्थानिक वाणाच्या शेळ्या यांचं पालन, कपाशीची सर्वप्रथम लागवड आणि कापसाचा वापर, दंतचिकित्सा, कारागिरी कौशल्यांची विविधता तसंच कारागिरीचा उच्च दर्जा या सर्व गोष्टी विशेष आहेत आणि त्यामुळे जॅरीजच्या म्हणण्याप्रमाणे मेहरगढ ही 'प्राचीन संस्कृतीची पूर्वपीठिका' होती. अर्थात, तिथे अजूनही बरंच काही आहे, जे पूर्णतः उलगडलेलं नाही. यातही शंका नाही की, झेबू गुरांप्रमाणेच दक्षिण आशियातल्या अन्नव्यवस्थेतला महत्त्वाचा घटक झालेला रानरेडा ही जातही भारतामध्येच माणसाळवली गेली. हे मेहरगढमध्ये केलं गेलं की गुजरातमध्ये केलं गेलं, यावर मतभेद होऊ शकतात.

दोन प्रदेशांमधल्या स्थलांतरांमुळे झालेली परस्पर देवाण-घेवाण किंवा एकमेकांशी आलेला सांस्कृतिक संपर्क यांमुळे दोन प्रदेशांमध्ये साधर्म्य दिसू शकतं. मग मेहरगढमध्ये यातलं नेमकं काय घडलं असेल? विकासाच्या दृष्टिकोनातून मेहरगढचा विकास थोडा नंतर झाला असं दिसतं. पुरातत्त्वीय पुराव्यांच्या आधारे स्थिर संस्कृतीच्या विकासाच्या सुरुवातीच्या टप्प्यांमध्ये निर्मितीक्षम कल्पनांचं वहन पूर्वेकडून पश्चिमेकडे नाही, तर पश्चिमेकडून पूर्वेकडे झालं असावं असं दिसतं. असं असलं तरी मेहरगढमधल्या नवाश्मयुगीन संक्रमणाला प्राचीन काळातील स्थलांतरं कारणीभूत होती का, हा प्रश्न अनुत्तरीत राहतोच.

या प्रश्नाचं उत्तर मिळवायचा एकच मार्ग आहे, तो म्हणजे जनुकीय पुरावा, विशेषतः प्राचीन लोकांचा जनुकीय पुरावा.

जनुकीय विश्लेषणातून उलगडणारी कथा

जनुकीय पुराव्याच्या आधारानं वेगवेगळ्या जनसमुदायांमधल्या जनुकीय संरचनेतील साधर्म्य पडताळून प्राचीन काळातील स्थलांतरांचा मागोवा घेण्याच्या तीन पद्धती आहेत : वर्तमानकाळातील लोकांच्या फक्त माता किंवा फक्त पिता यांच्या जनुकीय पूर्वज साखळीचं (uniparental डीएनए Y गुणसूत्र किंवा एमटी डीएनए) विश्लेषण, वर्तमान पिढ्यांच्या संपूर्ण जिनोममधील डीएनएच्या संरचनेचं विश्लेषण, मानवी पुरावशेषांच्या डीएनएचं विश्लेषण. आता यातल्या एकेका मार्गाचा विचार करू आणि इराणमधील प्राचीन कृषक जनसमुदायांनी दक्षिण आशियामध्ये स्थलांतर केलं होतं की नाही हे जाणून घेऊ.

जन्मदात्यांपैकी फक्त माता किंवा फक्त पिता यांच्या वंशसाखळीतील डीएनएच्या विश्लेषणामध्ये, हॅप्लोग्रुपचा विचार केला जातो आणि त्यांच्या वंशसाखळीचं किंवा उत्क्रांतीच्या साखळीतील मूळ वंश कोणता तसंच त्याचा भौगोलिक विस्तार याचंही विश्लेषण केलं जातं. आधी सांगितल्याप्रमाणे हॅप्लोग्रुपमध्ये एकेरी वंशाचा परिचय मिळतो म्हणजे पित्याकडून मुलाला, त्याच्याकडून त्याच्या मुलाला... असा पैतृक वंश ('वाय' गुणसूत्र) किंवा मातेकडून तिच्या मुलीला, तिच्याकडून तिच्या मुलीला... मिळालेल्या मातृवंशाचा ('एमटी' डीएनए) परिचय मिळतो.

मानवी वंशसाखळ्यांमधील उत्परिवर्तनं नियमित रीतीनं घडतात आणि काही कालानं त्यातून विकसित झालेल्या वंशसाखळ्यांच्या शाखा निर्माण होतात. त्या शाखा निर्माण होण्याच्या बिंदूपाशी उत्परिवर्तन झाल्याच्या जनुकीय खुणा स्पष्ट असतात. त्यांच्या आधारे उत्परिवर्तनाच्या साखळीतून निर्माण झालेला मानवी वंशसाखळ्यांचा वृक्ष स्पष्टपणे चित्रित करता येतो. या शाखांना आणि उपशाखांना मॅक्रो हॅप्लोग्रुप, हॅप्लोग्रुप किंवा सबहॅप्लोग्रुप किंवा क्लेड्स असं म्हणतात आणि त्यातल्या 'वाय' गुणसूत्र वंशसाखळीसाठी आणि एमटी डीएनए वंशसाखळीसाठी वेगवेगळी नावं दिली जातात. सध्या उपलब्ध असलेल्या ज्ञानाच्या आधारावर अनुवंशशास्त्रज्ञांनी बुद्धिमान मानव समूहांमधल्या 'वाय' गुणसूत्र आणि 'एमटी' डीएनए वंशसाखळीची पुनर्रचना केली आहे. नव्यानं मिळणाऱ्या माहितीनुसार त्यामध्ये सुधारणा आणि विस्तार केला जातो म्हणून अनुवंशशास्त्रज्ञ एखाद्या व्यक्तीच्या माता किंवा पिता यांच्या डीएनएचं विश्लेषण करू शकतात आणि ती व्यक्ती कोणत्या मॅक्रो हॅप्लोग्रुप, हॅप्लोग्रुप, क्लेड किंवा सब क्लेडशी संबंधित आहे हे सांगू शकतात आणि त्यावरून ती व्यक्ती कोणत्या वंशसाखळीची घटक आहे हे सांगू शकतात. आपण आपला डीएनए जर एखाद्या तज्ज्ञ संस्थेकडे दिला, तर त्यांची काम करण्याची पद्धत अशी असते (जर दोन व्यक्ती एकाच 'एमटी' डीएनए हॅप्लोग्रुपमधल्या असतील, तर त्याचा अर्थ, तो हॅप्लोग्रुप निर्माण झाला त्या बिंदूपासून त्यांची मातृक पूर्वजसाखळी एक आहे असा होतो आणि जर त्या व्यक्ती एकाच 'वाय' गुणसूत्र हॅप्लोग्रुपमधल्या असतील तर त्याचा अर्थ तो हॅप्लोग्रुप निर्माण झाला, त्या बिंदूपासून त्यांचा पैतृक पूर्वजसाखळी एकच आहे असा होतो).

या माहितीवरून केवळ वंशवृक्ष तयार केला जाऊ शकतो, असं नाही. उपलब्ध माहितीच्या आधारे, आपण विविध हॅप्लोग्रुप्सची वंशसाखळीसुद्धा जाणून घेऊ शकतो, त्यामुळे आपण कोणत्या वंशसाखळीच्या, कोणत्या शाखेशी संबंधित आहोत, हे तर समजतंच; पण त्या बरोबरच आजच्या भौगिलिक स्थितीनुसार ती विशिष्ट शाखा आज जगभरात कशी विस्तारत गेली आहे आणि तो विशिष्ट हॅप्लोग्रुप किंवा त्यांच्या उपगटांचा उगम किती वर्षांपूर्वी झाला हेही समजतं. उदाहरणार्थ, 'एमटी' डीएनए हॅप्लोग्रुप M2 हा भारतीय उपखंडावरचा सर्वांत प्राचीन हॅप्लोग्रुप आहे हे आपण जाणतो. तो हॅप्लोग्रुप सुमारे ६०,२०० वर्षांपूर्वी निर्माण झाला आहे आणि आशियाबाहेर क्वचितच आढळतो.

पहिली पद्धत – 'Y' गुणसूत्र आणि एमटी डीएनए

स्थलांतरांची साधारण कल्पना येण्यासाठी वापरली जाणारी पहिली पद्धत म्हणजे जनसमूहांमध्ये संक्रमित झालेल्या विविध 'वाय' गुणसूत्र आणि 'एमटी' डीएनए हॅप्लोग्रुपचं आणि त्यांच्या वंशसाखळीचं विश्लेषण करणं. विशिष्ट हॅप्लोग्रुप किंवा त्याचा विशिष्ट उपगट कुठे उगम पावला आणि त्याचा विस्तार कसा झाला, यासंबंधी संकेत देणाऱ्या माहितीचे दोन भाग असतात : एक म्हणजे विशिष्ट हॅप्लोग्रुप ज्या प्रदेशांमध्ये उपस्थित आहे तिथे असलेली त्याची वारंवारिता आणि दुसरं म्हणजे त्या हॅप्लोग्रुपच्या अंतर्गत आढळणाऱ्या विसंगती. विसंगतींमुळे विशिष्ट हॅप्लोग्रुपमधील उपगटांचं वैविध्य दिसून येतं. हे वैविध्य विशिष्ट प्रदेशातला आणि विशिष्ट जनसमूहांचा हॅप्लोग्रुप जुना होत असताना होणाऱ्या अंतर्गत प्रक्रियांचं निदर्शक असतं. एखाद्या प्रदेशात एखाद्या हॅप्लोग्रुपची वारंवारिता आणि अंतर्गत विसंगतीचं प्रमाण जितकं अधिक तितका तो प्रदेश त्या हॅप्लोग्रुपच्या निर्मितीचा आणि विस्ताराचा केंद्रबिंदू असण्याची शक्यता अधिक असते. भारतामध्ये अशा प्रकारचं संशोधन मोठ्या प्रमाणावर केलं गेलं आहे. त्यावरून भारतातील जनसमूहांच्या घडणीत त्यांच्या स्थलांतरांच्या घटनांचा प्रभाव किती आहे, याचा अंदाज येतो.

उदाहरणार्थ, आधी सांगितल्याप्रमाणे भारतीय लोकसंख्येच्या ७० ते ९० टक्के 'एमटी' डीएनए हॅप्लोग्रुपचं मूळ आपल्याला ६५,००० वर्षांपूर्वी भारतात आलेल्या पहिल्या स्थलांतरितांपर्यंत घेऊन जातं. याचा अर्थ, देशातल्या फक्त १० ते ३० टक्के लोकांची 'एमटी' डीएनए वंशसाखळी ही नंतर आलेल्या स्थलांतरितांमुळे प्रभावित झालेली आहे; पण 'वाय' गुणसूत्रांचा विचार करता हे चित्र अगदीच वेगळं आहे : आधी सांगितल्याप्रमाणे भारतातल्या विविध जनसमुदायांमधल्या फक्त १० ते ४० टक्के 'वाय' गुणसूत्र हॅप्लोग्रुपचं वांशिक मूळ भारतातील पहिल्या स्थलांतरितांपर्यंत जातं. याचा अर्थ देशातले एकूण ६० टक्के 'वाय' गुणसूत्र हॅप्लोग्रुप हे नंतर आलेल्या स्थलांतरितांमुळे प्रभावित झालेले आहेत (या तफावतीमागे काय कारण आहे ते आपल्याला चौथ्या प्रकरणामध्ये समजेल).

कोणते हॅप्लोग्रुप भारतात आलेल्या पहिल्या स्थलांतरितांमुळे निर्माण झाल्याची शक्यता आहे आणि कोणते हॅप्लोग्रुप नंतर आलेल्या स्थलांतरितांमुळे निर्माण झाले असण्याची शक्यता आहे, हे आपण जाणतो. २०१७मध्ये मरीना सिल्व्हा आणि अन्य अभ्यासकांनी लिहिलेल्या लेखामध्ये K2a5, U1a3a, H13a2a आणि ROa2 हे 'एमटी' डीएनए हॅप्लोग्रुप म्हणजे नवाश्मयुगीन काळात पश्चिम आशियातून झालेल्या स्थलांतरांचे परिणाम

आहेत, असं स्पष्ट केलं. याचा अर्थ 'एमटी' डीएनएचे त्या जनसमूहांचं भारतात येण्यामागचं कारण शेतीसाठी असलेलं अनुकूल वातावरण हे असू शकतं. याच अभ्यासात J2, L1a आणि L1c हे 'वाय' गुणसूत्र हॅप्लोग्रुप, पश्चिम आशियात विकसित झालेल्या शेतीच्या प्रसाराशी संबंधित असावेत, असं आढळलं आहे.

पण जरा थांबा. पहिल्या प्रकरणात सांगितल्याप्रमाणे (पृष्ठ क्र.१८ ते २४) फक्त मातेकडून आलेला 'एमटी' डीएनए आणि फक्त पित्याकडून आलेलं 'वाय' गुणसूत्र हे माणसाच्या संपूर्ण जिनोम रचनेचा केवळ एक छोटासा भाग असतात. मग असा प्रश्न निर्माण होतो की, माणसाच्या संपूर्ण जिनोम रचनेचा अभ्यास करून, त्याचे निष्कर्ष फक्त माता किंवा फक्त पिता यांच्या डीएनए विश्लेषणाशी जुळतात का हे पाहणं तर्कसुसंगत असू शकतं का? हो, नक्कीच. आता आपण तेच तर बघणार आहोत.

दुसरी पद्धत : संपूर्ण जिनोमची माहिती

२००९ साली एक आणि २०१३ साली एक असे दोन लेख प्रकाशित झाले आहेत. त्यात प्रकाशित करण्यात आलेल्या संशोधनासाठी वर्तमान भारतीय जनसमूहांच्या डीएनएचे नमुने मोठ्या प्रमाणावर घेतले गेले आणि भारतीय जनसमूहांच्या जनुकीय इतिहासाची पुनर्रचना करण्यासाठी त्यांच्या संपूर्ण जिनोम संरचनेचं विश्लेषण केलं गेलं. हे दोन्ही लेख लिहिणारे हार्वर्ड मेडिकल स्कूलचे डेव्हिड राईच; सेंटर फॉर सेल्युलर अँड मॉलेक्युलर बायोलॉजीचे के. थंगराज आणि लालजी सिंग; ब्रॉड इन्स्टिट्यूट ऑफ हार्वर्ड आणि एमआयटीचे निक पिटर्सन यांच्यासह इतर काही सहलेखक आहेत.

यातल्या पहिल्या लेखाचं नाव आहे, 'रिकन्स्ट्रक्टिंग इंडियन पॉप्युलेशन हिस्ट्री,' आणि दुसऱ्या लेखाचं नाव आहे, 'जेनेटिक एव्हिडन्स फॉर रिसेंट पॉप्युलेशन मिक्स्चर इन इंडिया.' या दोन्ही लेखांमध्ये एका गोष्टीवर भर दिला आहे. ती म्हणजे आजच्या प्रत्येक भारतीय व्यक्तीमध्ये वेगवेगळ्या प्रमाणात, कमीत कमी दोन समूहांशी संबंधित असलेल्या वंशसाखळीचं मिश्रण आहे : ते दोन समूह म्हणजे भारतात आलेले पहिले स्थलांतरित आणि पश्चिम युरेशियन.[६] पश्चिम युरेशियन या संकल्पनेत फर्टाईल क्रिसेंटचा प्रदेश आणि इराण तसंच मध्य आशिया, कॉकेशस आणि युरोप इथले जनसमूह या लोकांचा समावेश आहे. या लेखांमध्ये असं दाखवून दिलं आहे की, भारतातल्या सर्व वर्तमान जनसमूहांमध्ये काही प्रमाणात युरेशियन वंशसाखळीचा अंश आहे. त्या त्या समूहांनुसार त्या वंशसाखळीचं प्रमाण २० ते ८० टक्के इतकं आहे (आजच्या जनसमूहांच्या संपूर्ण जिनोम संरचनेचं विश्लेषण केल्यानंतर समोर आलेल्या निष्कर्षांच्या आधारे विविध जनसमूहांमधल्या एकमेकांशी असलेल्या दुव्यांचं एक व्यापक चित्र उभं राहतं. ते दुवे कसे तयार झाले किंवा तसं होण्यासाठी कोण कुठून कुठे गेलं हे अगदी तपशिलानं स्पष्ट होत नसलं तरी त्याची साधारण कल्पना येते).

पण हे संशोधनाचे निष्कर्ष कागदावर उतरवण्यापूर्वी या कथेमध्ये काही अनपेक्षित वळणंही आली होती. स्थलांतरांविषयीच्या चर्चांना असणारे राजकीय संदर्भ समजून

६ सध्याच्या भारतीयांमध्ये पूर्व आशियातल्या वंशावळींचा अंशही दिसून येतो; पण या दोन लेखांमध्ये त्याचा विचार केलेला नाही, त्यामुळे आपण त्याविषयी नंतर विचार करू या.

घेण्यासाठी ही वळणं काय होती हे जाणून घेणं महत्त्वाचं आहे. आधुनिक भारतीयांमध्ये मोठ्या प्रमाणावर पश्चिम युरेशियन वंशावळीचा अंश उपस्थित आहे, हा विचार अनेकांना पचायला जड जाणारा आहे. याचं कारण म्हणजे गेली अनेक वर्षं प्रचलित असलेल्या एका सिद्धान्ताला त्यामुळे पुष्टी मिळते आहे, अशी समजूत होऊ शकते. हा सिद्धान्त म्हणजे मागच्या साधारण ४,००० वर्षांपूर्वी, मध्य आशियातले मेंढपाळ तिथल्या गवताळ प्रदेशातून स्थलांतर करून भारतात आले होते आणि त्यांनी आपल्या बरोबर, संस्कृतसह अन्य इंडो-युरोपीय भाषा तसंच सांस्कृतिक रीतीरिवाज आणि परंपराही आणल्या होत्या, हा होय. इंडो-युरोपीय भाषा बोलणारे हे लोक स्वतःला आर्य म्हणवून घेत असत. ते लोक अन्य ठिकाणाहून भारतात आले ही कल्पना काही लोकांना मान्य नाही. कारण, त्यामुळे संस्कृत भाषेला आणि वेदांना, भारतीय नागरी संस्कृतीचा एकमेव आणि मूलभूत स्रोत म्हणून असलेलं महत्त्व कमी होईल, असं त्यांना वाटतं. तसंच या कल्पनेमुळे भारतीय इतिहास आणि नागरी संस्कृतीवर अमिट ठसा उमटवणारी विशाल अशी हडप्पा नागरी संस्कृती, आर्यांच्या आगमनापूर्वीच्या काळची होती, असा अर्थ घेतला जाईल, असं त्यांना वाटतं.

राईच यांनी त्यांच्या २०१८मध्ये प्रकाशित झालेल्या *हू वुई आर अँड हाऊ वुई गॉट हिअर* या पुस्तकामध्ये त्यांच्या संशोधनातील निष्कर्षांविषयी आलेल्या प्रतिक्रियांचं वर्णन करताना लिहिलं आहे :

> ऑक्टोबर, २००८मध्ये सिंग आणि थंगराज यांच्याशी या प्रारंभिक निष्कर्षांविषयी चर्चा करण्याकरता मी आणि माझे सहकारी नीक पॅटर्सन हैदराबादला गेलो. ते २४ तास म्हणजे माझ्या शास्त्रज्ञ म्हणून घडलेल्या कारकिर्दीतला सर्वांत जास्त तणावाचा काळ होता.
>
> २८ ऑक्टोबरला झालेली आमची भेट आव्हानात्मक होती. या संपूर्ण संशोधनाला सिंग आणि थंगराज यांची अनुमती अजिबातच नव्हती, असं दिसून आलं. आजचे भारतीय हे दोन अगदी वेगवेगळ्या वंशसाखळ्यांचा अंश असलेल्या जनसमूहांचं मिश्रण आहेत आणि त्यातला एक जनसमूह 'पश्चिम युरेशियन' आहे (दुसरा वंश म्हणजे भारतात आफ्रिकेतून आलेले पहिले स्थलांतरित) हा आमच्या संशोधनाचा सारांश त्या भेटीपूर्वी आम्ही त्यांना सादर केला होता; पण त्यामध्ये पश्चिम युरेशियन लोक प्रचंड मोठ्या प्रमाणावर भारतात स्थलांतरित झाले, असा अर्थ होतो, असा युक्तिवाद करत, सिंग आणि थंगराज यांनी आमच्या या निष्कर्षावर आक्षेप घेतला. आम्ही मिळवलेल्या माहितीमध्ये या निष्कर्षापर्यंत पोहोचण्यासाठी थेट पुरावा उपलब्ध नाही, हे त्यांनी अचूक दाखवून दिलं. त्यांनी असाही एक युक्तिवाद केला की, भारतीयांनी अन्य दिशांना, भूमध्य समुद्राच्या दिशेनं (नियर इस्ट)[७] किंवा युरोपमध्ये स्थलांतर केलं असण्याची शक्यता आहे...

---

७ या पुस्तकात वापरलेली 'पश्चिम आशिया' ही संज्ञा 'निअर इस्ट' या संज्ञेशी समानार्थी आहे.

हळूहळू आमच्या संशोधनाचे सांस्कृतिक स्तरावर उमटणारे तरंग आमच्या लक्षात येऊ लागले, त्यामुळे आम्ही आमचा निष्कर्ष नव्यानं मांडण्याचा प्रयत्न करू लागलो, ज्यायोगे तो वैज्ञानिकदृष्ट्या निर्दोष असेल आणि त्याच वेळी सांस्कृतिक धारणांना धक्का देणारा नसेल.

दुसऱ्या दिवशी आम्ही सर्व जण पुन्हा एकदा सिंग यांच्या कार्यालयात एकत्र जमलो. एकत्र बसून आम्ही प्राचीन भारतीय समूहांसाठी नवी नावं निश्चित केली. आजचे भारतीय म्हणजे उत्तर भारतातले पूर्वज अर्थात एन्सेस्ट्रल नॉर्थ इंडियन्स - ANI आणि दक्षिण भारतातले पूर्वज अर्थात एन्सेस्ट्रल साउथ इंडियन्स - ASI अशा दोन अगदी वेगवेगळ्या वंशसाखळीतील जनसमूहांचं मिश्रण आहे. आज युरोपीय आणि पूर्व आशियाई लोक एकमेकांपेक्षा जितके वेगळे आहेत तितकेच ते वेगळे होते, अशी नोंद केली.

यातले उत्तर भारतातले पूर्वज हे युरोपीय, मध्य आशियाई, पश्चिम आशियाई आणि कॉकेशस या प्रदेशांमधल्या लोकांशी संबंधित होते; पण आम्ही त्यांच्या मूळ प्रदेशाविषयी किंवा कोणत्याही स्थलांतराविषयी कोणताही दावा करत नाही.

या संशोधनानुसार दक्षिण भारतातले पूर्वज हे आफ्रिकेतून भारतात आलेल्या पहिल्या स्थलांतरितांचे वंशज होते.

थोडक्यात सांगायचं, तर आजचे भारतीय हे भारतात स्थिर वसाहती उभे करणारे पहिले स्थलांतरित आणि पश्चिम युरेशियन अशा दोन जनसमूदायांचे वंशज आहेत, असं म्हणण्याऐवजी प्रकाशित केलेल्या लेखामध्ये आम्ही सैद्धान्तिक पद्धतीनं दोन वंशसाखळ्यांची कल्पना मांडली आणि असं म्हटलं की, आजचे भारतीय म्हणजे दक्षिण भारतातले पूर्वज आणि उत्तर भारतातले पूर्वज या दोन भिन्न वंशसाखळ्यांचं मिश्रण आहेत. यातल्या उत्तर भारतातील पूर्वजांचा पश्चिम युरेशियन लोकांशी जवळचा संबंध आहे. अशा प्रकारे या विषयाच्या संदर्भातील विवादित राजकीय बाजू टाळून; पण वैज्ञानिक आकृतिबंधाला छेद न देता दक्षिण आशियातील समाजाची घडण कशी समजावून देता येईल, याचा विचार आम्ही केला; पण या तडजोडीमुळे आमच्या निष्कर्षांचा चुकीचा अर्थ लावला जाण्याची शक्यताही निर्माण झाली. ती आम्हाला मोजावी लागलेली किंमत होती. उदाहरणार्थ, 'दक्षिण भारतातील पूर्वजांप्रमाणेच उत्तर भारतातील पूर्वजसुद्धा सुरुवातीपासूनच भारतात होते,' अशा पुरेशी माहिती न घेता आणि विपर्यास्त वार्तांकनांना मुभा मिळू लागली. उत्तर भारतातले पूर्वज विविध प्रदेशांतून आलेल्या स्थलांतरित जनसमूहांचं मिश्रण असावेत, असं आमच्या संशोधनानं स्पष्ट दाखवून दिलेलं आहे, तरीही त्यातली काही स्थलांतरं, अगदी अलीकडची म्हणजे सुमारे ४,००० वर्षांपूर्वीची असण्याची शक्यता उघड आहे.

आमच्या लेखात अशा पद्धतीनं नव्यानं मांडलेला आकृतिबंधही भारतीय समाजाची घडण समजून घेण्यासाठी उपयुक्त ठरतो. कारण, भारतातले पहिले स्थलांतरित आणि आशिया, युरोप, कॉकेशस आणि मध्य आशिया या प्रदेशांमधल्या आताच्या लोकांचं

ज्यांच्या वंशसाखळीशी नातं आहे, असे प्राचीन समूह आणि आफ्रिकेतून भारतात आलेल्या पहिल्या स्थलांतरितांची वंशसाखळी यांच्या मिश्रणातून आधुनिक भारतीय समाजाची घडण झाली आहे हे सिद्ध करणारा जनुकीय पुरावा उपलब्ध आहे.

पण तरीही एक समस्या उरतेच. भारतातले सुरुवातीचे जनसमूह बाहेरून आले होते, ही कल्पना काहींच्या वैचारिक धारणाशी सुसंगत नसल्यामुळे त्यांना ती मान्य होत नाही, त्यांचा अजूनही असा आग्रह असतो की, जी स्थलांतरं झाली ती भारतातून अन्य प्रदेशांमध्ये झाली आणि म्हणूनच भारतातील काही जनसमूह आणि पश्चिम आशिया, युरोप, कॉकेशस तसंच मध्य आशियातील जनसमूह यांच्यात जवळचा वांशिक दुवा असल्याचं दिसतं. संपूर्ण जिनोम विश्लेषणाच्या निरीक्षणातून पुढे आलेल्या पुराव्याच्या आधारे विविध जनसमूहांची वंशसाखळी स्पष्ट होऊ शकते; पण त्या अभ्यासातून स्थलांतराची दिशा सिद्ध होईलच असं नाही. फक्त माता किंवा फक्त पिता यांच्या डीएनएच्या आधारे मिळालेल्या माहितीचा विचार करता भूतकाळात मोठ्या प्रमाणावरील स्थलांतर, नैसर्गिक आपत्ती किंवा साथीचे रोग यांसारख्या घटनांमुळे हॅप्लोग्रुपचा आजच्या काळात झालेला विस्तार, त्यांचं विविध जनसमूहांमध्ये आढळणारं प्रमाण आणि त्यांच्यातली अंतर्गत विसंगती यांसारखे तपशील समजून घेणं अवघड होतं म्हणून आपण आधी पाहिलेल्या दोन पद्धती म्हणजे वर्तमानकाळातील 'एमटी' डीएनएची वंशसाखळी आणि 'वाय' गुणसूत्राची वंशसाखळी यावर आधारित डीएनए विश्लेषण ही एक पद्धती आणि दुसरी वर्तमानकाळातील एखाद्या जनसमूहाच्या संपूर्ण जिनोमच्या संरचनेचं विश्लेषण करणं. याशिवाय आणखी एका तिसऱ्या पद्धतीचाही विचार करायला हवा. अभ्यासकांमध्ये असलेल्या स्थलांतराच्या दिशेसंबंधीच्या वादावरील उपाय शोधण्यासाठी अशी तिसरी पद्धत आवश्यक आहे आणि ती पद्धत आहे: प्राचीन मानवी अस्थी अवशेषांच्या डीएनएचं विश्लेषण करणं. हीच पद्धत आता आपण जाणून घेणार आहोत.

तिसरी पद्धत : प्राचीन मानवांचे डीएनए

माणसांनी कुठल्या दिशेकडून कुठल्या दिशेला स्थलांतर केलं, याविषयीचे प्रश्न प्राचीन डीएनएमुळे सुटू शकतील. कारण, अगदी साधं आहे. एखाद्या विशिष्ट स्थळातून मिळालेल्या वेगवेगळ्या कालखंडांमधल्या मानवी अस्थींमधून मिळवलेल्या डीएनए नमुन्यांच्या विश्लेषणातून भूतकाळामध्ये माणसांची स्थलांतरं कशी होत गेली, हे आपल्याला समजू शकतं. उदाहरणार्थ, 'क्ष' स्थळावरून मिळालेल्या इसवी सनपूर्व २,००० सुमाराच्या प्राचीन डीएनएमध्ये मध्य आशियाई किंवा गवताळ प्रदेशातून आलेल्या लोकांच्या वंशसाखळीचे पुरावे सापडले नाहीत; पण इसवी सनपूर्व १,०००पासून त्या वंशसाखळीचे अनेक पुरावे सापडू लागले तर त्यावरून आपण स्पष्ट निष्कर्ष काढू शकतो की, इसवी सनपूर्व २,००० ते इसवी सनपूर्व १,००० दरम्यानच्या काळात 'क्ष' प्रदेशात गवताळ प्रदेशातल्या लोकांचं आगमन झालं होतं.

प्राचीन डीएनएच्या विश्लेषण पद्धतीची सुरुवात होऊन पाच वर्षं झाली आहेत आणि तेव्हापासून एकामागून एक असा सर्वच खंडांचा इतिहास पुन्हा लिहिला जाऊ लागला आहे. या पद्धतीची गंमत अशी आहे की, विविध प्रदेशांमधून आणि विविध खंडांमधून मिळालेल्या

प्राचीन डीएनएच्या नमुन्यांचं जितकं विश्लेषण केलं जात आहे, तितक्या वेगानं उपलब्ध माहितीचे तुकडे जुळवून जागतिक इतिहासाचं कोडं सोडवता येणं शक्य होत आहे. जागतिक स्तरावरच्या स्थलांतराच्या चित्रामधल्या मोकळ्या जागा जितक्या जास्त भरल्या जातील, तितकंच जगातील प्रत्येक प्रदेशामध्ये मानवी वसाहती कशा होत गेल्या, याविषयी तयार होत असलेलं वैज्ञानिकांचं एकमत नाकारणं अवघड होत जाईल.

भारताच्या प्रागैतिहासिक काळासंबंधी अनेक वर्षं न उलगडलेले प्रश्न प्राचीन डीएनएच्या विश्लेषण पद्धतीनं सोडवणं शक्य झालं आहे. त्या पद्धतीवर आधारित संशोधनाचे निष्कर्ष मांडणाऱ्या एका लेखाचं शीर्षक आहे, 'द जिनॉमिक फॉर्मेशन ऑफ साउथ अँड सेंट्रल एशिया' हा लेख २०१८ सालच्या मार्च महिन्यात जीवशास्त्राविषयीच्या bioRxiv या प्रसिद्धीपूर्व लेख येणाऱ्या सर्व्हरवर उपलब्ध करून देण्यात आला. हा लेख जगभरातल्या ९२ शास्त्रज्ञांनी मिळून लिहिला आहे. डेव्हिड राईच हे या प्रकल्पाचे सह-संचालक आहेत, तसंच या लेखाच्या सहलेखकांपैकी एक आहेत. डेव्हिड राईच ज्या प्रयोगशाळेचे संचालक आहेत, ती डीएनएच्या संरचनेचं विश्लेषण इतक्या मोठ्या प्रमाणात आणि इतक्या वेगानं करण्याची क्षमता असणारी जगभरातली एकमेव प्रयोगशाळा आहे.

हे ९२ शास्त्रज्ञ आपापल्या ज्ञानशाखेतले अत्यंत नावाजलेले संशोधक आहेत. उदाहरणार्थ, *इन सर्च ऑफ इंडो-युरोपियनस : लँग्वेज, आर्केऑलॉजी अँड मिथ*[८] या दर्जेदार पुस्तकाचे लेखक आणि पुरातत्त्वज्ञ जेम्स मेलरी, तसंच संशोधनाची दिशा बदलवून टाकणाऱ्या *द हॉर्स, द व्हील अँड द लँग्वेज : हाऊ ब्रॉन्झ-एज रायडर्स फ्रॉम द युरेशियन स्टेपीज शेपड् द मॉडर्न वर्ल्ड* या पुस्तकाचे लेखक आणि मानवशास्त्रज्ञ डेव्हिड एन्थनी. बाकी प्रतिथयश सहलेखकांमध्ये आहेत, पुरावनस्पतिशास्त्रज्ञ डोरेन फुल्लर आणि पुरातज्ज्ञ निकोल बॉव्हन. त्यांनी भारतात केलेल्या कामांमुळे त्यांचं नाव भारतीय संशोधकांना परिचित आहे. त्यांच्यासह आहेत, भारतातील पुरातत्त्वशास्त्राची प्रमुख संस्था असलेल्या डेक्कन कॉलेज या मानद विद्यापीठाचे कुलगुरू वसंत शिंदे, सेंटर फॉर सेल्युलर अँड मॉलेक्युलर बायॉलॉजी या संस्थेचे थंगराज. ते या संशोधन प्रकल्पाचे सहसंचालकही होते. लखनौच्या बिरबल सहानी इन्स्टिट्यूट ऑफ पॅलिओसायन्सेसचे नीरज राय, युनिव्हर्सिटी ऑफ कॅलिफोर्नियाच्या प्रिया मूरजानी आणि जर्मनीच्या मॅक्स प्लांक इन्स्टिट्यूट फॉर द सायन्सेस ऑफ ह्युमन हिस्ट्रीच्या आयुषी नायक यांनीही या लेखासाठी सहलेखन केलं होतं. या संशोधनात्मक लेखाचे मुख्य लेखक होते, हार्वर्ड मेडिकल स्कूलच्या जेनेटिक विभागातले शास्त्रज्ञ वाघीश नरसिंहन.

हा संशोधन प्रकल्प, ६१२ पुरातन व्यक्तींच्या पुरा डीएनएवर आधारित होता. हे पुरातन मानवाचे अवशेष अनेक प्रदेशांमधले आणि विविध कालखंडांमधले होते. ते प्रदेश म्हणजे इराण आणि तुराण. पूर्वीच्या काळी आजच्या तुर्कमेनिस्तान, उझबेकिस्तान आणि

---

८ कांस्ययुग हा एक इतिहासपूर्व कालखंड आहे. 'कांस्ययुग' या नावानं ओळखल्या जाणाऱ्या या कालखंडात तांबं आणि कथील यांच्या संयोगानं बनलेल्या कांसे या मिश्रधातूच्या वापराची सुरुवात झाली. या कालखंडाची सुरुवात भिन्न भिन्न प्रदेशात भिन्न भिन्न काळात झाली. पश्चिम आशिया, दक्षिण आशिया, भारतीय उपखंड आणि युरोपमध्ये साधारणपणे इसवी सनपूर्व ३,२००च्या सुमारास कांस्ययुगाची सुरुवात झाली. कांस्ययुग हे बऱ्याच ठिकाणी ताम्रपाषाणयुगाच्या नंतर आणि लोहयुगाच्या आधी सुरू झाल्याचं दिसतं.

ताजिकिस्तान (इसवी सनपूर्व ५,६००-१२००) या प्रदेशांना एकत्रितपणे 'तुराण' असं म्हटलं जात असे. त्याशिवाय कझाकिस्तानसह उरल पर्वताच्या पूर्वेकडचा गवताळ प्रदेश (इसवी सनपूर्व ४,७९९ ते इसवी सनपूर्व १,०००) आणि पाकिस्तानातलं स्वातचं खोरं (इसवी सनपूर्व १२०० ते १ सनपूर्व) या प्रदेशांमधल्या पुरातन मानवाच्या अवशेषांचाही त्यामध्ये समावेश होता. नंतर पुरा डीएनएच्या संदर्भातली ही माहिती आणि आधुनिक काळातील दक्षिण आशियातल्या २४६ निवडक वांशिक गटांमधल्या व्यक्तींच्या जिनोम संरचनेची माहिती यांचा तुलनात्मक अभ्यास केला गेला. या गटांमधल्या एकूण १७८९ व्यक्तींच्या जनुकसंचाचे नमुने या प्रकल्पात अभ्यासले गेले आणि त्यांचं तुलनात्मक विश्लेषण केलं गेलं. ही तुलनात्मक पद्धती आहे. यामध्ये पुरा डीएनए आणि आधुनिक डीएनए यांचे प्रादेशिक आणि कालानुसार व्यापक नमुने घेऊन कुठल्या जनसमूहांनी कुठून कुठे स्थलांतर केलं आणि त्यांचं वांशिक मिश्रण कसं घडलं[९] यांबद्दल निष्कर्षांपर्यंत पोहोचणं शक्य होतं.

या अभ्यासातून काय समजलं?

या अभ्यासातून असं समजलं की, इसवी सनपूर्व सुमारे ४,७०० ते इसवी सनपूर्व ३,००० दरम्यान झॅग्रोसच्या (आजचा इराण) आसपासच्या प्रदेशातल्या शेतकरी जनसमूहाच्या वंशसाखळीचा अंश हडप्पा संस्कृतीच्या परिघावर असलेल्या प्रदेशातील लोकांमध्ये मोठ्या प्रमाणावर दिसून येतो.

या संशोधनामध्ये केलेल्या व्याख्येनुसार, 'हडप्पा संस्कृतीच्या परिघावरील जनसमूह' म्हणजे हडप्पा संस्कृतीच्या नगरांमधून व्यापाराच्या निमित्तानं स्थलांतरित होऊन गोणूर आणि शहर-इ-सोख्तासारख्या शेजारच्या प्रदेशातील नगरांमध्ये स्थिर झालेले रहिवासी

---

९ काही पुरातत्त्वज्ञांनी आणि इतिहासकारांनी अशी टीका केली आहे की, प्राचीन मानवांच्या स्थलांतराविषयीचे आनुवंशिक निष्कर्ष ज्यांवर आधारित आहेत, त्या डीएनए नमुन्यांची संख्या अत्यंत अपुरी आहे. ज्या मानवी पुरावशेषांचे डीएनए घेतले गेले ते पुरावशेष फक्त उत्खनित नमुन्यांपुरते मर्यादित आहेत. त्यांच्या मते आपण आपलं हरवलेलं घड्याळ शोधत आहोत; पण कुठे? तर जिथे उजेड आहे फक्त तिथेच. काही प्रमाणात हे मत बरोबर आहे, असं गृहीत धरलं तर ते पुरातत्त्वशास्त्रातील आणि प्रागैतिहासिक काळातील सर्वच निष्कर्षांना लागू होईल. तिथेसुद्धा लोक आपली हरवलेली घड्याळं शोधत आहेत आणि फक्त उजेड असलेल्या रस्त्यांवरच शोधत आहेत. अधिक गांभीर्यानं विचार केला तर असं दिसतं की, काही वर्षांपूर्वी पुरा डीएनएचे नमुने अगदी अप्राप्य वाटत होते; पण आता तसं नाही. आता जगभरातले पुरा डीएनए मोठ्या प्रमाणात उपलब्ध होत आहेत. 'द जिनॉमिक फॉर्मेशन ऑफ साउथ अँड सेंट्रल एशिया' हा संशोधन प्रकल्प ६१२ व्यक्तींच्या डीएनएवर आधारित आहे. नमुन्यांची ही संख्या नक्कीच पुरेशी आहे. प्रत्यक्ष हडप्पा स्थळांच्या उत्खननातून मिळालेल्या पुरा डीएनएचं विश्लेषण अजून प्रकाशित झालेलं नाही हे खरं आहे; पण आपल्याकडे पाकिस्तानातल्या स्वात खोऱ्यातले इसवी सनपूर्व १२००च्या सुमाराचे पुरा डीएनएचे ४१ नमुने आहेत. तसंच हडप्पा संस्कृतीच्या परिघावरील प्रदेशांमधल्या लोकांच्या डीएनएचेही तीन नमुने आहेत. ते गोनूर आणि शहर-इ-सोख्तामधून मिळाले आहेत. आजच्या काळातल्या जनसमूहांच्या व्यापक प्रमाणावर केलेल्या डीएनए विश्लेषणाशी या सर्व गोष्टींची सांगड घालत केलेल्या अभ्यासातून शास्त्रज्ञांना पक्क्या निष्कर्षांपर्यंत पोहोचता येतं. हे निष्कर्ष काही प्रमाणात पक्के आहेत, असं म्हणता येईल. कारण, पुरा डीएनएवर आधारित प्रत्येक संशोधनामुळे मानवी स्थलांतरांच्या सर्व जगाला व्यापणाऱ्या कोड्यातला एक-एक तुकडा जुळत आहे म्हणूनच या निष्कर्षांबाबत वाद निर्माण व्हायला नको असतील, तर हे एकेक तुकडे एकमेकांबरोबर कसे सांधायचे याचा विचार करायला हवा. दुसऱ्या शब्दांमध्ये सांगायचं तर हे निष्कर्ष वरवर दिसतात, त्याहूनही अधिक समर्थनीय आहेत, तरीही हे मान्य करायला हवं की सर्व शास्त्रांमध्ये, सर्व ज्ञानशाखांमध्ये, शास्त्रीय पद्धतीनं मांडलेले निष्कर्ष उपलब्ध पुराव्यांवर अवलंबून असतात.

होते. गोनूर स्थळ तुर्कमेनिस्तानमध्ये आहे आणि इसवी सनपूर्व २,३०० ते इसवी सनपूर्व
१,७०० दरम्यान भरभराटीला आलेल्या 'बॅक्ट्रिया-मार्जियाना (बाल्ख आणि गांधार प्रदेश)
पुरातत्त्वीय कॉम्प्लेक्स' या नावानं ओळखल्या जाणाऱ्या संस्कृतीचा एक भाग आहे.
'शहर-इ-सोख्ता' हे इराणच्या आग्नेय भागातलं इसवी सनपूर्व ३,२०० ते इसवी सनपूर्व
१,८००च्या दरम्यान अस्तित्वात असलेलं एक महत्त्वाचं पुरातत्त्वीय स्थळ आहे.

गोनूर आणि शहर-इ-सोख्ता येथील उत्खननामध्ये तीन व्यक्तींच्या अस्थींचे अवशेष
मिळाले. संशोधकांनी ते हडप्पामधून आलेले स्थलांतरित असावेत, असा निष्कर्ष काढला
आहे. त्याच स्थळाच्या उत्खननात सापडलेल्या अन्य मानवी सांगाड्यांशी तुलना करता
त्या तीन व्यक्ती बाहेरून आलेल्या असाव्यात, असा निष्कर्ष काढला गेला. कारण,
त्यांच्यामध्ये इराणच्या प्रदेशातील प्राचीन शेतकरी जनसमूहांच्या वंशसाखळीबरोबर
भारतात आलेल्या पहिल्या स्थलांतरितांच्या वंशसाखळीचा अंशही मोठ्या प्रमाणात
आढळला. हडप्पा संस्कृतीच्या स्थळांमधून अजून पुरा डीएनए उपलब्ध झालेले नाहीत,
त्यामुळे 'हडप्पा संस्कृतीच्या परिघावरील प्रदेशांमध्ये' उपलब्ध झालेले पुरा डीएनएच
हडप्पा संस्कृतीच्या लोकांचं प्रतिनिधित्व करतात,[१०] त्यामुळे ज्या प्रश्नानं आपण सुरुवात
केली, त्याचं उत्तर हे असं आहे : इराणच्या प्रदेशातील प्राचीन जनसमूहांनी भारतामध्ये
स्थलांतर केलं होतं का? तर हो. कारण, हडप्पामधील लोकांमध्ये मोठ्या प्रमाणात त्यांच्या
वंशसाखळीचा अंश होता हे पुरा डीएनएच्या विश्लेषणातून स्पष्ट झालं आहे. संशोधकांना
या निष्कर्षापर्यंत पोहोचवण्यासाठी पुरा डीएनएमुळे कशी मदत झाली, हे जाणून घेण्यासाठी
आपण जरा अधिक खोलात जाण्याची गरज आहे. इसवी सनपूर्व ७,००० ते इसवी सनपूर्व
८,००० दरम्यानच्या इराणमधल्या झॅग्रोस प्रदेशातील प्राचीन लोकांच्या पुरा डीएनएच्या
आधारे तेथील लोकांमध्ये पश्चिम युरेशियन लोकांच्या वंशसाखळीचा ठळक अंश असल्याचं
स्पष्ट झालं. फर्टाईल क्रिसेंटच्या प्रदेशातील अन्य प्राचीन जनसमूहांपेक्षा ते वेगळे होते. कारण,
तिथल्या अन्य प्राचीन जनसमूहांमध्ये असलेला एनाटोलियन वंशसाखळीचा अंश त्यांच्यामध्ये
नव्हता. खरं तर एनाटोलियन वंशसाखळीचा अंश एनाटोलियापासून (आजचा टर्की) पूर्व
इराणपर्यंत आणि त्याही पुढे तुराणच्या अगदी पूर्वेपर्यंतच्या जनसमूहांमध्ये पसरलेला दिसून
येतो; पण आपण जसे पश्चिमेकडून पूर्वेकडे येऊ लागतो तसं या वंशसाखळीचं प्रमाण कमी
कमी होत जातं. एनाटोलियामध्ये ७० टक्के, इराणमध्ये ३३ टक्के आणि अगदी पूर्वेकडच्या
तुराण प्रदेशात ३ टक्के अशा प्रमाणात ती घटलेली दिसते. पूर्वेकडच्या प्रदेशांमध्ये शेतीचा
प्रसार करण्यामध्ये एनाटोलियन वंशसाखळीच्या जनसमूहांची महत्त्वाची भूमिका असणं हे
त्यांच्या वंशसाखळीच्या प्रसारामागचं कारण असावं (त्यांनी युरोपमध्येही शेतीचा प्रसार
केला होता); पण इथे एक गोष्ट लक्षात घ्यायला हवी की, इसवी सनपूर्व ७,००० ते इसवी
सनपूर्व ८,००० दरम्यानच्या झॅग्रोस प्रदेशातील जनसमूहांमध्ये मात्र अजून एनाटोलियन
वंशसाखळीचं मिश्रण झालेलं नव्हतं.

---

१० संशोधकांनी प्रयत्नपूर्वक भारतातील हडप्पा संस्कृतीच्या राखीगढी या स्थळामधून पुरा डीएनए मिळवले; पण
त्याविषयीचं संशोधन अजून प्रसिद्ध झालेलं नाही; परंतु या संशोधनासंबंधीच्या प्रसिद्ध झालेल्या विश्वसनीय वृत्तांनुसार,
झॅग्रोस प्रदेशातील प्राचीन शेतकरी आणि हडप्पातील रहिवासी यांच्यामध्ये वांशिक मिश्रण झालं असण्याच्या निष्कर्षाला
दुजोरा मिळतो आहे.

आता आपण निर्णायक ठरू शकतील, अशा काही गोष्टी जाणून घेऊ. ते म्हणजे गोनूर आणि शहर-इ-सोख्तामधले पुरा डीएनए. बॅक्ट्रिया-मार्जियाना या पुरातत्त्वीय संस्कृतीच्या स्थळांमधून एकूण ६९ मानवी पुरा डीएनए उपलब्ध झाले आणि त्या अवशेषांमध्ये प्रामुख्यानं जे वांशिक मिश्रण दिसून आलं ते असं आहे : इराणमधील आद्य शेतकरी जनसमूहांच्या वंशसाखळीचा अंश (साधारण ६० टक्के), एनाटोलियातून आलेल्या शेतकरी जनसमूहांच्या वंशसाखळीचा अंश (२१ टक्के) आणि पश्चिम सायबेरियातून आलेल्या जनसमूहांच्या वंशसाखळीचा अंश (१३ टक्के).

गोनूर आणि शहर-इ-सोख्ता इथे मिळालेले तीन मानवी सांगाड्यांचे अवशेष इसवी सनपूर्व ३१०० ते इसवी सनपूर्व २२०० या काळातले आहेत. पुरावशेषांमध्ये आफ्रिकेतून भारतात आलेल्या पहिल्या स्थलांतरितांच्या वंशसाखळीचा अंश १४ टक्के ते ४२ टक्के आणि इराणमधून आलेल्या स्थलांतरित शेतकऱ्यांच्या वंशसाखळीचा अंश ५८ टक्के ते ८६ टक्के इतका होता. त्यांच्यामध्ये एनाटोलियन वंशसाखळीचा अंश मात्र आढळला नाही, त्यामुळे ते पश्चिमेकडून आले असण्याची शक्यता फारशी नसल्याचं स्पष्ट झालं आहे. कारण, पूर्व आशियातील प्रदेशांमध्ये एनाटोलियन वंशसाखळीचं प्रमाण कमी कमी होत गेलं होतं. तिथल्या जनसमूहांमध्ये आफ्रिकेतून आलेल्या पहिल्या स्थलांतरितांच्या वंशसाखळीचा वाढत जातो, त्यावरून हेच दिसतं की, ते पूर्वेकडून हडप्पा संस्कृतीच्या प्रदेशामधून आले असावेत आणि गोनूर, शहर-इ-सोख्तामध्ये स्थिरावले असावेत. दुसऱ्या शब्दांत सांगायचं तर या संशोधनातून असं दिसून आलं की, हडप्पा संस्कृतीतील इसवी सनपूर्व ३१०० ते इसवी सनपूर्व २२००च्यादरम्यान हडप्पा संस्कृतीच्या जनसमूहांमध्ये झॅग्रोसमधील प्राचीन शेतकऱ्यांच्या वंशावळीचा अंश होता; पण इसवी सनपूर्व ७,०००-८,००० दरम्यानच्या झॅग्रोस इथल्या प्राचीन शेतकऱ्यांच्या पुरा डीएनएमध्ये भारतात आलेल्या पहिल्या स्थलांतरितांच्या वंशसाखळीचा अंश नाही. यावरून स्थलांतराची दिशा स्पष्ट होते. इराणच्या झॅग्रोस प्रदेशातील जनसमूहांनी भारतात स्थलांतर केलं होतं.

आणखीही काही पुरावे आहेत. या संशोधनासाठी स्वातच्या खोऱ्यातल्या इसवी सनपूर्व सुमारे १२००-८०० या कालखंडातील ४१ मानवी पुरा डीएनएचे नमुने उपलब्ध झाले होते. हडप्पा संस्कृतीचा ऱ्हास इसवी सनापूर्वी १९००च्या सुमारास सुरू झाला होता. त्यानंतर साधारण ५०० वर्षांनी इसवी सनपूर्व १२०० ते इसवी सनपूर्व ८००च्या सुमारास म्हणजे बॅक्ट्रिया-मार्जियाना संस्कृतीच्या परिघावरील लोकांपेक्षा साधारण १००० वर्षांनंतर हे लोक स्वातच्या खोऱ्यात राहत होते. स्वातच्या खोऱ्यातल्या या ४१ नमुन्यांमध्ये प्रामुख्यानं इराणमधील प्राचीन शेतकऱ्यांचे आणि भारतात आलेल्या पहिल्या स्थलांतरितांच्या वंशसाखळीचे अंश असल्यामुळे वांशिक दृष्टीनं ते गोनूर आणि शहर-इ-सोख्ता इथल्या तीन पुरा डीएनएच्या नमुन्यांशी खूपसे मिळते जुळते होते. त्यांच्यामध्ये गवताळ प्रदेशातील कांस्ययुगाच्या मध्य आणि उत्तर कालखंडातल्या जनसमूहांच्या वंशसाखळीचा अंश होता म्हणजे स्वातच्या खोऱ्यातल्या जनसमूहांची वंशसाखळी संमिश्र स्वरूपाची होती. साधारणपणे इ.स.पू. दुसऱ्या सहस्रकात हे घडलं असण्याची शक्यता आहे (त्याविषयी आपण चौथ्या प्रकरणात जाणून घेऊ).

याचा सारांश असा की, हडप्पा संस्कृतीच्या परिघावरील प्रदेश (बॅक्ट्रिया-मार्जियाना तसंच शहर-इ-सोख्ता) आणि स्वातच्या खोऱ्यातल्या इसवी सनपूर्व ३१०० ते इसवी सनपूर्व ८०० दरम्यानच्या काळातल्या ४४ व्यक्तींमध्ये इराणच्या प्रदेशातील प्राचीन शेतकरी आणि भारतात आलेले पहिले स्थलांतरित यांच्या संमिश्र वंशसाखळीचा पुरावा होता. हडप्पा संस्कृतीच्या परिघावरील प्रदेशामधल्या या जनसमूहांचा समावेश भारतीय लोकांच्या पूर्वजसाखळीमधील एक म्हणून करणं अगदी योग्य ठरेल, हे आता जनुकीय आकृतिबंधाच्या आधारे स्पष्ट झालं आहे.

सततच्या नव्या संशोधनांमुळे आपल्याजवळ असलेल्या आधीच्या माहितीमध्ये अधिक सविस्तर तपशील भरता येणं कसं शक्य झालं, याचा पुन्हा एकदा थोडक्यात आढावा घेऊ. आपण आधी पाहिल्याप्रमाणे वर्तमानकाळातील हॅप्लोग्रुपवर आधारित जनुकीय संशोधनामुळे भारतामध्ये विविध वंशसाखळ्यांचे अंश असलेले जनसमूह येत राहिले, हे सूचित होतं आणि आजच्या भारतीयांच्या संपूर्ण जिनोमच्या संरचनेच्या अभ्यास पद्धतीमुळे आता हे स्पष्ट आहे की, आजच्या भारतीय जनसमूहांमध्ये, भारतात आफ्रिकेतून आलेले पहिले स्थलांतरित आणि आधुनिक जनसमूहांशी संबंधित असलेल्या प्राचीन काळातील पश्चिमेकडील युरेशियन पूर्वजसाखळ्या या दोन्हींचं जनुकीय मिश्रण झालेलं आहे. अशा प्रकारे तत्कालीन भारतीय जनसमूह या दोन पूर्वज साखळ्यांमधून निर्माण झालेल्या मिश्रवंशाचे होते, तरीही या अभ्यासांमधून, प्राचीन स्थलांतरं नेमकी कुठल्या दिशेनं झाली, या प्रश्नाचं अंतिम उत्तरं मिळत नाही. पुरा डीएनएवर आधारित नुकत्याच झालेल्या संशोधनातून नेमकं काय साध्य झालं तर : या स्थलांतरांच्या दिशेच्या संदर्भातील प्रश्नाला पुढे नेण्यासाठी अधिक निश्चित दिशा मिळाली. त्याचबरोबर आधुनिक काळातील भारतीय जनसमूह आणि भारताच्या पश्चिमेकडील युरेशियन जनसमूह यांच्यातल्या जनुकीय दुव्यांना कारणीभूत असणाऱ्या स्थलांतराचे तपशील अधिक स्पष्ट करणारे पुरावे हाती आले, त्यामुळेच इराणच्या प्रदेशातील प्राचीन शेतकऱ्यांनी झॅग्रोसच्या प्रदेशातून सिंधूच्या खोऱ्यात स्थलांतर केलं होतं, हे आता आपण जाणतो. गवताळ प्रदेशातूनही स्थलांतर झालं होतं हे स्वातमधल्या नमुन्यांवरून आपल्याला समजलं आहे. त्याचा तपशील आपण नंतर जाणून घेऊ.[११]

इराणच्या प्रदेशातील प्राचीन शेतकरी जनसमूह आणि आफ्रिकेतून भारतात आलेले पहिले स्थलांतरित जनसमूह यांच्यामध्ये संकर होऊन मिश्रवंशाची सुरुवात केव्हा झाली असेल? बॅक्ट्रिया-मार्जियाना आणि शहर-इ-सोख्ता इथे बाहेरून आलेल्या तीन व्यक्तींच्या आनुवंशिक माहितीवरून या संकराचा अगदी अलीकडचा काळ अनुवंशशास्त्रज्ञ ठरवू

---

११ अधिक शास्त्रीय भाषेत सांगायचं, तर दक्षिण भारतातील पूर्वजसाखळ्यांमध्ये आफ्रिकेतून भारतात आलेले पहिले स्थलांतरित आणि इराणी प्रदेशातले प्राचीन शेतकरी यांच्या मिश्र वंशसाखळीचा अंश आहे, हे आता आपल्याला माहीत आहे. उत्तर भारतातील पूर्वजसाखळ्यांमध्ये आफ्रिकेतून भारतात आलेले पहिले स्थलांतरित आणि इराणी प्रदेशातील प्राचीन शेतकरी तसंच गवताळ प्रदेशातून आलेले पशुपालक जनसमूह यांच्या मिश्र वंशसाखळीचा अंश आहेत, हेसुद्धा आता आपल्याला ज्ञात आहे. आज बहुतेक सर्व भारतीय जनसमूहांमध्ये, उत्तर भारत आणि दक्षिण भारत या प्रदेशांमधील पूर्वजसाखळ्यांचं मिश्रण आहे. अर्थात त्याचं प्रमाण मात्र वेगवेगळ्या प्रदेशांमध्ये अस्तित्वात असलेल्या वेगवेगळ्या समूहांमध्ये भिन्न भिन्न आहे.

शकतील. ते इसवी सनपूर्व साधारण ४,७०० ते इसवी सनपूर्व ३,००० दरम्यान घडलं असण्याची शक्यता आहे (त्या आधीही कधी संकर घडला असेल तर तो काळ ठरवणं अनुवंशशास्त्राला शक्य झालेलं नाही); पण आपण पाहिल्याप्रमाणे, मेहरगढमध्ये फार आधी म्हणजे इसवी सनपूर्व ७,०००मध्ये शेतीला सुरुवात झाल्याचे पुरावे आहेत. त्याबाबत दोन शक्यता सांगता येतात. एक तर मेहरगढमधली किंवा त्या प्रदेशातल्या शेतीची सुरुवात, आफ्रिकेतून येऊन तिथे स्थिरावलेल्या पहिल्या स्थलांतरितांनी केली आणि झॅग्रोस प्रदेशातून तिथे स्थलांतर करणारे शेतकरी जनसमूह नंतर येऊन त्यांच्यामध्ये मिसळले किंवा दुसरी शक्यता अशी की, इराणच्या प्रदेशातील प्राचीन जनसमूह मेहरगढ इथे आले असावेत आणि त्यांनी आपल्याबरोबर शेतीचं तंत्र आणलं असावं. मेहरगढ इथे स्थिरावल्यानंतर त्यांची गाठ आफ्रिकेतून भारतात आलेल्या स्थलांतरितांशी पडली असावी. आफ्रिकेतून आलेल्या पहिल्या स्थलांतरितांपैकी काही समूह लहुरादेवासारख्या ठिकाणी शेतीचे प्रयोग करत होते, हे आपण आधी पाहिलं आहे. त्या आधी असं घडलं होतं की नाही याची माहिती अनुवंशशास्त्राद्वारे उपलब्ध झालेली नसल्यामुळे, अशीही शक्यता वर्तवता येणं शक्य आहे की, इराणच्या झॅग्रोस प्रदेशातील आद्य शेतकरी इसवी सनपूर्व ७,०००च्या सुमारास आले असावेत आणि त्याच वेळी त्यांचा आफ्रिकेतून आलेल्या पहिल्या स्थलांतरितांशी संपर्क आला असावा. शेतीची सुरुवात कुठल्यातरी एकाच ठिकाणी झाली आणि मग अन्यत्र सर्व ठिकाणी तिचा प्रसार होत गेला, असंही मानण्याचं काही कारण नाही. उलट शेतीची सुरुवात एकाच वेळी अनेक ठिकाणी सुरू झाली असण्याची शक्यता जास्त आहे. अर्थात, हे उघड आहे की, वेगवेगळ्या प्रदेशांमध्ये शेती तंत्रातील विकास आणि यश यांचं प्रमाण कमी-अधिक असणार आणि त्याचा परिणाम म्हणून लोकसंख्येत होणाऱ्या वाढीचं प्रमाणही कमी अधिक असणार.

या सर्व शक्यता लक्षात घेता असं दिसून येतं की, दक्षिण आशियाच्या वायव्य प्रदेशांमध्ये झालेल्या शेतीच्या प्रसाराचा आलेख काढला, तर त्या आलेखाच्या सुरुवातीच्या बिंदूवर किंवा कदाचित थोडं नंतर झॅग्रोस प्रदेशातल्या प्राचीन शेतकरी समूहांनी मोठ्या प्रमाणावर स्थलांतर केलेलं होतं. बहुतांश आधुनिक भारतीयांच्या जनुकीय ठशांमध्ये झॅग्रोस शेतकऱ्यांच्या वंशसाखळीचाच अंश अधिक ठळकपणे दिसून येतो.

पण जरा थांबा! हे प्रकरण संपवण्याआधी शेवटचा वळसा घेऊन हे चित्र पूर्ण करणारा आणखी एक छोटासा पुरावा पाहू. फक्त माता किंवा फक्त पिता यांच्या मार्फत होणाऱ्या जनुकीय संक्रमणाचा विचार करणाऱ्या संशोधनातून J2, L1 आणि L1c या 'वाय' गुणसूत्रांच्या वंशसाखळी गटांचे जनसमूह पश्चिम आशियातून भारतात आले असण्याची शक्यता या आधी व्यक्त केली होती ते तुम्हाला आठवतंय का? पुरा डीएनएचा पुरावा याविषयी काय म्हणतो? गोनूर आणि शहर-इ-सोख्तामध्ये बाहेरून आलेल्या त्या व्यक्ती कोणत्या हॅप्लोग्रुपच्या होत्या? त्यांच्यामध्ये फक्त दोन पुरुष होते. त्यांचा 'वाय' गुणसूत्र हॅप्लोग्रुप कोणता असेल ते आपल्याला माहीतच आहे. पुरा डीएनए जनुकीय संशोधनानुसार तो आहे J2. आतापर्यंत पाहिलेल्या माहितीचा विचार करता आपण म्हणू शकतो की, ६५,००० वर्षांपूर्वी भारतीय उपखंडामध्ये आफ्रिकेतून आलेल्या बुद्धिमान मानवांचं आगमन

झालं. त्यानंतर सूक्ष्मास्त्रांचं तंत्र विकसित झाल्यामुळे भारतीय उपखंडावर त्यांचं निःसंशय प्रभुत्व प्रस्थापित झालं, त्यांची लोकसंख्या वाढू लागली. मेहरगढमध्ये झालेली शेतीची सुरुवात ही या घटनांचा अपेक्षित परिणाम होता, तसंच तो भारतातील इतिहासपूर्व काळातल्या घडामोडींना पूर्णतः कलाटणी देणारा होता.

जगात प्रथमच मातीच्या विटांची दोन किंवा तीन खोल्यांची घरं बांधणाऱ्या मेहरगढच्या रहिवाशांना तेव्हा याची जाणीवही झाली नसेल; पण खरं तर त्या वेळी ते दक्षिण आशियात भरभराटीला आलेल्या हडप्पा नागरी संस्कृतीची किंवा सिंधू नागरी संस्कृतीची पायाभरणी करत होते. त्या मातीच्या विटांच्या साध्यासुध्या घरांना हडप्पा, मोहेंजोदाडो किंवा ढोलावीरा सारखं नागरी स्वरूप यायला साधारण ४,५०० वर्षं किंवा १५० पिढ्यांचा काळ जावा लागला आणि त्या प्रक्रियेत अनेक चढ-उतार आले असणार; पण आधुनिक मानवांचा शेतीत जम बसल्यावर, पुरवठ्याला येऊन साठवण्याइतकं आणि त्या जोरावर इतर कामं करता यावीत, इतकं अतिरिक्त उत्पादन होऊ लागल्यावर मात्र इतिहासाच्या चाकांना गती मिळाली आणि मग खरंच चाकाचा शोध लागला!

पण मग त्यातून पुढे कोणती नागरी संस्कृती निर्माण झाली आणि ती कशी निर्माण झाली? ते आपण पुढच्या प्रकरणात जाणून घेणार आहोत.

ताजा कलम : इसवी सनपूर्व १९००च्या सुमारास हडप्पा नागरी संस्कृती लयाला जाऊ लागल्यावर तिथले लोक या उपखंडातल्या अन्य प्रदेशांमध्ये विशेषतः पूर्वेकडे आणि दक्षिणेकडे पसरू लागले. आता ज्या कल्पनेनं या प्रकरणाची सुरुवात केली होती, तिचा पुन्हा एकदा विचार करू. भारतीय समाजाला पिझ्झ्याची उपमा दिली, तर भारतात आलेले पहिले स्थलांतरित आणि इराणमधून भारतात आलेल्या शेतकऱ्यांचा मिश्र वंश असणाऱ्या हडप्पा नागरी संस्कृतीतल्या लोकांना त्यावर कडेपर्यंत चीज पसरवलेल्या सॉसची उपमा देणं योग्य होईल. समारोपाच्या प्रकरणात आपण याचा विचार करू.

३

आद्य नागरिक : हडप्पावासी

एकमेवाद्वितीय परंपरा आणि विचारसरणी असलेल्या त्या काळातल्या या सर्वांत विशाल नागरी संस्कृतीनं कशी झेप घेतली असेल? आणि तिच्या निर्मात्यांनी द्राविडी भाषांचा प्रसार कसा केला असेल? आणि ते उत्तर भारतीय आणि दक्षिण भारतीय अशा दोन्ही समूहांचे पूर्वज कसे ठरले असतील?

इसवी सनपूर्व ७०००च्या सुमारास बलुचिस्तानातील 'काछी' मैदानात पेरलं गेलेलं बीज अंकुरायला आणि त्यातून इसवी सनपूर्व २६०० ते इसवी सनपूर्व १९००दरम्यान हडप्पा नागरी संस्कृतीचा वटवृक्ष बहरून यायला खरोखरीच जवळ जवळ ५००० वर्षांचा काळ जावा लागला.

शेती करणाऱ्या सगळ्याच संस्कृतींचं नागरी संस्कृतींमध्ये रूपांतर झालं नाही; पण प्रत्येक नागरी संस्कृतीची सुरुवात शेतीच्या विकासापासूनच झाली (नागरी संस्कृती म्हणजे नक्की काय हे आपण पुढे पाहणार आहोत. सध्या आपण त्याचा साधारण अर्थ लक्षात घेऊ). याचं कारण कृषी संस्कृतीच्या वाटचालीत एका टप्प्यावर, स्थैर्य आलं आणि अन्नधान्य उत्पादनात वाढ झाली की, ग्राम वसाहतीतील प्रत्येकाला शेतीच्या कामात किंवा अन्य तऱ्हेनं अन्न मिळवण्याच्या कामात गुंतून राहावं लागत नाही. अन्य वेगवेगळी कामं करण्यासाठी आवश्यक असणारे लोक पुरेशा संख्येनं उपलब्ध होतात. नवीन उभारल्या जाणाऱ्या शहरांमध्ये वास्तूंची निर्मिती करणं, नवी उपकरणं, शस्त्रं आणि आभूषणं तयार करणं, दूरवरच्या अंतरावरच्या व्यापाराचं नियोजन करणं, उच्च दर्जाच्या कलाकृती तयार करणं, नवनवे शोध लावणं, हिशेब ठेवणं आणि पीक भरघोस येण्यासाठी कालव्यांवर आधारलेली सिंचन व्यवस्था निर्माण करणं आणि त्यासाठी आवश्यक असणारी सामाजिक व्यवस्था उभारणं, अशा अनेक प्रकारची कामं करण्यासाठी लोक पुरेशा संख्येनं मोकळे राहतात.

De Agostini / G. Nimatallah / Getty Images

हडप्पा संस्कृतीमधील नगराचे अवशेष. हडप्पा संस्कृती ही त्या काळची सर्वांत विशाल संस्कृती होती.

जो समाज शेतीमध्ये प्रगती करून मोठ्या प्रमाणावर पीक घेऊ लागला असेल आणि त्यामुळे आलेल्या स्थैर्यातून मिळणाऱ्या मोकळ्या वेळेचा सदुपयोग करून आणखी चांगल्या उपयुक्त गोष्टी निर्माण करत असेल अशा समाजातच असा विकास घडून येऊ शकतो. त्यासाठी नव्या विचारसरणीची बांधणी, सामाजिक स्तरांच्या उतरंडीची निर्मिती, नवी सत्ताव्यवस्था निर्माण करणं, बळाचा वापर करून किंवा स्वेच्छेनं लोकांनी कमीत कमी मोबदल्यात आपला अधिकाधिक वेळ सार्वजनिक कामांसाठी द्यावा यासाठी उद्युक्त करणं, या गोष्टी अशा समाजामध्ये शक्य होत असत. अशा वेळी लोकांच्या धर्मश्रद्धांना आवाहन करणं फारच उपयुक्त ठरत असे, तसंच वेळ पडल्यास बळाचा वापर केला जाई.

जगभरातल्या तज्ज्ञांनी शेकडो वर्षं प्रयत्न करूनही अजून आपल्याला हडप्पा संस्कृतीचे लोक वापरत असलेली लिपी वाचण्यात यश आलेलं नाही, त्यामुळे हडप्पाच्या नागरी संस्कृतीच्या निर्मितीमागचे, त्या काळच्या विचारसरणी आणि शासन व्यवस्था आणि त्यातील अधिकारांची उतरंड याविषयी पुरेसे थेट आणि लिखित पुरावे उपलब्ध नाहीत; पण हडप्पा संस्कृतीच्या लोकांनी मागे ठेवलेल्या मुद्रांवरची प्रतीकं, तिथल्या वास्तू आणि शिल्पकलेवरून त्यांच्या विचारसरणीची आणि सत्ता व्यवस्थेविषयीची कल्पना करता येणं शक्य होतं.

मेहरगढमधली विटांनी बांधलेली दोन खोल्यांची साधीशी घरं आणि जवाच्या शेतीपासून हडप्पा, मोहेंजोदाडो आणि ढोलावीरा यांसारख्या नगरांमधल्या विशाल वास्तूंपर्यंतच्या अंगभूत आणि भौतिक अशा दोन्ही प्रक्रियांमधल्या बहुतेक सर्व टप्प्यांची नोंद पुरातत्त्वीय पुराव्याच्या रूपात उपलब्ध आहे. त्यात सलगता आहे. मधले दुवे कुठेही मोठ्या

प्रमाणावर हरवलेले नाहीत. बलुचिस्तानातील काछी मैदानापासून तिथल्या अन्य भागांपर्यंत, सिंधूच्या खोऱ्यात, घग्गर-हाक्रा नद्यांच्या खोऱ्यात, गुजरातमध्ये आणि त्या पलीकडे कृषी संस्कृतीच्या ग्राम-वसाहती पसरत गेल्या. त्यानंतर हजारो वर्षांच्या कालावधीत त्या हळूहळू विकसित होत गेल्या. त्यांचं रूपांतर वेगवेगळ्या पद्धतीची भांडी वापरणाऱ्या, तटबंदीयुक्त मोठ्या गावांमध्ये झालं. त्यानंतर इसवी सनपूर्व २,६००च्या सुमारास या गावांचं रूपांतर मोठ्या नगरांमध्ये होऊन त्या नगरांच्या परस्पर व्यवहारांच्या जाळ्यामधून हडप्पा नागरी संस्कृती निर्माण झाली. दूरवरच्या प्रदेशात विशेषतः आजही प्रवाहित असणाऱ्या सिंधूच्या प्रदेशात आणि आता शुष्क पडलेल्या घग्गर-हाक्रा नदीच्या प्रदेशात विस्तारत गेली. हडप्पा नागरी संस्कृतीच्या उत्कर्षाच्या काळात पाकिस्तान, अफगाणिस्तानचा ईशान्येकडील प्रदेश आणि पंजाब, राजस्थान, हरियाणा, उत्तर प्रदेश आणि गुजरातसह पश्चिम भारतात तिचा विस्तार झाला होता.

या प्राचीनतम नागरी संस्कृतीच्या कालक्रमातील सातत्यावरून असं दिसून येतं की, प्राचीन काळची ही विशाल नागरी संस्कृती निर्माण करणारे लोक तिथे अचानक आले नव्हते. ते दीर्घकाळापासून तिथेच राहत होते आणि त्यांनीच टप्प्याटप्प्यानं हडप्पा संस्कृतीचा विकास घडवलेला होता म्हणूनच हडप्पा नागरी संस्कृती ही मेसोपोटेमियातील नागरी संस्कृतीची शाखा होती, हा आधीचा समज चुकीचा असल्याचं सिद्ध झालं आहे (मेसोपोटेमियातील नागरी संस्कृती इसवी सनपूर्व ४००० ते बहुतेक इसवी सनपूर्व ३३० दरम्यान म्हणजेच अलेक्झांडरनं तो प्रदेश जिंकून घेईपर्यंत अस्तित्वात होती आणि ती इराक, कुवेत, सौदी अरेबियाचा उत्तरेकडील प्रदेश, आग्नेय टर्की, सीरियाचा पूर्वेकडील प्रदेश आणि इराणच्या काही भागांत पसरली होती). मेसोपोटेमियातील नागरी लोकांनी हडप्पा संस्कृतीच्या प्रदेशात स्थलांतर करून हडप्पा नगरं बांधली असावीत, अशी कल्पना करण्याची आवश्यकता भासावी, असे काही कोणतेच अज्ञात दुवे असण्याची शक्यता नाही.

अर्थातच दुसऱ्या प्रकरणात पाहिल्याप्रमाणे हडप्पा नागरी संस्कृतीमधले लोक इराणमधल्या झॅग्रोस पर्वत प्रदेशातले शेतकरी आणि भारतात आलेले पहिले स्थलांतरित यांच्या मिश्रवंशाचे होते; पण तो मिश्रवंश हडप्पा संस्कृतीची नगरं होण्याआधी हजारो वर्षांपूर्वी अस्तित्वात आलेला होता आणि म्हणूनच ज्याप्रमाणे सर्व मूळ आधुनिक मानव आफ्रिकेतून आले आहेत या कारणासाठी आशियाई, युरोपीय आणि अमेरिकन संस्कृतीला आफ्रिकन संस्कृती म्हणणं चूक आहे. त्याप्रमाणेच हडप्पा संस्कृतीच्या नागरिकांना 'दक्षिण आशियाई' या खेरीज दुसरं कोणतंही नामाभिधान देणं अयोग्य ठरेल.

याचा अर्थ, हडप्पा नागरी संस्कृती आणि मेसोपोटेमियन नागरी संस्कृती यांचा एकमेकींशी काहीच संपर्क नव्हता असं नाही. या दोन्ही संस्कृतींनी त्यांच्यामध्ये मोठ्या प्रमाणावर व्यापारी संबंध असल्याचे पुरातत्त्वीय पुरावे मागे ठेवले आहेत. शिवाय एकमेकांचा एकमेकांवर असलेला प्रभाव दर्शवणाऱ्या कलात्मक वस्तूही दोन्ही संस्कृतींमध्ये आढळल्या आहेत. उदाहरणार्थ, मेसोपोटेमियन मुद्रांवर रेड्याचं चित्र आहे. रेडा मेसोपोटेमियात आढळत नाही, तर सिंधूचं खोरं हा त्याचा नैसर्गिक आवास आहे. अन्य एका मेसोपोटेमियन नाण्यावर एक उमदा पुरुष एका रेड्याशी झुंज देतानाचं चित्र आहे, तर दुसऱ्या एका नाण्यावर काही

नग्न पुरुष रेड्यांची तहान भागवतानाचं चित्र आहे. ही दोन्ही नाणी अक्केडियन सम्राट सार्गनच्या काळातली आहेत.

The Louvre, Paris / Wikimedia Commons

मेसोपोटेमियामधील मुद्रेवरचं अक्केडियन काळातलं चित्र. यात हातात भांडं धरलेले दोन नग्न पुरुष गुडघ्यावर बसले आहेत आणि त्या भांड्यातल्या पाण्यानं दोन रेड्यांची तहान भागवत आहेत, असं दाखवलं आहे.

The Metropolitan Museum of Art, New York

डावीकडे – इसवी सनपूर्व २२५० ते इसवी सनपूर्व २१५० दरम्यानची मेसोपोटेमियामधील अक्केडियन काळातली मुद्रा.

उजवीकडे – मुद्रेवरील चित्र. डावीकडे एक बैलासारखी दिसणारी आकृती एका सिंहाशी द्वंद्व करताना दिसते आहे. उजवीकडे एक नग्न पुरुष, मागच्या पायांवर उभ्या असलेल्या एका रेड्याशी द्वंद्व करतो आहे, असं दिसतं.

याविषयी, युनिव्हर्सिटी ऑफ हेलसिंकीमधील साउथ एशियन स्टडीज विभागाचे मानद प्रोफेसर आणि प्रसिद्ध लेखक आस्को पार्पोला यांनी दिलेलं स्पष्टीकरण असं आहे : 'दूरवरच्या मेलुहा प्रदेशातून आपल्या अक्कड या नव्या राजधानीमध्ये काही जहाजं आली आहेत, या सार्गन यानं अभिमानानं केलेल्या विधानातून असं सयुक्तिक अनुमान काढता येणं शक्य आहे की, हडप्पातले लोक सिंधू नदीच्या खोऱ्यातले काही रानरेडे जहाजातून घेऊन आले असावेत.' पश्चिम आशियातील लोक हडप्पा नागरी संस्कृतीच्या प्रदेशाला मेलुहा या नावानं ओळखत असत. मेसोपोटेमियन नोंदींमध्ये त्याचे अनेक संदर्भ आहेत. त्यात एका दंडगोलाकृती मुद्रेवर कोरलेला लेख आहे. पार्पोलांच्या मते हा 'Su-ilisu – मेलुहा भाषेचा दुभाष्या' असा वाचता येईल.

हत्ती, गेंडे आणि मोर असे प्राणी-पक्षीही मेलुहातून मेसोपोटेमियाला पाठवले गेल्याचे पुरावे आहेत; पण फक्त प्राणी, पक्षीच पाठवले जात होते असं नाही. रोमच्या सेपिएन्झा युनिव्हर्सिटीमधले निअर इस्ट हिस्ट्रीचे प्राध्यापक मारिओ लिव्हेरानी म्हणतात की, दक्षिण आशियातल्या देशी वाणाचं असलेलं तिळाचं बियाणंही सिंधूच्या खोऱ्यातून मेसोपोटेमियाला आणलं गेलं आणि तिथल्या नव्या हवामानात ते उन्हाळी पीक म्हणून रुजलं. हिवाळ्यातील धान्य पिकांनंतर हे उन्हाळी पीक असं मेसोपोटेमियाचं कृषिचक्र व्यवस्थित बसलं, असं *उरूक : द फर्स्ट सिटीमध्ये* लिव्हेरानी यांनी लिहिलं आहे.

दुसरीकडे मोहेंजोदाडोमधल्या काही मुद्रांवर आणि हडप्पामध्ये सापडलेल्या साच्यातून काढलेल्या मातीच्या सहा वटिकांवर एक चित्र आहे. त्या चित्रात एका उमद्या निःशस्त्र पुरुषानं डाव्या हातात एक आणि उजव्या हातात एक असे दोन वाघ धरलेले आहेत. विशेष गोष्ट म्हणजे हे चित्र मेसोपोटेमियामधल्या मुद्रांवरच्या चित्रांशी आणि सुमेरीयन राजा गिल्गामेशच्या[१] पौराणिक कथेशी, खूपसं मिळतं-जुळतं आहे. मेसोपोटेमियन मुद्रांवरच्या चित्रांमध्ये एका राजानं अशाच पद्धतीनं वाघाऐवजी सिंह धरलेले आहेत; पण हडप्पा नागरी संस्कृतीच्या चित्रांमध्ये मात्र सिंह आढळलेत नाहीत. पुरातत्त्वज्ञ आणि लेखक जोनाथन मार्क केनॉयर यांनी उपस्थित केलेल्या मुद्द्याप्रमाणे असंही असू शकेल की दोन्ही संस्कृतींमध्ये रानटी श्वापदांची शिकार करण्यापूर्वी त्यांना अशा प्रकारे खेळवणाऱ्या नायकाची चित्रं, शिकार करून जगण्याच्या जुन्या काळातील पुराणकथांची निदर्शक असावीत. त्या कथा, मेसोपोटेमिया आणि हडप्पा या दोन्ही संस्कृतीच्या लोकांनी आपापल्या शैलीनुसार त्या चित्रांतून व्यक्त केल्या.

हडप्पा आणि मेसोपोटेमिया या दोन्ही संस्कृतींच्या शिल्पांवरून हे लक्षात येतं की दोन्हीकडच्या पुरुषांची वस्त्रं पांघरण्याची पद्धत लक्षणीयदृष्ट्या सारखी आहे. या पद्धतीमध्ये शालीसारखं वस्त्र उजव्या खांद्याखालून डाव्या खांद्यावर ओढून घेतलेलं असतं आणि

---

१ युफ्रेटीस आणि टायग्रीस नद्यांच्या मध्ये मेसोपोटेमियाच्या केंद्रवर्ती भागात राहणाऱ्या लोकांना सुमेरीयन म्हटलं जात असे. त्या प्रदेशाला आज इराक म्हणून ओळखलं जातं. सुमेरीयन लोकांनी 'उरूक'सारखी मेसोपोटेमियातील काही प्राचीन शहरं वसवली. त्यांच्यानंतर सेमिटीक भाषा बोलणारे अक्केडीयन लोक आले. त्यांची राजधानी होती अक्कड. अक्केडीयन साम्राज्याची स्थापना सार्गननं केली. त्यानं सुमेर नगरावरही वर्चस्व प्रस्थापित केलं. नंतर हळूहळू व्यवहारातल्या सुमेरीयन भाषेची जागा, अक्केडीयन भाषेनं घेतली. त्यानंतर सुमेरीयन लोकांचा उल्लेख कुठेच मिळत नाही.

त्यामुळे उजवा खांदा उघडा राहिलेला दिसतो. त्याचबरोबर सापडलेल्या उत्कृष्ट प्रतिमांपैकी *धर्मगुरू-राजा* याची एक प्रतिमा आहे. यात त्या मूर्तीच्या शालीवर असलेलं त्रिदलाचं चित्र मेसोपोटेमियामध्येही आढळलं. द रूट्स ऑफ *हिंदुइझम* या ग्रंथात आस्को पार्पोला यांनी म्हटलं आहे, पश्चिम आशियातील देवदेवता आणि दैवी उगमाचे दावेदार असलेले राजे तारे, फुलं इत्यादींच्या टिकल्या शिवलेले झगमगते पोशाख करत असत. सुमेरीयन आणि अक्केडीयन नागरी संस्कृतीमध्ये त्या पोशाखांची तुलना रात्रीच्या चमचमणाऱ्या आकाशाशी केली जाई. मोहेंजोदाडोमधल्या *धर्मगुरू-राजाची* शाल ही अशा चमचमत्या पोशाखाचं उत्तम उदाहरण आहे. शाल लाल रंग भरलेल्या त्रिदलाच्या नक्षीनं सजवलेली आहे.

The Louvre, Paris / Wikimedia Commons

इजिप्तमध्ये आढळलेला इसवी सनपूर्व २७५०च्या सुमाराचा दगडी पात्याचा हस्तिदंती मूठ असलेला खंजीर. यावर तत्कालीन मेसोपोटेमियन प्रभाव असावा. या प्रतिमेमध्ये दाढी असलेल्या 'धर्मगुरू राजा'नं मेसोपोटेमियन वस्त्र धारण केलेले दिसत आहे आणि त्याच्या दोन्ही बाजूंना असलेल्या सिंहांवर त्यानं ताबा मिळवलेला आहे.

हडप्पा संस्कृतीमधील एक मुद्रा. यावरील चित्रात एका माणसानं त्याच्या डावी-उजवीकडे असलेल्या वाघांवर ताबा मिळवेलेला दिसत आहे.

हडप्पातील शिल्पांमध्ये असलेली काही पुरुषांची, वेणी घालून त्या वेणीचा अंबाडा बांधलेली केशरचनासुद्धा मेसोपोटेमियातील शिल्पांमध्ये आढळून येते. त्यामधलं सुसा इथलं एक शिल्प खुद्द सम्राट सार्गन याचं आहे. डच पुरातत्त्वज्ञ, एलिझाबेथ सी. एल. ड्युरिंग कॅस्पर्स यांनी त्या केशरचनेचं केलेलं वर्णन असं आहे : 'केसांचा अंबाडा बांधला आहे. त्या अंबाड्याला फीत किंवा केसांवर सरकवता येईल, अशी पट्टी बांधली आहे, त्यामुळे एका अंबाड्याचे दोन भाग होऊन, एकावर एक असे दोन फुगीर अंबाडे तयार झाले आहेत.'[२]

अशा रीतीनं दोन्ही संस्कृतींची एकमेकींशी होत असलेली देवाण-घेवाण आणि दोन्ही संस्कृतींचा एकमेकींवर असलेला प्रभाव सिद्ध करणं शक्य असलं तरीही हडप्पा नागरी संस्कृती ही एकमेवाद्वितीय होती आणि पश्चिम आशियातील संस्कृतींपेक्षा खूपच वेगळी होती हे सत्य बदलत नाही.

---

२ एलिझाबेथ सी. एल. ड्युरिंग कॅस्पर्स – 'समर, कोस्टल अरेबिया अँड द इंडस व्हॅली इन प्रोटोलिटरेट अँड अर्ली डायनॅस्टिक इरेज : सपोर्टिंग एव्हिडन्स फॉर अ कल्चरल लिंकेज', *जर्नल ऑफ द इकॉनॉमिक अँड सोशल हिस्ट्री ऑफ द ओरिएन्ट*, २२(२),१९७९.

The Louvre, Paris / Wikimedia Commons

मेसोपोटेमियामध्ये आढळलेला इसवी सनपूर्व २४५०च्या सुमाराचा 'स्टीली ऑफ व्हल्चर्स'चा तुकडा. ही स्टीली एका सुमेरियन नगरानं दुसऱ्या नगरावर मिळवलेल्या विजयाचे प्रतीक आहे. त्यामध्ये दोन पुरुषांनी त्यांच्या केसांचा दुहेरी अंबाडा घातलेला दिसतो.

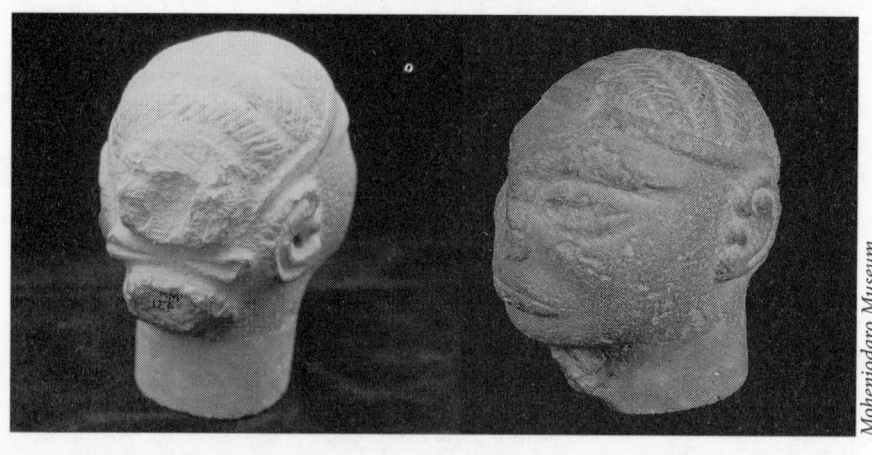

Mohenjodaro Museum

केसांचा दुहेरी अंबाडा घातलेल्या पुरुषाची मोहेंजोदाडो इथे आढळलेली प्रतिमा.

अशी अजोड संस्कृती कुठेही आढळणार नाही

हडप्पा संस्कृतीचं वर्णन अशा पद्धतीनं करण्यामागची कारणं जाणून घेऊ. मेसोपोटेमियामध्ये प्रत्येक नगरात त्याच्या अधिष्ठात्या देवी-देवतांसाठी भव्य झिगुरात (देवालय) बांधलेले असत; पण हडप्पामध्ये ज्याला भव्य मंदिर किंवा धार्मिक स्थान म्हणता येईल, असं एकही बांधकाम आढळलं नाही. मेसोपोटेमियामध्ये असे बत्तीस झिगुरात सापडले, तर इराकमध्ये अठ्ठावीस आणि इराणमध्ये चार झिगुरात सापडले; पण हडप्पा नागरी संस्कृतीच्या विस्तृत प्रदेशात मात्र स्पष्टपणे मंदिर म्हणून ओळखता येईल, अशी एकही वास्तू सापडली नाही.

हडप्पा नागरी संस्कृतीमध्ये राजाचा राजवाडा शोभेल, अशी वास्तूही दिसून आली नाही. हे वैशिष्ट्यसुद्धा मेसोपोटेमियातील संस्कृतीपेक्षा वेगळं आहे. हडप्पामध्ये राजांचं महत्त्व वाढवण्यासाठी त्यांची आणि त्यांच्या पराक्रमांची आठवण करून देणारी शिल्पंही उभारली गेली नव्हती; पण मेसोपोटेमियामध्ये मात्र असं केलं जात होतं. अगदी मोहेंजोदाडो इथलं प्रसिद्ध आणि कलात्मक घडणीच्या *धर्मगुरू-राजा* या शिल्पाची उंची साडेसतरा सेंटिमीटर आणि रुंदी अकरा सेंटिमीटरहून जास्त नाही. शिवाय ते शिल्प राजाचं आहे, धर्मगुरूचं आहे की एखाद्या सरदाराचं आहे, हेसुद्धा स्पष्ट होत नाही. अनेक पुरातत्त्वज्ञांचं असं मत आहे की, ते शिल्प मोहेंजोदाडोच्या सत्ताधारी वर्गातील एखाद्या सदस्याचं असावं.

National Museum of Pakistan, Karachi / Art Directors & TRIP / Alamy Stock Photo

मोहेंजोदाडो इथे मिळालेला धर्मगुरू राजाचा अर्धपुतळा. त्यानं त्रिदलाची नक्षी असलेलं वस्त्र धारण केलेलं आहे. त्याच्या कपाळावर मधोमध पदक असलेली एक फीत बांधलेली आहे. त्याच्या दंडामध्येही तसाच दागिना दिसतो.

विधीयुक्त अंत्यसंस्कार हे पश्चिम आशिया आणि इजिप्त इथल्या संस्कृतींचं वैशिष्ट्य होतं. हडप्पामध्येही तसंच होतं का? नाही. हडप्पा नागरी संस्कृतीमध्ये कोणाचेही अंत्यसंस्कार दिमाखदार पद्धतीनं केल्याच्या काहीही खुणा सापडत नाहीत. इजिप्तप्रमाणे मृत राजांसाठी बांधलेले पिरॅमिडही नाहीत. मेसोपोटेमियामध्ये राजघराण्यातले लोक मरण पावल्यावर त्यांच्या नंतरच्या जीवनासाठी मूल्यवान आभूषणं, कलात्मक वस्तूंच्या राशी आणि कधी

कधी तर त्यांच्या जिवंत दासदासींसह त्यांचं दफन केलं जात असे. हडप्पा संस्कृतीच्या दफनांमध्ये मृत व्यक्तींना त्यांच्या वैयक्तिक आभूषणांसह दफन केलं जात असे. तसंच हडप्पा नागरी संस्कृतीमध्ये मृत व्यक्तीबरोबर फक्त अन्नानं भरलेली भांडीच दफन केल्याची उदाहरणं आहेत. पश्चिम आशियातील राजेशाही अंत्यसंस्कारांसारखे विधी हडप्पामध्ये होत असतील, असं सुचवणारे पुरावे आढळले नाहीत. *अंडरस्टँडिंग हरप्पा* या पुस्तकात इतिहासतज्ज्ञ शिरीन रत्नागर म्हणतात की, तिथल्या कबरींमध्ये मृत व्यक्तीसाठी खाण्यापिण्याचं सामान असलेल्या भांड्यांची संख्या सरासरी १५हून अधिक नव्हती. कबरींमध्ये सापडलेल्या भांड्यांमध्ये रंगीत नक्षी रेखाटलेल्या आणि स्टँड असलेली, बसकी फुगीर आकाराची मडकी आणि कडेनं पाहिल्यास इंग्रजी 'S'सारखा आकार दिसणारी भांडी होती. पुरलेल्या वस्तूंमध्ये आभूषणांची संख्या कधीच जास्त नसते आणि उपकरणंही थोडीच असतात.

यावरून तुम्हाला जर असं वाटत असेल की, हडप्पामधल्या लोकांना दागदागिने आणि कलात्मक वस्तू कशा तयार करायच्या हे माहीत नव्हतं, तर तुम्ही चूक करताय! पश्चिम आशियातील राजेशाही कबरींमध्ये हडप्पाहून आणवलेले काही दागदागिने सापडले. खरं तर कार्नेलियन, टर्को (पिरोजा), लाजवर्दी (लॅपिस लझुली) यांसारख्या मूल्यवान खड्यांपासून आणि शिंपल्यांपासून तयार केलेली आभूषणं या हडप्पा शहरामधून निर्यात होणाऱ्या सर्वांत महत्त्वाच्या वस्तू होत्या आणि हडप्पातील शहरांमध्ये आभूषणं तयार करण्याचे अनेक कारखाने होते; पण चिनी लोकांप्रमाणे हडप्पातले लोकही आपल्या चीजवस्तू कबरींमध्ये पुरण्याऐवजी आपल्या वारसदारांकडे सोपवणं योग्य समजत असत आणि ते वारसदार परंपरेनं मिळालेल्या वस्तूंचा कंटाळा आल्यावर त्या वस्तूंपासून नव्या घडणावळीच्या वस्तू तयार करत असावेत.

अर्थातच ही गोष्ट पुरातत्त्वज्ञ आणि इतिहासकार यांच्यासाठी चांगली नाही. जागतिक इतिहास जिवंतपणे मांडण्यासाठी पश्चिम आशियातल्या राजेशाही कबरींची आणि इजिप्तमधल्या पिरॅमिडसची फार मोठी मदत झाली आहे. त्या उलट, हडप्पा नागरी संस्कृतीचं प्रतिनिधित्व करतील अशा मूल्यवान वस्तू आणि कांस्य या मिश्र धातूंच्या वस्तूही फार थोड्या संख्येनं मिळतात. पुरातत्त्वज्ञांना अशा वस्तू त्यांच्या मूळ स्वरूपात अपवादात्मक परिस्थितीतच आढळू शकतात म्हणजे समजा हडप्पाच्या लोकांनी जर त्यांच्या मूल्यवान वस्तू आपल्या स्वतःच्या घरातच पुरून ठेवल्या असतील आणि काही कारणानं त्यांना त्या वस्तू परत घेता आल्या नसतील, तरच उत्खननादरम्यान त्या मूळ स्वरूपात सापडू शकतात. पुरातत्त्वज्ञांना कधी कधी प्राचीन वस्तीमधल्या लोकांच्या कचऱ्याच्या ढिगामध्ये नकळतपणे गेलेल्या किंवा रस्त्यावर हरवलेल्या वस्तू अचानक सापडतात; पण तुमच्या लक्षात आलंच असेल की, अशा प्रकारे अचानकपणे सापडलेल्या मूठभर वस्तू या राजेशाही कबरींमध्ये मृतांना त्यांच्या मृत्यूनंतरच्या जीवनासाठी उपयुक्त म्हणून ठेवलेल्या बहुमूल्य आणि वैविध्यपूर्ण वस्तूंशी या वस्तूंची तुलना होऊ शकत नाही.

हडप्पा नागरी संस्कृतीला तत्कालीन संस्कृतींपेक्षा वेगळं ठरवणारं आणखी एक महत्त्वाचं वैशिष्ट्य म्हणजे हिंसादर्शक किंवा युद्धाच्या निदर्शक अशा वस्तूंचा आणि खुणांचा अभाव. हडप्पामध्ये हत्येची असावीत, असं वाटणारी दृश्य काही मुद्रांवर आहेत; पण ती हत्या अतिमानवी शक्तींच्या एकमेकांबरोबर झालेल्या संघर्षाच्या संदर्भातील, एखादी व्यक्ती

एखाद्या प्राण्यावर हल्ला करतानाची किंवा एखादी अतिमानवी शक्ती आणि मानवी व्यक्ती यांच्यातील युद्धाची असावी. कुठेही माणूस माणसाशी लढताना दिसत नाही.

पण या नियमाला अपवाद ठरणारी एक मुद्रा आहे. त्यावरील चित्रामध्ये दुहेरी अंबाडा घातलेले दोन पुरुष एकमेकांना भाला मारताना दिसत आहेत. त्यांच्या मध्ये असलेल्या एका स्त्रीनं त्यांचे हात धरलेले आहेत. ती स्त्री कदाचित एखादी देवता असावी. तिनं शिरस्त्राण घातलेलं आहे आणि त्याचा एक भाग लोंबता सोडलेला दिसत आहे किंवा असंही असू शकतं की, त्या दोन पुरुषांनी, त्यांच्या मध्ये असलेल्या स्त्रीचा एक-एक हात धरला आहे. एका स्त्रीमुळे होणारा संघर्ष किंवा नरबळीचा विधी असे याचे विविध अर्थ लावले गेले आहेत.

इथे कुठेच माणसामाणसातल्या संघर्षांचे पुरावे आढळत नाहीत आणि त्याचा परिणाम म्हणून परशू, तलवारी अशा युद्धात वापरल्या जाणाऱ्या शस्त्रांचे पुरावेही आढळत नाहीत. केनॉयर यांच्या निरीक्षणानुसार, हडप्पामधल्या लोकांकडे भाले, सुरे आणि बाण अशी प्राण्यांची शिकार करण्याकरता किंवा शत्रूशी लढण्याकरता वापरली जाणारी शस्त्रं होती; पण ती युद्धासाठी पुरेशी नव्हती. इसवी सनपूर्व २६०० ते इसवी सनपूर्व १९००च्या दरम्यान हडप्पा नागरी संस्कृती अस्तित्वात होती. या ७०० वर्षांच्या काळात इथल्या एकाही नगरावर आक्रमण झाल्याचे किंवा एखादं शहर जळून गेल्याचे पुरावे आढळत नाहीत, असंही केनॉयर यांचं निरीक्षण आहे.

Archaeological Survey of India

कालीबंगन इथे आढळलेल्या एका मुद्रेवरील चित्रामध्ये असं दिसतं की, एक स्त्री दोन पुरुषांच्या मध्ये उभी आहे आणि ते दोन पुरुष एकमेकांना भाला मारण्याच्या तयारीत आहेत.

खासगी महाल नव्हते, केवळ सार्वजनिक वास्तू

हडप्पा नागरी संस्कृतीच्या लोकांकडे काय नव्हतं, हे आपण पाहिलं; पण त्यांच्या संस्कृतीला एकमेवाद्वितीय ठरवणाऱ्या गोष्टी कोणत्या होत्या ते आता पाहू या. त्यांनी कशात अत्युत्कृष्ट गुणवत्ता प्राप्त केली होती? काही गोष्टींची सूची इथे दिली आहे.

पहिली गोष्ट म्हणजे त्यांच्याकडे सुनियोजित शहरं होती. नीट आखणी केलेले रस्ते होते. सगळीकडेच नाही; पण बहुतेक ठिकाणी उत्तर-दक्षिण आणि पूर्व-पश्चिम दिशेनं एकमेकांना छेदणारे रस्ते आणि मधल्या मोकळ्या जागेत घरांची बांधणी अशी रचना केलेली होती. प्राचीन काळात अन्यत्र कुठेही न आढळणारं जलव्यवस्थापनाचं विकसित तंत्रज्ञान त्यांच्याकडे होतं. गुजरातमधील ढोलावीरा इथलं जलव्यवस्थापन हे त्याचं उत्तम उदाहरण आहे. अपुरा मोसमी पाऊस आणि नगराच्या दोन बाजूंनी वाहणारे फक्त दोन मोसमी जलप्रवाह अशी स्थिती असूनही ढोलावीराच्या लोकांनी वर्षभर पुरेसा पाणीपुरवठा राहावा म्हणून शक्य ते सर्व केलं होतं. अगदी नगराच्या दोन बाजूंना असणाऱ्या मोसमी जलप्रवाहांवर बांधही घातले होते. नगराच्या तटबंदीच्या आत एकमेकांशी जोडलेली पाण्याच्या साठवणीची अनेक कुंडं होती. त्यातलं पूर्वेकडचं कुंड (चौऱ्याहत्तर मीटर लांब, सव्वीस मीटर रुंद आणि सात मीटर खोल) प्राचीन काळातलं पाण्याच्या साठवणीसाठी बांधलेलं सर्वांत मोठं कुंड होतं. ढोलावीरामध्ये पाणी साठवण्यासाठी जमिनीखालीदेखील सोय केलेली होती. अचानक वादळी पाऊस झाला तर त्याचं पाणी वाहून नेण्यासाठी ढोलावीरामध्ये घडीव दगडांचा पाच फुटांहूनही अधिक खोल असा नाला बांधलेला होता. कोरडा असताना आपण त्यामधून चालत जाऊ शकू, इतका तो रुंद होता. पाणी एका ठिकाणाहून दुसऱ्या ठिकाणी सहज पोहोचण्यासाठी जमिनीच्या नैसर्गिक उतारांचा उपयोग करून घेतलेला होता.

De Agostini / G. Nimatallah / Getty Images

मोहेंजोदाडो येथील महास्नानगृह.

सिंध प्रांतातील मोहेंजोदाडो इथल्या सुमारे ७०० विहिरी आणि 'महास्नानगृह' या गोष्टीही हडप्पा संस्कृतीच्या लोकांनी जलव्यवस्थापन किती काळजीपूर्वक केलं होतं, याची साक्ष देतात. हडप्पा नगरांमधील रहिवाशांच्या घरांची (काही घरं दोन मजली किंवा त्याहून उंच

होती) रचना, मध्ये अंगण आणि त्याच्या बाजूनं खोल्या असलेले वाडे अशी होती. त्या वाड्यांमध्ये पाणीपुरवठ्यासाठी वेगळ्या प्रणाली आणि सांडपाणी वाहून नेण्यासाठी वेगळ्या प्रणाली बांधलेल्या होत्या. याविषयी, इतिहासकार उपिंदर सिंग यांनी त्यांच्या *अ हिस्ट्री ऑफ एन्शन्ट अँड अर्ली मिडिअव्हल इंडिया* या पुस्तकात काय म्हटलं आहे, ते जाणून घेणं महत्त्वाचं ठरेल :

Tony Joseph

ढोलावीरा येथील पायऱ्या असलेला जलाशय.

'अनेक घरं किंवा घरांची संकुलं यांमध्ये स्नानगृहं आणि शौचालयांसाठी स्वतंत्र जागा होत्या. स्नानगृह सहसा विहिरीच्या जवळ बांधलेलं असे. स्नानगृहातील ओट्यांना स्नानाचं पाणी वाहून नेणारे नाले बांधलेले असत. स्नानाच्या ओट्याभोवती पाणी झिरपणार नाही, अशा पद्धतीनं विटा बांधून मोरी तयार केलेली असे. मोरीतून स्नानाचं पाणी बाहेर न सांडता नीट वाहून जावं म्हणून उतार तयार केला जात असे. ते पाणी घराबाहेर नेण्यासाठी एक छोटी नाली तयार करून, ती घरातून बाहेर रस्त्यापर्यंत नेऊन तिथून पुढे ती रस्त्यावरील सांडपाण्याच्या मोठ्या नाल्याला जोडली जाई.

हडप्पामध्ये नुकत्याच झालेल्या उत्खननात जवळ जवळ प्रत्येक घरात शौचालय असल्याचं आढळून आलं आहे. त्यामध्ये मोठं भांडं जमिनीमध्ये बसवून शौचकूप तयार केलेलं असे. अनेक शौचकूपांजवळ एक लोट्यासारखं भांडं ठेवलेलं होतं. ते अर्थातच शौचानंतर स्वच्छतेसाठी असणार. पाणी जमिनीत झिरपावं म्हणून त्यातल्या बऱ्याचशा शौचकूपांच्या तळाला एक छोटं छिद्र होतं.'

Larry Burrows / The LIFE Picture Collection / Getty Images

मोहेंजोदाडो येथील सांडपाणी वाहून नेण्याची व्यवस्था.

सिंग म्हणतात की, पुरातत्त्वज्ञांना घरांमध्ये असलेल्या अंतर्गत स्वच्छतागृहांमध्ये लोटे आढळले. यावरून दिसून येतं की, हडप्पा नगरांमधल्या घरांप्रमाणे घरातच स्वच्छतागृह असण्याची पद्धत बऱ्याचशा दक्षिण आशियातील ग्रामवसाहतींमध्ये आज दिसत नसली तरीही त्या वेळी प्रचलित असलेली व्यक्तिगत स्वच्छतेची पद्धत मात्र बहुतांशी तशीच आहे. हडप्पा नगरांमध्ये फक्त तिथल्या रहिवाशांसाठीच अशा सुविधा होत्या असं नाही, तर केनॉयर म्हणतात त्याप्रमाणे तिथे बाहेरून येणाऱ्या लोकांसाठी, व्यापाऱ्यांसाठीही सार्वजनिक स्वच्छतागृहांची आणि विहिरींची सोय होती. इजिप्शियन, मेसोपोटेमियन किंवा चिनी अशा कोणत्याही समकालीन नागरी संस्कृतीमध्ये हडप्पा नगरांसारख्या, स्थानिक रहिवाशांसाठी किंवा बाहेरच्या व्यक्तींसाठी कोणत्याही सार्वजनिक सोयी केलेल्या नव्हत्या.

हडप्पा संस्कृतीच्या लोकांनी केलेलं नागरी सुविधांपेक्षाही अधिक महत्त्वाचं कार्य म्हणजे प्रमाणित वजन पद्धती होय. त्या काळच्या दूरवर पसरलेल्या या विस्तृत नागरी संस्कृतीमध्ये वस्तूंचं वजन करण्यासाठी सर्वत्र एकाच पद्धतीची प्रमाणित वजनं वापरली जात होती. त्यासाठी गारगोटीच्या चर्ट प्रकाराच्या दगडापासून घडवलेल्या प्रमाणित चौकोनी ठोकळ्यांचा वजन म्हणून उपयोग केला जात असे. या उलट मेसोपोटेमियाच्या नगरांमध्ये वजनाची वेगवेगळी प्रमाणं प्रचलित होती. तिथे प्रदेशानुसार आणि वजन करायच्या वस्तूनुसार वजनांच्या एककांमध्ये फरक होत असे.

वेगवेगळ्या नगरांमध्ये व्यापार करताना व्यापाऱ्यांना तिथल्या वेगवेगळ्या वजन मापांप्रमाणे वजनांचं कोष्टक बांधण्याचं अनाठायी काम करावं लागू नये, यासाठी वजन

मापात एकसूत्रता आणून, हडप्पा संस्कृतीच्या लोकांनी व्यापाराच्या व्यवहारांमधलं घसाऱ्याचं प्रमाण निश्चितच कमी केलं असणार. अशा प्रकारे जर हडप्पा संस्कृतीत आर्थिक व्यवहार सुलभ केला गेला असेल, तर इसवी सनपूर्व तिसऱ्या सहस्रकातले हडप्पा संस्कृतीचे लोक इजिप्शियन लोकांसारखेच व्यापार/उदिमामध्ये आघाडीवर असतील. इजिप्शियन लोकांकडेही अशाच प्रकारे वजन मापांची एकसूत्री पद्धत होती.

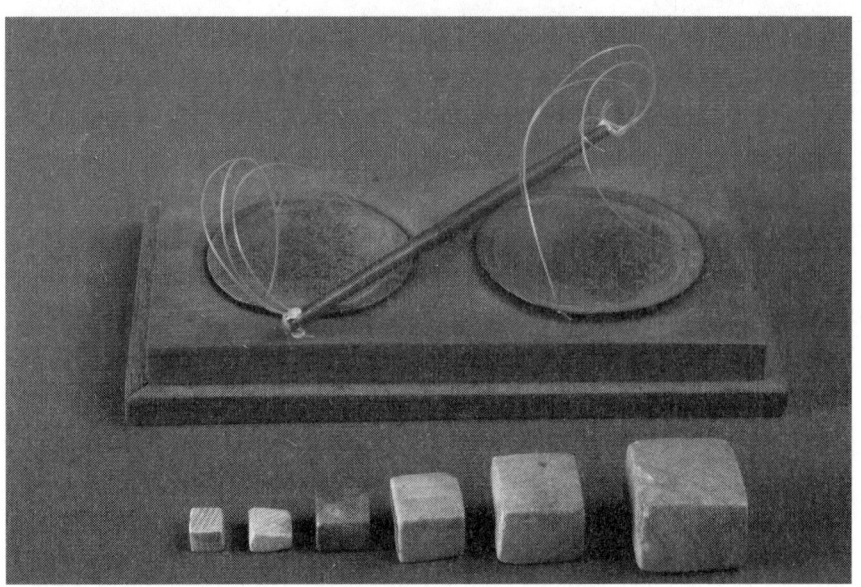

National Museum of India, New Delhi / Angelo Hornak / Alamy Stock Photo

हडप्पा संस्कृतीमधील तराजू आणि वजने.

एकसारख्या वजनांप्रमाणेच हडप्पा संस्कृतीच्या सर्व नगरांमध्ये त्या हजारोंच्या संख्येनं बांगड्या मिळतात. बांगड्यांमध्ये एवढं काय विशेष असं जर तुम्हाला वाटत असेल, तर जरा थांबा आणि केनॉयर काय म्हणतात पाहा, 'जर मी माझ्या इजिप्तमधल्या मित्रांना विचारलं की, तिथल्या उत्खननात तुम्हाला किती बांगड्या सापडल्या? तर ते म्हणतील की, एक-दोन डझन. चीनमध्येही डझनभर बांगड्या सापडतील. मेसोपोटेमियामध्येही थोड्याफार सापडतील; पण सिंधूच्या खोऱ्यात आम्हाला शेकडो हजारो बांगड्या सापडल्या. ते खूपच खास प्रकारचे दागिने होते. स्त्री-पुरुष दोघांच्याहीसाठी असलेले अलंकार होते.'

हडप्पा संस्कृतीमधील एक बांगडी.

हडप्पाकालीन संस्कृतीची व्यवच्छेदक लक्षणं असणाऱ्या पण आजच्या एकविसाव्या शतकातही 'भारतीय' म्हणून आपल्याला सहज ओळखता येणाऱ्या विविध गोष्टींची यादी न संपणारी आहे. त्यात पिंपळ वृक्षाचं धार्मिक महत्त्व दर्शवणाऱ्या मुद्रांपासून ते स्वयंपाकाच्या विशिष्ट आकाराच्या हंडीपर्यंत अनेक गोष्टी आहेत. या हंडीचं वर्णन करताना केनॉयर म्हणतात की, 'ही हंडी जाळावर तापत असतानाही तिचा काठ मात्र तापत नाही आणि आपल्याला हंडी सहज उचलता येते.' हडप्पा संस्कृतीच्या भांड्यांमध्ये वेगवेगळे प्रकार होते; पण ही हंडी इतकी लोकप्रिय होती की, ती हडप्पाच्या सर्व स्थळांमध्ये सापडते.

हडप्पा नागरी संस्कृतीचं सर्वांत महत्त्वाचं वैशिष्ट्य म्हणजे तिचा भौगोलिक विस्तार. संस्कृतीच्या उत्कर्षाच्या काळात तिचा विस्तार जवळ जवळ १० लाख चौरस मीटर इतका होता. हडप्पा संस्कृतीच्या प्रदेशाचा हा विस्तार मेसोपोटेमियन आणि इजिप्शियन या दोन्हींच्या एकत्रित क्षेत्रफळाहूनही अधिक होता. हडप्पा नागरी संस्कृतीची लोकसंख्याही तत्कालीन इतर नागरी संस्कृतीच्या लोकसंख्येपेक्षा बरीच जास्त असावी आणि त्यात आश्चर्य वाटण्यासारखं काही नाही. कारण, पहिल्या प्रकरणात पाहिल्याप्रमाणे २०,००० वर्षांपूर्वीसुद्धा बुद्धिमान प्रजातीच्या मानवांची सर्वाधिक लोकसंख्या इथेच होती. दक्षिण आशियात हे बुद्धिमान मानवांचं संख्याबल असण्यात अनपेक्षित असं काहीच नाही, तेव्हाच ते वास्तव आजही टिकवून आहे एवढंच.

हडप्पा नागरी संस्कृतीच्या विस्ताराची कल्पना करण्यासाठी आधी हे लक्षात घ्या की, आजच्या भारतानं तीस लाख चौरस किलो मीटर प्रदेश व्यापला आहे आणि हडप्पा नागरी संस्कृतीनं याच्या साधारण एक तृतियांश प्रदेश व्यापला होता. विचार करा, एवढ्या मोठ्या प्रदेशात पसरलेल्या नागरी संस्कृतीची वीण प्रमाणित वजनं, मुद्रा, लिपी, नगर रचना एवढंच काय तर १:२:४ या एकाच प्रमाणातल्या उंची, जाडी आणि लांबी असणाऱ्या भाजक्या विटांच्या वैशिष्ट्यांसह कशी काय टिकून राहिली असेल? आणि तेसुद्धा संपर्क आणि प्रवासाची आधुनिक साधनं उपलब्ध नसताना! भौगोलिक विस्तार इतका प्रचंड असतानाही

पश्चिमेकडच्या प्राचीन संस्कृतींच्या तुलनेत हडप्पा नागरी संस्कृतीमध्ये अंतर्गत संघर्षाला पोषक वातावरण होतं, असं दिसत नाही.

पश्चिमेकडच्या प्राचीन संस्कृतींच्या तुलनेत हडप्पामध्ये सामाजिक विषमता कमी होती का? या प्रश्नाचं स्पष्ट उत्तर मिळालेलं नाही. तिथे असलेला राजमहालांचा आणि दिमाखदार कबरींचा अभाव या गोष्टी हडप्पा समाजात फारशी विषमता दर्शवत नाहीत; पण नगरांमध्ये असलेली कमी–अधिक प्रशस्त आकारांची घरं आणि प्रतिष्ठादर्शक मूल्यवान आभूषणांसारख्या काही वस्तू असं दर्शवतात की, हडप्पा संस्कृतीमध्ये भिन्न सामाजिक स्तर होते. अनेक इतिहासकारांच्या मते हडप्पा संस्कृतीची नगरं ही प्रत्यक्षात नगरराज्यांसारखी होती. संपूर्ण प्रदेशावर एकाच राजाची अधिसत्ता नसून विविध नगरराज्यांचा कारभार समाजातल्या अभिजनांच्या हातात होता, त्यामुळे कोणत्याही अंगानं पाहिलं तरी समकालीन संस्कृतींच्या तुलनेत हडप्पा नागरी संस्कृती निर्माण होण्यामागील उणिवा आणि मूलभूत प्रेरणा पूर्णतः वेगळ्या होत्या. समाज व्यवस्था उभी करताना हडप्पा संस्कृतीच्या लोकांचा विचार वेगळा होता. मग शेतीवर अवलंबून असलेली खेडी एकत्र येऊन एक विकसित नागरी संस्कृती कशी उभारू शकतात, असा प्रश्न निर्माण होतो. मुळात 'नागरी संस्कृती' म्हणजे नेमकं काय? भारतीय नागरी संस्कृती ५००० वर्षं जुनी आहे, असं आपण नेहमी का म्हणतो? शेतीला सुरुवात झाल्यापासूनची म्हणजे ९००० वर्षं जुनी आहे किंवा भारतामध्ये पहिलं मौर्य साम्राज्य उदयाला आलं, तेव्हापासूनची म्हणजे २३०० वर्षं जुनी आहे, असं का म्हणत नाही?

'ग्रेट सिंथेसायझर' म्हणून नावाजले गेलेले गॉर्डन चाइल्ड यांनी १९३०मध्ये असं म्हटलं होतं की, 'नागरी संस्कृती' या शब्दाची व्युत्पत्ती 'नगर' या शब्दापासून झालेली आहे म्हणजेच 'नागरीकरण' या शब्दाची व्युत्पत्तीही त्याच शब्दापासून झालेली आहे. चाइल्ड यांच्या मतानुसार जगभरातील प्राचीन नगरांची व्यवच्छेदक लक्षणं पुढीलप्रमाणे आहेत : कोणत्याही खेड्यापेक्षा अनेक पटींनी अधिक लोकसंख्या; पूर्णवेळ कौशल्याधारित काम करणारे कारागीर, व्यापारी, अधिकारी आणि वाहतूक करणारे कामगार; शेतकऱ्यांकडून उत्पादन झालेल्या अतिरिक्त धान्य वसूल करणारे सत्ताधारी वर्ग; भव्य सार्वजनिक इमारती; नगर व्यवस्थापन सांभाळण्यासाठी अत्यंत आवश्यक अशी लिखावट आणि नोंदणीची व्यवस्था; कलात्मक वस्तू निर्माण करणारे व्यावसायिक शिल्पकार, चित्रकार, मुद्रांवरील चित्रं कोरणारे, असे त्या संस्कृतीची खास ओळख सांगणाऱ्या वस्तूंचं उत्पादन करणारे कलाकार आणि विविध वस्तूंची इतर ठिकाणांतून केलेली आयात. मोहेंजोदाडो ते ढोलावीरा आणि राखीगढी ते कालीबंगन अशा हडप्पा नागरी संस्कृतीमधील प्रत्येक मोठ्या नगरात ही सर्व वैशिष्ट्यं सामावलेली होती.

नगराच्या या व्याख्येत चपखल बसणारं पहिलं नगर म्हणजे मेसोपोटेमियातलं 'उरूक' हे होय. ते द *एपिक ऑफ गिल्गामेश* या पुराणकथेतल्या गिल्गामेश या नायकाची राजधानी म्हणून जास्त प्रसिद्ध आहे. इसवी सनपूर्व ३२००च्या सुमारास उरूक नगर सत्तेच्या शिखरावर असताना, या तटबंदीयुक्त शहरांमध्ये हजारो लोक राहत असणार. इसवी सनपूर्व २६००च्या सुमारास हडप्पा आणि मोहेंजोदाडोमध्येही तेवढीच लोकसंख्या असावी.

त्यामुळे भारतीय नागरी संस्कृती ५००० वर्षं जुनी आहे. याचा अर्थ हडप्पा नागरी संस्कृतीतील प्राचीन नगरं अस्तित्वात आली होती असा होतो. साधारणतः हे बरोबर आहे; पण ज्याला प्रगल्भ हडप्पा संस्कृती अर्थात हडप्पा नागरी संस्कृतीच्या उत्कर्षाचा काळ समजतात, तो केवळ इसवी सनपूर्व २६००च्या सुमाराचा म्हणजेच ४६०० वर्षांपूर्वीचा काळ होता. साधारणपणे याच काळात सर्व नगरांमध्ये एक लिपी आणि प्रमाणित मुद्रांचा वापर होऊ लागला असला तरीही नागरीकरणासाठी आवश्यक असलेले अन्य घटक आधीपासूनच विकसित होत होते.

उदाहरणार्थ, इसवी सनपूर्व ३३००च्या सुमारास हडप्पामध्ये प्रथमच मातीच्या भाजलेल्या भांड्यांवर विशिष्ट चिह्नं रेखलेली आढळली. नंतर तीच चिह्नं, लिपी म्हणून विकसित झाली. साधारण त्याच काळात मेसोपोटेमिया, इजिप्त आणि चीनमध्ये प्रारंभिक लेखनपद्धत सुरू झाली. इसवी सनपूर्व २८००च्या सुमारास हडप्पामध्येच नगरांच्या दोन वेगळ्या भागांना स्वतंत्र तटबंदी बांधली गेली. तटाच्या भिंती बांधण्यासाठी सुमारे ४५० माणसं आणि तीन महिने लागले असतील. मोठ्या प्रमाणावर विटा तयार करण्याची आणि त्यांची वाहतूक करण्याची क्षमता नसती, तर हे बांधकाम होऊच शकलं नसतं. खरं तर त्या काळात बैलगाड्यांचा उपयोग मोठ्या प्रमाणावर केला जात होता, हे सुचवणारा पुरावाही उपलब्ध आहे. हडप्पामध्ये टेराकोटाच्या खेळण्यातल्या बैलगाडीचे तुकडे आढळले आणि हरियाणातल्या गिरावाड इथे बैलगाडीची चाकं आढळली आहेत. ती इसवी सनपूर्व ३७००च्या सुमाराची आहेत. साधारण त्याच काळात मेसोपोटेमिया आणि अन्य काही ठिकाणच्या रस्त्यांवर चाकं असलेल्या गाड्या धावू लागल्या होत्या.

तुम्हाला जर हडप्पा नागरी संस्कृतीच्या भव्यतेची झलक पाहायची असेल, तर भारतातल्या एका ठिकाणाला तुम्ही अवश्य भेट द्यायला हवी. ते ठिकाण म्हणजे गुजरातमध्ये अहमदाबादपासून सात तासांच्या अंतरावर किंवा ३५० किलोमीटरवर असलेलं कच्छच्या रणातील ढोलावीरा. हे स्थान खदीर बेटावर आहे. हे बेट मीठयुक्त रणानं वेढलेलं आहे. तिथे पोहोचण्यासाठी चक्रावून टाकणाऱ्या सफेद रणातून प्रवास करावा लागतो. सपाट मैदानी प्रदेश, त्यातून जाणारे लांबच्या लांब, सरळसोट रिकामे रस्ते आणि रस्त्यांच्या दोन्ही बाजूंना, सूर्यप्रकाश परावर्तित करणारं, अथांग पसरलेलं शुभ्र रंगाचं मिठाचं रण... आपल्या मनात विचार येतो, 'अशा एकांड्या ठिकाणी कुणी एखादं नगर का वसवलं असेल?' उत्तर देण्यापूर्वी हे लक्षात घ्यायला हवं की, हे नगर जेव्हा भरभराटीला आलं होतं तेव्हा तिथे चार मीटरपर्यंत खोल असणारं खाडीचं पाणी होतं, त्यामुळे ढोलावीरा हे त्या काळचं हडप्पा आणि मेसोपोटेमियामध्ये चालणाऱ्या समुद्री व्यापाराचं महत्त्वाचं केंद्र ठरलं होतं.

पांढऱ्याशुभ्र रणरणत्या निर्जन रणातून प्रवास करत ढोलावीरात पोहोचल्यावर असं वाटतं की, आपण जणू काही एखाद्या अदृश्य भुयारातून निघून अचानक दुसऱ्याच अवकाशात पोहोचलो आहोत. भारतीय भूमीवर हडप्पा नागरी संस्कृतीचं दर्शन घडवणारं हे सर्वाधिक भव्य स्थान. तिथल्या भग्नावशेषांमधून हिंडताना आणि ४५०० वर्षांपूर्वी आपल्या पूर्वजांनी उभारलेलं हे अद्‌भुत पाहताना अंगावर रोमांच उभे राहतात (होय, त्यांना आपले पूर्वज म्हणणं अगदी योग्य आहे. याच प्रकरणात पुढे त्याविषयी आपण जाणून घेऊ). तिथे

गेल्यावर जाणवणारी सर्वांत महत्त्वाची गोष्ट म्हणजे तिथल्या वास्तूंची भव्यता आणि त्यांच्या बांधणीत दिसणारी परिपूर्णता आणि आजही उभ्या असणाऱ्या भक्कम भिंती. जवळपास १०० हेक्टर परिसरात हे अवशेष विखुरलेले दिसतात. त्यातला निम्मा भाग वसाहतीचा होता. तटबंदी असलेलं हे शहर तीन भागांत विभागलेलं दिसतं. खूप उंच जोत्यावर बांधलेला बालेकिल्ला, त्याच्या थोडं खाली नगराचा मध्य भाग आणि मग पायथ्याला वसलेलं नगर.

वरच्या भागात असलेल्या बालेकिल्ल्याभोवती स्वतंत्र तटबंदी होती. बाहेरील तटाच्या आतमध्ये आणखी एक तट बांधलेला होता. आतल्या तटाच्या आतील भागात एक गढी होती. तिथे सत्ताधारी अभिजन राहत असतील. बालेकिल्ल्याचा आतला तट आणि बाहेरचा तट यांच्या मधल्या भागात महत्त्वाच्या अधिकाऱ्यांसाठी निवासस्थानं असावीत. अर्थातच बालेकिल्ला, आतली गढी, किल्ल्याचा पोटविभाग वगैरे नावं पुरातत्त्वज्ञांनी दिलेली आहेत. त्या काळचे रहिवासी त्या वास्तूंना काय म्हणत असतील, हे आपल्याला माहीत नाही. त्या वास्तूंचा जो उपयोग आपल्याला वाटतो आहे, तसाच तो केला जात असेल असंही नाही. उदाहरणार्थ, तिथे बालेकिल्ला आणि शहराचा मध्यभाग यांना एकमेकांपासून वेगळं करणारं एक विस्तीर्ण मैदान आहे. तिथे प्रेक्षकांना बसण्यासाठी सोय केलेली आहे, त्यामुळे ते मैदान सार्वजनिक समारंभांसाठी किंवा एखाद्या उत्सवासारख्या प्रसंगांसाठी तयार केलेलं असावं, असं वाटणं साहजिक आहे; पण कदाचित कधी कधी त्याचा उपयोग बाजार भरवण्यासाठीही केला जात असेल. तिथे पाण्याची अनेक मोठमोठी कुंडंही आहेत. त्यातल्या तीन कुंडांचं उत्खनन केलेलं आहे. ढोलावीरा हे हडप्पा नागरी संस्कृतीतल्या गुजरातमध्ये असलेल्या अन्य नगरांसारखंच एक नगर आहे; पण इथलं वैशिष्ट्य असं की, इथल्या इमारतींमध्ये मातीच्या विटांबरोबरच वालुकाश्माचा वापर फार मोठ्या प्रमाणावर केलेला आहे. त्या उलट हडप्पातल्या बहुतांश नगरांमध्ये उन्हात वाळवलेल्या किंवा भाजलेल्या मातीच्या विटांचा वापर केलेला आढळतो.

एक गोष्ट स्पष्ट आहे की, हे नगर योजनाबद्ध पद्धतीनं उभारलं गेलं होतं (हडप्पातील अन्य नगरांप्रमाणेच) आणि नंतरच्या काळातही ते वेडवाकडं वाढत गेलं नाही. ढोलावीरा उत्खननाचे संचालक पुरातत्त्वज्ञ आर. एस. बिश्त ढोलावीराचं वर्णन असं करतात : 'गणिती अचूकता असणारं, उत्कृष्ट नियोजन केलेलं नगर. या संपूर्ण नगराचा आराखडा नगर उभारणी आधी तयार करून तो चौकोन-त्रिकोणी प्रभागांमध्ये विभागला होता. त्यातल्या छोट्या-मोठ्या प्रत्येक प्रभागाचं क्षेत्र निश्चित केलेलं होतं. हडप्पातील अन्य नगरांप्रमाणे इसवी सनपूर्व १९००च्या सुमारास ढोलावीराचाही ऱ्हास झाला; पण या नगराचा आराखडा आखणाऱ्या आणि त्याप्रमाणे हे शहर उभं करणाऱ्या लोकांनी इतकं उत्कृष्ट दर्जाचं काम केलेलं होतं की, तितक्याच भव्य, महत्त्वाकांक्षी स्थापत्याची पुन्हा निर्मिती होण्यासाठी मौर्यकाळापर्यंत म्हणजे जवळपास दीड हजार वर्षे जावी लागली.'

शेतकरी ते नागरी लोक

मेहरगढ (इसवी सनपूर्व ७,०००) आणि अन्य ठिकाणी शेतीचा प्रारंभ होण्यापासून ते हडप्पा नागरी संस्कृतीचा ऱ्हास होईपर्यंतचा काळ (पाच हजार वर्षांचा काळ) इतिहासकारांनी चार

ढोबळ टप्प्यांमध्ये विभागला आहे : अन्न उत्पादनाचा सुरुवातीचा काळ – (इसवी सनपूर्व ७,०००–५,५००), प्रादेशिक कृषी संस्कृतीचा किंवा पूर्व हडप्पा संस्कृतीचा काळ – (इसवी सनपूर्व ५,५००–२,६००), प्रगल्भ हडप्पा नागरी संस्कृतीचा काळ – (इसवी सनपूर्व २,६००–१९००) आणि उत्तर हडप्पा संस्कृतीचा किंवा हडप्पा संस्कृती विखुरण्याचा काळ (इसवी सनपूर्व १,९००–१,३००).

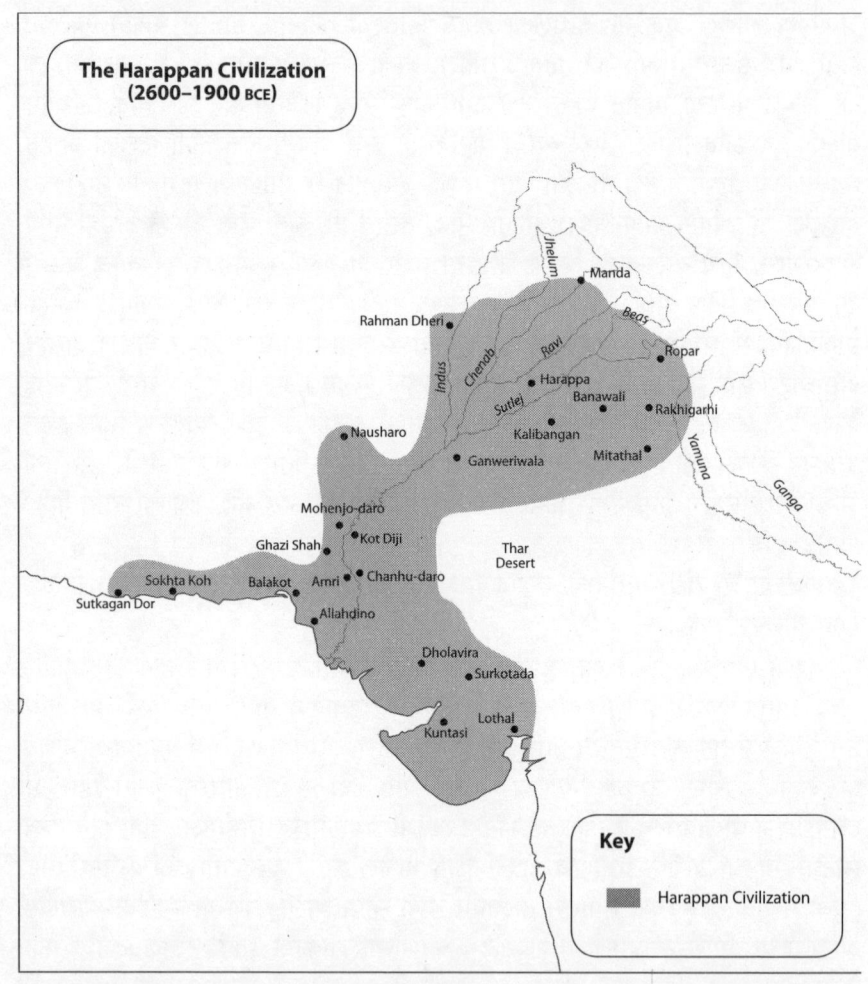

अन्न उत्पादनाच्या सुरुवातीच्या काळासंबंधी माहिती मिळवणं तसं सोपं आहे. मेहरगढ वसाहत इसवी सनपूर्व ७,००० ते इसवी सनपूर्व २,६०० दरम्यान अस्तित्वात होती; पण त्या काळात अन्य अनेक वसाहती उदयाला आलेल्या दिसतात. शेतीचा प्रसार होऊ लागला तशी लोकसंख्याही वाढू लागली. जगात जिथे जिथे शेती केली जात होती, तिथे सगळीकडे असंच घडत होतं. उदाहरणार्थ, क्वेट्टा खोऱ्यात इसवी सनपूर्व ५,०००च्या सुमारास उदयाला आलेली किली-गुल-मोहम्मद इथली वसाहत, इसवी सनपूर्व ३,५००च्या सुमाराची

बलुचिस्तानातली दाम्ब सादात इथली वसाहत आणि इसवी सनपूर्व ४,०००–३,५०० दरम्यानची अफगाणिस्तानातली मुंडिगाक इथली वसाहत. बलुचिस्तान आणि त्याच्या आसपासच्या प्रदेशांव्यतिरिक्त ज्या अन्य प्रदेशांमध्ये कृषिक्रांती घडून येत होती, त्यामध्ये इसवी सनपूर्व ३,६००च्या सुमाराचे सिंधमधील सिंधूच्या खोऱ्यातलं आम्री, इसवी सनपूर्व ३,३००च्या सुमाराचं पाकिस्तानातील खैबर पख्तुनवा या प्रांतातील रहमान ढेरी, इसवी सनपूर्व ४,५०० ते इसवी सनपूर्व ३,६००दरम्यान हरियाणातील कुणाल आणि राखीगढी आणि त्याही पूर्वीच्या काळातलं हरियाणातील फतेहाबाद जिल्ह्यातील भिराना या स्थानांचा समावेश आहे.

वायव्य भारतामध्ये इसवी सनपूर्व ७,०००नंतर पुढे शेतीचा प्रसार वेगानं होत गेला आणि त्यातूनच पुढे नागरीकरणाचा आरंभ झाल्याचा पुरावा देणाऱ्या अनेक स्थानांचे अवशेष आजही शिल्लक आहेत; पण वेगानं परिवर्तन होणाऱ्या या प्रदेशात फक्त एका जागी स्थिरावलेले शेतकरी आणि नागरजनच राहत होते असं नाही. अजूनही शिकारीवर आणि वन्य उत्पादनं गोळा करण्यावर शेतकरी अंशतः अवलंबून होते; भटके पशुपालकही त्याच प्रदेशात वावरत होते, असे स्पष्ट पुरावे उपलब्ध असणं हे महत्त्वाचं आहे. रत्नागार म्हणतात, 'मेहरगढ हे सिंध आणि बलुचिस्तानला जोडणाऱ्या सीमेवर वसलेलं होतं. सिंधूच्या पठाराच्या खालच्या भागात प्रामुख्यानं शेती केली जाते; पण बलुचिस्तानचा डोंगराळ प्रदेश असंलग्न दुर्गम तुकड्यांमध्ये विभागलेला असून, तिथे शेतीपेक्षा पशुपालनाचं महत्त्व अधिक राहिलेलं आहे आणि ते बलुचिस्तानच्या अरुंद दऱ्यांमधल्या प्रदेशातच मर्यादित राहिलं... बर्फाच्छादित डोंगराळ प्रदेशातले मेंढपाळ नोव्हेंबर महिन्यात हिवाळा सुरू झाला की दरवर्षी त्यांचे शेळ्यामेंढ्यांचे कळप घेऊन काछी मैदानात उतरतात. फेब्रुवारीपर्यंत ते तिथल्या स्थानिक शेतकऱ्यांच्या वसाहतींच्या आसपास तंबू ठोकून हंगामी तळ उभारतात. उन्हाळा सुरू झाला की, ते पुन्हा डोंगराळ प्रदेशात परततात.'

बलुचिस्तानमध्ये आजही ब्रौही जमातीसारख्या अनेक जमाती मेंढपाळीचा व्यवसाय करतात. अनेक इतिहासकारांचं असं मत आहे की, शेतीची सुरुवात आणि विकास होण्यामध्ये मेंढपाळांची भूमिका फारच महत्त्वाची होती. तंत्रज्ञानाची देवाण–घेवाण करणं, जनावरं, रोपं यांविषयीच्या नवनवीन माहितीची आणि नव्या शोधांची माहिती एका ठिकाणाहून दुसऱ्या ठिकाणी पोहोचवणं आणि कधी कधी एखाद्या प्रदेशात स्थिरावून स्वतःच शेती करायला सुरुवात करणं, अशा प्रकारे त्यांनी ही भूमिका बजावली असावी. शिकार आणि वन्य उत्पादनांवर गुजराण करत सिंधू–सरस्वती या दोन मुख्य नद्यांच्या खोऱ्यांपासून दूरवरच्या प्रदेशात राहणाऱ्या एका वेगळ्या जीवनशैलीची ओळख या भटक्या मेंढपाळांकडूनच झाली असावी.

पुढचा टप्पा आहे, पूर्व हडप्पा संस्कृतीचा अर्थात कृषी संस्कृतींची प्रादेशिकता निश्चित करणारा किंवा हडप्पा संस्कृतीचा प्रारंभीचा काळ. पुरातत्त्वीय नोंदींच्या आधारानं हा टप्पाही समजून घ्यायला सोपा आहे. लोकसंख्येत वाढ होत गेली तसे मूळ वसाहतींमधून बाहेर पडून लोक वेगवेगळ्या नव्या प्रदेशांमध्ये जाऊ लागले. नव्या ठिकाणी वसलेल्या लोकांच्या जीवनशैलीत हळूहळू प्रादेशिकतेनुसार झालेले बदल ठळक होत गेले. त्या काळातल्या

कालीबंगन, बनावली आणि रहमान ढेरी यांसारख्या काही वसाहतींभोवती तटबंदी घातलेली होती. त्यांच्यातला सांस्कृतिक फरक प्रामुख्यानं, त्यांच्या हाक्रा, रावी, बालाकोट, आम्री, कोट दिजी, नाल आणि सोठी येथील मृदभांड्यांच्या स्वतंत्र शैलीतून स्पष्ट होतो. नवख्या व्यक्तीला त्या भांड्यांमधला फरक कदाचित समजू शकणार नाही; पण पुरातत्त्वज्ञ मात्र विविध प्रकारच्या खापरांच्या राशीतूनही भांड्यांची शैली लगेच ओळखू शकतात आणि त्यांचं वर्गीकरणही करू शकतात.

एकात्मीकरणाचा काळ म्हणजेच प्रगल्भ हडप्पा नागरी संस्कृतीचा काळ हा सर्वांत लक्षवेधी टप्पा आहे. या टप्प्यात आपल्याला अनेक हडप्पा स्थळांची उभारणी किंवा पुनर्बांधणी झालेली आढळते. आधी अस्तित्वात असलेल्या काही वसाहती उजाड झालेल्याही दिसतात. आणि अशा प्रकारे तिथल्या वसाहती आणि लोकसंख्या यात मोठे बदल होऊन त्यांची पुनर्रचना झाल्याचं दिसतं. याच टप्प्यावर सगळीकडे एक लिपी, प्रमाणित मुद्रा, एकसारखं स्थापत्य आणि प्रमाणित वजनं यांमुळे नागरी जीवनात एकसूत्रता येत असलेली दिसते. तसंच पश्चिम आशियाबरोबरच्या समुद्री व्यापारालाही या काळात चालना मिळालेली दिसते. *अंडरस्टँडिंग हडप्पा* या पुस्तकामध्ये रत्नागर यांनी म्हटल्याप्रमाणे, 'प्रगल्भ हडप्पा नागरी संस्कृतीच्या काळामध्ये एकात्मीकरणाच्या प्रक्रियेमुळे स्थानिक किंवा प्रादेशिक संस्कृतीचं वेगळेपण लुप्त झालं आणि त्यांना स्वतःमध्ये सामावून घेऊन त्यांचा चेहरामोहराच पुसून टाकणाऱ्या एका व्यापक नागरी संस्कृतीचा उदय झाला.'

उपिंदर सिंग यांनी त्यांच्या *अ हिस्ट्री ऑफ एन्शन्ट अँड मिडिएव्हल इंडिया* या पुस्तकात असं दाखवून दिलं आहे की, प्रगल्भ हडप्पा नागरी संस्कृतीच्या अनेक स्थानांमध्ये पूर्व हडप्पा संस्कृतीच्या स्तराचा अभाव होता. तसंच पूर्व हडप्पा संस्कृतीच्या अनेक स्थानांमध्ये प्रगल्भ हडप्पा नागरी संस्कृतीचं अस्तित्व दर्शवणारा स्तर नव्हता. ज्या स्थानांमध्ये या दोन्ही टप्प्यांचे निदर्शक स्तर होते, त्या स्थानांमध्ये मधल्या थरात अनेक बदल होऊन परिवर्तन घडलेलं दिसलं. कोट दिजी, गुमला, आम्री आणि नौशारो यांसारख्या काही स्थानांमध्ये असं परिवर्तन झालेलं दिसतं.

थोडक्यात सांगायचं तर पुरातत्त्वज्ञांच्या मतानुसार परिवर्तन घडून प्रगल्भ हडप्पा नागरी संस्कृतीचा उदय होण्यासाठी साधारण पाच पिढ्यांचा किंवा १००-१५० वर्षांचा काळ जावा लागला. हे परिवर्तन हडप्पा संस्कृतीच्या विस्तृत प्रदेशात आणण्याकरता आवश्यक असलेले निर्णय घेण्यासाठी एखादी व्यापक यंत्रणा अस्तित्वात असणं, त्या यंत्रणेद्वारे घेतले गेलेले निर्णय स्वेच्छेनं लागू होणं किंवा बळानं लागू केले जाणं या गोष्टी एक मध्यवर्ती शासन असल्याशिवाय होऊ शकत नाहीत.

उरूक, एक उदाहरण

याच परिवर्तनाच्या काळात, मेसोपोटेमियाच्या उरूक या नगरमध्ये काय घडलं, याची स्पष्ट कल्पना आपल्याला मिळू शकते. कारण, तिथे अनेक दशकांपासून खूप मोठ्या प्रमाणावर चालू असलेल्या उत्खननातून उरूकमधलं प्रशासन आणि कायदा यांविषयीच्या लिखित नोंदी मिळाल्या आहेत. लिव्हेरानी यांनी आपल्या *इन उरूक : द फर्स्ट सिटी* या पुस्तकात

या विषयीची प्रक्रिया तपशिलानं दिलेली आहे. मेसोपोटेमियाच्या दक्षिण भागातली सिंचन व्यवस्था उभारण्यासाठी आवश्यक असलेल्या सामूहिक सहकार्याची गरज ही उरूकला नागरिकीकरणाच्या दिशेनं नेणारी प्रमुख प्रेरणा होती. तिथली भौगोलिक स्थिती पाहता तिथे पाण्याचं काटेकोर व्यवस्थापन करणं आवश्यक होतं. उत्तर भागाची भौगोलिक स्थिती याच्या उलट होती. हा भाग म्हणजे नदीच्या दोन्ही बाजूंना शेतजमिनींचे अरुंद पट्टे असलेली दरी होती, तर दक्षिण भाग म्हणजे नदीच्या मुखाजवळचा त्रिभुज प्रदेश होता. त्याच्या एका बाजूला विस्तीर्ण शेती होती. दरीतील खोऱ्याच्या प्रदेशात पाणी व्यवस्थापनासाठी विशेष काही करण्याची गरज नव्हती. नदीला पूर आल्यावर तिथल्या अरुंद पट्ट्याच्या शेतजमिनी पाण्याखाली जात आणि जमिनी भिजवण्यासाठी ते पुरेसं असे. अशा सिंचनाचं व्यवस्थापन, जमिनीच्या त्या-त्या पट्ट्याशी संबंधित असलेला परिवार करू शकत असे. त्या उलट त्रिभुज प्रदेशात मात्र शेती उत्पादन वाढवण्याची प्रचंड मोठी संधी होती; परंतु त्यासाठी कालवे खोदून नदीचं पाणी अंतर्गत भागापर्यंत नेण्याची गरज होती. ते शक्य होण्यासाठी समूहांनी समन्वयानं काम करण्याची गरज होती.

लिव्हेरानी म्हणतात, 'लांबवर पसरलेल्या शेतांची देखभाल करण्यासाठी एखाद्या मध्यवर्ती शासनयंत्रणेची गरज होती. एकदा अशी शासन यंत्रणा प्रस्थापित झाल्यावर, तिच्याद्वारे शेतीचं उत्पादन वाढवणं आणि इतर क्षेत्रांतील उत्पादनात सुधारणा करणं या गोष्टी करणं शक्य होई.' या सुधारणांमध्ये दोन किंवा तीन बैलजोड्यांनी ओढता येईल, असा नांगर आणि तिफण तसंच गाढव जुंपलेलं, झोडपणी यंत्र यांचा या नवीन शोधांमध्ये समावेश होता.

शेतीमध्ये काम करणाऱ्या लोकांची संख्या पूर्वी होती तितकीच राहिली, असं जरी गृहीत धरलं, तरी शेतीच्या कामांसाठी कालव्यामधलं पाणी उपसून सिंचन करण्यासाठी प्राण्यांचा उपयोग केला जाऊ लागला, त्यामुळे जवाचं मुख्य पीक पाच ते दहापट वाढलं असणार, असा अंदाज लिव्हेरानी यांनी व्यक्त केला आहे.

घरांचे आकार, प्रकार आणि अंत्यसंस्कारांच्या प्रथांवरून, इथल्या समाजातील राहणीमानात साधेपणा आणि समानता आहे हे दिसून आलं होतं. तोच साधेपणा आणि समानता या अपूर्व अशा भरभराटीच्या काळातही तशीच टिकून राहिली होती; पण एक बदल मात्र झाला होता : तो म्हणजे मंदिरांचा आकार. लिव्हेरानी म्हणतात :

> इथल्या राहत्या घरांच्या तुलनेत कितीतरी पटींनी विशाल आकाराची मंदिरं बांधली जाऊ लागली आणि मंदिरांना सर्वोच्च महत्त्व प्राप्त झालं. ही स्थिती म्हणजे नायकशाहीची जागा, केंद्रवर्ती प्रशासनव्यवस्था असलेल्या राजसंस्थेचा आरंभ होण्याची स्पष्ट निदर्शक होती, त्यामुळे सुरुवातीचं मंदिर व्यवस्थापन ही एक संघटनाची संस्थात्मक पद्धती होती हे आपण समजून घ्यायला हवं. त्या दृष्टीनं मंदिर व्यवस्थापनाचा विकास म्हणजे खऱ्या अर्थानं मेसोपोटेमियातील सामाजिक संरचनेत परिवर्तन घडवून आणणारा महत्त्वाचा घटक आहे, त्यामुळे सर्वसामान्य नागरिकाच्या सहभागावर आधारलेल्या समाजाच्या व्यवस्थापनाची जागा मेसोपोटेमियातील मंदिर प्रशासनव्यवस्थेनं घेतली.

विविध प्रकारच्या उत्पादकांकडून कररूपात साधनसामग्रीची वसुली करणं आणि त्याच साधनसामग्रीचा उपयोग कुटुंबांसाठी करणाऱ्या ग्राहकांकडून कराची वसुली करणं आणि या वसुलीतून निर्माण झालेल्या निधीचा समाजोपयोगी गोष्टींसाठी उपयोग करणं, सक्तीनं नियमांचं पालन करायला लावणं यांसाठी मध्यवर्ती शासनव्यवस्था आवश्यक असते. अशा सक्तीमध्ये वेठबिगारीचा समावेशही असतो. अशा प्रकारचं प्रशासन अमलात आणणं हे खर्चाचं काम असतं. दुसरं म्हणजे कालांतरानं अशा प्रकारे सक्तीनं काम करून घेणं अनुत्पादक ठरू शकतं. त्या काळात मंदिर प्रशासन ही एकच संस्था अशी होती, जिच्यासाठी लोकांनी श्रद्धेपोटी स्वतःच्या मिळकतीतला हिस्सा सामाजिक हितासाठी सहजपणे काढून दिला असता. उरुकमध्ये आता मंदिर किंवा ज्याला 'देवालय' म्हटलं जात असे, तेच मध्यवर्ती सत्तेची भूमिका बजावू लागलं. राज्यातील बहुतांश शेतजमिनी मंदिराच्या मालकीच्या असत आणि गावातील लोक आणि त्यांच्या परिवारातील सदस्य यांच्याकडून वेठबिगारीवर काम करून घेण्याचा हक्क मंदिर प्रशासनाला असे. वेठबिगारीच्या मोबदल्यात पोटापुरतं अन्न पुरवलं जाई. अशा प्रकारे या नव्या भरभराटीच्या काळात, मंदिराची आणि मंदिराच्या व्यवहारांची व्यवस्था बघणारे आणि स्वतःला 'देवाचे सेवेकरी' म्हणवणारे लोक अतिरिक्त उत्पादनातील मोठा हिस्सा उत्पादकांकडून काढून घेत असत आणि त्या हिश्श्याचा विनियोग कसा करायचा हेही तेच ठरवत असत. यातून साठत जाणारा निधी मंदिर प्रशासनाची यंत्रणा राबवण्यासाठी केला जाई. त्यामध्ये कुणाकडून किती येणं आहे आणि कुणाला किती देणं आहे, याचे हिशोब ठेवण्याचं काम महत्त्वाचं होतं. कुशल कारागिरांचा मोबदला चुकता करणं आणि धातू, लाकूड, मूल्यवान रत्नं यांसारख्या उरुकमध्ये स्थानिकरीत्या उपलब्ध नसलेल्या वस्तू दूरवरच्या प्रदेशांमधून आयात करण्यासाठी यंत्रणा उभारणं, इत्यादींसाठी झालेल्या खर्चाचा हिशोब ठेवणं हा हिशेबनिसाच्या कामाचा महत्त्वाचा भाग होता.

ही सामाजिक व्यवस्था ढळू नये, याची काळजी घेणाऱ्या श्रद्धाप्रणालीची लिखित माहिती उपलब्ध आहे. पूर्णतः आपल्या शेतावर आणि पाळीव प्राण्यांवर अवलंबून असल्यामुळे शेतकऱ्यांवर सुफलनासाठी ज्यांची उपासना केली जात असे अशा देवी-देवतांचा अत्यंत प्रभाव होता; पण नव्यानं निर्माण झालेल्या नागरी समाजाला मात्र वेगवेगळ्या क्षेत्रांमधील कौशल्याचं ज्ञान असलेल्या आणि एकाच दैवत संकुलात प्रतिष्ठापित करता येतील, अशा अनेक देवी-देवतांची गरज भासू लागली. त्यांची कृपा व्हावी म्हणून बळी देण्याची आणि त्यांना विविध गोष्टी अर्पण करण्याची आधीपासून असलेली प्रथा नागरी संस्कृतीमध्येही सुरू राहिली, त्यामागे मंदिरातील सेवेकऱ्यांसाठी पडेल ते काम विनामोबदला करणं म्हणजे देवाची सेवा करणं अशी खेडूत समाजाची भावना असणार. त्याकाळी 'खंडन-मंडन' स्वरूपाच्या कवितांचं सामूहिक गान लोकप्रिय होते. त्यात मेंढपाळ आणि शेतकरी, मेंढी आणि गहू, उन्हाळा आणि हिवाळा अशा मुद्द्यांवर प्रश्नोत्तरं झडत असत. त्यातून लोकांना एकत्रितपणे काम करण्याचे फायदे पटवून दिले जात आणि निसर्गातील प्रत्येक घटकाची, आपली अशी खास जागा आणि खास भूमिका

असते, हा संस्कार त्यांच्या मनावर होत असे. त्यातली एक पुराणकथा अतिशय रोचक आहे. ही कथा आहे 'अत्रहमसिस'ची. त्यात असं सांगितलं आहे की, साऱ्या कनिष्ठ श्रेणीतल्या देवता शेतीमध्ये काबाडकष्ट करून करून थकून गेले होते; पण मग वरिष्ठ श्रेणीतल्या देवतांसाठी धान्य कोण पिकवणार? म्हणून शेती करण्यासाठी मानवाची निर्मिती केली गेली.

कळीचे मुद्दे

हडप्पा आणि मेसोपोटेमियन या दोन्ही संस्कृतींचा विकास एकाच दिशेनं झालेला नाही; पण उरुकमध्ये जे काही घडलं त्याचा उपयोग, नेमके कोणते प्रश्न विचारावेत हे समजण्यासाठी होऊ शकतो. उदाहरणार्थ, शेती उत्पादनात नाट्यमय रीतीनं वाढ होऊन, त्यामुळे प्रगल्भ हडप्पा नागरी संस्कृतीचा उदय झाला, असा एखादा काळ होता का? एखाद्या वेळेस खरंच असं असू शकतं की, बलुचिस्तानच्या डोंगराळ प्रदेशातून सुरू होऊन सिंधू आणि घग्गर-हाक्रा नद्यांच्या गाळानं बनलेल्या, सुपीक पठारी प्रदेशापर्यंत शेतीचा प्रसार झाल्यामुळे अन्नोत्पादनात लक्षणीय वाढ होऊन भरभराटीचा काळ सुरू झाला असावा. उरुकप्रमाणे हडप्पा नागरी संस्कृतीमध्ये कालव्यांचं जाळं उभारून दूरवर सिंचनव्यवस्था उभारल्याचे आणि त्यासाठी मजुरांच्या समूहांकडून मोठ्या प्रमाणावर काम करून घेण्याकरता मध्यवर्ती प्रशासनव्यवस्था असल्याचे लिखित पुरावे मिळालेले नाहीत.

कदाचित, सिंधू आणि घग्गर-हाक्रा नद्यांच्या खोऱ्यात सिंचन व्यवस्थेची आवश्यकता भासली नसेल. पुरातत्त्वज्ञांना असं वाटतं की, मॉन्सूनमुळे किंवा बर्फाच्या वितळण्यामुळे नद्यांना पूर आल्यावर नदीचा काठ ओलांडून पाणी दूरपर्यंत पसरत असेल आणि ते, सिंचनासाठी पुरेसं होत असेल, तसंच पूर आलेला असताना नालाच्या आकाराची तळी निर्माण होत असत. त्यावर शेतकरी सिंचनासाठी अवलंबून राहत असावेत. याचा अर्थ सिंचनाचं व्यवस्थापन हे हडप्पा संस्कृतीच्या मध्यवर्ती प्रशासन संस्था आणि सत्ताकेंद्र यांचा उदय होण्याचं कारण नव्हतं, तर मग त्यामागे कोणतं कारण असेल? पुराच्या पाण्याचं नियंत्रण आणि व्यवस्थापन किंवा काही आव्हानात्मक पर्यावरणीय बदलांचा सामना करणं, हे कारण असेल का? तर हो, ही शक्यता असू शकते. कारण, पाणी आणि नागरी नियोजन याला हडप्पा नगरांमध्ये दिलेलं कमालीचं महत्त्व पाहिलं आणि हडप्पा संस्कृतीची हडप्पा आणि मोहेंजोदाडो ही नगरं खूप उंच जोती बांधून त्यावर वसवली गेली होती. हे लक्षात घेतलं तर वास्तवात ही शक्यता असल्याचं नाकारता येत नाही. आजही त्या नगरांना, सिंधूला आणि तिच्या उपनद्यांना वारंवार येणाऱ्या पुराचा फटका बसत नाही. सिंधू नदीला २०१० साली आलेल्या पुरातही हे दिसून आलं; पण जोपर्यंत पुरातत्त्वीय पुरावा आणि हडप्पा संस्कृतीच्या लेखांच्या आधारे पूरक माहिती मिळत नाही, तोपर्यंत हे प्रश्न अनुत्तरीतच राहतील.

आणखी एक प्रश्न म्हणजे हडप्पा नागरी संस्कृतीतील मध्यवर्ती प्रशासन किंवा सत्ता यांना प्रस्थापित होण्यासाठी कोणत्या श्रद्धाप्रणाली किंवा धर्माचा आधार मिळाला असावा? खरं तर मंदिर म्हणून ओळखता येतील, अशी कोणतीही वास्तू हडप्पा नागरी संस्कृतीमध्ये नाही हे आपल्याला माहीत आहे; पण म्हणून तिथे प्रशासनाला आधारभूत अशा श्रद्धाप्रणाली, पुराणकथा किंवा नीतीकथा नव्हत्याच असंही नाही. कदाचित, मंदिर कसं असावं किंवा

राजमहाल कसा दिसावा याविषयीच्या आपल्या कल्पना पठडीबद्ध असतील. याचं उदाहरण देताना रत्नागर म्हणतात की, जर आपण बैठ्या शैलीतला पद्मनाभपुरम् राजवाडा (प्राचीन त्रावणकोर साम्राज्याचा राजवाडा. आता तो तमिळनाडूच्या कन्याकुमारी जिल्ह्यात आहे) पाहिला तर आपल्याला तो राजवाडा वाटणारच नाही. दुसरं म्हणजे हडप्पा नागरी संस्कृतीला आधारभूत ठरणारी एक श्रद्धाप्रणाली होती, याचे अनेक संकेत तिथल्या मुद्रांवरील चित्रांमधून मिळाले आहेत.

उदाहरणार्थ, तिथे सापडलेल्या मुद्रांपैकी जवळपास ६० टक्के मुद्रांवर एकशिंग्याचं (काल्पनिक एकशिंगी घोडा) चित्र आढळून आलं आहे. काहींना वाटतं की, आपल्या अशोक चक्राप्रमाणे ते त्या वेळचं हडप्पा संस्कृतीचं एकतेचं प्रतीक असावं, तर काहींना वाटतं की, ते हडप्पाच्या मध्यवर्ती सत्तेचं नियंत्रण करणाऱ्या अभिजनांच्या चिन्हांपैकी एक असावं. तिथे एकाच राजाची किंवा सम्राटाची सत्ता असण्याऐवजी सत्तेचं नियंत्रण करणारी 'अभिजनांची समिती' असावी ही कल्पना बहुमान्य आहे. एकशिंग्याच्या चित्रात नेहमी त्याच्या मानेखाली एक भांडं असलेलं दिसतं. कधी कधी त्याला धूपदान समजलं जातं, तर कधी धार्मिक प्रसंगी अर्पण करण्याचं पेय (सोमरस) गाळण्याचं उपकरण, तर कधी गाईगुरांना आणि घोड्यांना खायला घालण्यासाठी असलेलं गव्हाणीचं भांडं मानलं जातं, त्यामुळे एकशिंग्याशी संबंधित एखाद्या महत्त्वाच्या पुराणकथेचं सूचन इथे केलेलं आहे हे निश्चित. पण आधुनिक काळामध्ये आपल्याला ओळखता येईल अशा कोणत्याच स्वरूपात ती कथा उपलब्ध नाही आणि ती कथा काय असावी हे समजून घेण्याचा काही मार्गही उपलब्ध नाही.

Granger Historical Picture Archive / Alamy Stock Photo

एका भांड्यासमोर उभ्या असलेल्या एकशिंग्याचं चित्र असलेली मुद्रा. या भांड्याचं वर्णन कधी धूपदान, कधी गाळणी तर कधी गव्हाणी असं केलं गेलं आहे.

पण काही मुद्रा अशाही आहेत, ज्याचे अर्थ लावणं तुलनेनं सोपं आहे. उदाहरणार्थ, वारंवार दिसून येणाऱ्या एका चित्रात असं दिसतं की, एक देवतेसारखी आकृती पिंपळाच्या वृक्षामध्ये आहे आणि एक व्यक्ती तिच्यासमोर नतमस्तक झाली आहे. त्यात आश्चर्य वाटण्यासारखं काहीही नाही. कारण, आपण आजही पिंपळाला पवित्र मानतो. हडप्पामधील उत्खननांमध्ये, शिंग असलेल्या देवतेच्या प्रतिमा कोरलेल्या मुद्रा सापडल्या आहेत. त्या प्रगल्भ हडप्पा नागरी काळाच्या सुरुवातीच्या आहेत. त्यात देवतेनं म्हशीच्या शिंगांचं शिरस्त्राण घातलेलं आहे, असं वाटतं.

Islamabad Museum

मोहेंजोदाडो इथे आढळलेली एक मुद्रा. यावरील चित्रात पिंपळ वृक्षाच्या मध्ये बांगड्या घातलेली आणि शिंगांचं शिरस्त्राण धारण केलेली एक देवता आहे आणि काही भक्त तिच्यापुढे नतमस्तक झाले आहेत. त्यांच्या मागे एक प्रचंड मोठा मेंढा दिसतो आहे. तळाशी सात आकृती मिरवणुकीनं जात आहेत.

मेसोपोटेमियन नागरी संस्कृतीमध्ये शिंगं असलेल्या आकृतींना दैवी मानलं जात असल्यानं काही अभ्यासकांना असं वाटतं की, हे प्रतीक दोन्ही संस्कृतींमध्ये अस्तित्वात असावं. काही मुद्रांवरच्या चित्रात, शिंग असलेली एक आकृती अगदी योगासनासारख्या मुद्रेत, घडवंचीसारख्या वस्तूवर अशा पद्धतीनं बसलेली दिसते की, तिच्याकडे पाहताच, ती देवता नसेल तर समाजातली अत्यंत महत्त्वाची व्यक्ती तरी निश्चितच असावी, असं वाटतं. अन्य एका मुद्रेवरच्या चित्रात असं दाखवलं आहे की, एक माणूस झाडामध्ये बसून बहुतेक एका वाघाशी बोलतो आहे आणि तो वाघ मान वळवून त्याच्याकडे बघतो आहे. एका नाण्यावरच्या चित्रात असं दिसतं की, कोणी एक नायक, पाणम्हशीच्या शिंगांवर पाय देऊन तिला भाला मारतो आहे आणि त्याच्या समोर फणा काढलेला नाग आहे.

एक गोष्ट मात्र नक्की की, हडप्पा संस्कृतीतल्या लोकांचे धार्मिक विचार, कल्पना आणि कथा या मुद्रांवर चित्रबद्ध केल्या गेल्या होत्या. त्यात नक्की काय सांगितलं होतं, हे आपल्याला आजही समजणं शक्य नसलं तरी त्यात दर्शवलेलं पिंपळाचं पावित्र्य आणि योगासनासारख्या मुद्रेतून व्यक्त होणारी योगविद्या अशा काही गोष्टी कालप्रवाहाबरोबर पुढे जात राहिल्या हे नक्की.

Angelo Hornak / Corbis / Getty Images

योगासनासारख्या मुद्रेत बसलेली शिंग असलेली आकृती.

Archaeological Museum, Harappa

या मुद्रेमध्ये एक पुरुष एका रेड्याच्या डोक्यावर पाय देऊन त्याला भाला मारतो आहे. शिंगांचं शिरस्त्राण घातलेली एक आकृती तो पाहत आहे; पण ही मुद्रा या पुस्तकात वर्णन केलेल्या अशाच एका मुद्रेहून वेगळी आहे. त्या मुद्रेमध्ये एक नाग रेड्याला भाला मारताना बघतो आहे, असं दिसतं.

हडप्पा संस्कृतीच्या लोकांची भाषा

भारतीय समाज कसा घडला याचा मागोवा घेण्याची गुरूकिल्ली एका प्रश्नाच्या उत्तरात दडलेली आहे. तो प्रश्न म्हणजे : हडप्पा संस्कृतीचे लोक कोणती भाषा बोलत असत? अनेक इतिहासकारांचं असं मत आहे की, हडप्पा नागरी संस्कृतीच्या विस्तीर्ण प्रदेशात एकच नाही तर अनेक भाषा बोलल्या जात असणार आणि आज त्या प्रदेशात बोलल्या जाणाऱ्या बलुची, पुश्तू, पंजाबी आणि गुजराती यांपासून हिंदी, ब्रौही, सिंधी आणि बुरुशास्की अशा अनेक भाषांचा विचार करता इतिहासकारांचा अंदाज योग्य आहे असंच वाटतं.

पण असंही असू शकतं की, तिथे एक प्रमुख भाषा आणि त्या भाषेच्या अनेक बोलीभाषा किंवा पोटभाषा असाव्यात. एक शक्यता अशीही आहे की, या नागरी संस्कृतीची एक प्रमाणित भाषा असावी आणि तिचा उपयोग मुद्रांवरील लेखांमध्ये केला असावा; पण यातलं नक्की काय असेल हे आपल्याला कसं समजणार? विविध भाषांचं लेखन करण्यासाठी जेव्हा एकाच लिपीचा वापर केला जातो, तेव्हा सामान्यतः चिह्नांचा क्रम बदलेला लक्षात येतो. उदाहरणार्थ, मेसोपोटेमिया किंवा आखाती प्रदेशात हडप्पा संस्कृतीच्या काही मुद्रा सापडल्या; पण तज्ज्ञांच्या निरीक्षणानुसार त्या मुद्रांवर असलेल्या चिह्नांची मांडणी किंवा क्रम हा हडप्पा नागरी संस्कृतीतील मूळ मुद्रांवर असलेल्या चिह्नांच्या मांडणीच्या पठडीपेक्षा किंवा क्रमापेक्षा वेगळा होता. यावरून असं दिसून येतं की, अन्य संस्कृतीच्या प्रदेशात सापडलेल्या त्या मुद्रांवर कदाचित तिथली भाषा लिहिण्यासाठी हडप्पा लिपीचा वापर केला गेला असावा आणि ती भाषा म्हणजे अक्केडीयन, सुमेरीयन किंवा आखाती प्रदेशात बोलली जाणारी एखादी अन्य भाषा असावी. हडप्पा नागरी संस्कृतीच्या प्रदेशात मात्र स्थळांनुसार चिह्नांच्या मांडणीच्या पठडीमध्ये किंवा क्रमामध्ये असे काही फरक आढळत नाहीत म्हणूनच सर्व गोष्टींचं प्रमाणीकरण केलं जात असतानाच्या काळात म्हणजे प्रगल्भ हडप्पा नागरी संस्कृतीच्या काळात प्रशासकीय कामकाजासाठी, व्यापारासाठी आणि कायदेशीर बाबींसाठी प्रामुख्यानं प्रमाणित भाषा वापरली जात असावी.

मग ती भाषा कोणती असेल? हडप्पा लिपीचं वाचन करता आलं तर या प्रश्नाचं उत्तर मिळणं सोपं होईल; पण जगभरातल्या वेगवेगळ्या क्षेत्रांतील तज्ज्ञांनी गेल्या शतकभरात सातत्यानं आणि कसून केलेल्या प्रयत्नांनंतरही ही लिपी जगासाठी एक न उलगडणारं कोडंच ठरली आहे. यात फार मोठं आश्चर्य वाटण्यासारखं काही नाही. कारण, इजिप्तमध्येही असंच झालं असतं. तिथे एकापेक्षा अधिक लिपींचा वापर करून एकाच मजकुराचा शिलालेख सापडला नसता तर इजिप्तच्या चित्रलिपीचं वाचनही करताच आलं नसतं. त्याचं असं झालं, १७९९ साली इजिप्तमध्ये नाईल खोऱ्यातल्या रोझेट्टा नावाच्या गावात, एका किल्ल्याची पुनर्बांधणी चालली होती. त्या वेळी तिथे एका फ्रेंच सैनिकाला एक शिलालेख सापडला. त्याला रोझेट्टा स्टोन हे नाव दिलं गेलं. इसवी सनपूर्व १९६च्या सुमारास इजिप्तमधल्या धर्मगुरूंच्या समूहानं त्या वेळच्या फॅरोच्या (राजा) सन्मानार्थ तो शिलालेख कोरला होता आणि त्यात फॅरोनं प्रजेसाठी केलेल्या हितकारी कामांची सूची दिली होती (म्हणजे आपल्या कामाचा गाजावाजा करण्याची सवय लोकांना प्राचीनकाळापासून आहे तर!).

रोझेट्टा स्टोनवरच्या शिलालेखासाठी तीन लिपी वापरलेल्या स्पष्टपणे दिसून येतात. शिलालेख कोरला गेल्याच्या काळात त्या तिन्ही लिपी वापरात होत्या. त्यातली पहिली, चित्रलिपी होती. ती महत्त्वाच्या धार्मिक दस्तावेजांसाठी वापरली जात असे. दुसरी डेमॉटिक नावाची लिपी सर्वसामान्य लोकांची लिपी होती. तिसरी लिपी ग्रीक होती. ही त्या काळच्या इजिप्तच्या सत्ताधाऱ्यांची भाषा होती. त्यानंतर काही काळातच फ्रेंच अभ्यासक आणि भाषातज्ज्ञ जाँ-फ्रँक्वा शॅम्पोलियन यांनी चित्रलिपी वाचण्यात यश मिळवलं. त्यांना ग्रीक आणि कॉप्टिक (इजिप्तमधली कॉप्टिक लोकांची भाषा) या दोन्ही भाषा वाचता येत असत. अशा प्रकारे अनेक शतकांच्या प्रयत्नांनंतरही वाचता न आलेली इजिप्तची चित्रलिपी, रोझेट्टा स्टोन सापडल्यावर केवळ दोन दशकांमध्ये वाचता आली.

ज्या लिपीमध्ये अक्केडीयन, सुमेरीयन आणि एलामाईटसारख्या मेसोपोटेमियन भाषा लिहिल्या जात असत त्या कीलकलिपीच्या बाबतीतही असंच झालं होतं. इराणमधील केरमानशाह प्रांतात बेहिस्तुन पर्वतावर अनेक लिपींमध्ये कोरलेला एक शिलालेख सापडला, त्यामुळेच अखेरीस कीलकलिपी वाचता येऊ शकली. इसवी सनपूर्व ५२२ ते इसवी सनपूर्व ४८६दरम्यान इराणमधील अखमोनिय साम्राज्याचा चौथा सम्राट असलेल्या पहिला दार्युश यानं तो लेख कोरवला होता. त्यामध्ये सम्राटाचं जीवन, त्यानं लढलेल्या लढाया आणि मिळवलेले विजय यांचं वर्णन होतं. तो लेख कीलकलिपी वापरून तीन वेगवेगळ्या भाषांमध्ये लिहिलेला होता. त्या भाषा होत्या : प्राचीन पर्शियन, एलामाईट आणि अक्केडीयन; पण हडप्पातील भाषेच्या अभ्यासासाठी मदत होईल, असं रोझेट्टा स्टोन किंवा बेहिस्तुन शिलालेखासारखं अजून काहीच सापडलेलं नाही आणि जोपर्यंत तसं काही सापडत नाही, तोपर्यंत हडप्पा लिपी वाचता येणं कठीण ठरणार आहे.

खरं तर जी भाषा हडप्पा लिपीमध्ये लिहिलेली आहे, ती आद्य द्राविडी भाषा आहे, या विचाराला अनेक इतिहासहकार आणि पुरातत्त्वज्ञांचा पाठिंबा आहे; पण ती लिपी वाचण्याच्या असमर्थतेमुळे त्याबाबत काही ठोस निष्कर्ष काढता येत नाही, त्यामुळे हडप्पा संस्कृतीच्या लोकांची भाषा कोणती होती, हा प्रश्न अधांतरीच राहतो. हडप्पा संस्कृतीचे लोक कोणती भाषा बोलत असत, यावरच्या वादाला आता गॉर्डियन नॉटचं स्वरूप आलं आहे (गॉर्डियन नॉट- फ्रिजियाच्या राजानं ही गाठ मारली होती. ती गाठ सोडवणं ज्याला जमेल तो आशियाचा सम्राट होईल, अशी त्या काळची कल्पना होती. अलेक्झांडरनं ती गाठ तलवारीच्या एका फटक्यासरशी कापली).

पण आता ती गाठ कापली जाणार आहे म्हणजे हडप्पा लिपीचं कोडं सुटणार असं नाही. आता पुरातत्त्वशास्त्र आणि भाषाशास्त्र यांना अनुवंशशास्त्राची साथ लाभली आहे, त्यामुळे हे शक्य होईल. तिन्ही शास्त्रांच्या आधारे आता विविध जनसमूहांची जडणघडण, त्यांच्या परस्पर संपर्कातून तयार झालेले मिश्र वंश आणि हडप्पातील भाषा यांविषयी सुसूत्र आणि तर्कसंगत स्पष्टीकरण उपलब्ध होत आहे. लक्षात ठेवायची महत्त्वाची गोष्ट म्हणजे या तिन्ही ज्ञानशाखा पूर्णतः स्वतंत्र आहेत. त्यांची संशोधनाची दिशाही वेगळी असते. शिवाय त्या प्रत्येक शाखेत, निष्कर्षांपर्यंत पोहोचण्यासाठी विचारात घेतलं जाणारं साहित्य, कार्यपद्धती आणि तंत्रज्ञानही वेगवेगळं आहे आणि असं असूनही तिन्ही शाखा एकाच निष्कर्षापर्यंत पोहोचतात हे विशेष.

आनुवंशिक आणि पुरातत्त्वीय पुरावे

दुसऱ्या प्रकरणात आपण पाहिलं की, नुकतेच पश्चिम आशियाई आणि सिंधू प्रदेशाच्या परिघातील प्राचीन काळचे डीएनए पुरावे सापडले आणि त्यावरून असं दिसून आलं की, आजच्या भारतीय लोकांमध्ये झॅग्रोस प्रदेशातील शेतकरी जनसमूहांचा जनुकीय अंश मोठ्या प्रमाणात आढळतो. हा शोध प्राचीन डीएनएच्या दोन संचांवर आधारित आहे. आता त्यांची थोडक्यात उजळणी करू.

प्राचीन डीएनएचा पहिला संच इसवी सनपूर्व ८००० ते इसवी सनपूर्व ७००० या कालखंडातील होता. त्याचे नमुने इराणमधील झॅग्रोस या प्रदेशातून मिळालेले होते. झॅग्रोस प्रदेशातल्या या नमुन्यांमध्ये तत्कालीन इतर जनसमूहांपेक्षा वेगळा, पश्चिम युरेशियन लोकांचा जनुकीय अंश आहे म्हणजे नेमकं वेगळं असं या गटात काय होतं? तर झॅग्रोस प्रदेशातल्या तत्कालीन इतर जनसमूहांमध्ये असलेला एनाटोलियन लोकांचा जनुकीय अंश त्या लोकांमध्ये नव्हता.

प्राचीन डीएनएचा दुसरा संच सिंधू प्रदेशाच्या परीघावरील क्षेत्रात आलेल्या तीन स्थलांतरित व्यक्तींचा होता. त्यांच्यातलं आनुवंशिक मिश्रण खूपच वैशिष्ट्यपूर्ण होतं. त्यांच्यात भारतात आलेल्या पहिल्या स्थलांतरितांचा जनुकीय अंश १४ ते ४२ टक्के आणि शेष जनुकीय अंश शेतकरी जनसमूहांचा होता. त्यांच्यात एनाटोलियन लोकांचा जनुकीय अंश अजिबातच नव्हता. त्या प्रदेशातल्या तत्कालीन स्थानिक लोकांपेक्षा हे अगदीच वेगळं होतं. कारण, त्यांच्यामध्ये एनाटोलियन लोकांचा जनुकीय अंश होता आणि भारतात आफ्रिकेतून आलेल्या स्थलांतरितांचा जनुकीय अंश अजिबातच नव्हता.

'द जिनॉमिक फॉर्मेशन ऑफ साऊथ अँड सेंट्रल एशिया' या शोधनिबंधात पूर्णतः ग्राह्य असा निष्कर्ष मांडला गेला : त्या तीन प्राचीन व्यक्ती हडप्पा नागरी संस्कृतीतून नुकत्याच स्थलांतर करून आलेल्या होत्या; त्यांच्यामध्ये जे आनुवंशिक मिश्रण होतं, ते हडप्पा नागरी संस्कृतीतील लोकांमध्येही असणारं होतं; त्यांच्यामध्ये झॅग्रोस प्रदेशातून आलेले इराणी शेतकरी आणि भारतात आफ्रिकेतून आलेले स्थलांतरित या दोहोंच्याही जनुकीय अंशाचं मिश्रण होतं. शास्त्रज्ञांनी असाही निष्कर्ष काढला की, त्या दोन समुदायांच्या या मिश्रवंशाची सुरुवात इसवी सनपूर्व ४,७०० ते इसवी सनपूर्व ३,०००दरम्यान झाली असावी.

लक्षात घ्या, अनुवंशशास्त्राच्या अनुषंगाने घेतलेल्या या शोधात कुठेही पुरातत्त्वातील किंवा भाषाशास्त्रातील संशोधनांचा आधार घेतलेला नाही.

पुरातत्त्वीय पुरावाही जनुकीय पुराव्यापेक्षा कमी महत्त्वाचा नाही. दुसऱ्या प्रकरणात आपण झॅग्रोस प्रदेश आणि बलुचिस्तानातल्या मेहरगढमधील आद्य शेतकरी यांच्यामध्ये असलेले संबंध निश्चित करणारी पुरातत्त्वीय माहिती तपशिलांसह जाणून घेतली. या दोन्ही प्रदेशांमध्ये साधारण साठ सेंटिमीटर लांबीच्या अरुंद विटांनी बांधलेल्या आयताकृती घरांपासून ते अन्न शिजवण्यासाठी तयार केलेल्या चुलाण्यामध्ये सापडलेले जळके गोटे आणि चिखलाच्या पट्ट्या जोडून केलेल्या मृदभांड्यांपर्यंत असलेलं साधर्म्य आपलं लक्ष वेधून घेतं.

जॅरीज यांचं मत उद्धृत करायचं झालं तर :

> काही फरक स्पष्टपणे दिसून येत असले तरीही... मेहरगढच्या संपूर्ण शेतीव्यवस्थेत, मेसोपोटेमियाच्या पूर्व सीमेवरील पर्वतीय प्रदेशातल्या (इराणमधले झॅग्रोस पर्वत) नवाश्मयुगाच्या सुरुवातीच्या वसाहतींशी असलेलं साम्य अगदी ठळकपणे दिसून येतं.
>
> मेसोपोटेमियाच्या पूर्व सीमेवरील नवाश्मयुगीन वसाहतींपासून सिंधूच्या खोऱ्याच्या पश्चिम सीमेपर्यंतच्या प्रदेशात दिसून येणारी साम्यस्थळं महत्त्वाची आहेत... ज्या प्राचीन स्थळांना एकाच प्रकारचा भौगोलिक परिसर लाभला होता, तिथल्या भौतिक संस्कृतीच्या वैशिष्ट्यांमध्ये बरंच साम्य आढळतं. तसंच या स्थळांच्या विकासाचा आणि परिवर्तनाचा आकृतिबंधही जवळपास सारखाच असल्याचं दिसतं, त्यामुळे त्यामागची सांस्कृतिक दुव्यांची शृंखला अधिकाधिक ठळक होत जाते.

वेगळ्या शब्दांत सांगायचं, तर प्राचीन डीएनएच्या पुराव्यावरून जो निष्कर्ष काढला गेला तोच निष्कर्ष पुरातत्त्वीय पुराव्यांमधूनही काढला गेला. तो असा : मेहरगढमध्ये जेव्हा शेतीला नुकतीच सुरुवात झाली होती, त्या काळी झॅग्रोस प्रदेशातले लोक आणि हडप्पा नागरी संस्कृतीचे लोक यांच्यामध्ये सतत संपर्क होता. आता आपण जाणून घेणार आहोत, या दोन प्रदेशांमधला संबंध स्पष्ट करणारा तिसरा आणि तितकाच महत्त्वाचा पुरावा : तो म्हणजे भाषाशास्त्रीय पुरावा.

झॅग्रोसमधील लोकांचे पूर्वज आणि द्रविड लोकांचे पूर्वज

पश्चिम आशियातील लोक कोणत्या भाषा बोलत होते? या प्रश्नाचं नक्की उत्तर द्यायचं तर इसवी सनपूर्व साधारण ३,५००चा काळ म्हणजे जेव्हा लेखनाला सुरुवात झाली होती, त्या काळाचा विचार करावा लागेल. इसवी सनाच्या सुरुवातीला मेसोपोटेमियात लेखनासाठी कीलक लिपीचा वापर करणं बंद झालं. त्यापूर्वी मात्र मेसोपोटेमियातील सुमेरियन, एलामाईट, हट्टीक, हुर्रियन आणि उरार्सियन या प्रमुख भाषा कीलक लिपीतच लिहिल्या जात होत्या. त्याखेरीज या भाषांच्या अक्केडियन, एब्लआईट आणि आर्मोराईट या उपभाषा तसंच हिट्टाईट आणि लुवियन या इंडो-युरोपीय भाषांची लिपीसुद्धा कीलक लिपीच होती.

या सर्व भाषा नष्ट होऊन आता बराच काळ लोटला आहे. त्या भाषा आज जगभरात कुठेही बोलल्या जात नाहीत (इथे एक गोष्ट लक्षात घ्यायला हवी की, मेसोपोटेमियामध्ये अखंडपणे एकच एकछत्री राज्य किंवा साम्राज्य नव्हतं, तर त्यामध्ये हजारो वर्षांच्या कालावधीत होऊन गेलेली अनेक राज्यं, अनेक नगरराज्यं आणि साम्राज्यं होती).

प्राचीन डीएनए संशोधनातून असं दिसून आलं की, झॅग्रोस प्रदेशातील लोक आणि आफ्रिकेतून भारतीय उपखंडात आलेले स्थलांतरित यांचा एकमेकांशी संपर्क येऊन मिश्र प्रजा निर्माण होण्याचा उशिरात उशिराचा काळ हा इसवी सनपूर्व ४,७०० ते इसवी

सनपूर्व ३,००० हा असला पाहिजे; परंतु यातून सात शतकांच्या कालावधीची एक चौकट कळते. या कालावधीत ते दोन जनसमूह एकत्र कधी आले ते स्पष्ट होत नाही. एक गोष्ट आपल्याला निश्चितच माहीत आहे की, इसवी सनपूर्व ७,०००च्या सुमारास मेहरगढ वसाहतीतले लोक आणि मेसोपोटेमियाच्या पूर्व सीमेवरचे लोक यांचा एकमेकांशी सातत्यानं संपर्क येत होता. त्यामुळे आपल्याला जर स्थलांतराच्या काळाचा म्हणजेच झॅग्रोशियन लोक दक्षिण आशियात आले, त्या काळाचा विचार करायचा असेल, तर तो काळ इसवी सनपूर्व ७,००० ते इसवी सनपूर्व ३,०००च्या दरम्यानचा असावा, असं म्हणावं लागेल. येताना ते त्यांच्याबरोबर मेसोपोटेमियात प्रचारात असणाऱ्या भाषांपैकी कोणत्या भाषा घेऊन आले असावेत?

त्या भाषांमध्ये एलामाईट हे एक महत्त्वाचं नाव असू शकतं. ही भाषा बोलणाऱ्या लोकांनी झॅग्रोस पर्वतराजीचा मध्य आणि दक्षिण भाग, खुजिस्तानचं पठार आणि आजच्या इराण आखाताचा किनारा अशा विस्तृत प्रदेशात पसरलेलं समर्थ आणि दीर्घकाळ प्रभावशाली असलेलं साम्राज्य उभारलं होतं. पहिलं एलामाईट राज्य इसवी सनपूर्व २,७००च्या सुमारास उदयाला आलं; पण झॅग्रोसमधून दक्षिण आशियात स्थलांतर होण्याची घटना याच्या खूप आधी घडली होती म्हणजे हे स्पष्ट आहे की ते स्थलांतरित लोक एलाम नागरी संस्कृतीचे नव्हते, तर त्यांच्या पूर्वीचे होते. कदाचित, ते बोलत असलेल्या एलामाईट भाषांचं स्वरूप वेगळं आणि अधिक प्राचीन असावं. त्यांच्या स्थलांतराच्या काळाचा विचार करता ते कदाचित पूर्णपणे शेतीत स्थिरावलेले नसावेत तर मेंढपाळच असावेत आणि नव्यानं उदयाला येणाऱ्या कृषक संस्कृतीशी त्यांचा थोडाफार संपर्क येत असावा.

दुसऱ्या प्रकरणात पाहिल्याप्रमाणे शेळी-मेंढीपालनाचे सर्वांत आधीचे पुरावे इसवी सनपूर्व ७९००च्या सुमारास मेसोपोटेमियातील झॅग्रोस पर्वतराजीच्या मध्य भागी वसलेलं गंज दारेह इथले आहेत (जनुकीय संशोधनासाठी प्राचीन डीएनएचे पुरावे जिथे मिळाले ते स्थळ). आपल्याला हेसुद्धा माहीत आहे की, त्या प्रदेशात जव आणि गव्हाबरोबर काही कडधान्यांची लागवड करणं, तसंच शेळ्या-मेंढ्या आणि गाईगुरं पाळणं या दोन्हींचा अंतर्भाव असणारी निर्वाहपद्धती रुळण्याच्याही आधी मेसोपोटेमियातील मेंढपाळांनी स्थलांतर करायला सुरुवात केली होती. हे मेंढपाळ प्राचीन एलामाईट भाषा बोलणारे असावेत आणि त्यांचा नव्यानं उदयाला येणाऱ्या कृषी संस्कृतीशी संपर्क असावा.

दक्षिण आशियात पोहोचलेल्या झॅग्रोसमधल्या जनसमूहांपैकी काही बलुचिस्तानमधील ब्राहूई लोकांप्रमाणे आजतागायत मेंढपाळच राहिले असतील. ब्राहूई लोकांची भाषा एलामाईट भाषेच्या खूप जवळची असल्याचं दिसून आलं आहे. झॅग्रोसमधून आलेले काही मेंढपाळ मेहरगढसारख्या ठिकाणी शेती करण्यासाठी स्थिरावले असावेत. मग कोणत्या तरी एका टप्प्यावर शेतकरी आणि मेंढपाळ हे दोन्हीही, तिथल्या आधीपासून असलेल्या लोकांमध्ये म्हणजे आफ्रिकेतून आलेल्या पहिल्या स्थलांतरितांबरोबर मिसळले असावेत. आपण आधी पाहिल्याप्रमाणे आफ्रिकेतून आलेल्या पहिल्या स्थलांतरितांनी गंगेच्या पठाराच्या मध्यभागी लहुरादेवासारख्या ठिकाणी आधीपासूनच शेतीच्या प्रयोगांची सुरुवात केली होती. बलुचिस्तानमध्येही त्यांनी हे प्रयोग केले असणार.

या सर्व गोष्टी लक्षात घेता पुरातत्त्वीय आणि जनुकीय पुराव्यांवरून आपण असं समजू शकतो की, झॅग्रोस प्रदेशातून आलेले मेंढपाळ, जे प्राचीन एलामाईट भाषा बोलत होते, ते लोक इसवी सनपूर्व ७,०००नंतर कधीतरी दक्षिण आशियात आणि तिथे आफ्रिकेतून आलेल्या पहिल्या स्थलांतरितांबरोबर मिसळले. त्यातून निर्माण झालेल्या नव्या मिश्रवंशाच्या समाजानं वायव्य भारतामध्ये कृषिक्रांती घडवून आणली आणि त्यानंतर पुढच्या सहस्रकात याच लोकांनी हडप्पा नागरी संस्कृतीची निर्मिती केली.

पुरातत्त्वशास्त्रावर आणि अनुवंशशास्त्रावर आधारित असलेली इतिहासाची ही मांडणी जर बरोबर असेल, तर भारतीय उपखंडाच्या भाषिक इतिहासावर प्राचीन एलामाईट भाषेच्या काही खुणा निश्चितच मागे राहिल्या असतील. एलामाईट भाषेशी साम्य असलेली ब्राहुई भाषा ही त्या खुणांमधली एक असेल का? होय, काही प्रमाणात त्याचं उत्तर 'होय' असं आहे; पण हडप्पा नागरी संस्कृतीचा भौगोलिक विस्तार आणि तिथल्या समाजरचनेचा आवाका बघता आणखी काही ठळक खुणा असायला हव्यात. मग तशी अजून एखादी भाषा किंवा भाषागट असू शकतो का? होय, असू शकतो. ती आहे द्राविडी भाषागट. भारतातील एक पंचमांश लोक द्राविडी भाषागटातील भाषा बोलतात. आज द्राविडी भाषा बोलणाऱ्यांची जगातली संख्या २,५०,००० ते ३,००,००० इतकी आहे. आज हा भाषागट जगातल्या सर्वोच्च सहा भाषागटांमधला एक भाषागट ठरला आहे. हा भाषाशास्त्रीय पैलू आपण तपासून पाहू : भाषाशास्त्रातील संशोधनातून भारतातील द्राविडी भाषागटातील भाषा आणि एलामाईट भाषा यांच्यामध्ये जवळचा संबंध आहे, असं दिसतं.

द्राविडी भाषांचे तज्ज्ञ, प्राध्यापक फ्रँकलिन सी. साउथवर्थ आणि डॉ. डेव्हिड डब्ल्यू. मॅक-आल्पीन यांनी लिहिलेला 'साउथ एशिया : द्रविडीयन लिन्ग्विस्टिक हिस्ट्री' हा शोध निबंध २०१३ साली प्रकाशित झाला. भाषिक संबंध जाणून घेण्यासाठी त्या शोधनिबंधापासून सुरुवात करणं योग्य ठरेल. मॅक-आल्पीन यांनी हा निबंध लिहिण्याआधी सर्व प्राचीन द्राविडी भाषांतील शब्दसंग्रहाची पुनर्रचना[३] केली होती. त्यांच्या २०१३ सालच्या शोधनिबंधामध्ये यातली कोणती भाषा कधी आणि कुठे बोलली जात होती, याच्या वर्गीकरणासाठी या शब्दसंग्रहाचा वापर केला गेला. केवळ तमिळ, मल्याळम्, कन्नड आणि तेलुगूच नाही तर गोंडी आणि अन्य काही भाषा या प्राचीन द्राविडी भाषांमधून विकसित झाल्या.

शोधनिबंधातील प्राचीन द्राविडी भाषा विभागाची सुरुवात अशी आहे :

> प्राचीन द्राविडी भाषांच्या पुनर्रचित शब्दसंग्रहात दिसून येतं की, त्याकाळी लोकांचा मुख्य व्यवसाय पशुसंवर्धन हा होता आणि त्यांना शेतीचं जुजबी ज्ञान

---

३ भाषाशास्त्रात असं दिसून आलं आहे की, काळानुसार भाषांमध्ये बदल होत जातो आणि जेव्हा असा बदल होतो, तेव्हा तो बदल काही नियमांनुसार होतो. त्यांतले काही नियम सर्व भाषांना लागू होतात, तर काही नियम हे केवळ विशिष्ट भाषागटापुरतेच असतात. भाषाशास्त्रांनी सर्वसामान्यपणे मान्य होतील, अशा अनेक नियमांचा शोध घेतला आहे. अशा नियमांमुळे भाषाशास्त्राला शब्दांच्या इतिहासाचा मागोवा घेता येतो आणि त्याच्या आधारे एखाद्या भाषागटातील जनक भाषा आणि तिच्यापासून विकसित झालेल्या अन्य भाषांद्वारे जनक भाषेची पुनर्रचना करता येते. भाषाशास्त्रानं केलेल्या अशा अनेक पुनर्रचना बरोबर असल्याचं सिद्ध झालेलं आहे. पुरातत्त्वज्ञांना सापडलेले अनेक लेख या पुनर्रचित भाषेशी किंवा शब्दांशी जवळचे आहेत.

होतं. मेंढ्या, शेळ्या आणि गाईगुरांसाठीच्या शब्दांसह जनावरांना 'हाकणे', 'चरायला नेणे' यांसारखी क्रियापदं, 'कळप', 'थवा', 'मेंढपाळ' यांसाठीचे शब्द आणि 'घर/राहते घर' आणि 'जनावर/तळ' अशा अर्थाचे शब्द, प्राचीन झॅग्रोशियन[४] (एलामाईट भाषेची जनक भाषा) भाषेतून आलेले आहेत. या शब्दांवरून त्या काळात असलेलं पशुसंवर्धनाचं महत्त्व दिसून येतं. धान्यांची नावं सांगणारे फारसे शब्द नाहीत; पण शेतीसंबंधीच्या शब्दांमध्ये खणणे आणि खणण्याच्या हत्यारांसाठी तसंच झोडपणे, घुसळणे, कापणी करणे आणि धान्य दळणे या क्रियांसाठीचे शब्द समाविष्ट होते. त्याचबरोबर 'धान्य' किंवा 'बीज' आणि 'भुसकट' किंवा 'फोलपटं' या अर्थाचे अनेक शब्द आणि बहुधा नांगरासाठी एक शब्द यांचा समावेश होता. ज्या भाज्यांची नावं सांगणारे शब्द आहेत, त्यामध्ये आज ज्याला आपण कांदा/लसूण, सुरण आणि वांगं म्हणतो, त्यांच्या नावांचा समावेश होता. कालांतरानं त्यातले काही शब्द स्थानिक द्रविड लोकांनी आपापल्या भाषांमध्ये सामावून घेतले असावेत. यावरून त्या काळचे लोक एकाच ठिकाणी स्थिर वसाहत करून शेती करत असावेत असं वाटत नाही. जमिनीसाठीही सखल भागातील जमीन, लागवडीखाली नसलेली जमीन आणि माळरान असे फरक स्पष्ट करणारे शब्द दिसून आले. थोडक्यात सांगायचं तर प्राचीन एलामाईट भाषा प्राचीन द्राविडी भाषांना जवळची आहे आणि नंतरच्या काळातील एलामाईट भाषा ब्रौहीला जवळची आहे. या भाषिक विश्लेषणावरून आपण असा निष्कर्ष काढू शकतो की, प्राचीन-द्राविडी भाषा बोलणारा समाज, कुठूनतरी आजच्या इराणच्या दक्षिणेकडील प्रदेशात स्थलांतरित झाला असावा.

प्राचीन-झॅग्रोशियन आणि प्राचीन-द्रविड एकमेकांपासून वेगळे होण्याची सर्वांत अलीकडची कालमर्यादा पुनर्रचित प्राचीन-द्राविडी भाषेतील शब्दसंग्रहामुळे समजणं शक्य होतं. पशुसंवर्धन सुरू होण्यापूर्वी आणि प्राथमिक शेतीची सुरुवात होण्यापूर्वी तर हे नक्कीच झालेलं नव्हतं. कारण, दोन्ही भाषांमधले पाळीव प्राणी आणि धान्य प्रक्रियेसंबंधी असणारे शब्द समान आहेत.

विशेष म्हणजे हे दोन्ही जनसमूह वेगळे होण्याची सुरुवात सर्वप्रथम कधी झाली असेल हेही सांगता येतं. वेगळं होण्याची ही घटना लेखनाचा शोध लागल्यानंतर नक्कीच झालेली नाही, असं म्हणायला तर्काचा स्पष्ट आधार आहे. 'tal' हा शब्द एलामाईट आणि प्राचीन-द्राविडी या दोन्ही भाषांमध्ये आहे; पण दोन्ही भाषांमधला त्याचा अर्थ वेगवेगळा आहे. एलामाईटमध्ये या शब्दाचा अर्थ आहे, 'लिहिणे,' आणि प्राचीन-द्राविडी भाषेत त्याचा

४ डॉ. डेव्हिड डब्ल्यू. मॅक-आल्पीन यांनी केलेल्या वर्गीकरणानुसार प्राचीन-झॅग्रोशियन ही नैर्ऋत्य इराणमधली प्राचीन भाषा आहे. कालांतरानं याच भाषेचं विभाजन होऊन त्यातून प्राचीन एलामाईट आणि प्राचीन-द्रविडीयन भाषा निर्माण झाल्या. त्यातल्या प्राचीन एलामाईट भाषेचं विभाजन होऊन एलामाईट आणि ब्रौही भाषांची निर्मिती झाली, तसंच द्राविडी भाषांच्या जनक भाषेमधून दक्षिण भारतातल्या प्राचीन द्राविडी आणि उत्तर भारतातील प्राचीन द्राविडी भाषा निर्माण झाल्या.

अर्थ आहे 'आत ठोकणे.' १९८१[५] साली सादर केलेल्या आपल्या शोधनिबंधामध्ये मॅक-आल्पिन यांनी स्पष्ट केलं आहे की 'tal' या शब्दाचा मूळ अर्थ 'आत ढकलणे' हाच होता; पण कीलकलिपीतील लेख कोरताना मातीच्या तक्त्यावर खिळे आत ठोकावे लागत असत. पुढे प्रत्यक्ष लिहायला सुरुवात झाल्यानंतर त्या शब्दाचा अर्थ एलामाईट भाषेत 'लिहिणे' या क्रियेशी जोडला गेला. प्राचीन-द्राविड भाषेमध्ये मात्र 'tal' या शब्दाचा मूळ अर्थ तसाच राहिला. कारण, लेखनाचा शोध लागण्यापूर्वीच प्राचीन-द्राविडी बोलणारे लोक एलामाईट लोकांपासून वेगळे झाले होते आणि म्हणून एलामाईट भाषेतला नंतरचा 'लिहिणे' असा अर्थ प्राचीन द्राविडी भाषेत जोडला गेला नाही. (द्राविडी भाषेत 'लिहिणे' यासाठी जो शब्द आहे तो चित्र काढणे किंवा रंगवणे या अर्थाचा आहे).

मेंढीपालनाचा सर्वांत आधीचा इसवी सनपूर्व ७,९००च्या सुमाराचा पुरावा झॅग्रोस पर्वतातील गंज दारेह इथून मिळाला हे आपल्याला माहीत आहे, त्यामुळे आद्य-झॅग्रोशियन आणि प्राचीन-द्रविड लोक एकमेकांपासून वेगळे होण्याची ही उशिरात उशिराची कालमर्यादा ठरते. आपल्याला हेसुद्धा माहीत आहे की, कीलकलिपीच्या वापराची सुरुवात इसवी सनपूर्व ३,०००च्या सुमारास झाली. त्यावरून प्राचीन-झॅग्रोशियन आणि प्राचीन-द्रविड एकमेकांपासून वेगळे होण्याची सुरुवात या सुमारास झाली.

झॅग्रोशियन लोक आणि हडप्पातले लोक यांच्यामध्ये असलेल्या जनुकीय दुव्याचे पुरावे सापडण्याच्या अनेक वर्षं आधी हे भाषाशास्त्रीय संशोधन केलं गेलं आहे; पण या दोन्ही ज्ञानशाखांमध्ये झालेल्या संशोधनातून निष्पन्न झालेले स्थलांतरांचे संभाव्य कालक्रम, आश्चर्य वाटावेत इतके एकमेकांशी मिळतेजुळते आहेत. आपण दुसऱ्या प्रकरणात घेतलेल्या माहितीप्रमाणे प्राचीन डीएनएच्या आधारे केलेल्या संशोधनानुसार झॅग्रोसमधले शेतकरी आणि हडप्पा नागरी संस्कृती यांच्या मिश्र वंशाची सुरुवात होण्याचा उशिरात उशिराचा काळ इसवी सनपूर्व ३,००० असल्याचं स्पष्ट झालं आहे आणि भाषाशास्त्रीय निष्कर्षही याच्याशी मिळतेजुळते आहेत. जनुकीय संशोधनामध्ये त्यासंबंधीची अलीकडची कालमर्यादा सांगितलेली नाही; पण पुरातत्त्वाला मात्र याविषयी काही सांगायचं आहे. दक्षिण आशियातील पशुपालनाचा आणि लागवडीला सुरुवात होण्याचा सर्वांत आधीचा इसवी सनपूर्व ७,०००च्या सुमाराचा पुरावा मेहरगढमध्ये सापडला हे आपल्याला माहीतच आहे आणि तो भाषाशास्त्रानुसार सांगितल्या गेलेल्या काळाशी तंतोतंत जुळतो. विशेषतः आपण जेव्हा असं म्हणतो की, इसवी सनपूर्व ७,९००च्या सुमारास झॅग्रोस प्रदेशात, प्राचीन-झॅग्रोशियन आणि प्राचीन-द्रविड एकमेकांपासून वेगळे झाल्यानंतर झॅग्रोसमधल्या लोकांना दक्षिण आशियात पोहोचायला काही काळ लागला असणारच, तेव्हा ते जास्त पटतं.

एलामाईट आणि द्राविडी भाषांमधला संबंध किती पुरातन आहे, हेसुद्धा लक्षात घेणं महत्त्वाचं आहे. हडप्पा नागरी संस्कृतीसारखी एखादी गोष्ट अस्तित्वात आहे, हे उजेडात येण्याच्या कितीतरी पूर्वीपासून अनेक भाषाशास्त्रज्ञांनी हा संबंध दाखवून दिलेला आहे.

---

५ डेव्हिड डब्ल्यू. मॅक-आल्पिन : 'प्रोटो-एलॅमो-द्राविडियन : द एव्हिडन्स अँड इट्स इम्प्लिकेशन्स', *ट्रॅन्जॅक्शन्स ऑफ द अमेरिकन फिलॉसॉफिकल सोसायटी* ७१(३), १९८१.

हडप्पा नागरी संस्कृतीचा शोध १९२०मध्ये लागला; पण १८५३च्या सुरुवातीला एडविन नॉरीस या अभ्यासकानं, एलामाईट लिपीमध्ये 'कॉन्ट्रास्टिव्ह व्हॉइसिंग' ('कॉन्ट्रास्टिव्ह व्हॉइसिंग' ही एक भाषाशास्त्रीय संकल्पना आहे. यामध्ये एखाद्या शब्दातील एखादं अक्षर बदललं गेल्यामुळे शब्दाचा अर्थही बदलत असेल, तर त्याला 'कॉन्ट्रास्टिव्ह व्हॉइसिंग' असं म्हटलं जातं. उदाहरणार्थ- 'घर' आणि 'गर') आढळलं नाही हे दाखवून देत, तमिळ लिपीमध्ये तशाच प्रकारची उदाहरणं आढळतात का यावर संशोधन केलं. बेहुस्तिन शिलालेख वाचायला मदत करणाऱ्या तज्ज्ञांपैकी एडविन नॉरीस हे एक होते. त्यांच्या या संशोधनानंतर तीन वर्षांनी रॉबर्ट क्लॅडवेल यांनी पहिल्यांदा *कंपॅरीटीव्ह ग्रामर ऑफ द द्रविडीयन ऑर साउथ इंडियन फॅमिली ऑफ लँग्वेजेसचं* लेखन केलं, तेव्हा त्यांनी एलामाईट भाषा ही तमिळशी नातं सांगणारी पहिली भाषा म्हणून सिद्ध करण्यासाठी नोरीसच्या संशोधनाचा आधार घेतला होता. त्या दोन्ही भाषांमधील संबंधांवर विस्तृत चर्चा केली होती. त्यानंतर अल्फ्रेडो ट्रॉम्बेट्टी आणि आय. एम. डायकॉनॉफ यांच्यासह अनेकांनी एलामाईट आणि द्राविडी भाषांमध्ये असलेल्या नात्याचा उल्लेख केला किंवा त्यावर आणखी काम केलं आहे.

पण १९८१ साली मॅक-आल्पिन यांनी लिहिलेल्या 'प्रोटो-द्रविडीयन : द एव्हीडन्स अँड इट्स इम्प्लिकेशन्स' या दीर्घ शोधनिबंधाद्वारे या विषयाचा अत्यंत गांभीर्यानं आणि सखोलतेनं विचार केला गेला. खरं तर हा एक चमत्कारच होता. त्या काळातले अनेक भाषातज्ज्ञ त्याचा स्वीकार करण्याविषयी साशंक होते आणि ते साहजिकच होतं. कारण, एलामाईट भाषा नामशेष होऊन दोन सहस्रकं उलटून गेली होती. एलामाईट भाषेमधली सर्वांत शेवटची नोंद इसवी सनपूर्व ४५०च्या सुमाराची होती. प्राचीन-एलामाईटसंबंधी इतके पुरातन लेख आणि तेसुद्धा थोड्या संख्येने उपलब्धता असल्यानं त्यात पुनर्रचना करता येतील, असा मूळ शब्दसंचयच मर्यादित आहे.. शिवाय प्राचीन-झॅग्रोशियन आणि प्राचीन-द्राविडी या दोन्ही भाषा एकमेकींपासून वेगळ्या होण्याचा त्यातल्या त्यात लवकरचा काळ इसवी सनपूर्व ७,००० ते इसवी सनपूर्व ६,००० दरम्यानचा असावा आणि तेव्हापासूनच त्या दोन्ही भाषा स्वतंत्रपणे विकसित होत गेल्या असाव्यात. पुनर्रचित प्राचीन-एलामाईट किंवा प्राचीन-झॅग्रोशियन आणि प्राचीन-द्राविडी या भाषांमधलं नातं सिद्ध करणं हे एक भयंकर अवघड काम होतं.

पण मॅक-आल्पिन यांनी त्यांच्या या सखोल शोधनिबंधात म्हटलं आहे की, नेमकं याच अडचणीमुळे या भाषांमध्ये आढळणारं साधर्म्य अत्यंत आश्चर्यकारक वाटतं. मॅक-आल्पिन यांना ओळखता आलेल्या एलामाईटमधल्या २५० मूळ शब्दांपैकी ४० टक्के शब्द, द्राविडी भाषा कुळातले किंवा द्राविडी भाषेतील शब्दांच्या मूळ धातूंशी जुळणारे होते. दोन्ही भाषांमध्ये एकच मूळ असलेले शब्द इतक्या मोठ्या संख्येनं आहेत की मॅक-आल्पिन म्हणतात की, 'तो एक योगायोग आहे, असं निश्चितच म्हणता येणार नाही. सकृतदर्शनी दोन्ही भाषांमधल्या नात्याचं गृहीतक तरी सिद्ध झाल्यासारखंच आहे.'

१९८१ साली हा शोधनिबंध प्रकाशित झाल्यानंतर या विषयावरचे आणखीही पुरावे एकत्रित होत राहिले आणि २०१३ साली प्रकाशित झालेला साउथवर्थ आणि मॅक-आल्पिन

यांचा शोधनिबंध म्हणजे त्या पुराव्यांची एकत्रित परिणती आहे. प्राचीन डीएनएच्या शोधाबरोबरच झॅग्रोस प्रदेशाला दक्षिण आशियातील शेतीच्या आरंभकाळाशी जोडणारे पुरातत्त्वीय पुरावेही उपलब्ध आहेत. मग मात्र मॅके-आल्पिनचा १९८१ सालचा शोधनिबंध मान्य करण्याला पर्याय नाही, असं म्हणून थांबता येणार नाही तर त्याला अंतिम मान्यता द्यावी लागेल.

मॅक-आल्पिन यांनी शोधलेले समान कुळातल्या शब्दांचे काही नमुने इथे दिले आहेत. अर्थातच द्राविडी भाषा जाणणाऱ्या कोणालाही हे शब्द ओळखीचे वाटू शकतील. मॅक-आल्पिन यांनी त्यांच्या शोधनिबंधात दिलेल्या ८१ शब्दांपैकी दहा शब्द इथे दिले आहेत.

१. प्राचीन एलामाईट-प्राचीन द्राविडी : *hit- (मेंढ्या चरायला नेणे, मेंढा); अखमोनीय एलामाईट : *hidu (मोठी मेंढी किंवा साधारणपणे मेंढा/मेंढी); प्राचीन द्राविडी: *it- (मेंढ्या चरायला नेणे); तमिळ : itai (मेंढपाळ जात); मल्याळम : itayan (मेंढपाळ आणि मेंढपाळ जात).

२. प्राचीन एलामाईट-प्राचीन द्राविडी : *pot (तरणं जनावर); अखमोनीय एलामाईट : putu (कोकरू); आद्य द्राविडी : *pot (तरणं जनावर किंवा रोप); तमिळ : pottu (छोटं रोप).

३. आद्य एलामाईट-आद्य द्राविडी : *vari- (पक्के करणे, बांधणे, धरणे); मध्य एलामाईट : mari- (बांधणे, पकडणे, ताब्यात घेणे); प्राचीन द्राविडी : *vari- (बांधणे, पक्के कसणे); तमिळ : vari (बांधणे, पक्के कसणे).

४. प्राचीन एलामाईट-प्राचीन द्राविडी : *um- (धान्यावर प्रक्रिया करणे); अखमोनीय एलामाईट : umi- (धान्य दळणे); प्राचीन द्राविडी : *um (भुसकट, तुसकट); तमिळ : umi (भुसकट, तूस मोकळे होणे); तेलगू : umaka (भुसकट, तूस).

५. प्राचीन एलामाईट-प्राचीन द्राविडी : *ni (तू); ओल्ड प्राचीन एलामाईट : ni (तू); प्राचीन द्राविडी : *ni (तू). सर्व द्राविडी भाषांमधला हा मूलभूत शब्द आहे आणि त्याचा अर्थ 'तू' असाच आहे.

६. प्राचीन एलामाईट-प्राचीन द्राविडी : *nal (दिवस); मध्य एलामाईट : na, nana (अनेक दिवस); प्राचीन द्राविडी : nal (दिवस).

७. प्राचीन एलामाईट-प्राचीन द्राविडी : *tol- (छिद्र पाडणे, भोक पाडणे); मध्य एलामाईट : tullin (मोडणे, कापणे, चकत्या करणे); प्राचीन द्राविडी : *tol (छिद्र पाडणे, भोक पाडणे); तेलगू : tolucu (छिद्र पाडणे, भोक पाडणे).

८. प्राचीन एलामाईट-प्राचीन द्राविडी : *cah- (मरणे); मध्य एलामाईट : sa- (त्याचं आयुष्य संपवलं पाहिजे); प्राचीन द्राविडी : caH- (मरणे); तमिळ : ca(k/v)/ce (मरणे, विनाश होणे); मल्याळम् : cakuka/ca- (मरणे).

९. प्राचीन एलामाईट-प्राचीन द्राविडी : *ul (आतमध्ये, अंतर्भाग, मन, हृदय, विचार करणे); मध्य एलामाईट : ulhi (निवासस्थान, आवास, पवित्र स्थान); तमिळ : ullam (मन, विचार).

१०. प्राचीन एलामाईट-प्राचीन द्राविडीः *kat (शय्या, सिंहासन); रॉयल अखमोनीय एलामाईट राजभाषा : kat (स्थान, सिंहासन); प्राचीन द्राविडी : *kattil (पलंग, पलंगाची चौकट, सन्माननीय पद); तमिळ : kattil (पलंग, पलंगाची चौकट).

मूळ शब्दांच्या आधारानं दोन भाषांमधले संबंध स्पष्ट करणं हा मॅक-आल्पिनच्या संपूर्ण कामामधला फक्त पहिला भाग होता. त्यांच्या कामाचा दुसरा आणि तितकाच महत्त्वाचा भाग म्हणजे मूळ धातूपासून तयार होणारी शब्दांची रूपं आणि भाषेच्या घडणीतले इतर घटक यांमधील साधर्म्य शोधणं.

हडप्पा संस्कृतीची भाषा प्राचीन-द्राविडी होती हे दाखवणारा आणखी एक लक्षणीय पुरावा आहे. मॅक-आल्पिन यांनी त्याविषयी काही उल्लेख केलेला नाही. कारण, त्या पुराव्याचा संबंध एलामाईट भाषेशी नाही तर अक्केडीयन भाषेशी आहे. अक्केडीयन ही मेसोपोटेमियातील एक प्रमुख सेमिटिक भाषा होती. दुसऱ्या प्रकरणामध्ये आपण पाहिलं की, हडप्पा नागरी संस्कृतीमधून मेसोपोटेमियन नागरी संस्कृतीत एक रोप आयात केलं गेलं होतं आणि ते होतं तिळाचं रोप. विशेष म्हणजे त्या तेल बीजाचं अक्केडीयन भाषेतलं 'एल्लू (ellu)' हे नाव आजही दक्षिण भारतातल्या अनेक द्राविडी भाषांमध्ये तसंच आहे. *लिंग्विस्टीक आर्किऑलॉजी ऑफ साउथ एशियामध्ये* प्राध्यापक साउथवर्थ लिहितात, 'मेसोपोटेमिया आणि दक्षिण भारतातील द्राविडी भाषा यामध्ये तीळासाठी 'एल्लू' हा एकच शब्द आहे. यावरून इतिहासपूर्व काळात सिंधूच्या खोऱ्यात द्राविडी भाषा बोलणारे लोक अस्तित्वात होते, या गृहीतकाला पुन्हा एकदा दुजोरा मिळतो.'

कोणे एकेकाळी ज्या प्रदेशात हडप्पा नागरी संस्कृतीचा प्रभाव होता, तिथे आज इंडो-युरोपीय भाषांचं प्रभुत्व का दिसून येतं? त्या भाषा हडप्पा काळापासूनच तिथे बोलल्या जात नसतील का? याचा विचार आपण चौथ्या प्रकरणात करणार आहोत; पण इथे थोडक्यात सांगायचं तर इंडो-युरोपीय भाषांच्या जगभरात झालेल्या प्रसाराचा साधारण मान्य केला गेलेला कालानुक्रम लक्षात घेतला, तर असं दिसून येतं की, दक्षिण आशियामध्ये या भाषा इसवी सनपूर्व २,०००नंतर पोहोचल्या होत्या आणि त्या काळात हडप्पा नागरी संस्कृतीचा ऱ्हास होण्यास सुरुवात झाली होती. इंडो-युरोपीय भाषा युरोपमध्ये नेणारे गवताळ प्रदेशातले मेंढपाळ जेव्हा भारतात पोहोचले, तेव्हा उत्तर हडप्पा संस्कृती अंतिम टप्प्यात होती. या निष्कर्षाला नुकत्याच झालेल्या प्राचीन डीएनए संशोधनामुळे जोरदार समर्थन मिळालं आहे. भारतात येताना त्या मेंढपाळांनी आपल्या बरोबर वैदिक संस्कृत, त्याच्याशी संबंधित सांस्कृतिक विचार आणि प्रथा तसंच यज्ञसंस्था या गोष्टी आणल्या. त्यांनी आणलेल्या विचारांपैकी आणि प्रथांपैकी अनेक विचार आणि प्रथा वेदांमध्ये, विशेषतः ऋग्वेदामध्ये प्रतिबिंबित झालेल्या आहेत. हे नव्यानंच आलेले, इंडो-युरोपीय भाषा बोलणारे लोक स्वतःला 'आर्य' म्हणवून घेत असत. या सगळ्याचा अर्थ असा होतो की, हडप्पा नागरी संस्कृतीचा आर्यांशी, संस्कृतशी आणि वेदांशी काहीही संबंध नाही. हडप्पा नागरी संस्कृती, आर्यपूर्व आणि वेदपूर्व काळातील नागरी संस्कृती होती. पुढच्या प्रकरणात याविषयी सविस्तर जाणून घेऊ.

हडप्पा लिपीचा अर्थ लावणे

हडप्पा लिपीचा अर्थ लावण्याचे जेवढे प्रयत्न झाले ते सर्व प्रयत्न, या लिपीमध्ये लिहिलेली भाषा द्राविडी भाषा आहे असं समजून केले गेले यात आश्चर्य वाटण्यासारखं काही नाही. त्यामुळे जवळपास शंभर वर्ष सातत्यानं प्रयत्न करूनही लिपी वाचण्यास यश मिळालेलं नाही. पण असं असलं तरी दोन तज्ज्ञ व्यक्तिंनी स्वतंत्रपणे हडप्पा लिपी वाचण्यासाठी केलेले प्रयत्न विशेष दखलपात्र आहेत. त्या दोन तज्ज्ञांमधले एक आहेत पुराभिलेखतज्ज्ञ डॉ. इरावथम् महादेवन. तमिळ ब्राह्मी लिपीचं वाचन करण्यात त्यांची कामगिरी मोलाची आहे. तमिळ भाषेतले प्राचीन लेख या लिपीमध्ये लिहिलेले आहेत. दुसरे तज्ज्ञ आहेत, प्राध्यापक आस्को पार्पोला. त्या दोघांनीही हडप्पा लिपीचं वाचन कोणत्या दिशेनं करायला हवं या संबंधीचे नवीन दृष्टिकोन मांडलेले आहेत.

जोपर्यंत हडप्पा लिपीचं यशस्वी वाचन करता येत नाही, तोपर्यंत पुरातत्त्व, अनुवंशशास्त्र आणि भाषाशास्त्र या ज्ञानशाखांमधील संशोधनाच्या आधारे काढलेल्या समान समांतर आणि एकाच दिशेनं जाणाऱ्या निष्कर्षांची पुष्टी करण्याकरता किंवा ते पूर्णतः नाकारण्याकरता या लिपीमध्ये लिहिलेल्या लेखांचा उपयोग होणार नाही. २०१५ साली आंध्र प्रदेशातील कुप्पम इथल्या द्रविडीयन विद्यापीठात, महादेवन यांनी पदवीदान समारंभात केलेल्या भाषणाचा उल्लेख दोन कारणांसाठी महत्त्वाचा ठरतो : पहिलं कारण म्हणजे हडप्पातील लोक इंडो-युरोपीय भाषा बोलत होते आणि ते वैदिक आर्य होते, या विचाराला असलेला त्यांचा ठाम विरोध आणि दुसरं कारण म्हणजे लिपीचं वाचन करण्याचे प्रयत्न कोणत्या दिशेनं होत आहेत याचं त्यांनी दिलेलं स्पष्टीकरण :

> 'मी आतापर्यंत केलेल्या संशोधनातून जे दिसून आलं, त्यावरून असं निश्चित होतं की सिंधू लिपीमध्ये जी भाषा आहे ती द्राविडी भाषेचं प्राचीन स्वरूप आहे. मी सिंधू लिपी पूर्णपणे वाचू शकलो आहे, असा माझा दावा नाही; पण माझा विश्वास आहे की हडप्पा लिपीतल्या पुन्हा पुन्हा वापरल्या जाणाऱ्या चिन्हांमधून सूचित होणारे अर्थ आणि वाक्यरचनेचा क्रम यांच्या आधारे त्या भाषेचं द्राविडी स्वरूप निश्चितपणे स्पष्ट होतं, तसंच नंतरच्या द्राविडी आणि इंडो-आर्यन परंपरांमध्ये सिंधू नागरी संस्कृतीची वैशिष्ट्यं टिकून राहिली हेही स्पष्ट होतं.
>
> सिंधू नागरी संस्कृती आर्यांच्या आधीची होती, हे सिद्ध करणारा एक महत्त्वाचा पुरावा आहे.
>
> १. सिंधू संस्कृती प्रामुख्यानं नागरी संस्कृती होती, तर प्रारंभिक वैदिक समाज हा ग्रामीण आणि पशुपालनावर निर्वाह करणाऱ्यांचा समाज होता. वैदिक काळामध्ये नगरं नव्हती.
>
> २. सिंधू नागरी संस्कृतीत सापडलेल्या मुद्रांवर अनेक प्राण्यांची चित्रं आहेत; पण त्यात कुठेही घोड्याचं चित्र नाही. घोडे आणि आऱ्या

असलेल्या चाकांचे रथ ही आर्य भाषा बोलणाऱ्या समाजाची ठळक वैशिष्ट्यं होती. महाराष्ट्रीतील दायमाबाद या सिंधू संस्कृतीच्या स्थळाच्या उत्खननात सापडलेल्या कांसे या धातूपासून घडवलेल्या रथाला बिनआऱ्यांची भक्कम चाकं आहेत आणि त्याला घोडे नाही, तर खिलारी बैल जोडलेले आहेत.

३. सिंधू नागरी संस्कृतीतील मुद्रांवर अनेकदा वाघ आढळतो; पण ऋग्वेदामध्ये मात्र वाघाचा उल्लेख नाही.'

हडप्पा नागरी संस्कृती द्राविडी स्वरूपाची होती हे सिद्ध करणारे पुरातत्त्व आणि भाषाशास्त्रातले अनेक पुरावे महादेवन आपल्यापुढे मांडतात. या पुराव्यांमध्ये मुद्रांवरील चित्रं आहेत. त्या चित्रांमध्ये म्हशीची शिंगं असलेला देव, मातृदेवता, पिंपळ वृक्ष, सर्प आणि बहुधा लिंग प्रतीक आढळतं. या सर्व प्रतीकांच्या कल्पना प्राचीन वेदांमधून आलेल्या नाहीत तर आर्यपूर्व समाजातून आलेल्या आहेत. त्यातली अनेक प्रतीकं आजही भारतीय परंपरांचा भाग असल्याचं दिसतं. महादेवन यांनी मांडलेला हा महत्त्वाचा मुद्दा आहे. 'सिंधू संस्कृतीचा द्राविड परंपरेत जपला गेलेला वारसा प्रामुख्यानं द्राविड भाषांमध्ये उमटलेला दिसतो तर वैदिक परंपरेत तोच वारसा द्राविडी भाषांमधून उचललेले शब्द आणि वाक्प्रचार यांमधून प्रतिबिंबित होतो. सिंधू लिपीचा मी लावलेला अन्वयार्थ, 'विविधतेमधील एकता' असा आहे.'

वेगळ्या शब्दात सांगायचं तर इंडो-युरोपीय भाषा बोलणारे लोक भारतीय उपखंडात पोहोचल्यानंतर हडप्पा संस्कृतीची भाषा केवळ दक्षिण भारतापुरतीच मर्यादित राहिली; पण सिंधू संस्कृतीची काही वैशिष्ट्यं आणि पुराणकथांमधले काही घटक मात्र नव्यानं आलेल्या इंडो-आर्यन भाषा बोलणाऱ्या लोकांच्या सांस्कृतिक परंपरेमध्ये मिसळले. त्यातून एक एकमेवाद्वितीय समन्वयित परंपरा निर्माण झाली आणि ती परंपरा भारतीय संस्कृतीचा अविभाज्य भाग ठरली आहे, त्यामुळे प्राचीन वैदिक परंपरा आणि सिंधू संस्कृतीचं नागरी जीवन यांमध्ये अंतर दिसतं. मात्र उत्तर वैदिक काळातील साहित्य आणि हडप्पा नागरी संस्कृती यांच्यामध्ये दुवा होता असं दिसतं. कारण, उत्तर वैदिक काळापर्यंतच्या वैदिक साहित्यात हडप्पा संस्कृतीमधून आलेल्या काही कल्पना आणि कथासूत्रांचा समावेश झाला होता. अशा प्रकारे द्राविडी भाषांमध्ये हडप्पा संस्कृतीचा वारसा उमटलेला दिसतो. तो इंडो-आर्यन लोकांनी हडप्पा नागरी संस्कृतीतून उसन्या घेतलेल्या पुराणकथांची बीजं, वाक्प्रचार आणि काही शब्दांमध्येही आलेला दिसतो (अधिक माहितीसाठी पाहा *हडप्पा संस्कृतीचे लोक आणि वेद : जुळलेले आणि न जुळलेले दुवे* - प्रकरण ४).

National Museum of India / Angelo Hornak / Corbis / Getty Images

हडप्पा संस्कृतीमधील एक स्त्री प्रतिमा. ही 'मातृदेवता' आहे,
असं काहींचं मत आहे.

महादेवन यांना हडप्पा लिपीमध्ये, पुल्लिंगी एकवचनी प्रत्यय आणि स्त्रीलिंगी एकवचनी प्रत्यय यात फरक करणारी व्याकरणीय चिह्नं आढळली आहेत. त्यांनी या लिपीमध्ये 'अम्पू' या द्राविड शब्दासाठी वारंवार येणाऱ्या बाणाच्या चिह्नाची ओळख पटवली आहे. त्याचा द्राविड भाषेमधला अर्थ आहे, 'बाण'; पण प्राचीन कन्नड, तमिळ आणि तेलगू शिलालेखांमध्ये त्या शब्दाचा वापर स्त्रीलिंगी एकवचनी प्रत्ययाप्रमाणेही केलेला दिसतो म्हणजे हा शब्द स्त्रीच्या नावाच्या शेवटी जोडला जातो.[६] त्याचप्रमाणे हडप्पा लिपीमध्ये बरणीसारख्या वस्तूचं चिह्नही

---

६ चित्रलिपीतील चिह्नाच्या दर्शनी अर्थाशी संबंधित नसणारा; परंतु त्याच्याशी ध्वनिसाधर्म्य असणारा शब्द त्या चिह्नाद्वारे वाचला जातो तेव्हा त्याला 'ऱ्हीबस' (rhebus) असं म्हणतात. प्राचीनकाळच्या बहुतेक चित्रलिपींमध्ये या पद्धतीचा वापर केला जात असे.

वारंवार आलेलं दिसतं. ते चिह्न पुल्लिंगी एकवचनी 'अनरू' या शब्दासाठी वापरलं गेलं आहे आणि हा शब्द पुरुषाच्या नावाच्या शेवटी जोडला जातो.

महादेवन यांचं हडप्पा लिपीविषयीचं सर्वांत महत्त्वाचं निरीक्षण म्हणजे या लिपीतल्या अनेक चिह्नांमध्ये हडप्पा नगरांमधल्या, काटेकोरपणे आखलेल्या नियोजनाचे निर्देश आढळतात. एकमेकांना काटकोनात छेदत प्रमुख चार दिशांकडे जाणारे रस्ते आणि उंच जोत्यावर बांधलेला तटबंदीयुक्त बालेकिल्ला या सगळ्याची प्रतीकं हडप्पा लिपीमध्ये आहेत. उदाहरणार्थ, महादेवन यांना एका चौकोनात दुसरा लहान चौकोन असलेलं एक चिह्न सापडलं. महादेवन यांच्या मते ते चिह्न 'अधिपती' हे अधिकारपद दर्शवतं. द्राविडी भाषेत त्याला 'अकट्टी' म्हटलं जात असे. हा शब्द 'अकम्' या मूळ शब्दावरून आला आहे आणि त्याचा अर्थ 'घर/प्रासाद/किल्ला/मन, याच्या आत' असा आहे. यावरून चिह्नातला बाहेरचा चौकोन म्हणजे गढी किंवा किल्ला आणि त्याच्या आतला छोटा चौकोन म्हणजे त्यात राहणारी प्रमुख व्यक्ती असं विवरण केलं जाऊ शकतं. प्राचीन तमिळमध्ये 'अकाट्टोन' म्हणजे 'लॉर्ड ऑफ फोर्ट' (किल्ल्याचा अधिपती). अगस्त्य हे नाव 'अकट्टी' या शब्दावरून आलं असावं, असं महादेवन यांचं मत आहे. त्यासाठी ते प्राचीन तमिळ साहित्यातील अगस्त्य कथेचा संदर्भ देतात. त्या कथेत असं सांगितलं गेलं आहे की, अगस्त्यांनी वेलिर कुळातले अठरा राजे आणि अठरा परिवारांना आपल्या सोबत उत्तर भारतातून दक्षिण भारतात नेलं होतं. ते लोक म्हणजे कदाचित हडप्पा नागरी संस्कृतीचे शासक असावेत आणि त्या नागरी संस्कृतीचा ऱ्हास सुरू झाल्यावर ते दक्षिणेत स्थलांतरित झाले असावेत.

महादेवन यांनी हडप्पा लिपीतल्या बऱ्याचशा चिह्नांशी हडप्पातील शहरांचे संदर्भ जोडत, चेर, चोळ आणि पांड्या (इसवी सनापूर्वी आणि इसवी सनानंतर अनेक शतकांचा दीर्घ इतिहास असणारे तीन तमिळ राजवंश) यांचा हडप्पाच्या नागरी संस्कृतीशी असलेला संबंधही समजून घेता येईल, हे दाखवून दिलं. महादेवन म्हणतात, 'चोळ वंशाचे लोक हे सत्ताधीशांच्या सतत सोबत असणारे, त्यांचे 'सल्लागार' होते. चेर किंवा केरल वंशाचे लोक 'उच्चपदस्थ अधिकारी' होते आणि त्यांच्यासाठी राखीव असणाऱ्या प्रासादांमधून (केरी) राहत होते. 'पांती' लोक हे गढीच्या बाहेर राहणारे सर्वसामान्य नागरिक होते. त्यांची घरं खालच्या नगरातील (पल्ली) रस्त्यांवर (पाती) होती. या निष्कर्षांना एका लोककथेचा आधार मिळाला आहे. प्राचीन काळी चेर, चोळ आणि पांती हे तिघं भाऊ होऊन गेले आणि ते एकाच ठिकाणी राहत होते, असं वर्णन त्या लोककथेत केलेलं आहे.'

महादेवन यांनी केलेलं हे विवेचन अत्यंत अभूतपूर्व वाटत असलं तरी जोपर्यंत हडप्पा लिपीचं वाचन पूर्णत्वाला जात नाही तोपर्यंत हे विवेचन किती अचूक आहे हे कळणार नाही. इजिप्शियन चित्रलिपीमध्येही अशाच प्रकारची चिह्नं आढळतात. त्यामध्ये एकात एक असलेल्या दोन चौकोनाऐवजी आयताचं चिह्न असतं. त्याचा अर्थही तसाच असतो : 'घर' आणि बंद अंगण असलेलं घर. प्राचीन इजिप्शियन फॅरो म्हणजेच 'राजा' या शब्दाचा मूळ अर्थही 'भव्य प्रासाद' असाच आहे.

हडप्पा संस्कृतीच्या मुद्रांवरील लेखांचा अर्थ लावण्यासाठी महादेवन यांनी ज्याप्रमाणे हडप्पा संस्कृतीच्या नगररचनेचा आधार घेतला, त्याचप्रमाणे पार्पोला यांनी त्या लेखांचा

अर्थ लावण्यासाठी प्राचीन खगोलविद्येची मदत घेतली. त्यांनी असा मुद्दा मांडला की, मेसोपोटेमियन नागरी संस्कृतीप्रमाणेच हडप्पा नागरी संस्कृतीमध्येही खगोलविद्येचं खूपच महत्त्व आणि प्रभुत्व होतं. विशेषतः चार दिशा लक्षात घेऊन केलेली शहराची बांधणी बघितली की ते जाणवतं.

महादेवन आणि पार्पोला या दोघांनीही संशोधनाचा आरंभ करताना असं गृहीत धरलं होतं की, मेसोपोटेमियातील मुद्रांप्रमाणेच हडप्पातील मुद्रांवरही महत्त्वाच्या व्यक्तींची नावं, त्यांच्या पदासह किंवा पदाविना दिलेली असण्याची शक्यता आहे. आखाती प्रदेश आणि मेसोपोटेमिया यांमधून हडप्पा संस्कृतीच्या सुमारे तीस मुद्रा सापडल्या. त्या कदाचित समुद्री व्यापार करणाऱ्या भारतीय व्यापाऱ्यांच्या असाव्यात. त्यांच्या आधारे समुद्री व्यापाराचा विस्तार कोणत्या प्रदेशात झाला होता हे निश्चितपणे कळतं. महादेवन आणि पार्पोला या दोघांना असंही वाटतं की, हडप्पा नागरी संस्कृतीचा ऱ्हास झाल्यानंतरच्या काळात इंडो-युरोपीय भाषा बोलणाऱ्या लोकांचं आगमन होऊन, त्यातून जी संस्कृती उदयाला आली त्या संस्कृतीमध्ये हडप्पा नागरी संस्कृतीतल्या अनेक संकल्पना आणि प्रथा अंगिकारल्या गेल्या, त्यामुळे ते दोघंही त्यांनी केलेलं हडप्पा लिपीचं वाचन ताडून पाहण्यासाठी तमिळसारख्या द्राविडी भाषा आणि संस्कृतसारख्या इंडो-युरोपीय भाषा यांच्या उशिरानं प्रचलित झालेल्या रूपांचा विचार करतात.

हडप्पा लिपीमध्ये अनेकदा उपयोग केल्या गेलेल्या माश्याच्या चिह्नाचा, पार्पोलांच्या संशोधनामध्ये विचार केला गेला आहे. पार्पोलांच्या मते हडप्पा लिपीमधलं माशाचं चिह्न हे 'मीन' या द्राविडी शब्दासाठी आहे आणि त्या शब्दाला मासा आणि नक्षत्र असे दोन्ही अर्थ आहेत. पार्पोलांच्या निरीक्षणानुसार हडप्पा लिपीमध्ये दर दहा चिह्नांमध्ये माशाचं एक चिह्न असतं. इतक्या वारंवार येणारं हे माशाचं किंवा माशाच्या आकारासारखं चिह्न, माशाऐवजी प्रत्यक्षात 'तारा' या अर्थानं वापरलेलं असण्याची शक्यता जास्त आहे.

सहा उभ्या रेघा आणि त्यानंतर माशाचं चित्र याचा अर्थ 'आरू' अधिक 'मीन' असा असावा. कारण, द्रविडी भाषेत 'आरू' म्हणजे सहा आणि 'मीन' म्हणजे मासा किंवा मीन तारा आणि खरंच 'आरू-मीन' म्हणजे कृत्तिका हे नक्षत्रच आहे. हडप्पा लिपीतील काही लेखांमध्ये सात रेघांनतर एक मासा असंही दाखवलेलं आहे. द्राविड भाषांमध्ये त्याचा अर्थ 'एलु-मीन' म्हणजे 'सात तारे' असा होईल. त्याचा संदर्भ 'सप्तर्षी' या नक्षत्राशी आहे.

पार्पोला यांच्या मतानुसार कृत्तिका आणि सप्तर्षी ही दोन्ही नक्षत्रं केवळ प्राचीन भारतीय पुराणकथांमध्येच नव्हे, तर भारतीय पंचांग रचनेच्या सुरुवातीच्या इतिहासतही महत्त्वाची आहेत. त्याचं मूळ कदाचित हडप्पा नागरी संस्कृतीतच असावं. हडप्पा लिपीमध्ये असलेल्या माशाच्या चिह्नाचा अर्थ तारा असावा, अशी केवळ कल्पना मांडून पार्पोला थांबले नाहीत तर त्यांनी ती इतक्या समर्थपणे मांडली की, ती सहजपणे नाकारता येत नाही.

एकशिंग्याचं चित्र असलेली मुद्रा. या चित्रात सात उभ्या रेघांनंतर एक माशासारखी आकृती असलेली दिसते, जिचा संबंध कृत्तिका नक्षत्राशी लावला जाऊ शकतो.

दक्षिण दिशेचा मार्ग

प्राचीन-द्रविडी ही जर हडप्पा संस्कृतीच्या लोकांची प्रमुख भाषा होती, असं म्हटलं तर मग ती भाषा वायव्य भारतातून दक्षिण भारतात कधी पोहोचली असावी? याविषयी एक साधारण समज असा आहे की, इसवी सनपूर्व २,०००च्या सुमारास हडप्पा नागरी संस्कृती लयाला गेल्यावर तिथे इंडो-युरोपीय भाषा बोलणारे, स्वतःला आर्य म्हणवून घेणारे लोक आले, तेव्हा हडप्पाचे द्राविडी भाषा बोलणारे लोक दक्षिणेकडे गेले असावेत. अगस्त्य ऋषींची किंवा अक्कटीची पुराणकथा कदाचित याच घटनेशी संबंधित असावी. अगस्त्य ऋषी आणि त्यांच्या वेलिरर कुळातील लोकांबरोबर नागरी संस्करण झालेली द्राविडी भाषा दक्षिण भारतात गेली असावी; पण त्याचा अर्थ असा नाही की, दक्षिण भारतात द्राविडी भाषा प्रचलित करणारे ते पहिले लोक होते.

खरं तर द्राविडी भाषा, इसवी सनपूर्व २,८००च्या सुरुवातीलाच म्हणजे कदाचित प्रगल्भ नागरी हडप्पा संस्कृती विकसित होण्याआधी इसवी सनपूर्व २,६००च्या सुमारास दक्षिण भारतात पोहोचल्या असाव्यात. या विचारामागे एक कारण आहे. याच काळात दक्षिण भारतात असलेल्या उत्तर कर्नाटकच्या प्रदेशात पशुपालनाचा पहिला पुरावा आढळला आहे. द्राविडी भाषा दक्षिण भारतात प्रथम घेऊन येणारे लोक हे हडप्पा नागरी संस्कृतीचे

नागरिक नसून त्या पशुपालकांच्या समाजाचे असावेत. बलुचिस्तानातल्या ब्रौही लोकांप्रमाणे त्यांच्यातलेच काही आजही परंपरेनं चालत आलेला पशुपालनाचा व्यवसाय करत असावेत. आपण पूर्वी पाहिल्याप्रमाणे झॅग्रोस प्रदेशातून दक्षिण आशियात आलेले लोक हे पशुपालक असावेत. ते व्यवसायानं पूर्णपणे शेतकरी नव्हते. त्यांच्यातलेच काही लोक तिथेच स्थिरावले आणि पूर्णवेळ शेती करू लागले (कदाचित भारतात आफ्रिकेतून आलेले पहिले स्थलांतरित आधीपासूनच शेतीचं तंत्र आजमावून पाहत होते. त्यांच्याशी संपर्क आल्यामुळे) आणि काही लोक पशुपालनच करत राहिले. पशुपालकांनी आपल्याबरोबर गाईगुरं आणि शेळ्या-मेंढ्या आणल्या, त्याप्रमाणे दक्षिण भारतात द्राविडी भाषाही त्यांनीच पहिल्यांदा आणली असावी.

भारताचं ऋतुचक्र दाखवणारा नकाशा लक्षात घेतला तर असं दिसून येतं की, गुजरात, राजस्थानपासून दख्खन पठाराचा मध्यभाग ते पश्चिम घाटातून थेट दक्षिण भारतापर्यंत सर्व भागांमध्ये चराऊ कुरणं उपलब्ध आहेत, त्यामुळे पशुपालकांसाठी या प्रदेशांमधून जाणारा मार्ग अत्यंत सोयीस्कर होता.

पुरावनस्पतीशास्त्रज्ञ डोरीयन क्यू. फुल्लर यांनी २००६ साली 'ॲग्रीकल्चरल ओरीजिन्स अँड फ्राँटियर्स इन साउथ एशिया : अ वर्किंग सिन्थेसिस' हा शोधनिबंध लिहिला. उत्तर भारतातील लोकांनी दक्षिण भारताला गाईगुरं आणि शेळ्या-मेंढ्या या पाळीव प्राण्यांची ओळख कशी करून दिली असेल, याचं विवेचन त्यामध्ये केलेलं आहे. फुल्लर यांच्या मतानुसार वायव्य भारतामध्ये जव आणि गहू ही प्राथमिक जोडपिकं होती, त्याप्रमाणे इसवी सनपूर्व ३,००० ते इसवी सनपूर्व २,३०० या कालखंडात दक्षिण भारतातले लोक बाजरीसारख्या, कर्बोदकांचं प्रमाण कमी असलेल्या दोन धान्यांची आणि त्या बरोबर दोन प्रकारच्या कडधान्यांची लागवड करत होते. ही दोन धान्यं आणि दोन कडधान्यं ही दक्षिण भारतातील जोडपिकं होती. रानात उगवणाऱ्या तृणधान्यांचं आणि कडधान्यांचं बीज वापरून त्यांनी लागवड सुरू केली गेली होती. गाईगुरं आणि शेळ्या-मेंढ्या यांचं पालन आणि शेती, दोन्हींचा समन्वय साधून विकसित झालेल्या निर्वाह पद्धतीचा सर्वाधिक प्राचीन पुरावा इसवी सनपूर्व २२००च्या सुमाराचा आहे. तो पुरावा म्हणजे दक्षिण भारतात आढळणारे 'भस्माचे डोंगर'. गुरांचं जमा झालेलं शेण नेमानं जाळण्याच्या पद्धतीमुळे कालांतरानं हे राखेचे ढिगारे निर्माण झाले. असे राखेचे ढीग किंवा 'भस्माचे डोंगर' म्हणजे शेतकरी आणि स्थलांतरित मेंढपाळ यांच्या एकमेकांबरोबर असलेल्या संपर्काचा पुरावा आहे, असं फुल्लर यांना वाटतं; पण या गोष्टीचा संबंध त्यांनी भाषेच्या प्रादेशिक विस्ताराशी जोडलेला नाही.

दुसऱ्या शब्दांत सांगायचं तर जिथे बाजरीसारखी धान्यं आणि काही द्विदल धान्यांची लागवड करण्याचे प्रयत्न होत होते, त्या प्रदेशात आणि तिथल्या समाजात पशुपालनाची सुरुवातही झाली आणि कृषिजीवनामध्ये पशुपालनाचा समावेश होऊन कृषिसंस्कृतीचं क्षेत्र विस्तारत गेलं.

हा अंदाज जर योग्य असेल तर द्राविडी भाषा बोलणाऱ्या स्थलांतरित लोकांचं स्थान, दक्षिण भारतातील कृषिजीवनाच्या पटामध्ये महत्त्वाचं होतं असं म्हणता येईल. त्यानंतर सुमारे हजार वर्षांनी हडप्पाच्या नागरी संस्कृतीचे लोक दक्षिण भारतात स्थलांतरित झाले तेव्हा तिथे आधीपासूनच बोलल्या जाणाऱ्या द्राविडी भाषेवर नागरी संस्करण झालं.

महाराष्ट्र, गुजरात आणि वायव्य भारतातील गावांची द्राविडी नावं म्हणजे द्राविडी भाषा वायव्य भारतातून दक्षिण भारताकडे गेल्या या गोष्टीचे पुरावे आहेत. प्राध्यापक फ्रँकलिन सी. साउथवर्थ यांनी आपल्या *लिंग्विस्टीक आर्केऑलॉजी ऑफ साउथ एशिया* या शोधनिबंधामध्ये महाराष्ट्रातील गावांच्या नावांचा केलेला विस्तृत अभ्यास स्पष्ट करताना लिहिलं आहे :

> महाराष्ट्रातल्या द्राविडी नावं असलेल्या गावांचे प्राथमिक पुरावे गोळा करताना साधारण ८०० किंवा त्याहून जास्त गावांच्या नावामागे 'वली' किंवा 'ओली' असे प्रत्यय होते. हे प्रत्यय द्राविडी भाषेतल्या 'पल्ली' या शब्दावरून आले असावेत. प्राचीन-द्राविडी भाषेत या शब्दाचा अर्थ 'गाव' किंवा 'वाडी' असा होतो. दक्षिण भारतातल्या अनेक गावांच्या नावांना हा प्रत्यय लावलेला दिसून येतो. काही गावांच्या नावांना 'वली' किंवा 'ओली' प्रत्यय आणि काही गावांच्या नावांना 'गाव' (इंडो-युरोपीय भाषेतील 'ग्राम' या शब्दावरून आलेला शब्द) हा प्रत्यय असतो. प्रत्ययांमधील या फरकावरून दिसून येतं की, महाराष्ट्रातले विविध भाग द्राविडी आणि इंडो-आर्यन भाषा बोलणाऱ्यांनी वसवलेले असावेत. कोकण (किनारपट्टीचा प्रदेश) आणि दख्खनच्या पठाराचा नैर्ऋत्य भाग प्रामुख्यानं द्राविडी असावा. ज्या प्रदेशातल्या गावांच्या नावांमागे हे प्रत्यय आढळतात, ते प्रदेश दक्षिण भारताशी संलग्न आहेत आणि दक्षिण भारतातही त्याच प्रत्ययांची द्राविडी रूपं दिसून येतात. यावरून महाराष्ट्रातल्या काही गावांच्या नावाच्या प्रत्ययावरून आणि काही गावांच्या केवळ नावांवरून तिथे द्राविडी प्रभाव असण्याच्या शक्यतेला पुष्टी मिळते.

विविध द्राविडी भाषांचा विचार करता त्यात 'पल्ली'साठी कर्नाटकात वापरला जाणारा 'हळ्ळी' हा शब्द आहे. कन्नड भाषेत बरेचदा 'प'च्या जागी 'ह' वापरला जातो.

साउथवर्थ पुढे लिहितात :

> 'वली' आणि त्या प्रकारचे अन्य प्रत्यय असलेली नावं गुजरात, सिंध, पूर्व आणि पश्चिम पंजाब, हरियाणा, उत्तर प्रदेशचा पश्चिम भाग आणि ओडिशा (पण पूर्व भारतात किंवा बांगलादेशात कुठेही आढळले नाही) या प्रदेशांमध्येही दिसून येतात. अर्थात या प्रदेशांमध्ये द्राविडी प्रत्यय असलेल्या नावांचं प्रमाण महाराष्ट्रापेक्षा कमी आहे, त्यामुळे द्राविड भाषक प्राचीन काळी तिथेही राहिले असावेत; पण तिथे महाराष्ट्रासारखं सखोल संशोधन करणं शक्य झालेलं नाही...
>
> महाराष्ट्राच्या उत्तरेला असलेल्या काही नद्यांच्या द्राविडी नावांवरून असं सूचित होतं की, प्राचीन काळी संपूर्ण महाराष्ट्र प्रदेशच द्राविड भाषक असावा....

कोकणपट्टी तसंच नैर्ऋत्य महाराष्ट्रासह गुजरातमध्ये आणि अन्य काही ठिकाणी द्राविडी नावांचं 'विस्तृत प्रदेशात असलेलं अस्तित्व' हे नंतरच्या काळात दक्षिण भारतातून स्थलांतर करून तिथे गेलेल्या द्राविड भाषकांमुळे असावं, ही शक्यता साउथवर्थ नाकारत नाहीत. तरीही ते म्हणतात तसंही कदाचित घडलं असेल आणि तरीही इसवी सनाच्या पहिल्या

सहस्रकाच्या पूर्वार्धात गुजरातमध्ये तसंच महाराष्ट्राच्या किनारपट्टीच्या आणि दक्षिणेच्या विस्तृत भागात दैनंदिन व्यवहारात द्राविडी भाषेचा वापर करणाऱ्या लोकांची वस्ती होती, हे वास्तव आहे. द्राविडी भाषा दैनंदिन व्यवहारात प्रचारात होती. मग ती कदाचित फक्त घरगुती वापराची आणि/किंवा भिन्न भाषा बोलणाऱ्या समूहांमधली संपर्क भाषा असावी.

प्राचीन द्राविड भाषा ही हडप्पा नागरी संस्कृतीची सर्वसाधारण व्यवहाराची भाषा होती हे सांगणारे पुरातत्त्वीय, अनुवंशशास्त्रीय आणि भाषाशास्त्रीय पुरावे लक्षात घेऊन, वायव्य भारतापासून दक्षिण भारतापर्यंतच्या अनेक द्राविडी स्थलनामांवरून असा ढोबळ निष्कर्ष काढणं शक्य आहे की द्राविडी लोक वायव्येकडून दक्षिणेकडे गेले असावेत.

ऑस्ट्रोएशियाटिक भाषा (दक्षिण आशियातील वेदपूर्व भाषा) बोलणारे लोक

आतापर्यंत आपण दोन विशाल जनसमूह एकमेकांच्या संपर्कात येऊन निर्माण झालेल्या मिश्र संस्कृतीमधून आजच्या भारतीय समाजाचा पाया ठरलेली हडप्पा नागरी संस्कृती कशी निर्माण झाली याचा आढावा घेतला. पहिल्या प्रकरणात वर्णन केलेले आफ्रिकेतून भारतात आलेले स्थलांतरित आणि दुसऱ्या-तिसऱ्या प्रकरणात वर्णन केलेले इराणच्या झॅग्रोस प्रदेशातले मेंढपाळ, हे ते दोन जनसमूह होते. ही माहिती आपल्याला मिळू शकली. कारण, त्याविषयी पुरातत्त्वशास्त्र, अनुवंशशास्त्र, भाषाशास्त्र आणि पुराभिलेखशास्त्र या ज्ञानशाखांमध्ये भरपूर संशोधन झालेलं आहे. त्यातून आपल्याला आपली इतिहासपूर्व काळातील वाटचाल समजून घेण्याची दृष्टी लाभली; पण भारतीय संस्कृतीमध्ये मोलाची भर घालणारा आणखी एक भाषागट आणि त्या भाषा गटातल्या भाषा बोलणारे लोक आहेत. तो गट 'ऑस्ट्रोएशियाटिक' या नावानं ओळखला जातो; पण त्यांच्याविषयी फारसं संशोधन झालेलं नाही. याचा अर्थ त्यांच्याविषयी असलेली माहिती त्रोटक आहे. या परिस्थितीत लवकरच सुधारणा होईल, अशी आशा आहे.

भारतामध्ये बोलल्या जाणाऱ्या भाषांची चार प्रमुख कुळं आहेत. द्राविडी भाषागट – एक पंचमांश भारतीयांच्या भाषा या कुळातल्या आहेत. आज दक्षिण आशियाबाहेर या कुळातील भाषा आढळत नाहीत. इंडो-युरोपीय भाषागट – एक तृतियांशाहूनही अधिक भारतीय या कुळातील भाषा बोलतात. या भाषागटातील अनेक भाषा दक्षिण आशिया ते युरोपमधल्या अनेक देशांमध्ये बोलल्या जातात. ऑस्ट्रोएशियाटिक भाषागट – १.२ टक्के भारतीय या कुळातील भाषा बोलतात. दक्षिण आशिया आणि पूर्व आशियामध्ये या भाषागटातील विविध भाषा बोलल्या जातात. तिबेटो-बर्मन भाषागट – दक्षिण आशिया, चीन आणि आग्नेय आशिया यांमध्ये या भाषागटातील विविध भाषा बोलल्या जातात. भारतामध्ये या कुळातील भाषा बोलणारे लोक एक टक्क्याहूनही कमी आहेत. जरी आपल्याला सर्वांना मान्य असलं की, भाषांचा विस्तार होण्यामागे केवळ मोठ्या प्रमाणावर झालेली स्थलांतरं हेच कारणीभूत नसतं तरीही विविध भाषाकुळांचा जनसमूहांमधला आणि प्रादेशिक विस्तार यामागील इतिहास तपासून पाहणं आवश्यक असतं. अनेक वेळा मोठ्या प्रमाणावर झालेल्या स्थलांतरांपेक्षा, जनसमूहांचा एकमेकांशी संपर्क प्रस्थापित झाल्यामुळे किंवा अभिजनांच्या भाषेच्या प्रभावामुळेसुद्धा भाषांचा प्रसार झालेला दिसून येतो. उदाहरणार्थ, भारतामध्ये असलेलं इंग्रजीचं सार्वत्रिकीकरण हे आनुवंशिकतेमुळे किंवा युरोपीय लोकांच्या प्रभावामुळे

झालं असं नाही, तर काही काळ इंग्रजी बोलणारे युरोपीय लोक आणि भारतीय यांच्यामध्ये दीर्घकाळ सततचा संपर्क आल्यामुळे इंग्रजीचा प्रसार झाला आणि ती प्रचारातही राहिली.

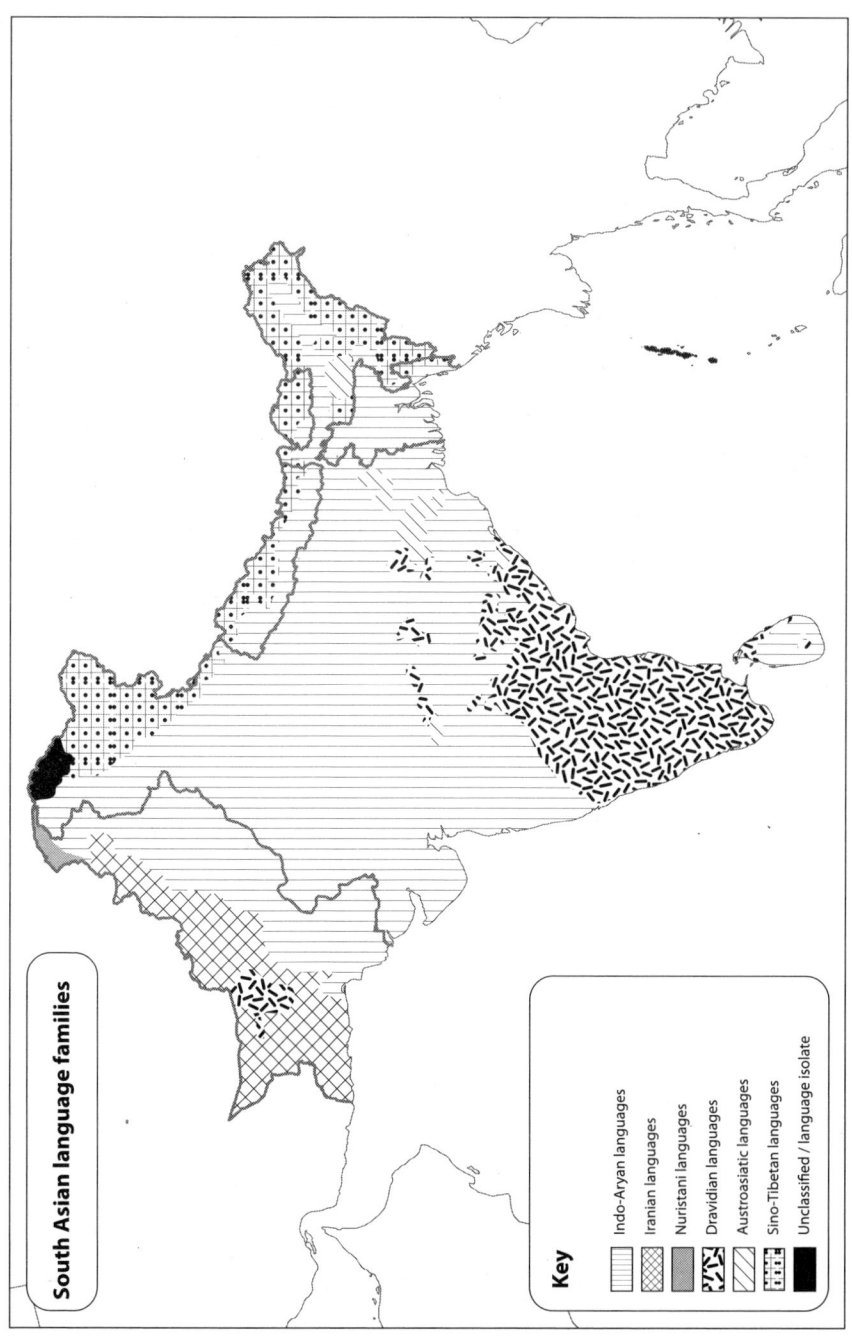

दक्षिण आशियातील द्राविडी भाषांचा इतिहासपूर्व काळ आपण जाणून घेतला आहे, त्यामुळे आता ऑस्ट्रोएशियाटिक आणि तिबेटो-बर्मन भाषांचा प्रसार भारतात कसा आणि किती झाला हे जाणून घेऊ. तिबेटो-बर्मन भाषेच्या तुलनेत ऑस्ट्रोएशियाटिक भाषागटांच्या संबंधातले इतिहासपूर्वकाळातले पुरावे जास्त प्रमाणात उपलब्ध आहेत, त्यामुळे आधी या भाषेविषयी माहिती घेऊ.

भारतामध्ये ऑस्ट्रोएशियाटिक भाषांचे दोन उपगट आढळतात : ते आहेत 'मुंडा' आणि 'खासी'. मुंडा भाषागटात 'मुंडारी', 'संथाळ' आणि 'हो' या भाषांचा समावेश आहे. आज या भाषा पूर्व भारतातील काही भागांमध्ये (मुख्यतः झारखंडमध्ये) आणि मध्य भारतातील काही भागांमध्ये बोलल्या जातात. मुंडा भाषागटातील कोरकू भाषा ही पश्चिम भारतात महाराष्ट्र आणि मध्य प्रदेशातील काही भागात बोलली जाते. खासी भाषा मुख्यतः मेघालयात आणि आसामच्या काही भागांमध्ये बोलली जाते. ऑस्ट्रोएशियाटिक भाषाकुळाचे सदस्य मुंडा भाषागटातील भाषा आणि खासी या भाषा, मॉन-ख्मेर भाषाकुळातील भाषांना जवळच्या आहेत. मॉन-ख्मेर कुळातल्या भाषा व्हिएतनाम, कंबोडिया, नेपाळचा काही भाग, बर्मा, बांगलादेश, मलेशिया, थायलंड, लाओस आणि चीनचा दक्षिण भाग या प्रदेशांत बोलल्या जातात. जगभरात ऑस्ट्रोएशियाटिक कुळातील भाषांमधली एखादी तरी भाषा बोलणारे सुमारे १०.४ कोटी लोक आहेत, त्यामुळे जागतिक स्तरावरील मोठा विस्तार असणाऱ्या भाषाकुळांमध्ये ऑस्ट्रोएशियाटिक भाषाकुळाचा क्रमांक आठवा आहे. अंदमान आणि निकोबार बेटावर बोलली जाणारी 'निकोबारी' भाषा हीसुद्धा ऑस्ट्रोएशियाटिक कुळातली भाषा आहे.

ऑस्ट्रोएशियाटिक भाषांचं भारतातलं मूळ आणि त्यांचा प्रसार याविषयीच्या दोन प्रश्नांवर दीर्घकाळापासून वाद सुरू आहेत. पहिला प्रश्न म्हणजे या भाषा भारतात उगम पावून मग आग्नेय आशियात आणि तिथून पुढे गेल्या की, स्थलांतरामुळे त्या आग्नेय आशियातून भारतात आल्या? दुसरा प्रश्न म्हणजे जर त्या आग्नेय आशियातून भारतात आल्या असतील, तर भाताच्या लागवडीचं तंत्रही त्यांच्या बरोबरीनं भारतात आलं का?

नुकत्याच प्रकाशित झालेल्या दोन अनुवंशशास्त्रीय शोधनिबंधांमध्ये या दोन्ही प्रश्नांची उत्तरं आहेत : त्यातला एक शोधनिबंध प्राचीन डीएनएवर आधारित आहे. त्यात आग्नेय आशियात माणसांच्या वसाहती कशा होत गेल्या हे स्पष्ट केलं आहे आणि दुसऱ्यामध्ये आशियातील भातलागवडीच्या आरंभाविषयी माहिती आहे. यातलं पहिलं संशोधन नुकतंच म्हणजे २०१८च्या मार्च महिन्यात प्रसिद्ध झालं आणि दुसरं संशोधन त्यानंतर एक महिन्यानं प्रसिद्ध झालं. २०११ साली प्रसिद्ध झालेल्या भारतातील ऑस्ट्रोएशियाटिक भाषा बोलणाऱ्या लोकांच्या जनुकीय संरचनेचा अभ्यास करणाऱ्या आणखी एका शोधनिबंधातही यातल्या एका प्रश्नाचा उल्लेख केला गेला आहे. आता प्रथम स्थलांतराविषयीचा प्रश्न विचारात घेऊ : ऑस्ट्रोएशियाटिक भाषा बोलणारे लोक पूर्व आशियातून दक्षिण आशियात स्थलांतरित झाले होते का? नुकत्याच प्रकाशित झालेल्या, 'एन्शंट जिनॉमिक्स रिव्हील्स फोर प्रीहिस्टॉरिक मायग्रेशन्स इन टू साउथ-इस्ट एशिया' असं शीर्षक असलेल्या शोधनिबंधात अप्रत्यक्षपणे का होईना; पण या प्रश्नाचं उत्तर दिलं गेलं आहे. या संशोधन प्रकल्पानं आग्नेय आशिया आणि

जगातील इतर काही विद्यापीठं मिळून एकूण २६ संस्था आणि विद्यापीठं यांनी साहाय्य केलं होतं. डेन्मार्कमधील 'सेंटर फॉर जिओजेनेटिक्स', 'नॅचरल हिस्ट्री म्युझिअम'मधील शास्त्रज्ञांच्या मार्गदर्शनाखाली हे संशोधन केलं गेलं. त्यावर आधारलेल्या शोधनिबंधाचे ते लेखकही आहेत. या संशोधनासाठी मलेशिया, थायलंड, फिलिपिन्स, व्हिएतनाम, इंडोनेशिया आणि लाओस इथले ८००० ते २०० वर्षं या कालावधीतले प्राचीन डीएनएचे नमुने उपलब्ध झाले होते.

या संशोधनामध्ये असं दिसून आलं की, प्राचीन चीनमध्ये घडलेल्या कृषितंत्रातील क्रांतीनंतर चीनमधून स्थलांतरितांचे कमीत कमी दोन मोठे लोंढे आग्नेय आशियात आले असावेत, त्यामुळे मागच्या साधारण ४,००० वर्षांमध्ये आग्नेय आशियाच्या लोकसंख्येच्या रचनेत नाट्यमयरीतीनं बदल झाला. इसवी सनपूर्व ७,५०० ते इसवी सनपूर्व ३,५००च्या दरम्यान चीनमध्यील यांगत्से नदी आणि यलो नदीच्या खोऱ्यात मोठ्या प्रमाणावर तांदूळ आणि बाजरीच्या लागवडीचं तंत्र पूर्णपणे विकसित झालं होतं. तिथे इसवी सनपूर्व २,५००च्या सुमाराचे तांदळाच्या शेताचे पुरावेही मिळाले आहेत. या शेतकरी समूहांची स्थलांतरं दोन स्वतंत्र मार्गांनी झाली. त्यातलं एक स्थलांतर जमिनीच्या मार्गानं झालं. त्या स्थलांतराद्वारे आग्नेय आशियामध्ये ऑस्ट्रोएशियाटिक भाषांचा प्रसार होत गेला. दुसरा मार्ग एका बेटांवरून दुसऱ्या बेटाकडे अशा पद्धतीचा होता. त्या मार्गानं केलेल्या स्थलांतराद्वारे आग्नेय आशियातील बेटं (मलेशिया, इंडोनेशिया आणि फिलिपिन्ससह), प्रशांत महासागरातील बेटं आणि मादागास्कर बेट या प्रदेशांमध्ये ऑस्ट्रोएशियाटिक कुळातील भाषांचा प्रसार होत गेला. भारतामध्ये ऑस्ट्रोएशियाटिक भाषांची उपस्थिती आढळत नाही, त्यामुळे इसवी सनपूर्व २,०००दरम्यान जमिनीच्या मार्गानं आलेल्या स्थलांतरितांच्या फक्त पहिल्या लोंढ्याचा आपल्या या कथेशी थेट संबंध येतो.

हे संशोधन असं दाखवून देतं की, आग्नेय आशियामध्ये कृषितंत्र घेऊन आलेल्या, ऑस्ट्रोएशियाटिक भाषा बोलणाऱ्या स्थलांतरितांमुळे तिथल्या, पूर्वज वंशसाखळीमध्ये 'नाट्यमय रीतीनं बदल' घडून आले. शिकार करून आणि कंदमुळं गोळा करून निर्वाह करणाऱ्या 'होएबिन्हियन' जमातीच्या लोकांना शेतीचं तंत्र जाणणाऱ्या आणि ऑस्ट्रोएशियाटिक भाषा बोलणाऱ्या स्थलांतरितांनी विस्थापित केलं. अंदमानमधील ऑन्ग जमातीमध्ये होएबिन्हियन लोकांचा जनुकीय अंश असावा. या संशोधनासाठी ऑस्ट्रोएशियाटिक भाषा बोलणाऱ्या लोकांचा प्राचीन डीएनए भारतामध्ये उपलब्ध होऊ शकला नाही, त्यामुळे भारतातील त्यांच्या वंशसाखळीच्या संदर्भात काहीच निष्कर्ष काढता येत नाहीत. मात्र एक निश्चित आहे की, ऑस्ट्रोएशियाटिक भाषा बोलणारे समूह भारतातून आग्नेय आशियात गेले, या युक्तिवादाला काही आधार नाही. कारण, आता संशोधनातून आग्नेय आशियातले ऑस्ट्रोएशियाटिक भाषा बोलणारे शेतकरी आणि चीनमधून जमिनीच्या मार्गानं स्थलांतर करून तिथे पोहोचलेले लोक यांच्यातील थेट जनुकीय वंशसाखळी सिद्ध झाली आहे म्हणूनच ऑस्ट्रोएशियाटिक भाषा बोलणारे लोक भारतात कसे आले, याचं थोडक्यात स्पष्टीकरण द्यायचं तर असं दिसतं की, इसवी सनपूर्व २,०००च्या सुमारास ते आग्नेय आशियातून भारतात आले. ते मूळ चीनमधून आलेल्या शेतकरी स्थलांतरितांच्या वंशसाखळीचाच एक भाग होते.

यावरून असं दिसतं की, ज्या काळात हडप्पा नागरी संस्कृती वायव्य भारतात उतरणीला लागली होती, त्याच सुमारास तिथे पूर्व भारतातून येणाऱ्या लोकांचा ओघ सुरू झाला होता.

यात आश्चर्य वाटण्यासारखं काहीच नाही. कारण, २०११ साली प्रसिद्ध झालेल्या 'पॉप्युलेशन जेनेटिक स्ट्रक्चर इन इंडियन ऑस्ट्रोएशियाटिक स्पीकर्स' या शोधनिबंधामध्येही याच तऱ्हेचे निष्कर्ष मांडले गेले होते. हे संशोधन ऑस्ट्रोएशियाटिक, द्राविडी आणि तिबेटो-बर्मन या तीन प्रमुख भाषाकुळांशी संबंधित सध्याच्या पंचेचाळीस भारतीय आणि पंधरा बर्मीज व्यक्तींच्या जनुकीय नमुन्यांवर आधारित होतं. ज्ञानेश्वर चौबे, टुमास किविसिल्ड आणि मेट मैटस्पलू या प्रमुखांनी आणि अन्य लेखकांनी ते संशोधन केलं होतं. या संशोधनाचे निष्कर्ष स्पष्ट होते : 'आम्ही असं प्रस्तावित करत आहोत की, भारतामधले आजचे ऑस्ट्रोएशियाटिक भाषा बोलणारे लोक हे आग्नेय आशियातून भारतात आलेले स्थलांतरित आणि स्थानिक भारतीय लोक यांची मिश्र प्रजा आहे.'

या संशोधनादरम्यान भारतातील मुंडा भाषाकुळातील भाषा बोलणाऱ्यांमध्ये आग्नेय आशियाई लोकांचा जनुकीय अंश लक्षणीय प्रमाणात (सुमारे २५ टक्के) आढळून आला. संशोधनात म्हटलं आहे की, भारतातील ऑस्ट्रोएशियाटिक भाषा बोलणाऱ्या लोकांमध्ये आग्नेय आशियाई लोकांचा जनुकीय अंश असल्याची सगळ्यात महत्त्वाची खूण त्यांच्या 'वाय' गुणसूत्रात दिसून आली आहे. त्या लोकांमधले 'जवळ जवळ दोन तृतियांश लोक हॅप्लोग्रुप O2a'मध्ये मोडतात. हा हॅप्लोग्रुप प्राचीन आहे आणि आग्नेय आशियामध्ये त्या हॅप्लोग्रुपच्या अनेक पैतृक पूर्वजसाखळ्या आढळतात म्हणूनच ते लोक भारतातून तिकडे गेलेले नाहीत, तर तिकडून भारतात आले आहेत, या गोष्टीला भक्कम पुरावा मिळतो. या संशोधनामध्ये असंही लक्षात आलं आहे की, मुंडा भाषाकुळातील भाषा बोलणाऱ्या जनसमूहांमध्ये आग्नेय आशियाई पूर्वज वंशसाखळीतील एमटी डीएनएचा अंश आता पूर्णतः लुप्त झालेला आहे. याचा अर्थ त्यांची मातृक पूर्वजसाखळी भारतीय वंशाचीच आहे.'

यातून दुसरा प्रश्न पुढे येतो : भातलागवडीचं ज्ञान ऑस्ट्रोएशियाटिक भाषा बोलणाऱ्या लोकांनी भारतात आणलं का? याचं थोडक्यात उत्तर द्यायचं तर 'नाही.' मग खरं उत्तर काय आहे? ते आपण लवकरच बघणार आहोत. २०१८ सालच्या एप्रिल महिन्यात प्रकाशित झालेल्या 'जिनॉमिक व्हेरीएशन इन 3010 एक्सेशन ऑफ एशियन कल्टिव्हेटेड राईस,' या शोधनिबंधात या प्रश्नाचं उत्तर वैज्ञानिक निष्कर्षासह दिलेलं आहे. आशियातील भातलागवडीच्या इतिहासासंबंधी अतिशय परिश्रमपूर्वक केल्या गेलेल्या या संशोधनाचं नेतृत्व 'क्रॉप सायन्स इन्स्टिट्यूट ऑफ द चायनीज अ‍ॅकॅडमी ऑफ अ‍ॅग्रिकल्चरल सायन्सेस' आणि 'इंटरनॅशनल इन्स्टिट्यूट ऑफ राईस रीसर्च' या संस्थांनी केलं होतं आणि त्यातून काढले गेलेले निष्कर्ष अगदी स्पष्ट होते : *ओरायझा सटायव्हा* या आशियात पिकवल्या जाणाऱ्या तांदळाच्या प्रजातीच्या इंडिका आणि जॅपोनिका या दोन प्रमुख जाती आहेत. त्यांच्या लागवडीची सुरुवात अनेक ठिकाणी स्वतंत्रपणे झाली. या संशोधनात (त्यामध्ये इंडिका तांदळाला XI हे नाव दिलं गेलं आहे) त्याचं स्पष्टीकरण असं दिलं आहे : 'सर्व गोष्टी लक्षात घेता भारत आणि चीन या दोन्हीही ठिकाणी गेल्या ९००० वर्षांपासून

XIची लागवड केली जात असल्याचा पुरातत्त्वीय पुरावा आणि आम्ही केलेलं संशोधन या दोन्हींमधून *ओरायझा सटायव्हा* (तांदूळ) अनेक ठिकाणी स्वतंत्रपणे लागवडीखाली आणला गेल्याच्या निष्कर्षाला पुष्टी मिळते.' आपण आधीच्या प्रकरणात पाहिलं की, उत्तर प्रदेशातील संत कबीर नगर जिल्ह्यात लहुरादेवा इथे इसवी सनपूर्व ७,०००च्या सुमाराचे भातकापणीचे पुरावे आढळले होते. आता या संशोधनानं आणखी पुरावे उपलब्ध करून दिले आहेत आणि भातशेतीचा उगम कुठे झाला या प्रश्नाचं ठोस उत्तर मिळालेलं आहे.

पण या कथेत आणखीही बरंच काही आहे. लहुरादेवामध्ये कापणी केलेला आणि नंतर भारतात लागवडीखाली आणलेला तांदूळ हा *ओरायझा सटायव्हा* या प्रजातीमधल्या इंडिका जातीचा होता. त्याच सुमारास चीनमधल्या यांगत्से नदीच्या खोऱ्यात *ओरायझा सटायव्हाची* जॅपोनिका ही जात लागवडीखाली आणली गेली होती. भारतात पूर्ण क्षमतेनं तांदळाचं उत्पादन घेण्यासाठी इंडिका आणि जॅपोनिका यांच्यातून संकरित वाणाची निर्मिती करावी लागली असण्याची शक्यता आहे.

फुल्लर यांच्या मतानुसार, साधारणपणे ४००० वर्षांपूर्वी भारतात भातलागवडीचं तंत्र पूर्णपणे अवगत झालं होतं. त्यासाठी तांदळाची चिनी जात आणि भारतीय जात यांच्यातून संकरित[७] वाणाची निर्मिती झाली. २०१७मध्ये प्रसिद्ध झालेल्या 'अ‍ॅप्रोचिंग राईस डोमेस्टिकेशन इन साउथ एशिया : न्यू एव्हीडन्स फ्रॉम इंडस सेटलमेन्ट्स इन नॉर्दर्न इंडिया' या आणखी एका शोधनिबंधामध्येसुद्धा असेच निष्कर्ष मांडले गेले : 'संशोधनात संकलित झालेल्या माहितीनुसार इसवी सनपूर्व २,०००च्या सुमारास *ओरायझा सटायव्हाच्या* लागवडीचं तंत्र पूर्णपणे अवगत झालं, तेव्हा त्याच्या जॅपोनिका या जातीची भारतात लागवड झाली. ही लागवड भारतात जिथे आधीपासून भात पिकवलं जात होतं आणि जिथल्या लोकांना भात पिकासंबंधीचं चांगलं ज्ञान होतं तिथेच जॅपोनिकाची लागवड करायला सुरुवात झाली.'

त्यावरून असं चित्र उभं राहतं की, आधीपासूनच भातलागवड माहीत असलेल्या प्रदेशातील लोकांना जॅपोनिका या जातीचं वाण माहीत झालं. जॅपोनिका आणि इंडिका यांचं संकरित वाण निर्माण झाल्यामुळे तांदळाच्या उत्पादनात वाढ झाली. इथे विशेष लक्षात घेण्याची गोष्ट म्हणजे हे घडलं तो इसवी सनपूर्व २,०००च्या सुमाराचा काळ आणि ऑस्ट्रोएशियाटिक भाषा बोलणारे लोक आग्नेय आशियातून भारतात आले तो काळ हे दोन्ही एकच आहेत. मात्र फुल्लर यांचं मत आहे की, जॅपोनिकाचं भारतातलं आगमन आग्नेय आशियातून ईशान्य भारतात झालेल्या स्थलांतराद्वारे होण्याऐवजी, व्यापाराद्वारे भारताच्या वायव्य भागातून झालं असावं.

जॅपोनिकाचं भारतातील आगमन पूर्वेकडून झालेल्या स्थलांतरांमुळे झालं नाही, या मताला फुल्लर दुजोरा देत नाहीत. याचं कारण सांगताना ते म्हणतात की, त्यासाठी कोणताही पुरातत्त्वीय किंवा पुरावनस्पतीशास्त्रीय पुरावा उपलब्ध झालेला नाही. असे पुरावे न मिळण्याचं योग्य कारणही ते स्वतःच देतात : 'बर्मा, आसाम, युन्नान आणि बंगाल हे प्रदेश पुरातत्त्वीय किंवा पुरावनस्पतीशास्त्रीय दृष्टिकोनातून दुर्लक्षित राहिले आहेत. पुरातत्त्वशास्त्रात

---

७ डोरीयन क्यू. फुल्लर, 'पाथवेज टू एशियन सिव्हिलायझेशन : ट्रेसिंग द ओरिजीन अँड स्प्रेड ऑफ राईस अँड राईस कल्चर्स' राईस (२०११).

काही भौगोलिक प्रदेश दुर्लक्षित राहिले आहेत हे मान्य करायलाच हवं.' इसवी सनपूर्व २,०००च्या सुमारास आग्नेय आशियामध्ये चीनमधल्या लोकांनी स्थलांतर केल्यापासून तिथे शेतीचा प्रसार आणि ऑस्ट्रोएशियाटिक भाषांचा प्रसार होण्यापर्यंतच्या काळाची सांगड घालणारा प्राचीन डीएनए पुरावा उपलब्ध होण्याआधी फुल्लर यांनी हा लेख लिहिला आहे.

डीएनए पुरावा आणि इसवी सनपूर्व २,०००च्या सुमारास अनेक पूर्व आशियाई प्रदेशातील पिकं आणि त्यांच्या लागवडीच्या पद्धती यांचं भारतात झालेलं आगमन, याचा विचार करता असं मोघम स्पष्टीकरण देता येईल की, इसवी सनपूर्व २,०००च्या आरंभी व्यापार आणि स्थलांतराच्या माध्यमातून, पूर्वेकडील आणि वायव्येकडील प्रदेशांमध्ये भारतीय आणि चिनी नागरी संस्कृतीमध्ये संपर्क वाढत होता. ऑस्ट्रोएशियाटिक भाषा बोलणाऱ्यांची नसावीत, तर तिबेटो-बर्मन भाषा बोलणारेही स्थलांतर करून भारतात आले असावेत. ऑस्ट्रोएशियाटिक भाषा बोलणाऱ्यांनी स्थलांतरं केली असं नसून तिबेटो-बर्मन भाषा बोलणारेही स्थलांतर करून भारतात आले असावेत, ऑस्ट्रोएशियाटिक भाषा बोलणाऱ्यांविषयी जसे वाद आहेत, तसे वाद तिबेटो-बर्मन (सिनो-तिबेटीयन या भाषाकुळातील एक भाषा) भाषा बोलणाऱ्या लोकांचा उगम पूर्व-आशियाई असण्याच्या संदर्भात नाहीत. आज या लोकांची हिमालयातील आणि हिमालयाच्या उतारावरील छोट्या छोट्या प्रदेशांमधील संख्या पंचावन्न लाख इतकी आहे. तिबेटो-बर्मन भाषाकुळामध्ये मणिपूरची 'मैतेई' आणि अरुणाचल प्रदेशची 'तानी' या भाषा समाविष्ट आहेत.

फुल्लर यांनी ईशान्य भारतातील आसाममधून उत्तर भारतातील मैदानी प्रदेशात आलेल्या पिकांची यादी दिलेली आहे. त्यातील काही पिकं पुढीलप्रमाणे आहेत : लिंबूवर्गीय फळांची झाडं, कलमी आंबा आणि ज्यापासून वाखाचे तंतू मिळवता येतात, अशा रॅमी वनस्पती (*बोहमेरिया निविया*). फुल्लर यांच्या मतानुसार मैदानी प्रदेशांपेक्षा पहाडी प्रदेशात राहण्याला प्राधान्य देणाऱ्या मुंडा लोकांनी आपल्याबरोबर 'अरवी' आणि 'औस' जातीचा तांदूळ आणला असावा, जॅपोनिका नव्हे.

आपण कोणत्याही दृष्टिकोनातून विचार केला तरी भारतातील आताच्या जनसमूहांची जनुकीय संरचना जशी आहे तशी ती घडण्यासाठी कारण ठरणारे इसवी सनपूर्व २,०००च्या सुमाराचे महत्त्वाचे घटक असे : आफ्रिकेतून बाहेर पडून भारतात आलेले पहिले स्थलांतरित, झॅग्रोस प्रदेशातील शेतकरी, ऑस्ट्रोएशियाटिक भाषा बोलणारे लोक आणि तिबेटो-बर्मन भाषा बोलणारे लोक. शेतीच्या विविध परंपरा, पद्धती आणि श्रद्धाप्रणाली यांमधून इतिहासाचं अखंड फिरणारं चक्र एका वैशिष्ट्यपूर्ण संस्कृतीला आकार देत होतं; पण एक घटक अजून जोडला जायचा होता. तो घटक म्हणजे, 'आर्य'. आता आपण त्यांचाच विचार करणार आहोत.

एक टीप नावाविषयी : भारतातील आद्य नागरी संस्कृतीला काय म्हटलं जावं? हडप्पा नागरी संस्कृती, सिंधूच्या खोऱ्यातली नागरी संस्कृती, सिंधू-सरस्वती नागरी संस्कृती की सरस्वती नागरी संस्कृती? एखाद्या नागरी संस्कृतीला त्या नागरी संस्कृतीच्या प्रदेशातल्या प्रथम शोध लागलेल्या शहराचं नाव देण्याच्या प्रथेचं पालन या पुस्तकामध्ये आपण केलं आहे. प्राचीन भारतीय नागरी संस्कृतीमधलं, १९२० साली प्रथम शोधलं गेलेलं शहर

होतं हडप्पा आणि तेव्हापासून या नागरी संस्कृतीला 'हडप्पा नागरी संस्कृती' असं नाव दिलं गेलं. या नागरी संस्कृतीसाठी 'सिंधूच्या खोऱ्यातली नागरी संस्कृती' हे नाव योग्य नाही. कारण, त्यामध्ये सिंधूच्या खोऱ्यापासून खूप दूरवरच्या प्रदेशांचा समावेश आहे. 'सरस्वतीच्या खोऱ्यातली नागरी संस्कृती' या नावाला आक्षेप घेण्याचंही तेच कारण आहे, त्यामुळे सिंधूच्या खोऱ्यातली नागरी संस्कृती किंवा सरस्वतीच्या खोऱ्यातली नागरी संस्कृती या नावांच्या तुलनेत सिंधू–सरस्वतीच्या खोऱ्यातली नागरी संस्कृती हे नाव जास्त योग्य ठरेल; पण सरस्वती नदीला घग्गर–हाक्रा म्हटल्यामुळे मतभेद निर्माण होऊ शकतो आणि या नावामध्येही या नागरी संस्कृतीतल्या सर्व प्रदेशांचा समावेश होत नाही. ढोलावीरा आणि लोथल ही सिंधूच्या खोऱ्यातही नाहीत आणि सरस्वतीच्या खोऱ्यातही नाहीत म्हणूनच या पुस्तकात 'हडप्पा नागरी संस्कृती' याच नावाचा उपयोग केला आहे.

४

शेवटचे स्थलांतरित - 'आर्य'

गवताळ प्रदेशातून आलेल्या लढाऊ टोळ्या आणि मेंढपाळ जनसमूहांनी आधी युरोपमध्ये आणि नंतर दक्षिण आशियात कसा जम बसवला, त्या सर्व वाटचालींतून इतरत्र कुठेही दिसणार नाहीत, इतक्या भाषाकुळांमधल्या बहुसंख्य भाषा, नवनवीन आणि वैविध्यपूर्ण श्रद्धाप्रणाली आणि त्यामुळे भारतीय संस्कृतीचं संमिश्र स्वरूप कसं निर्माण झालं, तसंच त्यातून हडप्पा संस्कृतीच्या सांस्कृतिक परंपरा आणि गवताळ प्रदेशातल्या जीवनपद्धतीची सांगड कशी घातली गेली, याविषयी जाणून घेऊ.

भारतीय इतिहासपूर्व काळाच्या संदर्भातील संशोधनात ज्या प्रश्नाची चर्चा अत्यंत तावातावानं केली जाते आणि परिणामी ज्याची उत्तरं अधिकच धूसर होत जातात असा प्रश्न म्हणजे 'इंडो-युरोपीय भाषा बोलणारे आणि स्वतःला आर्य म्हणवणारे लोक भारतीय उपखंडावर कधी आले?'

हे थोडं विचित्र आहे. कारण, 'भारतातले पहिले रहिवासी भारतात कधी आले' किंवा 'द्राविड भाषक लोक भारतात प्रथम कधी आले?' किंवा 'मुंडारी, खासी आणि मैतेई या भाषा बोलणारे लोक भारतात प्रथम कधी आले' या आणि यांसारख्या अन्य कोणत्याही प्रश्नाविषयी असे आणि इतक्या टोकाचे वाद-विवाद उपस्थित होत नाहीत. भारतात आलेले पहिले जनसमूह आफ्रिकेतून आलेले आहेत. प्राचीन-द्राविडी भाषा इराणमधील प्राचीन एलामाईट भाषेशी संबंधित आहेत किंवा मुंडारी, खासी आणि मैतेई भाषा बोलणारे लोक पूर्व आशियातून आलेले आहेत असं म्हटलं तर त्यामुळे कोणीही अस्वस्थ होत नाही. हे विचार सहज स्वीकारले जातात. कारण, आज जगात असं एकही राष्ट्र नाही, ज्याच्या

घडणीत बाहेरून आलेल्या लोकांचा वाटा नाही. युरोपमध्येसुद्धा बाहेरून आलेल्या प्रचंड मोठ्या स्थलांतरितांमुळे कमीत कमी दोन वेळा तरी युरोपच्या जनसमूहांची रचना पूर्णपणे बदललेली आहे. अमेरिकेतसुद्धा तिथल्या जनसमूहांच्या रचनेची घडण बदलवण्यास कारणीभूत झालेल्या स्थलांतरितांच्या कमीत कमी तीन लाटा बाहेरून आल्या होत्या. ती स्थलांतरं पहिल्या युरोपियनांनी तिथे पाऊल ठेवण्यापूर्वीच्या काळातली आहेत, हे विशेष. पूर्व आशियातही अशा प्रकारे कमीत कमी तीन प्रमुख स्थलांतरं झाली होती, तर मध्य आशिया आणि पश्चिम आशियामध्ये इतकी स्थलांतर आणि आक्रमणं झाली आहेत की, त्यांची गणना करणंही अशक्य आहे.

आणि असं मुळीच नाही की, भारतीय भारतातून बाहेर गेलेच नाहीत, बाहेरच्या प्रदेशात जाऊन त्यांनी तिथे आपला ठसा उमटवलाच नाही. विशेषतः इसवी सनाच्या सुरुवातीच्या शतकांमध्ये असं घडलेलं आहे. आजच्या व्हिएतनाम, कंबोडियापासून म्यानमार, थायलंड, इंडोनेशियापर्यंतच्या आग्नेय आशियातील प्रदेशांवर, कोणे एकेकाळी भारताचा सांस्कृतिक प्रभाव होता. अधूनमधून भारतीयांनी केलेली आक्रमणं हे त्याचं एक कारण असू शकेल; पण त्याहीपेक्षा मोठं कारण होतं, ते म्हणजे बौद्ध भिक्खूंनी तिथे जाऊन दीर्घकाळ केलेलं धर्मप्रसाराचं काम आणि बऱ्याचदा नफ्यासाठी दूरवरच्या देशात जाणाऱ्या महत्त्वाकांक्षी आणि साहसी व्यापाऱ्यांद्वारेसुद्धा सांस्कृतिक प्रभाव प्रस्थापित केला गेला. आज जगभरात बौद्ध धर्माचे ४८.८ कोटी अनुयायी आहेत. भारतातील बौद्ध धर्मीयांची संख्या हा त्यामधला एक छोटासा हिस्सा आहे. भारताबाहेरील प्रदेशात भारतीयांनी निर्माण केलेल्या सांस्कृतिक प्रभावाची साक्ष यातून मिळते.

मग इंडो-युरोपीय भाषा बोलणाऱ्यांचं भारतातलं आगमन हाच विषय एवढा संवेदनशील का असावा? उत्तर अगदी सोपं आहे : त्यामागे असलेलं एक अलिखित गृहीतक त्यासाठी जबाबदार आहे. ते गृहीतक म्हणजे 'आर्य', 'संस्कृत' आणि 'वेद' हे एवढे तीनच शब्द भारतीय संस्कृतीची ओळख करून देण्यासाठी पुरेसे आहेत. त्यामुळेच 'इंडो-युरोपीय भाषा बोलणारे भारतात कधी आले,' हा प्रश्न विचारणं म्हणजे 'आपण आपली संस्कृती कधी आयात केली?' असं विचारण्यासारखं आहे.

परंतु हा दृष्टिकोन हास्यास्पद आहे आणि त्याची दोन कारणं आहेत. पहिलं कारण म्हणजे भारतीय संस्कृती ही फक्त 'आर्य', 'संस्कृत' किंवा 'वैदिक' संस्कृती नव्हे. आजच्या अनन्यसाधारण अशा भारतीय संस्कृतीच्या प्रवाहातली 'वैदिक संस्कृती' ही एक महत्त्वाची धारा आहे; पण कोणत्याही दृष्टीनं ती धारा एकमेव नाही. इतर अनेक धारा भारतीय संस्कृतीच्या मुख्य प्रवाहात मिसळल्या आहेत. दुसरं म्हणजे कोणत्याही अमुकच एका कालखंडात इंडो-युरोपीय भाषा भारतात येऊन पोहोचल्या, असं म्हणणं म्हणजे 'वेद', 'संस्कृत' आणि 'आर्य' संस्कृती जणू काही एका खोक्यातून आणवून, दिलेल्या तयार आराखड्यानुसार त्यांची इथे फक्त पुनर्बांधणी करण्यात आली, असं सुचवल्यासारखं आहे. प्रत्यक्षात मात्र वैदिक भाषा स्वतःबरोबर घेऊन इथे आलेले लोक, त्यांच्या येण्यापूर्वीचे इथले रहिवासी यांच्यातील परस्पर संपर्क, त्यांनी आत्मसात केलेली एकमेकांची सांस्कृतिक वैशिष्ट्यं आणि इथलेच होऊन राहण्यासाठी केलेले सांस्कृतिक-सामाजिक बदल या सर्व घटकांची घुसळण होऊन 'आर्य/वैदिक' संस्कृती घडत गेली असावी.

तर आपण पुन्हा एकदा आपल्या प्रश्नाकडे येऊ : स्वतःला आर्य म्हणवून घेणारे, इंडो-युरोपीय भाषा बोलणारे लोक भारतात बाहेरून इथे आले होते का? ते बाहेरून आले असतील तर त्यांच्या येण्याचा निश्चित काळ कोणता?

भारतातून बाहेर स्थलांतर ही शक्यता नाही

वैदिक संस्कृत बोलणारे भारतातले जनसमूह त्यांची भाषा त्यांच्याबरोबर जगभर घेऊन गेले की, ती भाषा बोलणारे लोक बाहेरून भारतात आले, या प्रश्नावर उलटसुलट चर्चा करायला आतापर्यंत वाव होता; पण जनुकीय संशोधनामुळे, विशेषतः प्राचीन डीएनएवर आधारित संशोधनामुळे आता या वादावर पडदा पडण्याची ठोस शक्यता निर्माण झाली आहे. ती कशी ते आता बघू या.

आजमितीला भारतातले जवळ जवळ तीन चतुर्थांश लोक हिंदी, गुजराती, बंगाली, पंजाबी आणि मराठी यांसारख्या इंडो-युरोपीय भाषागटातील भाषा बोलतात. त्याचप्रमाणे जगातले जवळ जवळ ४० टक्के लोक स्पॅनिश, इंग्रजी, फ्रेंच, पोर्तुगीज, पर्शियन, रशियन आणि जर्मन यांसारख्या इंडो-युरोपीय भाषागटातल्या भाषा बोलतात. इंडो-युरोपीय भाषागटातील भाषांनी व्यापलेल्या प्रदेशाची भारतीय उपखंड ही पूर्वेकडील चरम-सीमा आहे. कारण, भारताच्या पूर्वेला इंडो-युरोपीय भाषा बोलणारे कोणतेही मोठे जनसमूह असणारे प्रदेश नाहीत, त्यामुळे साहजिकच प्रश्न पडतो की, भारतीय भाषांमध्ये इंडो-युरोपीय भाषागट सर्वाधिक प्रभावी का आणि कसा बनला असेल? या प्रश्नाची दोनच संभाव्य उत्तरं आहेत : या भाषा पूर्वी कधीतरी बाहेरून भारतात आल्या असतील किंवा त्या भारतातून जगाच्या अन्य भागांमध्ये म्हणजे भारताच्या पश्चिमेला गेल्या असतील.

यातल्या दुसऱ्या शक्यतेचा विचार आधी करू या : संस्कृत किंवा वैदिक संस्कृत बोलणाऱ्या भारतीयांनी मोठ्या संख्येनं पश्चिमेकडे स्थलांतर केलं असेल. भारताच्या बाहेर पडल्यानंतर ते आणि त्यांच्या पुढच्या पिढ्या इराण-मध्य आशिया-पश्चिम आशिया-पूर्व युरोप आणि पश्चिम युरोप अशा विस्तृत प्रदेशांमध्ये पसरले असतील. त्या प्रदेशांमध्ये त्यांच्यामार्फत विविध इंडो-युरोपीय भाषांच्या विविध शाखा विकसित झाल्या असतील. तसं असेल तर त्या सर्व प्रदेशांमधील जनुकीय आलेखांमध्ये काय आढळणं अपेक्षित आहे? अर्थातच त्यामध्ये आफ्रिकेतून भारतात आलेल्या पहिल्या स्थलांतरितांच्या जनुकीय अंशांचं लक्षात घेण्याजोगं प्रमाण दिसणं अपेक्षित आहे. मागील प्रकरणांमध्ये घेतलेल्या माहितीनुसार, आफ्रिकेतून भारतात आलेले पहिले स्थलांतरित लोक भारतीय उपखंडामध्ये सर्वत्र विखुरले होते आणि हडप्पा नागरी संस्कृती निर्माण करणाऱ्या लोकांमध्येही त्यांचा जनुकीय अंश होता, त्यामुळे हडप्पा नागरी संस्कृतीच्या आधी किंवा नंतर भारतातून बाहेर झालेली कोणतीही मोठी स्थलांतरं जर इंडो-युरोपीय भाषेच्या प्रसाराला कारणीभूत ठरली असती तर मध्य आशिया आणि पश्चिम युरोपमध्ये त्या स्थलांतरितांचा जनुकीय अंश आढळायला हवा. मग त्या प्रदेशांमध्ये आफ्रिकेतून भारतात आलेल्या पहिल्या स्थलांतरितांचा जनुकीय अंश मोठ्या प्रमाणावर आढळतो का? नाही. उलट, पहिल्या प्रकरणात पाहिल्याप्रमाणे आनुवंशिक दृष्टीनं त्यांच्या जनुकीय वंशसाखळ्यांशी मिळतेजुळते जनसमूह जगभरात इतरत्र

दिसत नाहीत, त्यामुळे भारतातून बाहेर गेलेल्या स्थलांतरितांनी जगभरात इंडो-युरोपीय भाषांचा प्रसार केला, हे गृहीतक ग्राह्य ठरणार नाही.

इंडो-युरोपीय भाषांचा जगभरातील प्रसार भारतातून बाहेर गेलेल्या लोकांमार्फत झाला नाही, या नियमाला एक अपवाद आहे. तो अपवाद म्हणजे फिरस्त्या 'रोमा' जमातीचे समूह. या अपवादानं हा नियमच सिद्ध होतो आहे. विशेषतः युरोप आणि अमेरिकेत राहणारे, पूर्वी जिप्सी म्हणून ओळखला जाणारे, एका छोटा भटक्या जमातीचे लोक म्हणजे रोमा लोक. जनुकीय संशोधनानं हे सिद्ध केलं आहे की, हे लोक सुमारे १५०० वर्षांपूर्वी, वायव्य भारत, पंजाब, सिंध, राजस्थान आणि हरियाणा इथून बाहेर गेले आणि ते वांशिकदृष्ट्या एकाच गटातले आहेत. तुलनेनं त्यांच्या स्थलांतराचा काळ हा इंडो-युरोपीय भाषांचा जगभर प्रसार होण्याच्या काळापेक्षा कितीतरी नंतरचा आहे. मग पश्चिमेकडे स्थलांतर करताना त्यांच्याबरोबर भारतातील त्यांच्या पूर्वजसाखळीमधले आफ्रिकन जनुकीय ठसेही राहिले असतीलच ना? हो, निश्चितच.

सन २०११मध्ये प्रकाशित झालेल्या[१] 'रिकन्स्ट्रक्टिंग द इंडियन ओरिजिन अँन्ड डिस्पर्सल ऑफ युरोपियन रोमा : अ मॅटर्नल जेनेटिक पर्स्पेक्टीव्ह,' या शोधनिबंधात स्पष्ट केल्यानुसार :

> रोमा समुदायामध्ये दोन वेगवेगळ्या पूर्वजसाखळ्यांचे अंश येतात. त्यांच्यातील विविध ठिकाणच्या समूहांमधील ६५ टक्के ते ९० टक्के लोक हे युरोपी/मध्य पूर्वेतील देशांमध्ये आढळणाऱ्या हॅप्लोग्रुपचे आहेत. उरलेले लोक हॅप्लोग्रुप 'M'चे होते. यातला शेवटचा हॅप्लोग्रुप पूर्व आफ्रिकेत आणि आशियामध्ये अधिक प्रमाणात आढळतो मात्र युरोपमध्ये क्वचितच दिसून येतो.[२] हॅप्लोग्रुप Mमधल्या जनुकीय पूर्वजसाखळ्या स्पष्टपणे आशियाई मूळ दर्शवणाऱ्या होत्या. फक्त दोन पोर्तुगीज रोमा व्यक्तींमध्ये 'M1a1' या पूर्व आफ्रिकी पूर्वजसाखळ्यांचा जनुकीय संरचनानुक्रम आढळला होता. जे प्रमुख आशियाई सब-हॅप्लोग्रुप सापडले, ते होते M5a1, M18 आणि M35b. या सब-हॅप्लोग्रुपमध्ये भारतीय पूर्वजसाखळ्यांचे जनुकीय अंश आहेत.

वेगळ्या शब्दांत सांगायचं, तर जेव्हा भारतीय उपखंडावरून पश्चिमेकडे आणि तिथून पुढे युरोपच्या दिशेनं रोमा लोकांचं स्थलांतर झालं, तेव्हा आफ्रिकेतून भारतात आलेल्या पहिल्या स्थलांतरितांचा अंशही त्यांच्यामध्ये होता. हा अंश म्हणजे प्राचीन मातृक हॅप्लोग्रुप 'M'. हा हॅप्लोग्रुप युरोपीय लोकांमध्ये क्वचितच दिसून येतो. युरोपमध्ये इंडो-युरोपीय भाषा रोमा लोकांनी नेली असं निश्चितच म्हणता येणार नाही. युरोपमध्ये किंवा मध्य आशियामध्ये दक्षिण आशियातील जनुकीय पूर्वजसाखळ्यांचा कोणताही अंश आढळून येत नाही, त्यामुळे 'इंडो-युरोपीय भाषांचा प्रसार भारतातून बाहेरील देशात झाला' हा विषय इथेच संपतो.

---

१ आय. मेंडीझाबेल आणि इतर – 'रिकन्स्ट्रक्टिंग द इंडियन ओरिजिन अँन्ड डिस्पर्सल ऑफ युरोपियन रोमा : अ मॅटर्नल जेनेटिक पर्स्पेक्टीव्ह.' *पी.एल.ओ.एस. वन* (जानेवारी, २०११)

२ आशियातून पुन्हा आफ्रिकेत झालेलं स्थलांतर हे आफ्रिकेमध्ये 'M1' एमटी डीएनए हॅप्लोग्रुप 'M1' आढळण्याचं कारण मानलं जातं.

आता आपण दुसऱ्या प्रश्नाचा विचार करू : जर बाहेरून आलेल्या स्थलांतरितांद्वारे भारतीय उपखंडामध्ये इंडो-युरोपीय भाषांचा प्रसार झाला असेल, तर ते कोणत्या कालखंडात घडलं? आणि ते स्थलांतरित कुठून आले होते?

'आर्यां'ची जनुकीय पूर्वजसाखळी

ज्या प्रश्नानं अभ्यासकांना आणि त्यासंदर्भात तावातावानं मतं मांडणाऱ्यांना एका शतकाहूनही अधिक काळ त्रस्त केलं, तो प्रश्न आता जनुकीय पुराव्यामुळे सुटला आहे. प्राचीन डीएनए मिळवणं आणि त्याचं विश्लेषण करणं, यासाठी आता विकसित झालेल्या आधुनिक तंत्रामुळे या प्रश्नाचं उत्तर मिळवणं शक्य झालं आहे. लोकांनी कुठून कुठे कधी स्थलांतरं केली आणि काळानुसार जनसमूहांच्या रचनेत कसे बदल होत गेले, हे या विश्लेषणावरून आपल्याला समजतं. एकाच ठिकाणच्या पण वेगवेगळ्या कालखंडांमधल्या किंवा एकाच कालखंडातल्या पण विविध ठिकाणांवरून मिळालेल्या प्राचीन डीएनएचं विश्लेषण करून कोणते बदल कोणत्या काळात झाले, हे अनुवंशशास्त्रज्ञ सांगू शकतात.

पण इंडो-युरोपीय भाषकांच्या भारतातील आगमनाविषयी अधिक काही जाणून घेण्यापूर्वी एक पाऊल मागे जाऊ या आणि भारतातून बाहेर गेलेल्या लोकांविषयीच्या गृहीतकाच्या संदर्भात चर्चा करताना उद्भवलेल्या एका उपप्रश्नाचं उत्तर जाणून घेऊ या : जर इंडो-युरोपीय भाषांचा प्रसार युरेशियाच्या विस्तृत प्रदेशात झाला होता, तर त्या भूप्रदेशात त्या भाषा बोलणाऱ्यांचे जनुकीय अंश आढळतात का? या प्रश्नाचं उत्तर होकारार्थी आहे. 'वाय' गुणसूत्राचा हॅप्लोग्रुप R1a किंवा अधिक तपशिलानं सांगायचं तर त्याचा उपगट R1a-M417, हा जगभरातल्या जवळ जवळ सर्व R1a हॅप्लोग्रुपमध्ये दिसतो. R1a-M417 या R1aच्या उपगटाच्या विस्ताराचा नकाशा पाहिला तर त्यामध्ये स्कॅन्डीनेव्हियापासून दक्षिण आशियापर्यंत म्हणजेच इंडो-युरोपीय भाषा ज्या प्रदेशात बोलल्या जातात ते सर्व प्रदेश त्या नकाशात सामावलेले दिसतात.

आपण R1a-M417चा आणखी खोलात जाऊन विचार केला आणि जगभरात तो कसा पसरत गेला हे पाहू शकतो का? हो, नक्कीच पाहू शकतो. ते असं आहे : इसवी सनपूर्वी ३,८००च्या सुमारास R1a-M417चं दोन गटांमध्ये विभाजन झालं. ते गट आहेत R1a-Z282 आणि R1a-Z93. हे गट वेगळे होऊन दोन वेगवेगळ्या मार्गांनी जगात पसरले. यातला R1a-Z282 हा फक्त युरोपमध्ये आढळतो, तर R1a-Z93 हा मध्य आणि दक्षिण आशियात आढळतो आणि भारतातील सर्व 'R1' पूर्वजसाखळ्या R1a-Z93 या उपगटातल्याच आहेत. या दोन उपगटांतला फरक लक्षणीय आहे. 'फायलोजेनेटिक अॅन्ड जिऑग्राफिक स्ट्रक्चर ऑफ वाय-क्रोमोझोम हॅप्लोग्रुप R1a' हा शोधनिबंध २०१४ साली प्रसिद्ध झाला आणि त्याचे प्रमुख लेखक आहेत, डॉ. पीटर ए. अंडरहिल. 'वाय' गुणसूत्राच्या क्षेत्रात जागतिक स्तरावर अंडरहिल यांचं नाव सन्मानानं घेतलं जातं. आपल्या शोधनिबंधात ते म्हणतात : 'R1a-M417च्या १६९३ युरोपीय नमुन्यांमधून ९६ टक्क्यांपेक्षा जास्त नमुने R1a-Z282चे ठरले, तर आशियातल्या ४९० R1a हॅप्लोग्रुपमधले ९८.४ टक्के नमुने R1a-Z93मधले सिद्ध झाले.' हे पूर्वीच्या पाहणीत सूचित झालेल्या पठडीशी सुसंगतच

होतं. याविषयी जरा उजळणी करू या. R1a-M417 हा इंडो-युरोपीय भाषा बोलणाऱ्या लोकांचा जो अत्यंत विस्तृत प्रदेश आहे, त्या प्रदेशात त्याचं प्रमाण सर्वाधिक आहे आणि तो 'वाय' गुणसूत्राच्या हॅप्लोग्रुपचा उपगट आहे. त्याचा R1a-Z93 हा उपगट भारतातील जवळ जवळ सर्व पूर्वजसाखळ्यांमध्ये उपस्थित आहे, तर R1aमधूनच निर्माण झालेला R1a-Z282 हा उपगट युरोपमधील जवळ जवळ सर्व पूर्वजसाखळ्यांमध्ये उपस्थित आहे.

मग R1a-M417चा आणि R1a-Z93 यांचे जगातले सर्वांत आधीचे पुरावे कुठे सापडले हे आपल्याला माहीत आहे का? होय, माहीत आहे. २०१७ साली प्रसिद्ध झालेल्या, 'द जिनोमिक हिस्ट्री ऑफ साउथ ईस्टर्न युरोप,' या शोधनिबंधानुसार R1a-M417चा इसवी सनपूर्व ५,००० ते इसवी सनपूर्व ३,५०० दरम्यानचा सर्वांत जुना पुरावा युक्रेनमध्ये सापडला, तसंच इसवी सनपूर्व २,८००च्या सुमाराचा पुरावा रशियातील समारा इथे आणि इसवी सनपूर्व २,५००च्या सुमाराचे पुरावे पूर्व युरोपमधल्या अनेक ठिकाणी आढळले आहेत.

भारतात सर्वत्र दिसून आलेला R1a-Z93 हा उपगट, मध्य आशियातील गवताळ प्रदेशातल्या इसवी सनपूर्व २,५००च्या सुमाराच्या सर्वाधिक प्राचीन नमुन्यांमध्ये आढळून आला आहे. खरं तर कांस्ययुगाच्या मध्यापासून अखेरीपर्यंत (इसवी सनपूर्व २,००० ते इसवी सनपूर्व १,४००), मध्य आशियातील गवताळ प्रदेशांमध्ये R1a-Z93चं प्रमाण बरंच जास्त म्हणजे ६८ टक्के इतकं आढळून आलं. ज्या शोधनिबंधामध्ये हे स्पष्ट केलं गेलं आहे, त्या शोधनिबंधाविषयी पुढील भागात तपशिलानं जाणून घेऊ. याक्षणी एवढंच महत्त्वाचं आहे की, यातून भारतातील R1a-Z93 असलेले जनसमूह, युरेशियन गवताळ प्रदेशातून आले असावेत एवढा एकच निष्कर्ष निघू शकतो.

पण R1 आणि त्याचे उपगट, भारतातील इंडो-युरोपीय भाषा बोलणाऱ्यांशी निगडित आहेत, हे आपल्याला कसं समजतं? ते तपासून पाहण्याची एक सोपी पद्धत आहे : R1 भारतातील कोणत्या सामाजिक घटकांमध्ये आढळतो ते पाहायचं आणि ते घटक संस्कृत भाषा आणि वैदिक परंपरा यांच्याशी निगडित असणाऱ्या उच्चवर्णियांशी, त्यातही विशेषत्वानं पुरोहित वर्गाशी संबंधित आहेत का ते तपासून पाहायचं. अनेक संशोधनांमध्ये हे दिसून आलं आहे की, R1चं प्रमाण उच्चवर्णीय वर्गांमध्ये अधिक आहे. अनुसूचित जाती-जमातींच्या तुलनेत पुरोहित वर्गामध्ये ते दुपटीनं अधिक असल्याचं आढळलं आहे म्हणजे आपल्याला आता हे माहीत आहे की, ज्या प्रदेशांमध्ये प्रामुख्यानं इंडो-युरोपीय भाषा बोलल्या जातात, त्या प्रदेशांमधल्या जनसमूहांना एकाच पूर्वजसाखळीशी जोडणारा एक विशिष्ट जनुकीय दुवा मोठ्या प्रमाणावर उपस्थित आहे. विशेष म्हणजे इंडो-युरोपीय भाषांमधल्या प्राचीन असणाऱ्या संस्कृत भाषेचं जतन करण्याचं काम भारतीय समाजातील ज्या घटकांकडे परंपरेनं आलं होतं, त्या घटकांमध्ये या विशिष्ट जनुकीय दुव्याचं प्रमाण लक्षणीयरीत्या अधिक आहे.

गवताळ प्रदेशातून झालेल्या स्थलांतराचे टप्पे

इंडो-युरोपीय भाषकांच्या भारतातील आगमनाविषयी असलेल्या प्रश्नांचं समर्पक उत्तर देणारं संशोधन अगदी नुकतंच म्हणजे ३१ मार्च २०१८ला प्रकाशित केलं गेलं. त्या

शोधनिबंधाचं नाव होतं, 'द जिनोमिक फॉर्मेशन ऑफ साउथ ॲन्ड सेंट्रल एशिया.' ज्या पथदर्शी संशोधनासाठी दक्षिण आशिया, कझाकस्तान आणि पूर्व इराणमधील प्राचीन डीएनएचे नमुने प्रथमच उपलब्ध झाले आणि ज्या शोधनिबंधाच्या लेखकांमध्ये अनेक प्रतिथयश लेखकांचा सहभाग आहे, त्या शोधनिबंधाची माहिती आपण दुसऱ्या प्रकरणात (पृष्ठ क्र.८४) तपशिलासह घेतली आहे, त्यामुळे इथे आपण त्या शोधनिबंधातील फक्त 'आर्यां'च्या स्थलांतराशी संबंधित असलेल्या तपशिलाचाच विचार करणार आहोत.

त्या शोधनिबंधात म्हटलं आहे की, कझाकच्या गवताळ प्रदेशातील पशुपालकांनी दक्षिणेकडे स्थलांतर केलं होतं, याबद्दल शंका नाही. त्यातलं पहिलं स्थलांतर इसवी सनपूर्व २,१००नंतर मध्य आशियाच्या दक्षिण भागात म्हणजे आजच्या तुर्कमेनिस्तान, उझबेकिस्तान आणि ताजिकीस्तानमध्ये झालं आणि त्यानंतर इसवी सनपूर्वच्या दुसऱ्या सहस्रकादरम्यान (इसवी सनपूर्व २,००० ते इसवी सनपूर्व १,०००) दक्षिण आशियाकडे स्थलांतरं होत राहिली. दक्षिण आशियाकडे स्थलांतर करत असताना या पशुपालकांच्या संस्कृतीचा प्रभाव बॅक्ट्रिया–मार्जियाना पुरातत्त्वीय संस्कृतीवर पडलेला दिसतो (BMAC- इसवी सनपूर्व २,३०० ते इसवी सनपूर्व १,७००च्या दरम्यान ऑक्सस नदीच्या आसपास ही संस्कृती बहरली होती. हा प्रदेश म्हणजे आजचा उत्तर अफगाणिस्तान, दक्षिण उझबेकिस्तान आणि पश्चिम ताजिकीस्तान); पण ते पशुपालक या प्रदेशात स्थिरावले नाहीत. हा प्रदेश ओलांडून ते दक्षिण आशियात गेले. तिथल्या प्रगल्भ हडप्पा नागरी संस्कृतीतील लोक आणि बाहेरून आलेले हे पशुपालक यांचा मिश्रवंश निर्माण झाला. अशा प्रकारे आजच्या भारतीय समाजाच्या दोन प्रमुख शाखांमधल्या एका शाखेची निर्मिती झाली. ती म्हणजे उत्तर भारतीय लोकांची पूर्वजशाखा. दुसरी पूर्वजशाखा म्हणजे त्याच काळात हडप्पा नागरी संस्कृतीतील लोक आणि दक्षिण भारतात आलेले पहिले आफ्रिकन स्थलांतरित यांच्यापासून निर्माण झालेला मिश्रवंश. ही दक्षिण भारतातील लोकांची पूर्वजशाखा होय.

या संशोधनात प्राचीन डीएनएच्या विश्लेषणातून स्थलांतरांचा मागोवा घेतल्यावर जे निष्कर्ष काढले गेले, त्यातले काही असे आहेत : 'आम्ही केलेल्या विश्लेषणात असं निष्पन्न होतं की, BMAC संस्कृतीच्या स्थळांभोवतीच्या प्रदेशात इसवी सनपूर्व २,१००च्या पूर्वी गवताळ प्रदेशातून आलेल्या पशुपालकांच्या पूर्वजसाखळीचे जनुकीय अंश सापडत नाहीत. इसवी सनपूर्व २,१०० ते इसवी सनपूर्व १७००च्या कालावधीत मात्र BMAC संस्कृतीच्या लोकांच्या भोवताली गवताळ प्रदेशातून आलेल्या पूर्वजसाखळ्यांचे जनुकीय अंश असलेले लोक वावरत होते. यावरून असं दिसतं की, इसवी सनपूर्व २,१००च्या सुमारास BMACच्या परिसरात गवताळ प्रदेशातील पशुपालकांचं आगमन झालं होतं.

आधी सांगितल्याप्रमाणे BMAC संस्कृतीच्या उत्खननस्थळांमधून आणि पूर्व इराणमधील शहर–इ–सोख्ता या ठिकाणी मिळालेल्या प्राचीन डीएनएच्या आधारानं केलेल्या संशोधनातून आश्चर्यकारक असे शोध लागले होते : इसवी सनपूर्व ३,१०० ते इसवी सनपूर्व २,२००च्या दरम्यान बाहेरून आलेल्या तीन व्यक्तींची जनुकीय पूर्वजसाखळी इतरांपेक्षा वेगळी होती. ती त्याच स्थानांवरून मिळालेल्या प्राचीन डीएनएच्या अन्य नमुन्यांसारखी नव्हती. त्या अन्य नमुन्यांमध्ये झॅग्रोस शेतकऱ्यांचा जनुकीय अंश आणि १४ ते ४२ टक्के

जनुकीय अंश भारतातील पहिल्या आफ्रिकन स्थलांतरितांचा होता. BMAC आणि शहर-इ-सोख्ता या दोन्ही ठिकाणच्या लोकांशी हडप्पा संस्कृतीतल्या लोकांचा नित्य संपर्क असल्याचं दिसून आलं होतं, त्यामुळे या संशोधनात असा निष्कर्ष काढला गेला की, बाहेरून आलेल्या त्या तीन व्यक्ती नुकत्याच स्थलांतर करून आलेल्या होत्या. त्या तीन व्यक्तींमध्ये त्यांच्या आसपासच्या इतर लोकांप्रमाणे गवताळ प्रदेशातल्या जनुकीय पूर्वजसाखळीचा अंश अजिबातच नव्हता, त्यामुळे गवताळ प्रदेशातल्या लोकांनी इसवी सनपूर्व २,१००च्या सुमारास दक्षिणेकडे स्थलांतर करायला सुरुवात केली होती, त्यापूर्वी नाही या निष्कर्षाला पुष्टी देणारा असा हा पुरावा आहे.

पण यातला निर्णायक विचार अजून पुढे यायचा होता. शास्त्रज्ञांना पाकिस्तानातील स्वातच्या खोऱ्यातला इसवी सनपूर्व १,२०० ते इसवी सन १ या कालावधीच्या दरम्यानच्या प्राचीन डीएनएचे नमुनेसुद्धा सापडले होते. हे नमुने शहर-इ-सोख्ता आणि BMACमध्ये सापडलेल्या नमुन्यांपेक्षा साधारण हजार वर्षांनंतरचे होते. स्वातच्या खोऱ्यात सापडलेले हे नमुने जनुकीय पूर्वजसाखळीच्या दृष्टीनं शहर-इ-सोख्ता आणि BMACच्या प्रदेशात सापडलेल्या त्या तीन स्थलांतरितांच्या जनुकीय नमुन्यांशी मिळतेजुळते होते. स्वातच्या खोऱ्यातल्या नमुन्यांमध्येही भारतातले पहिले आफ्रिकन स्थलांतरित आणि झॅग्रोस शेतकरी यांचे जनुकीय अंश तर होतेच; पण त्यांच्यामध्ये आणखी एक महत्त्वाचा फरकही होता: त्यांच्यामध्ये गवताळ प्रदेशातल्या लोकांचाही जनुकीय अंश होता आणि त्याचं प्रमाण २२ टक्के इतकं होतं. शोधनिबंधात म्हटलं आहे की, 'इसवी सनपूर्व दुसऱ्या सहस्रकादरम्यान गवताळ प्रदेशातल्या लोकांचा जनुकीय अंश दक्षिण आशियातल्या जनसमूहांमध्ये मिसळला होता, याचा थेट पुरावा या संशोधनातून मिळतो. शिवाय त्याच काळात गवताळ प्रदेशातले जनसमूह तुराणद्वारे दक्षिणेकडे स्थलांतर करत असल्याच्या पुराव्याशीही तो सुसंगत आहे.'

या शोधनिबंधात असंही म्हटलं गेलं आहे की, आज युरोप आणि आशियामधल्या इंडो-युरोपीय भाषा बोलणाऱ्या लोकांमध्ये गवताळ प्रदेशातल्या 'यामनाया' (पुढच्या भागात यांच्याविषयी आणखी जाणून घेऊ) नावानं ओळखल्या जाणाऱ्या पशुपालक जमातीच्या जनुकीय पूर्वजसाखळीचा अंश आढळतो. या बाबतीत एक गृहीतक अनेक वर्षं प्रचलित आहे. त्या गृहीतकानुसार यामनाया जमातीचे लोक प्राचीन इंडो-युरोपीय भाषांमधीलच; परंतु थोड्या उशिरानं विकसित झालेली भाषा बोलत असत आणि युरोप-आशियामध्ये इंडो-युरोपीय भाषांचा प्रसार यामनायांच्या मार्फत झाला. पूर्वी केल्या गेलेल्या जनुकीय संशोधनांद्वारे, इसवी सनपूर्व ३,०००च्या सुमारास यामनायांनी पश्चिमेकडे युरोपच्या दिशेनं जायला सुरुवात केली असल्याचं दिसून आलेलं आहे; पण जोपर्यंत स्वातच्या खोऱ्यातल्या नमुन्यांविषयीचं हे संशोधन प्रसिद्ध झालं नव्हतं, तोपर्यंत गवताळ प्रदेशातील लोकांच्या जनुकीय पूर्वजसाखळीचा अंश, दक्षिण आशियातील लोकांमध्ये संक्रमित झाल्याचा थेट जनुकीय पुरावा मात्र उपलब्ध झालेला नव्हता. या संशोधन प्रकल्पातील तज्ज्ञांचं असं मत आहे की, त्यांनी इसवी सनापूर्वीच्या दुसऱ्या सहस्रकामध्ये गवताळ प्रदेशातील लोकांनी मोठ्या प्रमाणावर केलेल्या स्थलांतरांची ही जी तपशीलवार उकल केलेली आहे, त्यामुळे आतापर्यंत अंधारात असलेला पुरावा पुढे आला आहे.

पण हे एवढ्यावरच थांबत नाही. आम्ही असं म्हटलं होतं की, आजचे भारतीय जनसमूह हे त्यांचे **उत्तर भारतीय पूर्वज + दक्षिण भारतीय पूर्वज** यांच्या मिश्र वंशसाखळ्यांमधून घडलेले आहेत. त्यामधले उत्तर भारतीय हे हडप्पा संस्कृतीचे लोक आणि गवताळ प्रदेशातून आलेले पशुपालक यांच्या मिश्रवंशाचे होते. त्यातही गंमत आहे. हडप्पा संस्कृतीचे लोक हे भारतात आफ्रिकेतून आलेले पहिले स्थलांतरित आणि झॅग्रोसच्या प्रदेशातून आलेले शेतकरी यांच्या मिश्रवंशातून अस्तित्वात आले. **दक्षिण भारतीय पूर्वज** हे हडप्पा संस्कृतीचे लोक आणि भारतात आफ्रिकेतून आलेले पहिले स्थलांतरित यांच्या मिश्रणातून तयार झाले. अनुवंशशास्त्रज्ञांनी जेव्हा उत्तर भारतीय पूर्वज आणि दक्षिण भारतीय पूर्वज यांच्या मिश्रवंशाचा सिद्धान्त दक्षिण आशियातल्या आधुनिक जनसमूहांशी ताडून पाहायचं ठरवलं, तेव्हा आधुनिक काळातल्या १४० जनसमूहांमधल्या गटांचं परीक्षण केलं गेलं तेव्हा त्यांच्यातले दहा गट इतरांपेक्षा ठळकपणे वेगळे असल्याचं दिसून आलं. भारतीय पूर्वज आणि दक्षिण भारतीय पूर्वज यांच्या मिश्रवंशाच्या आकृतिबंधात ते बसत नव्हते. कारण, त्यांच्यामध्ये गवताळ प्रदेशातल्या लोकांच्या जनुकीय पूर्वजसाखळीचा अंश अपेक्षेपेक्षा जास्त होता. दोन गटांमध्ये गवताळ प्रदेशातल्या जनुकीय पूर्वजसाखळीचा अंश खूपच वरच्या स्तरावरचा होता. ते दोन गट पारंपरिक पुरोहित वर्गातले होते. परंपरेनं संस्कृत ग्रंथांचं जतन करण्याचं काम त्यांच्याकडे होतं. असं असण्याची शक्यता कशी पडताळून पाहता येईल? या संशोधनाच्या आधारे असं दिसतं की, गवताळ प्रदेशातील पशुपालक जेव्हा दक्षिण आशियामध्ये आले, तेव्हा स्थलांतराच्या प्रक्रियेत त्यांच्यातल्याच वेगवेगळ्या गटांत काही जनुकीय बदल होऊन त्यांच्यामध्ये पूर्वजसाखळीच्या अंशाचं असलेलं प्रमाण गटानुसार बदलत गेलं असल्याची शक्यता आहे. त्यांच्यातल्या ज्या गटांमध्ये गवताळ प्रदेशातील लोकांच्या जनुकीय पूर्वजसाखळीचं प्रमाण अधिकतम होतं, त्यांनीच वैदिक संस्कृती टिकवून ठेवण्याचं आणि तिचा प्रसार करण्याचं काम केलं असावं, असं दिसतं. काही गटांमध्ये आपापसातच लग्न करण्याच्या कडक नियमामुळे गवताळ प्रदेशातल्या पशुपालकांच्या पूर्वजसाखळीतला अधिकतम अंश टिकून राहिला असावा.

कोण होते हे 'यामनाया' लोक?

गवताळ प्रदेशातून झालेल्या स्थलांतरामध्ये काय घडलं होतं, हे आपण समजून घेतलं. आता हे समजून घेऊ की, स्थलांतर करून युरोप आणि दक्षिण आशियामध्ये येणारे, आपल्या भाषांचा प्रसार करणारे आणि जगाच्या एवढ्या मोठ्या हिश्श्यावर आपला वांशिक ठसा उमटवणारे गवताळ प्रदेशातले हे लोक नक्की होते तरी कोण? ज्याला आपण गवताळ प्रदेश म्हणतो आहे तो (Steppe) प्रदेश म्हणजे मध्य युरोपपासून चीनपर्यंत ८००० किलोमीटरहून अधिक व्याप्तीचा आणि तुरळक वस्ती असलेला झाडाझुडपांचा-कुरणांचा विस्तीर्ण प्रदेश आहे. साधारण ५०,००० ते ३५,००० वर्षांपूर्वी आफ्रिकेतून बाहेर पडलेल्या स्थलांतरितांनी युरेशियातला जवळ जवळ सर्व प्रदेश व्यापला होता. युरेशियात त्यांचा वावर ज्या प्रदेशांमध्ये होता ते प्रदेश बहुतेक वेळा एकमेकांपासून दूर अंतरावर आणि दुर्गम असल्यामुळे त्या स्थलांतरितांचा एकमेकांशी संपर्क राहिला नाही. काळाच्या ओघात त्यांच्यामधील

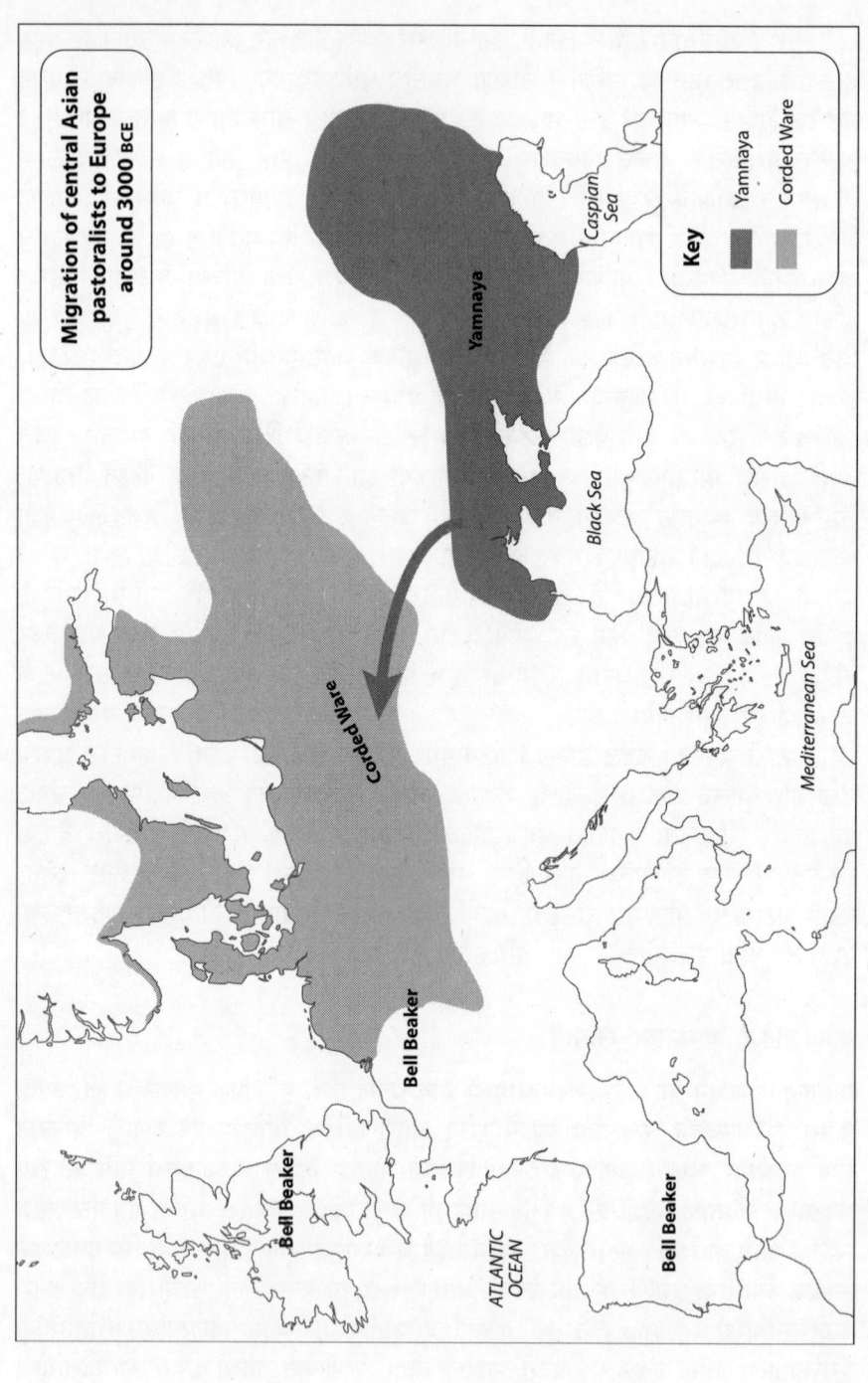

Migration of central Asian pastoralists to Europe around 3000 BCE

Key
Yamnaya
Corded Ware

Caspian Sea

Yamnaya

Black Sea

Corded Ware

Mediterranean Sea

Bell Beaker

Bell Beaker

Bell Beaker

ATLANTIC
OCEAN

जनुकीय अंतरही वाढत गेलं आणि जनुकीयदृष्ट्या त्यांच्या एकमेकांपासून अलग झालेल्या वंशसाखळ्या बनत गेल्या. त्यांना आज गवताळ प्रदेशातले आणि 'पूर्वेकडचे शिकारी–अन्न गोळा करणारे' समूह असं म्हटलं जातं. १६००० वर्षांपूर्वी या प्रदेशातील 'बेरिंगचा भूमिपूल' म्हणून ओळखल्या जाणाऱ्या पट्ट्यातून ज्यांनी युरेशियातून अमेरिकेत स्थलांतर केलं त्यांना 'सैबेरीयन प्रदेशाच्या उत्तर भागातील प्राचीन युरेशियन' म्हटलं जातं.

इसवी सनपूर्व ५,०००च्या सुरुवातीला कॉकेशस प्रदेशातून युरेशियातील कुरणांकडे स्थलांतरितांचा मोठा ओघ सुरू झाला. 'कॉकेशस' म्हणजे पश्चिम आशिया आणि गवताळ प्रदेश यांना जोडणारा, कॅस्पिअन समुद्र आणि काळ्या समुद्राच्या मधला भूप्रदेश. या स्थलांतरामुळे नवीन वसाहती निर्माण झाल्या. या स्थलांतराच्या अवधीत कॉकेशस प्रदेशातले लोक आणि गवताळ प्रदेशातले शिकार व अन्न गोळा करून निर्वाह करणारे लोक यांचा मिश्रवंश म्हणजे यामनाया जमातीचे लोक. यामनायांमध्ये दोन्ही पूर्वजसाखळ्यांचे अंश समान प्रमाणात आढळतात. इसवी सनपूर्व ३७००च्या सुमारास कॉकेशस प्रदेश हा मायकॉप संस्कृतीचा केंद्रबिंदू होता. त्या संस्कृतीचा यामनाया लोकांवर खूप प्रभाव असावा. 'कुर्गन' (लाकडी शवपेटीवर दगड आणि मातीचे थर रचून तयार केलेला उंचवटा) तयार करण्याच्या प्रथेशी यामनाया संस्कृती निगडित होती. त्या प्रथेचं उदाहरण पहिल्यांदा कॉकेशस प्रदेशामध्ये आढळलं, त्यामुळे नेहमी असं प्रतिपादन केलं जातं की, इंडो–युरोपीय भाषांची जननी भाषा प्रथम कॉकेशस प्रदेशामध्ये बोलली जात असावी. नंतरच्या काळात यामनाया लोकांनी ती आत्मसात केली असावी.

चाक, रथ आणि घोडा या तीन गोष्टींचं ज्ञान यामनायांनी शेजारच्या मायकॉपसारख्या जमातींकडून मिळवलं असावं. या तीन गोष्टी आत्मसात केल्यामुळे यामनायांचं इतिहासातलं स्थान पक्कं झालं. चाकाचा शोध नक्की कुठे लागला हे नेमकेपणानं सांगणं आपल्याला शक्य नाही. कारण, त्याचा शोध लागल्या लागल्या वाऱ्याच्या वेगानं संपूर्ण युरेशियात त्याचा प्रसार होत गेला. कदाचित, असंही असेल की, चाकाचा शोध एकाच वेळी अनेक ठिकाणी लागला असेल. तिसऱ्या प्रकरणात पाहिल्याप्रमाणे हडप्पा नागरी संस्कृतीमध्ये इसवी सनपूर्व ३,०००च्या सुमारास मातीची चाकं सापडली होती. यामनाया लोकांचा वावर असणाऱ्या प्रदेशाची भौगोलिक वैशिष्ट्यं लक्षात घेता त्यांच्यासाठी चाक, रथ आणि घोडा हे विशेष उपयोगाचे होते. नद्यांची मोठी खोरी सोडली तर युरेशियातल्या गवताळ प्रदेशाचा खूप मोठा भाग पुरेशा पावसाअभावी शेती करण्यासाठी आणि वस्तीसाठी योग्य नव्हता. शिवाय तिथे शेळ्या–मेंढ्या आणि गाईगुरं पाळण्यासाठी आवश्यक असलेल्या पाणथळ जागांचं प्रमाणही अत्यंत कमी होतं.

परंतु यामनाया लोक, बैल आणि घोडे जोडलेल्या गाड्यांमध्ये पाणी आणि इतर आवश्यक सामान लादून दूरवर जाऊ शकत होते. या जनावरांमुळे, यामनाया लोकांना कळपातील जनावरांच्या संख्येचं योग्य तेवढंच प्रमाण राखता येऊन उत्पादनाचं प्रमाण वाढवणं शक्य झालं असावं. तेव्हापासूनच छोट्या प्रमाणात का होईना; पण मायकॉपसारख्या संस्कृतीच्या लोकांबरोबर व्यापाराला सुरुवात झाली असावी आणि त्यातून यामनायांची समृद्धी आणि प्रभाव वाढत गेला असावा. त्या काळातल्या 'कुर्गन' दफनांमध्ये मृत व्यक्तीबरोबर तिचा रथ आणि घोडे पुरलेले असत. यामनायांच्या आयुष्यात रथ आणि घोडे यांना किती महत्त्व

होतं, याचा तो पुरावा आहे. यामनायांची जीवनशैली भटकी असल्यानं गवताळ प्रदेशातल्या त्यांच्या वसाहतीही कायमस्वरूपी नव्हत्या, त्यामुळे त्यांच्या वसाहतींचे अवशेष सापडत नाहीत. मात्र ते जिथे जिथे गेले तिथे तिथे त्यांचे 'कुर्गन' दफनांच्या स्वरूपातले अवशेष मात्र मागे राहिलेले आहेत. त्यांच्या स्थलांतराच्या काळात एका जागी दीर्घकाळ स्थिरावलेल्या संस्कृतींशी व्यापाराच्या निमित्तानं त्यांचा संपर्क आला आणि यामनाया लोकांनी धातूंच्या वस्तू तयार करण्याचं कौशल्य आत्मसात केलं. संघर्षानं भरलेल्या मानवी जगात हे सारं उपयोगी पडणारं कौशल्य होतं. संघर्ष पुढ्यात येऊन ठाकलाच होता.

यामनायांचे वंशज दक्षिण आशियात पोहोचण्याच्या आधीच त्यांच्यातले काही हजार-एक वर्षं म्हणजे इसवी सनपूर्व ३,०००च्या सुमारास मोठ्या संख्येनं युरोपमध्ये जाऊन धडकले होते. पुरातत्त्वीय नोंदींमध्ये नव्यानं युरोपमध्ये आलेल्या या लोकांच्या खुणा 'कॉर्डेड वेअर' संस्कृती या रूपात सापडतात. इसवी सनपूर्व २,९००च्या सुमाराचे या संस्कृतीचे पुरावे उपलब्ध झाले आहेत. या संस्कृतीला 'कॉर्डेड वेअर' हे नाव एका विशिष्ट पद्धतीच्या मृदभांड्यामुळे दिलं गेलं आहे. यात मृदभांड्यांवर पीळदार दोरीचे ठसे उमटवलेले असतात. या संस्कृतीची भांडी स्वित्झर्लंडपासून रशियाच्या युरोपातील प्रदेशापर्यंत सापडतात. जर्मनीत ज्या दफनांमध्ये ही भांडी मिळाली त्या दफनांमध्ये मिळालेल्या प्राचीन डीएनएच्या नमुन्यांच्या विश्लेषणातून असं निष्पन्न झालं की, त्या दफनांमध्ये पुरलेल्या मृतांच्या पूर्वजसाखळीचा ७५ टक्के अंश हा यामनायांशी आणि २५ टक्के अंश त्या प्रदेशात पूर्वीपासून राहत असलेल्या रहिवाशांच्या जनुकीय पूर्वजसाखळीशी जुळत होता. 'बेल बीकर' नावाच्या संस्कृतीचा प्रसार जवळ जवळ सर्व युरोपभर झालेला होता आणि ते काम करणारे यामनायाच होते (बेल बीकर ही विशिष्ट आकाराची मातीची भांडी असतात. त्यात भांड्यांना उलट्या घंटेसारखा आकार दिला जात असे). मात्र यामनाया हे बेल बीकर संस्कृतीचे निर्माते नव्हते.

ब्रिटनमध्ये ज्यांनी स्टोनहेंजची निर्मिती केली, अशा तिथल्या रहिवाशांची जागा स्वतःबरोबर बेल बीकर संस्कृती घेऊन नव्यानं आलेल्या आणि इंडो-युरोपीय भाषा बोलणाऱ्या स्थलांतरितांनी घेतली. *हू वुई आर अँन्ड हाऊ वुई गॉट हिअर* या पुस्तकात डेव्हिड राईच यांनी लिहिलं आहे : बीकर बेल संस्कृतीनंतरच्या कांस्ययुगीन ब्रिटनमध्ये आणि आयर्लंडमध्ये सापडलेल्या सांगाड्यांमधला १० टक्के जनुकीय अंश, त्या बेटांवर आधीपासून असणाऱ्या या शेतकऱ्यांचा होता. बाकी ९० टक्के अंश नेदरलँडमधल्या बेल बीकर संस्कृतीशी संबंधित असलेल्या लोकांच्या पूर्वजसाखळीशी संबंधित होता. एका जनसमूहाची जागा, दुसऱ्या जनसमूहानं घेण्याची ही घटना, कॉर्डेड वेअर संस्कृतीच्या प्रसाराइतकीच नाट्यमय होती.'

सन १९५०मध्ये प्रथमच कुर्गन सिद्धान्त मांडणाऱ्या लिथुआनिअन-अमेरिकन पुरातत्त्वज्ञ मारिया जिम्बुटास असं म्हणतात की, यामनायांनी युरोपमध्ये स्वतःबरोबर अनेक नवीन सांस्कृतिक वैशिष्ट्यं आणली. त्यामुळे तिथे अनेक सांस्कृतिक बदल घडून आले (जिम्बुटास यांनी त्यांच्या सिद्धान्तात असं म्हटलं होतं की, गवताळ प्रदेशातील कुर्गन दफनांच्या संस्कृतीशी निगडित असणाऱ्या यामनाया जमातीचे लोक प्राचीन इंडो-युरोपीय भाषा बोलत असत). त्यांनी असंही म्हटलं आहे की, 'यामनायांच्या आगमनामुळे सुरू

झालेली इंडो-युरोपीय परिवर्तनाची ही प्रक्रिया जनुकीय नसून सांस्कृतिक होती. युरोपमध्ये स्थानिक जनसमूहांवर नवी प्रशासकीय व्यवस्था, नवी भाषा आणि नव्या धर्म लादणाऱ्या या परिवर्तनाकडे एक प्रकारचा शस्त्रबळाच्या जोरावर मिळवलेला विजय म्हणून पाहायला हवं.'

जिम्बुटास यांनी हे परिवर्तन कशा स्वरूपाचं होतं हे सांगितलं आहे. त्यानुसार भूमध्य समुद्राच्या प्रदेशातील मूळ मातृदेवतांच्या संप्रदायांची जागा आता पितृप्रधान संस्कृतीमधल्या झूस (द्यौस) यासारख्या उग्र प्रकृतीच्या युद्धखोर देवांनी घेतली. त्यांनी मांडलेल्या 'कुर्गन संस्कृती' या संकल्पनेवर आधारलेलं गृहीतक काळाच्या परीक्षेत बऱ्याच अंशी खरं ठरलं. जिम्बुटास यांची ही परिवर्तनाची संकल्पना मान्य असलेल्या विद्वानांनाही असं वाटतं की, जिम्बुटास यांनी मांडलेली परिवर्तनाच्या मागची हिंसकत्वाची कल्पना ही टोकाच्या भूमिकेतून आल्यासारखी वाटते. प्रत्यक्षात हे परिवर्तन दीर्घ कालावधीत आणि शांततेनं झालं. त्यांच्या दृष्टिकोनातून परिवर्तनामागच्या घटना या पूर्वनियोजित आक्रमणं नसून, वेगवेगळ्या जनसमूहांचा आणि संस्कृतींचा अनेक पिढ्यांच्या कालावधीत होत गेलेला विस्तार होता. जिम्बुटासवर झालेल्या टीकेमध्ये तथ्य नाही, असं नसलं तरी तेही खरंच की, नव्या संस्कृतीमधली हिंसकता आणि पुरुषकेंद्री व्यवस्था यांच्या उदात्तीकरणाकडे त्या टीकेचा कल असल्याचं दिसतं. नवीन संस्कृती आणणाऱ्यांच्या कबरी मुख्यत्वे पुरुषांच्या होत्या आणि दफन केलेल्या पुरुषांच्या सांगाड्यांवर खोल जखमांच्या खुणा होत्या. अनेक कबरींमध्ये भरभक्कम दुहेरी पात्याचे परशू पुरलेले होते.

यामनाया संस्कृतीचा विस्तार पुरुषकेंद्री होता हे सिद्ध करणारे जनुकीय पुरावेही उपलब्ध आहेत. डेव्हिड राईच यांच्या मतानुसार :

> 'यामनायांमध्ये आढळलेले 'वाय' गुणसूत्रांच्या जनुकीय साखळ्यांची संख्या मर्यादित आहे. यावरून असं दिसून येतं की, संख्येनं कमी असूनही यामनाया पुरुषांनी त्यांचा वंशविस्तार मात्र यशस्वीपणे केला. त्या उलट एमटी डीएनएच्या जनुकीय साखळ्यांची संख्या मात्र विविधता दर्शवणारी आहे.
>
> ...यामनायांच्या संपूर्ण जिनोमचा विचार केला तर असं दिसतं की, पश्चिम युरोप आणि भारत यांच्या तुलनेत इतरत्र 'वाय' गुणसूत्राच्या जनुकीय साखळ्यांचं प्रमाण खूपच अधिक आहे. त्यावरून असा स्पष्ट निष्कर्ष काढता येतो की, यामनायांचा विस्तार पश्चिम युरोप आणि भारत इथे सहजपणे झाला नसावा. यामनायांच्या जनुकीय पूर्वजसाखळीचं आधिक्य हेच दर्शवतं की, यामनायांचे पुरुष राजकीयदृष्ट्या किंवा सामाजिकदृष्ट्या प्रबल होते, त्यामुळे स्थानिक जनसमूहांबरोबर चढाओढ करण्यापेक्षा त्यांनी स्थानिक स्त्रियांचा ताबा मिळवण्यात यश संपादन केलं.'

राईच यांनी नैर्ऋत्य युरोपच्या टोकाला असलेल्या आयबेरियाचं उदाहरण दिलं आहे. तिथे इसवी सनपूर्व २,५०० ते इसवी सनपूर्व २,००० दरम्यान यामनायांपासून उत्पन्न झालेल्या जनुकीय पूर्वजसाखळीचा पुरावा अचानकच आढळायला लागतो. याचा अर्थ यामनायांचा जनुकीय वारसा असलेल्या पिढ्यांचा विस्तार झाला होता. त्याच काळातल्या प्राचीन

डीएनएच्या आधारानं केलेल्या संशोधनात असं आढळून आलं की, त्या सुमारास गवताळ प्रदेशातून आलेल्या नवीन स्थलांतरितांच्या तुलनेत आयबेरियातल्या त्यांच्या आधीच्या रहिवाशांच्या 'वाय' गुणसूत्राच्या जनुकीय वंशसाखळ्यांचं प्रमाण ३० टक्के एवढंच राहिलं होतं. 'वाय' गुणसूत्रांच्या जनुकीय वंशसाखळीमधला बदल जास्त नाट्यपूर्ण आहे, असं सांगून राईच म्हणतात : 'आम्ही मिळवलेल्या माहितीनुसार यामनाया जनुकीय वंशसाखळीचे अंश असणाऱ्या ९० टक्के पुरुषांमध्ये गवताळ प्रदेशातल्या मूळ पूर्वजसाखळीतली 'वाय' गुणसूत्रं आढळली; पण आयबेरियामध्ये मात्र त्यांच्या आगमनापूर्वी ही गुणसूत्रं अस्तित्वात नव्हती. यावरून हे स्पष्ट होतं की, गवताळ प्रदेशातून यामनायांच्या झालेल्या विस्तारामागच्या घडामोडींमध्ये सत्ताकारणाच्या रचनेतील अधिकारदर्शक उतरंड आणि त्या अनुषंगानं येणारा सत्तेचा असमतोल हे साधारण घटक कार्यरत होते.'

नव्यानं आलेल्या यामनाया पुरुषांच्या संततीच्या तुलनेत आयबेरियन पुरुषांची मागे राहिलेली संतती अत्यल्प असावी, हे घडून येण्यासाठी कोणत्या प्रकारे बळाचा वापर केला गेला असेल, यांचं उत्तर जनुकशास्त्र देऊ शकत नाही. हे असं होण्यामागे आयबेरियन पुरुषांची मोठ्या प्रमाणात कत्तल केली गेली की, त्यांना समाजात राहू दिलं गेलं नाही? जनुकशास्त्र केवळ अशा घडामोडींच्या परिणामांवर प्रकाश टाकू शकतं. तो परिणाम म्हणजे स्थानिक जनुकीय वंशसाखळ्यांमधून आयबेरियन पुरुषांच्या वंशसाखळीचं जवळ जवळ पूर्ण उच्चाटन होणं.

पूर्व, पश्चिम आणि पुन्हा पूर्वेकडे

ज्या काळात यामनाया मोठ्या संख्येनं युरोपमध्ये येऊन धडकले, साधारण त्याच काळात त्यांचे काही गट गवताळ प्रदेश ओलांडून मिनुसिन्स्क नदीचं दक्षिण सायबेरियातील खोरं आणि अल्ताई पर्वताच्या प्रदेशात गेले. यामनायांच्या तिथल्या वास्तव्यातून जी संस्कृती निर्माण झाली तिला 'अफॅनॅसिव्हो संस्कृती' असं म्हटलं जातं. त्या संस्कृतीचे लोक 'तोखारियन' भाषा बोलत असण्याची शक्यता आहे. इंडो-युरोपीय भाषा कुळातली ही भाषा आज नामशेष झाली आहे; परंतु दक्षिण आशियासाठी महत्त्वाचं ठरलेलं स्थलांतर हे यामनायांचं पश्चिम युरोपमधलं स्थलांतर आणि तिथे त्यांनी केलेला कॉर्डेड वेअर संस्कृतीचा प्रसार या घटनाक्रमांच्या नंतरचे होते. जनुकीय पुरावा हे सुचवतो की, इसवी सनपूर्व ३००० नंतर पुन्हा एकदा पूर्वेकडे पश्चिम रशियातील उराल पर्वत ओलांडून त्या पलीकडच्या प्रदेशात स्थलांतरं सुरू झाली होती. पूर्वेकडे पुन्हा स्थलांतर करणाऱ्या या यामनायांच्या समूहांमध्ये मिश्र जनुकीय वारसा आल्याचं दिसत होतं. कॉर्डेड वेअर संस्कृतीशी निगडित असलेल्या यामनायांच्या बरोबर त्यांच्यामध्ये युरोपमधील मध्य नवाश्मयुगीन शेतकऱ्यांच्या वंशसाखळ्यांचाही अंश होता. पुढे इसवी सनपूर्व २६००पर्यंत अत्यंत विस्तृत अशा गवताळ प्रदेशामध्ये यामनायांच्या कॉर्डेड वेअर संस्कृतीमधून अनेक भिन्न संस्कृती निर्माण झाल्या. त्यामध्ये सिन्तश्ता, सुब्नाया ते एन्ड्रोनोव्हो या संस्कृतींचा समावेश होता. त्यातल्या प्रत्येक संस्कृतीची वैशिष्ट्यपूर्ण स्वतंत्र शैलीची मृदभांडी आणि सांस्कृतिक परंपरा होती.

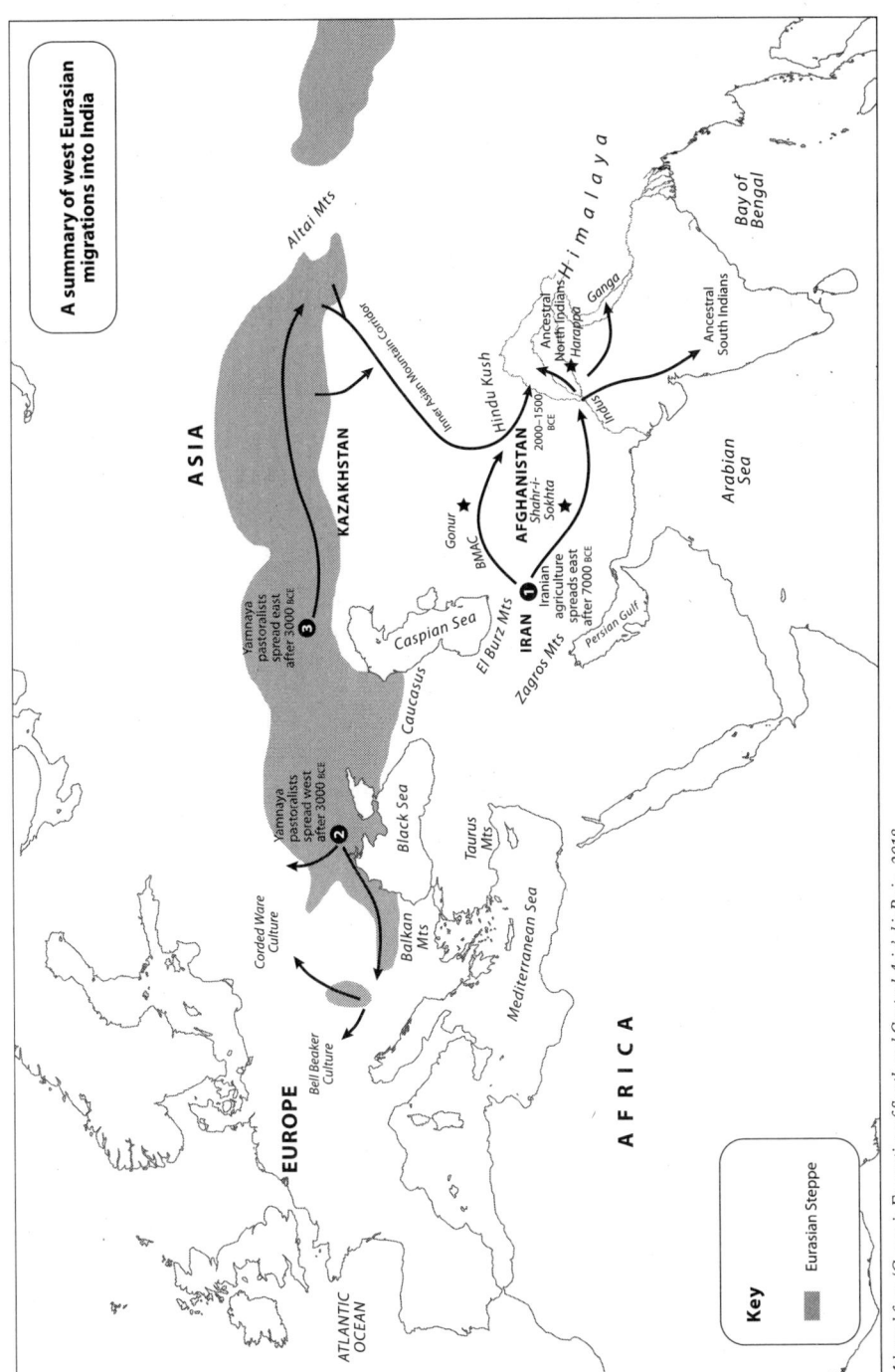

A summary of west Eurasian migrations into India

ASIA

Altai Mts

Inner Asian Mountain Corridor

KAZAKHSTAN

Himalaya

Ancestral
North Indians
Harappa

Ganga

Ancestral
South Indians

Bay of
Bengal

Hindu Kush

Gonur
BMAC

AFGHANISTAN
Shahri-
Sokhta
2000–1500
BCE

Indus

Yamnaya
pastoralists
spread east
after 3000 BCE

3

Caspian Sea

El Burz Mts

IRAN

Iranian
agriculture
spreads east
after 7000 BCE

1

Zagros Mts

Persian Gulf

Arabian
Sea

Caucasus

Yamnaya
pastoralists
spread west
after 3000 BCE

2

Black Sea

Taurus
Mts

Mediterranean Sea

AFRICA

Corded Ware
Culture

Balkan
Mts

Bell Beaker
Culture

EUROPE

ATLANTIC
OCEAN

Key

Eurasian Steppe

२०१५ सालच्या जून महिन्यात *नेचरमध्ये* प्रकाशित झालेल्या 'पॉप्युलेशन जिनोमिक्स ऑफ ब्राँझ एज युरेशिया' या शोधनिबंधात म्हटलं गेलं आहे की, इसवी सनपूर्व २,०००च्या सुरुवातीलाच उराल प्रदेशामध्ये अत्यंत कुशल अशा कारागिरांचा एक नवा वर्ग उदयाला आला. त्यांची संस्कृती सिन्तश्ता संस्कृती म्हणून ओळखली जाते. ते कारागीर, रथांची बांधणी करणं, घोड्यांची पैदास करून त्यांना प्रशिक्षण देणं आणि नव्या प्रभावी शस्त्रं घडवण्यामध्ये तरबेज होते. हे नवे शोध युरोप आणि आशियामध्ये वेगानं पसरत गेले आणि त्यातून तिथे 'एन्ड्रोनोव्हा' या संस्कृतीचा उदय झाला.' अमेरिकेतले मानवशास्त्राचे प्राध्यापक डेव्हिड डब्ल्यू. अँथनी हे इंडो-युरोपीय इतिहास आणि भाषा या विषयांचे तज्ज्ञ आहेत. त्यांनी केलेल्या नोंदीनुसार सिन्तश्ता आणि एन्ड्रोनोव्हा या दोन्ही संस्कृती, गवताळ प्रदेशातल्या लोकांनी दक्षिण आशियामध्ये केलेल्या स्थलांतरांच्या संबंधात महत्त्वाच्या आहेत.

द हॉर्स, द व्हील अॅन्ड लँग्वेज या आपल्या लेखात त्यांनी रशियामधल्या सिन्तश्ता आणि आर्काईम (Arkaim) या पुरातत्त्वीय स्थळांच्या उत्खननात आढळलेले धार्मिक विधींच्या संदर्भातील पुरावे ऋग्वेदात वर्णन केलेल्या धार्मिक विधींशी कसे साम्य दर्शवणारे आहेत, याची सविस्तर चर्चा केली आहे. ऋग्वेद, साधारण इसवी सनपूर्व १,७०० ते इसवी सनपूर्व १,१००च्या दरम्यान कधीतरी संकलित केला गेल्याचं सांगितलं जातं;[३] पण हे काम आर्य भारतात पोहोचण्यापूर्वी पूर्ण झालं होतं की नाही याविषयी तज्ज्ञांचं एकमत नाही, तरीही ऋग्वेद आणि आर्काईम इथल्या धार्मिक विधींमधील साधर्म्याच्या आधारे वेदांची रचना करणारे आणि इंडो-युरोपीय भाषा भारतात घेऊन येणारे आर्य हे सिन्तश्ता आणि आर्काईम पुरातत्त्वीय स्थळांमध्ये वास्तव्य असलेल्या लोकांशी संबंधित होते, या मुद्द्याला पुरेशी पुष्टी मिळते.

अँथनी म्हणतात :

> ऋग्वेदातील (१०.१८) संदर्भ कुर्गन दफनांमधील पुराव्यांशी जुळणारे आहेत. कुर्गन (या उंचवट्याखाली त्यांनी मृत्यूलाच गाडून टाकू दे) दफनासाठी खणलेल्या या खड्ड्यांवर खांबांच्या आधारानं उभं असलेलं छत (तुझ्यासाठी पितरांनी हे छत या खांबावर तोलून धरू दे) आणि खड्ड्याच्या कडेनं लावलेल्या लाकडी फळ्या (मी त्या फळ्यांनी हा खड्डा सुरक्षित केला आहे. मातीचं एकेक ढेकूळ घेऊन ते खड्ड्यात पसरत असताना माझ्याकडून तुला काही इजा होऊ नये) अशा तऱ्हेचे ऋग्वेदातले (१०.१८) हे उल्लेख कुर्गन दफन पद्धतीशी जुळणारे आहेत. सिन्तश्ता येथील दफनांच्या खड्ड्यांवर लाकडी फळ्यांचं, लाकडी काठ्यांचा आधार दिलेलं छत असे आणि खड्ड्यांच्या कडेनं फळ्या लावलेल्या असत. ऋग्वेदातील १.१६२व्या ऋचेमध्ये एका

---

३ हार्वर्ड विद्यापीठातील संस्कृतचे वेल्स प्रोफेसर आणि भारतीय प्राचीन ग्रंथांचे अभ्यासक मायकेल विट्झेल यांच्या मतानुसार ऋग्वेदाची रचना इसवी सनपूर्व १,४०० ते इसवी सनपूर्व १,०००दरम्यान झाली असावी (*द कॉम्प्लेक्स हेरिटेज ऑफ अर्ली इंडिया, एसेज इन मेमरी ऑफ आर. एस. शर्मा* मनोहर पब्लिकेशन्स, २०१४मधला लेख- डी. एन. झा, 'मिटान्नी इंडो-आर्यन मज्द अॅन्ड द डेट ऑफ रिग्वेदा').

> राजाच्या दफनविधीमध्ये घोड्याचा बळी देऊन तो त्याच्याबरोबर पुरल्याचा उल्लेख आहे : त्याच्या पायांना वेडंवाकडं तोडू नका आणि ते योग्य पद्धतीनं खड्ड्यामध्ये ठेवा. एक एक पाय कापत असताना, कोणता पाय ते उच्चरवानं सांगा. हे वर्णन, सिन्तश्तामधील दफनात बळी दिलेल्या घोड्यांच्या स्थितीशी जुळतं. त्या दफनांमधील घोड्यांचे पाय गुडघ्यातून काळजीपूर्वक कापून खड्ड्यामध्ये आणि खड्डा बंद करून त्यावर ठेवलेले दिसतात.

अँथनी यांनी उत्खनन केलेल्या सुब्नाया इथे गवताळ प्रदेशातले पुरात्त्वीय पुरावे आणि भारतीय तसंच इराणी पुराणकथांमधले संदर्भ यांच्यामध्ये आश्चर्यकारक दुवे असल्याचं आढळतं.[४] तिथे हिवाळ्याच्या मध्यावधीला नववर्षानिमित्त बळी देण्याच्या आणि उत्तरायणाची सुरुवात होतानाच्या उत्सवाच्या प्रसंगी होणाऱ्या दीक्षान्तविधीच्या संदर्भातील हे पुरावे आहेत. अँथनी यांनी केलेल्या वर्णनानुसार :

> अनेक इंडो–युरोपीय पुराणकथांमध्ये आणि धार्मिक विधींमध्ये या उत्सवाचे संदर्भ आढळतात. या उत्सवाचा एक उद्देश म्हणजे तरुणांना योद्धापदाची दीक्षा देणं हा होता. कुत्रा किंवा लांडगा हे त्या उत्सवाचं प्रमुख प्रतीक होतं. कुत्रा हा मृत्यूचं प्रतिनिधित्व करणारा आहे आणि अनेक कुत्री किंवा अनेक मस्तकं असलेला कुत्रा ही मृत्युलोकाच्या पहारेकऱ्याची प्रतीकं आहेत. या उत्सवामध्ये जुनं वर्ष सरत असे तसंच दीक्षा घेऊन योद्धापद स्वीकारणाऱ्याचं कुमारपणही संपत असे म्हणजेच जुनं वर्ष आणि कुमारपण या दोन्हीचा मृत्यू होत असे. मग आता योद्धे झालेले तरुण मृत्युरूपी कुत्र्याला अन्न पुरवू लागत. ऋग्वेदामध्ये बंधुभावानं एकत्र असणारे आणि हिवाळ्याच्या मध्यावर पशुबली देणारे जे समूह असत त्यांना 'व्रात्य' असं म्हटलं आहे. अशा उत्सवांमध्ये त्यांचा उल्लेख श्वानपूजक असाही केलेला आहे. अशा उत्सवांमध्ये अनेक स्पर्धांचं आयोजनही केलं जात असे. त्यामध्ये काव्यपठण आणि रथांच्या स्पर्धा यांचाही समावेश असे. समारा नदीच्या खोऱ्यातील क्रास्नोसमारस्को या स्रुब्नाया संस्कृतीच्या वसाहतीमध्ये हिवाळ्याच्या मध्यावधीवर बळी दिलेल्या कुत्र्याचे, उत्तर कांस्ययुगीन काळातील अवशेष आढळले आहेत. ते इसवी सनपूर्व १,७५०च्या सुमाराचे असावेत. तिथे कमीत कमी १८ कुत्र्यांना... कदाचित त्याहून जास्त कुत्र्यांना मारलं गेलं होतं.

अँथोनी म्हणतात की, सिन्तश्तामधल्या नायकशाही राज्यांमध्ये रथाची बांधणी करण्याचं तंत्र विकसित केलं होतं, त्यांची शासन व्यवस्था भक्कम पायांवर उभी होती आणि त्यांनी नवीन प्रकारची शस्त्रास्त्रंही संपादन केली होती. याबरोबरच त्यांनी ज्यामध्ये वैभव

---

४ इंडो–इराणी लोक हे इंडो–युरोपीय भाषा बोलणाऱ्या गवताळ प्रदेशातल्या पशुपालकांची एक शाखा होते. ते स्वतःला 'आर्य' म्हणवून घेत असत. दक्षिण आशियाच्या दिशेनं स्थलांतर करत अखेरीस ते भारत आणि इराणमध्ये स्थायिक झाले. झेंद–अवेस्ता हा झोरोष्ट्रियन धर्माचा प्रमुख ग्रंथ आणि वेदांमधला सर्वांत पहिला ऋग्वेद या दोन्हींमध्ये अनेक साम्यस्थळं आढळून येतात.

आणि औदार्याचं सार्वजनिक भव्य प्रदर्शन घडेल, अशा नव्या पद्धतीच्या अंत्यसंस्कारांची सुरुवात केली होती. पूर्वी कधी कल्पनाही केली नसेल इतक्या मोठ्या प्रमाणात गवताळ प्रदेशात मिळणाऱ्या खनिजांपासून शुद्ध धातू मिळवण्याच्या प्रक्रियेस सुरुवात झाली. अखेरीस इसवी सनपूर्व २,०००च्या सुमारास कधीतरी ते लोक उरालच्या डोंगराळ प्रदेशातून बाहेर पडून किंवा त्या प्रदेशाला वळसा घालून पूर्वेकडे सरकत गवताळ प्रदेशात पसरले. अँथनी लिहितात, 'त्यांच्याबरोबर सिन्ताश्ताच्या मुली होत्या. त्यांच्या संततीतून निर्माण झालेली शाखा पुढे इतिहासात इराणी आणि वैदिक आर्य म्हणून उदयाला आली. गवताळ प्रदेशाच्या उत्तर भागातल्या संस्कृतींचे हे पूर्वेकडील आणि दक्षिणेकडील प्रदेशांशी जे संबंध जुळले त्यातून निर्माण झालेल्या शाखेची अखेरीस आशियातल्या सर्वाधिक प्राचीन नागरी संस्कृतीशी समोरासमोर गाठ पडली.'

अँथनी यांनी त्यांच्या पुस्तकासाठी मुख्यत्वे पुरातत्त्वीय माहितीचा आधार घेतला होता; पण त्यांचे निष्कर्ष योग्य आहेत हे आता प्राचीन डीएनएच्या शोधानं दाखवून दिलं आहे. 'द जिनॉमिक फॉर्मेशन ऑफ साउथ अ‍ॅन्ड सेंट्रल एशिया'मध्ये स्पष्टपणे असं दाखवलं आहे की, इसवी सनपूर्व २,००० आणि इसवी सनपूर्व १,४००च्या दरम्यान पूर्व युरोप आणि उरालचा संपूर्ण गवताळ प्रदेश एवढ्या विस्तीर्ण प्रदेशात पसरलेले जनसमूह, जनुकीय दृष्टीनं एकमेकांना निकटचे होते. त्यांची जनुकीय वंशजसाखळी त्यांच्यापूर्वी तिथे पूर्वी असणाऱ्या जनसमूहांपेक्षा वेगळी होती. ते वेगळेपण त्यांच्या वंशजसाखळीतील युरोपीय शेतकऱ्यांच्या जनुकीय अंशामुळे अधोरेखित होत होतं. युरोपमधील कॉर्डेड वेअर संस्कृतीच्या लोकांचे लोंढे पूर्वेकडील गवताळ प्रदेशात आल्यानंतर निर्माण झालेला मिश्रवंश आता गवताळ प्रदेशात सर्वत्र पसरला.

पण पुढे जाऊन आणखी एक फरक लक्षात घ्यायला हवा. आजच्या कझाकस्तानच्या किंवा त्याहून पुढे रशियामधल्या मिनुसिन्स्क नदीच्या खोऱ्यात आढळलेल्या प्राचीन डीएनए नमुन्यांमध्ये आणखी एक जनुकीय वंशसाखळी आढळून येते. २०१८ साली झालेल्या जिनोम रचनेसंबंधीच्या संशोधनामध्ये या जनुकीय वंशसाखळीच्या गटाला पश्चिम सैयबेरीयन हॅप्लोग्रुप असं म्हणतात. यावरून असं दिसतं की, पूर्वेकडे स्थलांतर करणारे लोक कझाकस्तानमध्ये आणि त्यापुढे पोहोचल्यावर ते पश्चिम सैयबेरियन हॅप्लोग्रुप असणाऱ्या लोकांच्या संपर्कात आले आणि त्यातून आणखी एक मिश्र वंश निर्माण झाला. या संशोधनामध्ये त्यांचा 'Steppe-MLBA_East' या नावाचा एक नवा गट, मिश्रवंश नसलेल्या 'Steppe-MLBA_West' गटाच्या लोकांपासून वेगळा काढला गेला.

आपल्यासाठी हे महत्त्वाचं आहे. कारण, अखेरीस गवताळ प्रदेशातून त्याच्या दक्षिणेकडच्या गांधार (BMAC) प्रदेशात आणि तुराणमध्ये तिथून पुढे भारतीय उपखंडामध्ये स्थलांतरित झालेला समूह 'Steppe-MLBA_East' हाच असण्याची शक्यता आहे. जनुकीय संशोधनामध्ये गवताळ प्रदेशातून दक्षिण आशियात आलेल्या लोकांचा निर्देश केवळ 'Steppe-MLBA' असा केला गेला आहे. कारण 'MLBA_West' आणि 'MLBA_East' हे दोन्ही भारतीय वंशाचे स्रोत असू शकतात; पण प्रत्यक्षात दक्षिण आशियामध्ये पोहोचलेले लोक 'MLBA_East' गटाचेच असण्याची शक्यता अधिक

आहे. कारण, भौगोलिक दृष्टीनं ते भारतीय उपखंडाच्या जवळ होते. दुसरं कारण आहे R1a-Z93चं कझाकस्तानमध्ये मोठ्या प्रमाणावर असलेलं अस्तित्व. R1a-Z93 म्हणजे भारतात आढळणारा आणि मूळचा गवताळ प्रदेशातला 'वाय' गुणसूत्रांचा हॅप्लोग्रुप.

या संशोधनाच्या आधारे आपण आर्यांच्या दक्षिण आशियातील आगमनाचा कालखंड जाणण्याच्या आणखी जवळ जाऊ शकू का? हो, तशी शक्यता आहे. गांधार प्रदेशातल्या (BMAC) प्राचीन डीएनएमध्ये गवताळ प्रदेशातल्या जनुकीय पूर्वजसाखळीचं अस्तित्व इसवी सनपूर्व २,१०० नंतरच दिसून येतं. त्याआधी ती जनुकीय पूर्वजसाखळी गांधार प्रदेशात (BMAC) अस्तित्वात नव्हती.

यावरून असं स्पष्ट होतं की, गवताळ प्रदेशातल्या लोकांनी इसवी सनपूर्व २,१००च्या आधी गांधार प्रदेशातून दक्षिण आशियात स्थलांतर केलेलं नसावं. गांधार प्रदेश, दक्षिण आशियापासून फार दूर नसणं आणि तिथल्या लोकांचे, हडप्पा संस्कृतीच्या लोकांशी घनिष्ट व्यापारी संबंध असणं, या दोन गोष्टी लक्षात घेता हे स्थलांतर फार उशिराही झालं नसणार. उपलब्ध पुरातत्त्वीय पुराव्यानुसार गांधार प्रदेशातून दक्षिण आशियाकडे होणारी स्थलांतरं लगेचच सुरू झाली असणार. हडप्पा नागरी संस्कृती असलेल्या प्रदेशात घोडा असल्याचा पहिला निर्विवाद पुरावा बलुचिस्तानातील पिराक इथे मिळाला. तो इसवी सनपूर्व १,८००च्या सुमाराचा आणि उत्तर हडप्पा नागरी संस्कृतीच्या काळातला होता. पिराकमध्ये मातीपासून केलेल्या घोड्याच्या काही प्रतिकृती सापडल्या. त्यातल्या काही भाजलेल्या म्हणजे टेराकोट्टाच्या होत्या, तर काही कच्च्या मातीच्या होत्या. हडप्पामधल्या एकाही मुद्रेवर किंवा वस्तूवर घोड्याची प्रतिमा नव्हती, ही गोष्ट लक्षात घ्यायला हवी. याचा अर्थ, गवताळ प्रदेशातल्या लोकांनी भारतीय उपखंडामध्ये केलेलं पहिलं स्थलांतर आणि हडप्पा नागरी संस्कृतीला लागलेली उतरती कळा यांचा कालखंड एक असावा.

दक्षिण आशिया आणि युरोप इथल्या स्थलांतरांमध्ये असणारं साधर्म्य

दक्षिण आशियात झालेल्या स्थलांतरांचा इतिहास आणि पश्चिम युरोपमध्ये झालेल्या स्थलांतरांचा इतिहास यांच्या तपशिलामध्ये फरक असले तरी त्यांच्याकडे दुर्लक्ष करता येणार नाही, अशी काही साधर्म्यस्थळं आहेत. पश्चिम युरोपमध्ये शेती तंत्रज्ञान आणलं गेलं ते पश्चिम आशियातून आणि इसवी सनपूर्व ७,००० ते इसवी सनपूर्व ५,०००च्या दरम्यान, एनाटोलियन शेतकऱ्यांनी केलेल्या स्थलांतरातून. त्याच काळात दक्षिण आशियामध्ये झॅग्रोस प्रदेशातल्या पशुपालकांचं आगमन झालं. अर्थात ते विकसित शेतीतंत्रज्ञान आणि शेतीपूरक व्यवसाय अशी संपूर्ण शेतीव्यवस्था घेऊन आले होते की नाही, याबद्दल निश्चिती नाही. आधी उल्लेख केल्याप्रमाणे बलुचिस्तानातील मेहरगढ आणि उत्तर प्रदेशातील लहुरादेवा यांसारख्या ठिकाणी शेतीच्या प्रयोगांना आधीच सुरुवात झाली होती आणि दक्षिण आशियात आलेल्या स्थलांतरितांनी स्वतःबरोबर आणलेल्या शेतीच्या नवीन वाणांमुळे त्यांचा शेतीच्या विकासाला हातभार लागला असं म्हणता येईल. पश्चिम युरोपमध्ये गेलेले एनाटोलियन शेतकऱ्यांनी आणि शिकार तसंच अन्न गोळा करून निर्वाह करणारे स्थानिक लोक यांचा एकमेकांशी संपर्क झाल्यानंतर तिथे अनेक नवाश्मयुगीन संस्कृती उदयाला आल्या. झॅग्रोस

प्रदेशातून दक्षिण आशियामध्ये येणारे पशुपालक भारतात त्यांच्या आधीपासून वास्तव्यास असलेल्या जनसमूहांमध्ये मिसळले आणि त्यांच्यातून एका मिश्रवंशाची निर्मिती झाली. या मिश्रवंशातील जनसमूहांनी हडप्पा नागरी संस्कृतीची निर्मिती केली. नंतरच्या काळात गवताळ प्रदेशातून युरोपमध्ये गेलेले पशुपालक युरोपमधल्या स्थानिक रहिवाशांमध्ये मिसळून गेले आणि त्यातून निर्माण झालेल्या मिश्रवंशाच्या जनसमूहांनी 'कॉर्डेड वेअर', 'बेल बीकर' आणि अन्य संस्कृतींची निर्मिती केली आणि/किंवा त्यांचा प्रसार केला. दक्षिण आशियामध्ये गवताळ प्रदेशातून आलेले पशुपालक, हडप्पा संस्कृतीच्या लोकांमध्ये मिसळले आणि त्यांच्या एकत्र येण्यातून 'उत्तर भारतीय जनुकीय पूर्वजसाखळी' निर्माण झाली, तर हडप्पा संस्कृतीचे लोक जेव्हा दक्षिण भारतात गेले तेव्हा तिथे आफ्रिकेतून आलेल्या पहिल्या स्थलांतरितांचे वंशज होते. त्यांच्याबरोबर संपर्क आल्यानंतर हडप्पा संस्कृतीचे लोक आणि स्थानिक आफ्रिकन वंशाचे लोक यांच्या संततीतून मिश्रवंश निर्माण झाला. या मिश्रवंशातून 'दक्षिण भारतीय जनुकीय पूर्वजसाखळी' निर्माण झाली. 'उत्तर भारतीय जनुकीय पूर्वजसाखळी' आणि 'दक्षिण भारतीय जनुकीय पूर्वजसाखळी' या दोन्हींचा अंश असलेला जनसमूह पुन्हा वेगवेगळ्या प्रमाणात, वेगवेगळ्या प्रदेशांमध्ये आणि वेगवेगळ्या कालखंडांमध्ये एकत्र येऊन त्यातून आजचा भारतीय समाज आकाराला आला आहे.

या प्रकरणाच्या सुरुवातीला राईच यांनी दाखवून दिल्याप्रमाणे गवताळ प्रदेशातून झालेल्या स्थलांतरितांमधली स्त्री पूर्वजसाखळी आणि पुरुष पूर्वजसाखळी यांच्यातली तफावत, युरोप आणि दक्षिण आशिया या दोन्ही ठिकाणी आढळते. भारतीय जनुकशास्त्रज्ञ जोपर्यंत आजच्या भारतीयांच्या एमटी डीएनएचा विचार करत होते, तोपर्यंत गवताळ प्रदेशातून झालेल्या स्थलांतरांचा पैलू त्यांच्या लक्षात आला नव्हता. त्यांनी जेव्हा 'वाय' गुणसूत्रांच्या जनुकीय पूर्वजसाखळीचा विचार सुरू केला, तेव्हा गवताळ प्रदेशातून झालेल्या स्थलांतरांचं वास्तव पुढे आलं. पुन्हा एकदा राईच यांच्याच शब्दांमध्ये सांगायचं तर : 'गवताळ प्रदेशातून भारतात आलेल्या जनसमूहांमधील पुरुष जनुकीय पूर्वजसाखळीचा विचार केला तर असं दिसतं की, यामनायांचे वंशज असलेले पुरुष राजकीय आणि सामाजिक दृष्टीनं वरचढ ठरल्यामुळे स्थानिक स्त्रियांना हस्तगत करण्यात, ते स्थानिक पुरुषांपेक्षा अधिक यशस्वी झाले... यावरून हे स्पष्ट होतं की, गवताळ प्रदेशातल्या लोकांच्या स्थलांतरातून त्यांचा भारतात ज्या पद्धतीनं विस्तार झाला, त्यामागे राजकीय अधिकारांची उतरंड आणि सत्तेतला असमतोल या गोष्टी कारणीभूत होत्या.'

२०१७ साली प्रकाशित झालेल्या 'ए जेनेटिक क्रोनोलॉजी फॉर द इंडियन सबकॉन्टीनेन्ट पॉइंट्स टू हेविली सेक्स-बायस्ड डिस्पर्सल्स,' या शोधनिबंधामुळे भारतातील स्त्री-पुरुषांच्या विषम प्रमाणाकडे लक्ष वेधलं गेलं. यात म्हटलं होतं : 'कांस्ययुगामध्ये मध्य आशियातून आलेल्या जनसमुदायांची जनुकीय पूर्वजसाखळी पुरुषांकडून आलेली होती आणि ती गवताळ प्रदेशातील इंडो-युरोपीय समाजाचं वैशिष्ट्य मानल्या गेलेल्या पितृसत्ताक आणि पितृप्रधान समाज रचनेशी सुसंगत होती.' या शोधनिबंधात असंही म्हटलं गेलं होतं की, आजच्या भारतीय जनसमूहांमध्ये ७० ते ९० टक्के एमटी डीएनए पूर्वजसाखळी ही भारतात आलेल्या पहिल्या आफ्रिकन लोकांची आहे. मात्र त्यांच्या जनुकीय पूर्वजसाखळीतील

'वाय' गुणसूत्राचं प्रमाण हे केवळ १० ते ४० टक्के आहे. ही तफावत नंतर गवताळ प्रदेशातून भारतात आलेल्या जनसमूहांच्या स्त्री-पुरुष प्रमाणातील विषमतेमुळे आहे.

पश्चिम युरोप आणि दक्षिण आशियात वेळोवेळी झालेल्या मोठ्या प्रमाणातल्या स्थलांतरांच्या परिणामांमध्ये एक महत्त्वाचा फरक आहे. पश्चिम युरोपमध्ये आलेल्या स्थलांतरितांमुळे प्रत्येक वेळी तिथले स्थानिक लोक मोठ्या संख्येनं विस्थापित झाले; पण दक्षिण आशियामध्ये असं क्वचितच घडलेलं दिसतं. उदाहरणार्थ, उत्तर युरोपातील काही जनसमूहांचे अपवाद वगळता, आज युरोपच्या बहुतेक भागांमध्ये मूळच्या शिकार आणि अन्न गोळा करून निर्वाह करणाऱ्या लोकांच्या जनुकीय पूर्वजसाखळीचं प्रमाण, एकअंकी संख्येपर्यंत खाली आलं आहे. याउलट भारतामध्ये आजही अधिकतम जनसमूहांच्या संपूर्ण जीनोमचा विचार करता भारतात आफ्रिकेतून आलेल्या पहिल्या स्थलांतरितांच्या जनुकीय पूर्वजसाखळीचा अंश ५० ते ६५ टक्के असलेला आढळून येतो (हे प्रमाण, 'वाय' गुणसूत्र किंवा एमटी डीएनए या दोन्ही जनुकीय पूर्वजसाखळ्यांशी ताडून पाहिल्यानंतरचं आहे).

हीच बाब भाषेच्या बाबतीतही दिसते : आज पश्चिम युरोपमधले ९४ टक्के लोक फक्त इंडो-युरोपीय भाषा बोलतात, तर आजच्या भारतीय समाजात हे प्रमाण केवळ ७५ टक्के इतकंच आहे. २० टक्के भारतीय द्राविडी भाषा बोलतात, तर पश्चिम युरोपमध्ये इंडो-युरोपीय भाषांव्यतिरीक्त अन्य भाषांचं इतकं मोठं प्रमाण दिसून येत नाही.

विशेष म्हणजे पश्चिम युरोपात आजही टिकून असलेली 'बास्क' ही अशी एकमेव भाषा आहे, जी इंडो-युरोपीय भाषागटातली नाही. त्या प्रदेशातले लोक गवताळ प्रदेशातून झालेल्या स्थलांतरांमधून तावून सुलाखून निघाले आणि त्यांनी स्वतःचं अस्तित्व टिकवून ठेवलं. बास्क भाषक लोकांची जनुकीय पूर्वजसाखळी ही गवताळ प्रदेशातल्या लोकांच्या जनुकीय पूर्वजसाखळीशी संबंधित नाही, तर प्रारंभीचे युरोपीय शेतकरी आणि नंतर त्यांच्या संपर्कात आलेले, शिकार आणि अन्न गोळा करून निर्वाह करणारे यांचा मिश्रवंश दर्शवणारी आहे म्हणूनच त्यांनी गवताळ प्रदेशातून झालेल्या स्थलांतराला दाद न देता त्यांची भाषा आणि संस्कृती टिकवून ठेवली असेल तर त्यात आश्चर्य वाटण्यासारखं काही नाही (दक्षिण भारतातील द्राविडी भाषांच्या बाबतीत असंच काहीसं घडलं. दोन्ही प्रदेशातील लोकांनी त्यांची भाषा, गवताळ प्रदेशातल्या स्थलांतरितांच्या लाटांपासून वाचवली आहे).

युरोपमध्ये गवताळ प्रदेशातून आलेल्या स्थलांतरितांच्या प्राचीन डीएनएच्या पुराव्यामुळे अनेक पुरातत्त्वज्ञांना आश्चर्यचकित केलं आहे. कारण, दुसऱ्या महायुद्धानंतर त्यांच्या मनात नाझींविषयी आणि त्यांच्या धारणांविषयी तिरस्कार निर्माण झाला होता. ते स्वतः श्रेष्ठ, शुद्ध आर्यवंशाचे आहेत; पूर्व युरोपीय लोक आणि ज्यू यांच्यापेक्षा वेगळे आहेत असं समजत; तसंच भूतकाळात त्यांनी अनेक भूप्रदेश काबीज करून तिथे कॉर्डेड वेअर संस्कृतीचा प्रसार केल्यामुळे आपला आसपासच्या भूप्रदेशावर नैसर्गिक हक्क होता असंही समजत. नाझींच्या या धारणांना विरोध करण्याचा एक भाग म्हणून पुरातत्त्वज्ञांनी युरोपमध्ये पूर्वी कधी आक्रमणं किंवा स्थलांतरं झाली असतील आणि त्यामुळे तिथे सांस्कृतिक परिवर्तन झालं असेल, या विचारालाही विरोध केला; पण जनुकशास्त्रातल्या नव्या संशोधनानं नाझी विचार आणि पुरातत्त्वशास्त्रज्ञांचा त्याला असलेला विरोध या दोन्ही गोष्टी चुकीच्या असल्याचं दाखवून दिलं

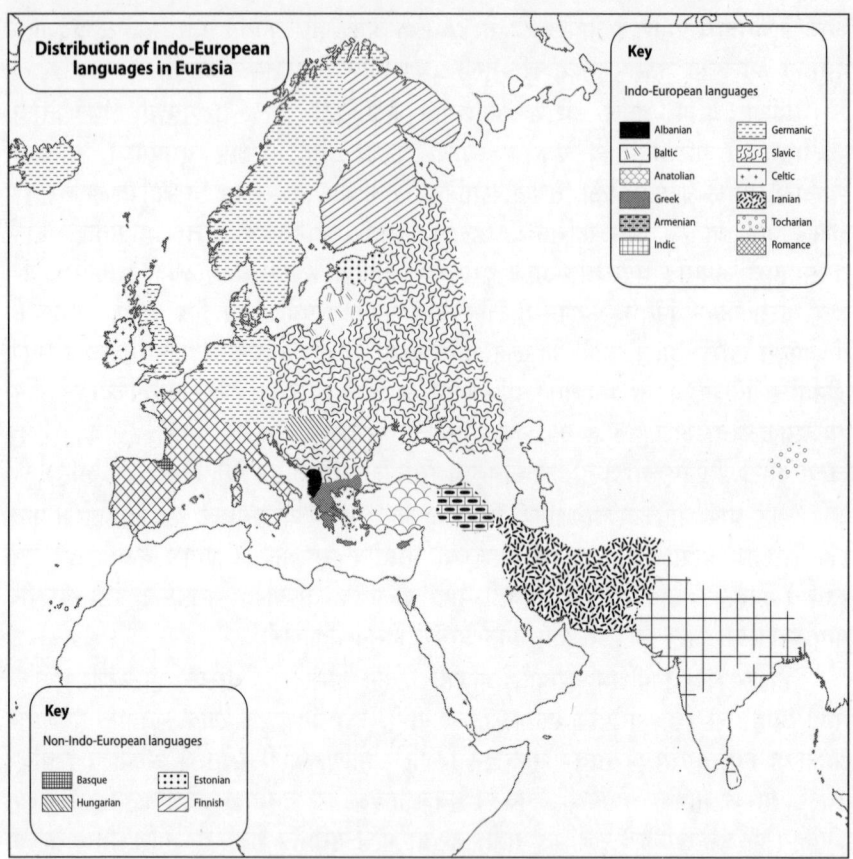

आहे. युरोपमध्ये स्थलांतरांमुळे सांस्कृतिक परिवर्तन घडून आलं हे वास्तव पुरातत्त्वज्ञांच्या विश्वासाला छेद देणारं आहे, तसंच नाझी ज्यांना शुद्ध आर्यवंशाचे समजत होते, ते गवताळ प्रदेशातले लोक स्वतःच मिश्रवंशीय होते, ही गोष्ट नाझींच्या विश्वासाला छेद देणारी आहे. त्यांच्यामध्ये कधीच कोणताही 'शुद्ध वंश' नव्हता. उलट ज्या प्रदेशाविषयी नाझींना तीव्र तिरस्कार होता, त्या पूर्व युरोपातूनच त्यांचे पूर्वजे आलेले होते.

प्रचंड प्रमाणात झालेल्या स्थलांतराविषयी पुरातत्त्वज्ञांनी आणि इतिहासतज्ज्ञांनी शंका घेण्यामागे, नाझी विचारसरणीला खोडून काढण्याच्या भावनेव्यतिरिक्त अन्य कारणंही होती. उदाहरणार्थ, पुरातत्त्वज्ञ कॉलिन रेनफ्र्यू यांचं मत होतं की, एकदा का शेतीत स्थिरता येऊन त्यामुळे लोकसंख्या वाढते. अशा दाट वस्तीच्या प्रदेशात मोठ्या संख्येनं स्थलांतर करून तिथल्या मूळच्या समाजाचं रूपच पालटून टाकणं, हे कठीण असतं. मग यामनायांनी अशा कठीण परिस्थितीवर मात कशी केली असेल?

याचं एक स्पष्टीकरण असं असू शकतं की, शेतीचा प्रसार झाल्यावर लोकसंख्येमध्ये वाढ होते हे खरं असलं तरी अनेक प्रदेशांमध्ये शेती स्थिरावली तरी लोकसंख्येत वाढ झाली नाही, असंही घडलं असण्याची शक्यता असू शकते. उदाहरणार्थ, त्या काळातल्या सर्वांत मोठ्या, स्थिरस्थावर झालेल्या प्रगल्भ हडप्पा नागरी संस्कृतीमध्ये अफगाणिस्तानातल्या

शोर्तुगायपासून मकरान किनाऱ्यावरील सुतकाजेन दोरपर्यंतच्या हजारो चौरस किलोमीटरच्या प्रदेशात अंदाजे पन्नास लाख लोकसंख्या होती. उदाहरणच घ्यायचं झालं तर ही संख्या आजच्या काळातल्या एका अहमदाबाद शहरातल्या लोकसंख्येहूनही कमी आहे. युरोपच्या बाबतीत पुरातत्त्वीय पुराव्यांवरून असं दिसून येतं की, स्थलांतर करून येणाऱ्या यामनायांनी तिथल्या जंगलांचं परिवर्तन, त्यांना परिचित असणाऱ्या गवताळ प्रदेशांमध्ये केलं. अशा जंगलांमध्ये नवाश्मयुगीन शेतकऱ्यांच्या वसाहती नव्हत्या.

जनुकशास्त्रज्ञ एस्का विलरस्लेव्ह आणि इतर शास्त्रज्ञांनी लिहिलेला शोधनिबंध २०१५ साली प्रकाशित झाला, युरेशियातल्या कांस्ययुगीन १०१ व्यक्तींच्या अस्थींच्या नमुन्यांचं विश्लेषण केलं गेलं. त्यांच्यातल्या सात व्यक्तींच्या नमुन्यांमध्ये शास्त्रज्ञांना प्लेगच्या विषाणूशी (येरसिनिया पेस्टीस) मिळतीजुळती डीएनए संरचना आढळली. ते नमुने ज्या व्यक्तींचे होते, त्या व्यक्तींचे अवशेष यामनायांशी संबंधित कॉर्डेड वेअर, अफॅनासिव्हो, सिन्ताश्ता आणि एन्ड्रोनोव्हो या संस्कृतींमधल्या दफनांमधून मिळाले होते. या संशोधनातून पुढील निष्कर्ष काढले गेले : 'विश्लेषणातून आत असं दिसतं की युरोप आणि आशिया या दोन्ही खंडांत कांस्ययुगात फार मोठ्या प्रमाणावर स्थलांतरं घडून आली. त्याचा अपरिहार्य परिणाम म्हणून मिश्रवंशाची निर्मिती आणि जुन्या जनसमूहांची जागा नवीन जनसमूहांनी घेणं हेही घडून आलं, त्यामुळे सामाजिक आणि आर्थिक व्यवहारांच्या पातळीवरही मोठे बदल घडले. या सर्व घडामोडींचं प्रतिबिंब पुरातत्त्वीय अवशेषांमध्ये उमटलेलं दिसतं. आमच्या संशोधनातून असं दिसतं की, प्लेगच्या प्रादुर्भावामुळे समाजरचनेत बदल झाले असणं संभाव्य आहे किंवा जनसमूहांच्या लोकसंख्येतील बदलांमुळे प्लेगचा प्रादुर्भाव झाला, असंही शक्य आहे.'

युरोपमधली समाजरचना बदलण्यामध्ये, गवताळ प्रदेशातल्या नव्या स्थलांतरितांनी आणलेल्या रोगराईचा उद्रेक हे एक कारण असेल तर ते फक्त एकदाच घडलं असेल असं होणार नाही. अमेरिकेतल्या मूळ रहिवाशांचा विनाश घडवून आणण्यात, युरोपीय लोकांनी तिथे स्वतःबरोबर नेलेले रोग आणि साथी यांचा महत्त्वाचा वाटा आहे. गवताळ प्रदेशातले लोक स्थलांतर करून भारतामध्ये पोहोचले त्याच सुमारास हडप्पा नागरी संस्कृतीचा ऱ्हास होण्यास सुरुवात झाली होती. मग हडप्पा नागरी संस्कृती नामशेष होण्यामागेही स्थलांतरितांनी आणलेली रोगराई हेच कारण होतं का? जोपर्यंत आपल्याला हडप्पा, मोहेंजोदाडो किंवा कालीबंगन यांसारख्या शहरांमधून उत्तर हडप्पाकालीन अस्थींच्या जनुकीय विश्लेषणातून सादर केलेले पुरावे मिळत नाहीत, तोपर्यंत याबाबतीत आपण काही सांगू शकत नाही; पण हडप्पातील लोकसंख्या कमी होण्यास काही प्रमाणात रोगराईचा उद्रेक कारणीभूत होता, हे जरी आपण शोधून काढलं तरी एक निश्चित की, हडप्पा नागरी संस्कृतीचा ऱ्हास होण्यामागचं कारण ते नाही, तर दीर्घकाळ चाललेला दुष्काळ हे प्रमुख कारण आहे हे दाखवून देणारे अधिकाधिक पुरावे गोळा होत आहेत. त्याच सुमारास इजिप्त, मेसोपोटेमिया आणि चीन यांमधल्या नागरी संस्कृतीही दुष्काळामुळे उतरणीला लागल्या होत्या.

हडप्पा नागरी संस्कृतीचा ऱ्हास होण्यामागच्या शक्यता जाणून घेण्यासाठी अनेक वर्षं चालू राहिलेल्या अत्यंत सखोल अशा भूगर्भशास्त्रीय संशोधनावर आधारित एक

शोधनिबंध २०१२ साली प्रसिद्ध झाला. त्याचं नाव होतं, 'फ्लयुव्हियल लँडस्केप्स ऑफ द हरप्पन सिव्हीलायझेशन'[५] त्यामध्ये दिलेलं स्पष्ट कारण असं होतं : दीर्घकाळ चाललेल्या दुष्काळानं पावसाळी नद्या आटून गेल्या होत्या किंवा त्या ठरावीक काळापुरत्याच प्रवाहीत होत होत्या, त्यामुळे त्यांच्या काठावरील प्रदेश वसाहतीस योग्य उरला नाही. त्या शोधनिबंधात आणखी म्हटलं आहे की : 'हवापाण्याच्या प्रतिकूलतेमुळे हडप्पा नागरी संस्कृतीचा आधार असलेलं शेतीउत्पादन धोक्यात आलं, त्यामुळे वसाहती हळूहळू आकारानं लहान होत गेल्या. पिकांमध्ये बदल करावे लागले आणि पंजाबचा उत्तर भाग, हरियाणा आणि उत्तर प्रदेशासारख्या आर्द्र हवामानाच्या प्रदेशांमधल्या वसाहतींची संख्या आकस्मित वाढली.'

जुलै, २०१८मध्ये 'द इंटरनॅशनल कमिशन ऑफ स्ट्रॅटीग्रॅफी (आयसीएस)' या भूवैज्ञानिक नोंदी ठेवणाऱ्या अधिकृत संस्थेनं 'द मेघालयन' या नव्या कालखंडाचा परिचय करून दिला, तेव्हा हडप्पा संस्कृतीच्या ऱ्हासाला मोठ्या प्रमाणावर पडलेला दुष्काळ कारणीभूत असल्याचं निश्चित झालं. या कालखंडाची सुरुवातच इसवी सनपूर्व २,२००पासून झाली आणि तो आजपर्यंत चालू आहे. इजिप्त, मेसोपोटेमिया, चीन आणि अर्थातच भारत अशा जगभरातल्या अनेक संस्कृती नष्ट करणाऱ्या महादुष्काळानं झाली. समुद्रपातळीतले बदल आणि पृथ्वीवरील वातचक्रातील बदल आणि त्यामुळे तापमानात झालेले बदल यांमुळे हा दुष्काळ पडला असण्याची शक्यता आहे.

मागे वळून पाहता, १९४४ ते १९४८ या काळात भारतीय पुरातत्त्व सर्वेक्षण खात्याचे सरसंचालक असणारे सर रॉबर्ट एरिक मॉर्टीमर व्हीलर यांनी हडप्पा नागरी संस्कृतीच्या ऱ्हासासाठी चुकीच्या व्यक्तीला दोष दिला होता. त्यांनी लिहिलं होतं, 'परिस्थितीजन्य पुराव्यानुसार इंद्र दोषी ठरतो.' अर्थातच 'आक्रमण करणाऱ्या आर्यांनी' हडप्पा नागरी संस्कृती नष्ट केली, असं त्यांना सुचवायचं होतं; पण त्यांच्या या मताशी संबंधित असे कोणतेही पुरातत्त्वीय पुरावे नाहीत. कदाचित, त्यांनी या संदर्भात वरूणाचा अर्थात पावसाच्या देवाचा[६] विचार केला असता तर ते अधिक योग्य ठरलं असतं.

हडप्पा संस्कृती लयाला गेल्यानंतर

अर्थातच, हडप्पा नागरी संस्कृतीचा ऱ्हास होण्यामागे दुष्काळ हे एकच कारण नसणार. त्यामागे अनेक कारणं असण्याची शक्यता आहे. दीर्घकालीन दुष्काळामुळे त्या संस्कृतीची अंगभूत ऊर्जा कमी होत गेली असावी आणि स्वतःच संकटात सापडलेल्या मेसोपोटेमियाबरोबरचा व्यापारही घटला असावा. त्याचा परिणाम म्हणून हडप्पा नागरी संस्कृतीमधील शासन व्यवस्थेची आधारभूत असणारी वैचारिक प्रणालीही असमर्थ ठरली असावी, त्यामुळे हडप्पा शहरांमध्ये सर्वत्र सापडणाऱ्या, प्रशासन आणि व्यापार व्यवस्था यांचं प्रतिनिधित्व करणाऱ्या मुद्रा आणि हडप्पा लिपी या गोष्टी अदृश्य झाल्या. कदाचित, तिथे अंतर्गत बंडाळ्यासुद्धा झाल्या असतील. हडप्पा संस्कृतीच्या लोकांनी जुन्या व्यवस्था टिकवून ठेवण्याची व्यर्थ

५ लिव्हयू जियोसन आणि इतर – 'फ्लयुव्हियल लँडस्केप्स ऑफ द हरप्पन सिव्हिलायझेशन', पीएनएएस (२०१२)

६ नव्यानं पुढे आलेल्या पुराव्यानुसार सर रॉबर्ट मॉर्टिमर व्हीलर यांनी नंतर इंद्राला 'दोषमुक्त' केलं!

धडपड करण्यापेक्षा नव्या जीवनाची सुरुवात करण्यासाठी गंगेच्या खोऱ्यासारख्या सुपीक प्रदेशात स्थलांतरित होण्याचा मार्ग पत्करला असावा आणि सरतेशेवटी युरेशियन गवताळ प्रदेशातून आलेल्या, लढाऊ वृत्तीच्या स्थलांतरितांच्या लाटेमुळे आधीच मोडकळीला आलेली हडप्पा संस्कृतीची व्यवस्था कायमस्वरूपी उद्ध्वस्त झाली असावी; पण इसवी सनपूर्व १,९००च्या सुमारास हडप्पा नागरी संस्कृती जरी लयाला गेली असली तरी त्या संस्कृतीमधले लोक नाहीसे झाले नाहीत, त्यांची भाषा नष्ट झाली नाही आणि प्राचीन काळातल्या या विशाल संस्कृतीची साक्ष देणाऱ्या श्रद्धाप्रणाली आणि त्यानुसार असलेली सांस्कृतिक वैशिष्ट्यं पूर्णतः नष्ट झाली नाहीत.

हडप्पा नागरी संस्कृतीचा ऱ्हास होऊनही ती टिकून राहिली याचं कारण म्हणजे ज्या वेळी दीर्घकालीन दुष्काळाचा धोका हडप्पा संस्कृतीच्या लोकांच्या लक्षात आला तेव्हा ते तिथून बाहेर पडले आणि नव्या सुपीक जमिनीच्या शोधात पूर्वेकडे आणि दक्षिणेकडे गेले. ते जिकडे गेले तिकडे आपली भाषा, संस्कृती आणि त्यांच्या जीवनपद्धतीची काही वैशिष्ट्यंही घेऊन गेले (हडप्पा नागरी संस्कृतीतील कोणती वैशिष्ट्यं पुढे टिकून राहिली, यासाठी पृष्ठ क्र. १७८ ते १८० पाहा).

त्याच सुमारास किंवा थोडं नंतर 'आर्यां'चं आगमन झालं. ते आपल्याबरोबर पशुपालकांची जीवनपद्धती, यज्ञसंस्थेशी संबंधित असलेल्या नव्या धार्मिक प्रथा, लढाऊ परंपरा या बरोबरच अश्वविद्या आणि धातुशास्त्र यांमधलं प्रावीण्य घेऊन आले होते. याचा परिणाम विविध जनसमूह एकत्र येऊन एक नवा, अभिजनांचा वर्ग उदयास येण्यात झाला. अभिजनांच्या या नव्या वर्गाच्या वर्चस्वामुळे उत्तर भारतात सर्वत्र इंडो-युरोपीय भाषा प्रचलित झाल्या. दुसऱ्या बाजूस हडप्पा संस्कृतीच्या काही श्रद्धाप्रणाली आणि पद्धती सामावून घेतल्यानं आर्यांच्या धार्मिक आचारविचारांमध्येही काही बदल घडून आले, तर अन्य काही प्रथा या लोकपरंपरा आणि लोकधर्म यांच्या स्वरूपात सर्वसामान्य लोकांच्या पातळीवर टिकून राहिल्या.

स्थलांतर करून दक्षिणेमध्ये गेलेल्या हडप्पा संस्कृतीच्या लोकांना तिथे त्यांच्या भाषेसाठी आणि संस्कृतीसाठी अधिक अनुकूल वातावरण लाभलं असावं. याचं एक कारण म्हणजे तिथे अजून आर्य पोहोचले नव्हते आणि दुसरं कारण म्हणजे प्रथमपासूनच द्राविडी भाषांचा प्रसार करण्याचं काम आधीच्या स्थलांतरितांनी केलं होतं. तिसऱ्या प्रकरणात आपण याविषयी माहिती घेतली आहे.

जनुकीय भाषेत वर्णन करायचं झालं तर असं म्हणता येईल की, दक्षिण भारतीय पूर्वजसाखळी निर्माण होण्यात हडप्पा लोकांचा वाटा आहे. ते दक्षिणेत गेले आणि तिथे स्थिरावलेल्या पहिल्या आफ्रिकन स्थलांतरितांबरोबर मिसळणे. दक्षिण भारतीय पूर्वजसाखळी निर्माण झाली. त्याचप्रमाणे उत्तर भारतीय पूर्वजसाखळीमध्येही त्यांचा वाटा आहे. कारण, उत्तरेमध्ये ते आर्यांच्या संपर्कात आले होते. त्यांच्या मिश्रणातून उत्तर भारतीय पूर्वजसाखळी निर्माण झाली, त्यामुळेच असं म्हणता येतं की, हडप्पा संस्कृतीच्या लोकांनी भारताला सांस्कृतिकदृष्ट्या एकसंध ठेवण्याचं काम केलं किंवा पूर्वी एकदा या पुस्तकात वापरलेल्या उपमेचा उपयोग करून सांगायचं तर पिझ्झावरच्या सॉसचं काम केलं.

गवताळ प्रदेशातून नव्यानं आलेल्या अभिजनांच्या समाजाचा कल स्पष्टपणे ग्रामीण, भटक्या जीवनपद्धतीकडे झुकणारा होता. भारताचं 'द्वितीय नागरीकरण' होण्यासाठी एक सहस्रकाहून जास्त काळ वाट का पाहावी लागली याचं हे एक कारण असू शकतं. भारतातील 'द्वितीय नागरीकरणा'ची सुरुवात इसवी सनपूर्व ५०० नंतर झाली. *द हॉर्स, द व्हील अॅन्ड लँग्वेजमध्ये* अँथनी यांनी उल्लेख केल्याप्रमाणे यामनाया हे भटके पशुपालक होते. त्यांनी जिथे जिथे त्यांचं वर्चस्व प्रस्थापित केलं, तिथे तिथे त्यांनी पूर्वीपासून अस्तित्वात असलेल्या स्थिर वसाहतींचा नाश केला.

हडप्पा संस्कृतीचे लोक आणि वेद : जुळलेले आणि न जुळलेले दुवे

गवताळ प्रदेशातले स्थलांतरित जेव्हा भारतामध्ये पोहोचले तेव्हा इथे आधीपासून असलेल्या नागरी संस्कृतीच्या लोकांशी त्यांची गाठ पडली. या नागरी संस्कृतीमध्ये त्यांच्या स्वतःच्या पुराणकथा, स्वतःची स्वतंत्र श्रद्धाप्रणाली आणि त्यानुसार असलेल्या पद्धती तसंच स्वतःची किंवा स्वतःच्या भाषा होत्या. ते दीर्घकालीन दुष्काळाच्या हळूहळू जाणवू लागलेल्या परिणामांना तोंड देण्याचा प्रयत्नही करत होते. त्याच वेळेस गवताळ प्रदेशातल्या स्थलांतरितांची आणि त्यांची गाठ पडली. स्वतःला आर्य म्हणवणारे लोक कोणकोणत्या मार्गांनी भारतात आले किंवा त्यांच्यामध्ये एकमेकांशी स्पर्धा करणारे किती प्रकारचे आणि किती जनसमूह होते, हे आपल्याला माहीत नाही. आपल्याला फक्त एवढंच माहीत आहे की, पुरातत्त्वीय पुराव्यांच्या आधारे प्रकाशात आलेली हडप्पा नागरी संस्कृती आणि ऋग्वेदापासून सुरू झालेल्या वैदिक साहित्यातून दिसणारी इंडो-युरोपीय नागरी संस्कृती या दोहोंमध्ये असलेलं अंतर कालांतरानं कमी होत गेलं.

दोन संस्कृतींमधलं अंतर दर्शवणारी काही उदाहरणं : हडप्पाच्या विस्तृत प्रतिमा विश्वात इंद्र, अग्नी, वरूण आणि अश्विन या ऋग्वेदातील प्रमुख देवतांना स्थान असलेलं दिसत नाही. याची उलट बाजूही खरी आहे : हडप्पा नागरी संस्कृतीच्या विस्तृत प्रतिमाविश्वाचं स्पष्टीकरण शोधताना ऋग्वेदाची काहीही मदत होत नाही. उदाहरणार्थ, सर्व ठिकाणी दिसून येणाऱ्या मुद्रांवर असलेलं एकशिंग्याचं चित्र आणि त्याच्या समोर दाखवलं गेललं भांडं, लिपी, मोहेंजोदाडो इथलं महास्नानगृह आणि त्याचं महत्त्व इत्यादी.

खरं तर एका ठिकाणी ऋग्वेदात निषिद्ध मानलेल्या गोष्टी आणि हडप्पातील प्रथा यांमधला विरोध लक्ष वेधून घेणारा आहे. ऋग्वेदामध्ये 'शिश्न-देवा'ला (शब्दशः अर्थ- लिंग किंवा लिंगपूजक) विरोध दर्शवलेला आहे, तर हडप्पामध्ये लिंगपूजा ही त्यांच्या सांस्कृतिक विश्वाचा एक भाग होती, हे तिथल्या वस्तूंवरून निःसंशय स्पष्ट होतं. हडप्पा नागरी संस्कृतीच्या भारतातल्या ढोलावीरा या नेत्रदीपक नगराचं उत्खनन करणारे पुरातत्त्वशास्त्रज्ञ आर. एस. बिश्त म्हणतात की, ढोलावीरा आणि हडप्पा संस्कृतीची अन्य नगरं उजाड झाल्यावर तिथे प्रस्थापित केलेल्या लिंगांचा हेतुपुरस्सर नाश केल्याचे स्पष्ट पुरावे आढळले. ऋग्वेदाच्या सातव्या मंडलाच्या एकविसाव्या सूक्तातील पाचव्या ऋचेमध्ये म्हटलं आहे की, 'आमच्या पवित्र पूजनामध्ये शिश्न-देवाचा प्रवेश होऊ नये' आणि दहाव्या मंडलातील सूक्त नव्व्याण्णव, ऋचा तिसरी यामध्ये, इंद्रानं शिश्नदेवांचा निःपात कसा केला, याचं वर्णन आहे.

काही लेखकांनी या संदर्भात 'शिश्न-देव' यासाठी 'कामुक राक्षस' असा शब्दप्रयोग केला आहे; पण शिश्नदेवचा शब्दशः अर्थ आणि अर्थातच त्याविषयीचा तिरस्कार ऋग्वेदातील उल्लेखांमधून अगदी स्पष्ट दिसतो.

ढोलावीरा येथील लिंगासारखे दिसणारे सुटे खांब.

आर. एस. बिश्त यांनी ढोलावीरा उत्खननाच्या वृत्तांतात म्हटलं आहे : या उत्खननामध्ये कमीत कमी सहा सुटे खांब आढळून आले आहेत. हे सुटे खांब उंच आहेत आणि ते शिश्नसदृश आहेत किंवा ते लिंगस्वरूप आहेत म्हणूनच कदाचित त्यातले बरेच खांब हेतुपूर्वक तोडफोड केलेल्या अवस्थेत आढळले.

ढोलावीरातील बसलेल्या स्थितीतल्या माणसाच्या मूर्तींचं वर्णन पुढीलप्रमाणे केलेलं आहे :

हडप्पा संस्कृतीच्या लोकांनी केलेली ही कदाचित सर्वांत मोठी मूर्ती असावी. ती पालथ्या स्थितीमध्ये आढळली. उत्तर हडप्पा संस्कृतीच्या लोकांनी एका भिंतीत बसवण्यासाठी त्या मूर्तीचा दगड केला होता. ती, सच्छिद्र असलेल्या चुनखडीयुक्त वालुकाश्मांपासून घडवलेली होती. ती मूर्ती नग्न आणि बसलेल्या अवस्थेतली होती. मूर्तीचा तळ सपाट बनवलेला होता. तिचे दोन्ही हात गुडघ्यांवर टेकलेले होते. दोन्ही गुडघे वर उभे ओढून घेतलेले होते आणि एकमेकांपासून फाकलेले होते. शिश्न स्पष्ट दिसावं असा त्यामागचा उद्देश असावा.

या पुरुषमूर्तीची घडण वास्तववादी शैलीतली आहे. तिचं पोट पुढे आलेलं आहे. मूर्तीच्या पाठीवर खालपर्यंत आलेल्या केसांच्या लांब बटा आहेत; परंतु हा भाग तुटलेला आहे. मोहेंजोदाडोमध्ये सापडलेल्या मूर्तीप्रमाणे नक्कीच या मूर्तीचाही

Archaeological Survey of India

विध्वंस केला गेल्याची शक्यता आहे. तिचा मस्तकाचा भाग गायब आहे. तिचं मस्तक मुद्दाम तोडलेलं आहे असं दिसतं. कोपरं आणि गुडघेही बऱ्यापैकी तुटक्या अवस्थेत आहेत. हेतुपुरःसर केलेल्या या तोडफोडीवरून, त्या काळात हडप्पा प्रगल्भ नागरी संस्कृतीमधली श्रद्धाप्रणाली व विचारसरणीच्या जागी एक भिन्न श्रद्धाप्रणाली आणि विचारधारा प्रस्थापित होत असल्याचं दिसतं.

Source: Archaeological Survey of India

वर – ढोलावीराच्या अवशेषांमध्ये एका पुरुषाचा बसलेल्या स्थितीतला पुतळा पालथा पडलेला आढळला.
खाली – हा पुतळा पुढून आणि बाजूनं असा दिसतो. त्याचं जननेंद्रिय हेतूपूर्वक तोडून टाकलेलं दिसतं.

ती मूर्ती ज्या स्तरामध्ये सापडली तो सहाव्या क्रमांकाचा (इसवी सनपूर्व १९५० ते १८००) स्तर हा त्या मूर्तीचा मूळ स्तर नसून ती आधीच्या स्तरातली म्हणजे इसवी सनपूर्व २,६०० ते १९०० या काळातली असण्याची शक्यता अधिक आहे. त्या मूर्तीची तोडफोड ज्या पद्धतीनं केली गेली आहे, त्यावरून हे स्पष्ट दिसून येतं की, सहाव्या क्रमांकाच्या स्तरातल्या लोकांना त्या मूर्तीतून व्यक्त होणारी संकल्पना अजिबात मान्य नव्हती. सहाव्या स्तराच्या काळापर्यंत आधीच्या श्रद्धाप्रणाली आणि प्रथा संपुष्टात आल्या होत्या, हे त्या वेळच्या मुद्रांवर फक्त लेख आहेत; पण प्रगल्भ हडप्पा काळातील कोणतीही चित्रं नाहीत, यावरून स्पष्ट होतं.

ढोलावीरामधला इसवी सनपूर्व १,९५० ते इसवी सनपूर्व १,८०० दरम्यानचा सहावा स्तर हा उत्तर हडप्पा संस्कृतीचा काळ दर्शवतो. त्या काळात प्रगल्भ हडप्पा नागरी संस्कृती संपुष्टात आली होती आणि मधला काही काळ हडप्पा संस्कृतीची स्थळं ओसाड पडलेली होती. उत्खननाच्या वृत्तांतातील नोंदींनुसार : 'स्तर क्रमांक सहा हा हडप्पा संस्कृतीचा प्रदेश उजाड झाल्यानंतरच्या काळातला आहे. या टप्प्यावर नगररचना, वास्तुकला, मुद्रा निर्मितीचं तंत्र यांमध्ये दूरगामी परिणाम करणारे बदल झाले, तसंच अर्थव्यवस्थेमध्येही मोठ्या प्रमाणावर बदल झाले; पण केवळ म्हणून हा टप्पा महत्त्वाचा नाही, तर याच टप्प्यात विविध जनसमूह फार थोड्या अवधीत काय घडतंय हे कळायच्या आत एकत्रित येऊन एकमेकांत मिसळून गेले.'

ढोलावीराच्या सहाव्या स्तरामध्ये एवढी उलथापालथ होण्यामागचं कारण काय असावं हे आपल्याला समजलेलं नाही; आपण फक्त एवढाच अंदाज बांधू शकतो की, हडप्पाच्या अखेरच्या टप्प्यांमध्ये अंतर्गत बंडाळी माजली असावी; पण हडप्पा प्रदेशात आढळलेले लिंगस्तंभ, मूर्ती आणि दुसऱ्या बाजूला ऋग्वेदामध्ये लिंगपूजेला असलेला विरोध यातून त्या दोन्ही संस्कृतींमध्ये तेढ असल्याचं दिसून येतं.

हडप्पा नागरी संस्कृती, 'आर्य' किंवा 'वैदिक' संस्कृती नव्हती, या विचाराचं समर्थन बिश्त फारसं करत नाहीत. उलट ऋग्वेदामध्ये दिसून येणारी सामाजिक रचना, हडप्पा उत्खननामध्ये आढळलेल्या पुराव्यांनुसार वैदिक संस्कृतीच्या जवळ जाणारी आहे, असं त्यांना वाटतं; पण त्यांनी हेसुद्धा मान्य केलं आहे की, वेदांमध्ये शिश्नदेवाला कमी लेखलं गेलं आहे आणि हडप्पा नागरी संस्कृतीमध्ये घोडा आढळून येत नसल्यानं ती संस्कृती वैदिक संस्कृती होती असंही सहजपणे म्हणता येणार नाही. जोपर्यंत हडप्पा लिपीचा अर्थ लावला जात नाही तोपर्यंत हा वाद असाच सुरू राहणार असं त्यांना वाटतं.

हडप्पा संस्कृतीचं विश्व आणि वैदिक संस्कृतीचं विश्व यातलं अंतर हे श्रद्धाप्रणालीपेक्षा भौतिक गोष्टींमध्ये अधिक प्रकर्षानं दिसतं. उदाहरणार्थ, हडप्पाच्या समकालीन असणाऱ्या, जगातील इतर नागरी संस्कृती, हडप्पा नागरी संस्कृतीला 'मेलुहा' या नावानं ओळखत असत. हडप्पा संस्कृतीचे लोक तिथल्या एखाद्या राजाचा पक्ष घेत असत. शिवाय हडप्पा संस्कृती आणि मेसोपोटेमिया यांच्यामध्ये इतके घनिष्ट व्यापारी संबंध होते की हडप्पा संस्कृतीच्या लोकांनी व्यापार आणि खाणकाम यांच्या सोयीसाठी ओमान द्वीपकल्पासारख्या

ठिकाणी वसाहती वसवल्या होत्या; पण व्यापार-उद्योग यांसारखे जटिल व्यवहार आणि नागरी आंतरसंबंधांचं प्रतिबिंब, प्राचीन वैदिक साहित्यात उमटलेलं दिसत नाही. ऋग्वेदाचं विश्व आणि हडप्पा नागरी संस्कृतीचं भौतिक विश्व ही दोन्ही विश्वं, सर्वथा भिन्न आहेत असं वाटतं... आणि यांमध्ये अजून 'घोडा' या विषयीची चर्चा विचारात घेतलेलीच नाही.

हडप्पा संस्कृती आणि घोड्यांविषयी काही

हडप्पातील घोडा या प्राण्याच्या संदर्भात प्रश्न असा आहे : हडप्पा नागरी संस्कृतीमध्ये घोड्यांचा अभाव दिसून येतो. घोड्यांचे अवशेष आढळत नाहीत, तसंच मुद्रांवरच्या प्रतीकांमध्ये, इतर वस्तूंमध्ये कुठेही घोडे आढळत नाहीत; पण ऋग्वेदामध्ये मात्र घोड्यांचा उल्लेख सार्वत्रिक आणि ठळक आहे. एवढंच नाही तर ऋग्वेदातल्या प्रमुख दैवतमंडलामध्ये समावेश असणारे जुळे अश्विनीकुमार हे अश्वयुद्धेत निपुण आहेत. उषा आणि अग्नी या अन्य दोन देवता घोड्यांच्या रथावर स्वार झाल्याचा उल्लेख आहे. त्यातल्या ऋचांमध्ये सरस्वती नदीचं वर्णन करताना 'विजयासाठी वेगानं धावणाऱ्या रथाप्रमाणे' असं केलं आहे. ऋग्वेदातील घोड्यांचे उल्लेख जितके ठळकपणे केलेले दिसतात, तितक्या ठळकपणे अन्य कोणत्याही प्राण्यांचे उल्लेख केलेले दिसत नाहीत. ऋग्वेदामध्ये घोड्यांविषयी एकूण पाच ऋचा आहेत; पण बैल, मेंढा आणि पक्षी यांविषयी मात्र प्रत्येकी एकच ऋचा आहे. घोड्याविषयीच्या एका ऋचेमध्ये (मंडल १ ; ऋचा १६२)[७] अश्वमेधाचा संदर्भ आहे :

They who observing that the Horse is ready call out and say, the smell is good; remove it;

And, craving meat, await the distribution, – may their approving help promote labour.

The trial-fork of the flesh-cooking cauldron, the vessels out of which the broth is sprinkled,

The warming-pots, the covers of the dishes, hooks, carving boards, – all these attend the Charger.

The starting-place, his place of rest and rolling, the ropes wherewith the Chargers feet were fastened,

The water that he drank, the food he tasted, – among the Gods, too, may all these attend thee.

Let not the fire, smoke-chanted, make thee crackle, nor glowing cauldron smell and break to pieces.

Offered, beloved, approved, and consecrated, – such Charger do the Gods accept with favour.

---

७ अनुवादक - राल्फ टी.एच. ग्रिफिथ

आर्य स्थलांतर करून इथे आले होते, ही कल्पना ज्यांना मान्य नाही आणि ज्यांच्या दृष्टीनं आर्य हे प्रथमपासून भारतातच होते, त्यांच्यासाठी हडप्पा नागरी संस्कृती ही 'वैदिक' असणं किंवा ती वेदांची रचना करणाऱ्या आर्यांची निर्मिती असणं ही गोष्ट मुद्दाम सिद्ध करण्याची आवश्यकताच नाही. हडप्पातील शहरांमध्ये घोड्यांचा किंवा रथांचा अभाव होता, याचा अर्थ तिथला समाज वैदिक नव्हता, असा होत नाही. यासाठी तीन स्पष्टीकरणं दिली गेली : पहिलं स्पष्टीकरण म्हणजे हडप्पोत्तर काळातही घोड्यांची हाडं मिळण्याचं प्रमाण तसं कमीच आहे, तरीसुद्धा हडप्पोत्तर काळातले लोक आर्य होते हे सर्वांना मान्य आहे. दुसरं स्पष्टीकरण दिलंय, पुरातत्त्वज्ञ बी. बी. लाल यांनी. हडप्पा संस्कृतीतले लोक वैदिक आर्य होते, या मताचं समर्थन करताना ते म्हणतात : 'या देशाच्या उष्ण आणि दमट हवामानात लाकडी रथ किंवा लाकडाच्या कोणत्याही वस्तूचे अवशेष सापडणं कठीण आहे. कालीबंगनमध्ये सापडलेल्या लाकडाच्या एका छोट्या तुकड्यापलीकडे लाकडाची अन्य कोणतीही वस्तू मला आढळली नाही.' तिसरं स्पष्टीकरण म्हणजे गुजरातमधील सुरकोटडा या हडप्पा नागरी संस्कृतीच्या स्थळातील उत्खननात इसवी सनपूर्व २,१०० ते इसवी सनपूर्व १,७०० दरम्यानची घोड्यांची हाडं आढळून आली आहेत आणि आंतरराष्ट्रीय स्तरावर त्यांचं परीक्षण केलं गेलं आहे. त्या हाडांचं कसून परीक्षण करणारे पुराप्राणीशास्त्रज्ञ प्राध्यापक सँडोर बोकोन्यी म्हणतात : 'वरचा आणि खालचा जबडा आणि दातांचं एनॅमल यांची रचना, पटाशीच्या दातांचा आकार आणि प्रकार तसंच खूर यांवरून हे अवशेष घोड्याचेच *(इक्वस कॅबॅलस)* आहेत हे सिद्ध होतं. प्लाइस्टोसीन काळानंतर (म्हणजे इसवी सनपूर्व ९,७०० नंतर) भारतात जंगली घोडे नव्हते, त्यामुळे सुरकोटडा इथे सापडलेले अवशेष निःसंशय पाळीव घोड्याचेच होते.'

या विधानावरून दोन महत्त्वाचे मुद्दे पुढे येतात. एक म्हणजे प्लाइस्टोसीन (२५.८ लाख वर्षांपूर्वीपासून ते ११,७०० वर्षांपूर्वीपर्यंत) काळानंतर भारतात जंगली घोडे नव्हते. दुसरा मुद्दा म्हणजे मग त्यामुळे सुरकोटडा इथे सापडलेला घोडा जंगली नसून नक्कीच पाळीव असला पाहिजे. या दोन विधानांतून असाही एक निष्कर्ष निघतो की, मागच्या ११,७०० वर्षांपासून भारतात जंगली घोडे नव्हते याचा अर्थ तो घोडा नक्कीच भारतात माणसाळवलेला नव्हता. इसवी सनपूर्व ३,५०० वर्षांपूर्वीच्या काळात घोडे माणसाळवण्याची प्रक्रिया पूर्णत्वाला गेलेली नव्हती म्हणूनच बोकोन्यी यांच्या म्हणण्याप्रमाणे सुरकोटडाचा घोडा पाळीव आहे, हे मान्य केलं तरी तो बाहेरून आणवलेला असेल किंवा त्याची निपज विदेशी असेल.

बोकोन्यी यांच्या म्हणण्याला रिचर्ड मेडो यांनी आव्हान दिलं आहे. रिचर्ड मेडो हे बोकोन्यींसारखेच प्रथितयश पुराप्राणीशास्त्रज्ञ आहेत. बोकोन्यी बरोबर आहेत आणि मेडो चुकीचे आहेत, असं जरी आपण मानलं तरीही ऋग्वेदात असलेला घोड्यांचा प्रभाव आणि हडप्पा नागरी संस्कृतीमध्ये दिसलेला घोड्याचा आणि घोड्याशी संबंधित प्रतिमांचा अभाव हा फरक तसाच राहतो. विशेष म्हणजे काल्पनिक एकशिंग्यापासून बैल, म्हशी, मोर, हत्ती, वाघ आणि गेंडा अशा अनेक प्राणी–पक्ष्यांचं चित्रण असणाऱ्या हडप्पा संस्कृतीच्या हजारो मुद्रांवर घोड्याचं एकही चित्र आढळलं नाही. इथलं हवामान उष्ण आणि दमट आहे हे मान्य करून हडप्पा संस्कृतीच्या मुद्रा संगजिऱ्याच्या दगडापासून (स्टिअटाईट) तयार केल्या होत्या हे लक्षात घेतलं तर घोड्याचं चित्र असलेल्या मुद्राही टिकून राहायला हव्या होत्या.

हडप्पातले लोक हत्ती, रानरेडे आणि मोर असे काही प्राणी-पक्षी मेसोपोटेमियाला निर्यात करत होते, याविषयीच्या ऐतिहासिक नोंदी उपलब्ध आहेत. त्याच्या मोबदल्यात त्यांच्याकडून किंवा अन्य प्रदेशातून त्यांनी एखादा घोडा आणवला असण्याची शक्यता आहे, असं म्हटलं तर भुवया उंचावण्याची गरज नाही; ऋग्वेदात घोड्याला असलेलं महत्त्वाचं स्थान आणि हडप्पा संस्कृतीच्या पुरातत्त्वीय अवशेषांमध्ये घोड्याचा मागमूसही नसणं, या दोन्ही गोष्टींमुळे दोन संस्कृतींमध्ये असणारं अंतर अधिकच ठळक होतं.

घोडे आणि वेद यांविषयीच्या चर्चेत, ऋग्वेद हा हडप्पा नागरी संस्कृतीनंतरचा आहे. या विचारावर आपलं मत व्यक्त करताना पुरातत्त्वज्ञ म. के. ढवळीकर म्हणतात :

आपण एखादी कादंबरी वाचत असू तर त्या कादंबरीचा काळ आपण कसा ठरवू? त्या कादंबरीमध्ये मोबाईल फोनचा उल्लेख असेल तर ती कादंबरी विसाव्या शतकात किंवा त्यानंतर लिहिलेली असावी असं आपण समजू... त्याचप्रमाणे ऋग्वेदामध्येही दोन खुणा आहेत. एक म्हणजे घोड्याचं अस्तित्व. ही खूण फारच महत्त्वाची आहे. कारण, घोडा हा आर्यांच्या खास आवडीचा प्राणी होता. त्यांच्या धार्मिक परंपरांमध्येही घोड्याची भूमिका महत्त्वाची होती. दुसरी खूण म्हणजे ऋग्वेदामध्ये नेहमी 'अयस'चा उल्लेख येतो. त्याचा शब्दशः अर्थ 'तांबे' असा आहे. कारण, त्यानंतर लोखंडाचा शोध लागल्यावर त्यांना 'कृष्ण अयस' किंवा काळं तांबं असा नवा शब्द तयार करावा लागला.

आता शुद्ध पुरातत्त्वीय पुराव्यांचा विचार केला तर पाळीव घोड्यांचं अस्तित्व इसवी सनपूर्व १,९००पासून दिसून येतं. हा काळ हडप्पा नागरी संस्कृतीचा अखेरचा म्हणजे इसवी सनपूर्व १,९०० किंवा इसवी सनपूर्व १,५०० दरम्यानचा काळ आहे, त्यामुळे आपल्याला इसवी सनपूर्व १९०० ते इसवी सनपूर्व १८०० हा एक निश्चित कालबिंदू मिळतो. उत्तर भारतात लोखंडाचा वापर इसवी सनपूर्व १५०० ते इसवी सनपूर्व १४००पर्यंत सुरू झालेला होता. यावरून आपण इसवी सनपूर्व २००० ते इसवी सनपूर्व १४०० दरम्यानचा कालखंड ऋग्वेदाचा काळ मानू शकतो.

थोडक्यात सांगायचं तर ऋग्वेद हडप्पा नागरी संस्कृतीच्या नंतरचा आहे.[८]

एका नागरी संस्कृतीचे अवशेष

वैदिक साहित्याची रचना अनेक शतकं होत होती आणि लक्षात घेण्याजोगी गोष्ट म्हणजे कालांतरानं वैदिक साहित्य आणि हडप्पा नागरी संस्कृती यांतला फरक काळाच्या ओघात हळूहळू कमी होत गेला. वैदिक साहित्य जितकं नंतरच्या काळातलं असेल तितक्या त्यात

---

८ प्राध्यापक विट्झेल यांच्या मतानुसार, भारतीय उपखंडाच्या वायव्य प्रदेशात (आर्य जिथे प्रथम स्थिरावले तो प्रदेश) इसवी सनपूर्व १०००च्या सुमारास लोहाचा शोध लागलेला आहे, त्यामुळे ऋग्वेदाची रचनाही साधारण त्याच सुमारास झाली असावी.

हडप्पा संस्कृतीच्या काही खुणा उमटलेल्या असण्याची शक्यता अधिक आहे. ऋग्वेदात जरी 'शिश्नदेवा'ला विरोध केलेला दिसतो आणि त्याबद्दलचा कमालीचा तिटकारा व्यक्त झालेला दिसतो तरी इसवी सनपूर्व ५०० ते इसवी सनपूर्व १००च्या दरम्यान रचलेल्या उपनिषदांमध्ये मात्र हा विरोध किंवा तिटकारा दिसत नाही. ऋग्वेदाच्या काळातील साहित्याच्या तुलनेत, वैदिक साहित्यामध्ये द्राविड भाषेतून घेतलेल्या शब्दांची संख्या वाढलेली दिसून येते. हडप्पा संस्कृतीच्या मुद्रा, ठसे आणि टेराकोट्टाच्या छोट्या मूर्ती योगासनांची आठवण करून देणाऱ्या आहेत; पण ऋग्वेदात मात्र योगासंबंधीचे स्पष्ट उल्लेख आढळत नाहीत. *कठोपनिषदात* मात्र यासंबंधीचे उल्लेख स्पष्टपणे आढळतात. हडप्पातील एका मुद्रेवर, शिंगांचं शिरस्त्राण घातलेली एक आकृती योगासनामध्ये बसलेली दिसते आणि तिच्या भोवती काही प्राणी आहेत, असं दिसतं. ती प्रतिमा शिवाचं प्राचीन रूप असावं असं काही तज्ज्ञांचं मत आहे; पण अनेक इतिहासकारांनी आणि पुरातत्त्वज्ञांनी हे मत नाकारलं आहे. त्यांना असं वाटतं की हे म्हणजे नंतरच्या काळातली एखादी कल्पना भूतकाळावर थोपवण्यासारखं आहे. हे कदाचित खरं असू किंवा नसू शकतं; पण तरीही नंतरच्या काळातील तापसी शिव ही कल्पना आणि हडप्पा काळातील मुद्रांवरच्या प्रतिमा आणि श्रद्धाप्रणाली या दोन्हींचा, काळाच्या ओघात संगम झाला असण्याची शक्यता शिल्लक राहतेच.

यात आश्चर्य वाटण्याचं काही कारण नाही. कारण, नंतर येणाऱ्या स्थलांतरितांच्या संस्कृती त्या प्रदेशातील मूळ संस्कृतीची वैशिष्ट्यं स्वीकारतात, ती आत्मसात करतात आणि तिच्यामध्ये मिसळून जातात. आर्य आणि हडप्पा संस्कृतीच्या सांस्कृतिक वैशिष्ट्यांच्या बाबतीतही हेच घडलं असावं. सांस्कृतिक सात्मीकरणाची प्रक्रिया घडत असताना सांस्कृतिक आणि भौगोलिक परिस्थितीनुसार आर्यांनी हडप्पा संस्कृतीची वैशिष्ट्यं स्वीकारली असावीत.

अंगण मधोमध ठेवून त्याच्या भोवतीनं बांधलेल्या खोल्या; बैलगाड्या; बांगड्यांचं महत्त्व, बांगड्या घालण्याची पद्धत; वृक्षपूजा आणि विशेषतः पिंपळवृक्षाशी जोडलेली पावित्र्याची कल्पना; सर्वत्र दिसून येणारं स्वयंपाकाचं भारतीय पद्धतीची हंडी आणि कुल्हड; महिषाचं सांप्रदायिक महत्त्व; दागिन्यांवरील नक्षी, तसंच भांडी आणि मुद्रांवरील प्रतिमा; फासे वापरून खेळायचे खेळ आणि पटावरचा बुद्धिबळसदृश प्राचीन खेळ (नागरी हडप्पा संस्कृतीच्या अनेक ठिकाणी फासे आणि बुद्धिबळाच्या पटासारखे पट आढळून आले आहेत.); आज रोजच्या वापरातून थोडा बाजूला पडलेला; पण अजूनही काही ठिकाणी स्नानादी क्रियांसाठी वापरला जाणारा लोटा; सिंदूर लावण्याची प्रथा आणि वजनमापाची काही परिमाणं अशा हडप्पा नागरी संस्कृतीतल्या कितीतरी गोष्टी आजही व्यवहारात टिकून आहेत.

गुजरातमधल्या लोथल या हडप्पा नागरी संस्कृतीच्या नगरामध्ये सापडलेल्या एका उभट भांड्यावर एक चित्र आहे. त्या चित्रामध्ये एक कावळा एका हरणासह एका घड्यापुढे उभा राहून मागे वळून पाहतो आहे. या चित्रावरून पंचतंत्रातल्या तहानलेल्या कावळ्याच्या कथेची आठवण होते. यावरून असं जाणवतं की, आपण आपल्या मुलांना ज्या गोष्टी सांगतो, त्याच गोष्टी कदाचित हडप्पा संस्कृतीमधले पालकही त्यांच्या मुलांना सांगत असावेत.

मग इसवी सनपूर्व २०००च्या सुमारास ज्याची अखेर झाली, ती नक्की कशाची? तर सात दशकांहून जास्त काळ ही नागरी संस्कृती टिकवून ठेवणाऱ्या प्रशासन व्यवस्थेची अखेर झाली. त्याबरोबरच तिथली लिपी, मुद्रा, प्रमाणित आकारांच्या विटा एकशिंग्यासारख्या काही कल्पनासुद्धा नाहीशा झाल्या; पण दक्षिण आशियातील या पहिल्या नागरी संस्कृतीचा तात्त्विक आणि सांस्कृतिक आधार असलेल्या अनेक गोष्टी, ज्या सामान्य माणसाच्या दैनंदिन जीवनाचा अविभाज्य भाग होत्या, त्या मात्र तशाच टिकून राहिल्या. आपल्याला कदाचित त्या सर्वच गोष्टी ओळखू येणार नाहीत; पण त्यांच्याच आधारावर आपली आजची संस्कृती, परंपरा आणि इतिहास उभा आहे.

हडप्पा संस्कृतीचे लोक आणि आर्य यांच्यातील प्रदीर्घ सांस्कृतिक देवाणघेवाणीत अखेरीस भारतातच्या पश्चिम, उत्तर आणि पूर्व भागातल्या आधीच्या भाषांची जागा इंडो-युरोपीय भाषांनी घेतलेली दिसून येते आणि तसंच हडप्पा संस्कृती आणि वैदिक संस्कृती या दोन्हींची वैशिष्ट्यं सामावलेली एक नवी मिश्र संस्कृती उदयाला आली. हडप्पातली लिपी आणि मुद्रा जशा अदृश्य झाल्या तशाच ऋग्वेदातल्या काही देवदेवता आणि कर्मकांडही इतिहासपूर्व काळाच्या धुक्यात हरवून गेली आहेत.

धर्मग्रंथांमधली भाषा काळ बदलला तरी बदलली जात नाही. त्याचप्रमाणे वेदांची भाषाही बदलणं अपेक्षित नव्हतं. मात्र हडप्पा संस्कृतीशी संपर्क आल्यानंतर वैदिक भाषेत बदल झालेले दिसतात. इंडो-युरोपीय भाषांमध्ये मूर्धन्य व्यंजनं (जी उच्चारण्यासाठी जीभ वळवून टाळ्याला लावावी लागते) क्वचितच आढळतात; पण भारतातील आर्यपूर्व द्राविडी भाषागटातल्या भाषांमध्ये मात्र ती सर्रास आढळतात. अशा मूर्धन्य व्यंजनांचा समावेश नंतर संस्कृतमध्येही झाला. उदाहरणार्थ, पुष्टि, गण, वर्ण आणि पूर्ण. संस्कृतला जवळची असणाऱ्या प्राचीन इराणी भाषेतही मूर्धन्य व्यंजनं आढळत नाहीत, त्यामुळे संस्कृत भाषेतील त्यांचा वाढता समावेश हा संस्कृतवरील आर्यपूर्व भाषांच्या प्रभावाचा परिणाम असल्याचं समजलं जातं. ऋग्वेदामध्ये द्राविडी भाषेतून आलेल्या शब्दांचं प्रमाण सीमित आहे; पण ऋग्वेदापेक्षा उशिरा रचल्या गेलेल्या वेदांमध्ये हे प्रमाण हळूहळू वाढत गेलेलं दिसतं.[९]

कॉर्डेड वेअरचं उदाहरण

हडप्पा संस्कृतीचे लोक आणि स्थलांतरित आर्य यांची समोरासमोर गाठ पडल्यानंतर एक नवीन संस्कृती उदयाला यावी, यात आश्चर्य वाटण्याचं काही कारण नाही. कारण, त्याआधी साधारण एक हजार वर्षांपूर्वीही गवताळ प्रदेशातल्या स्थलांतरितांचे लोंढे पश्चिम युरोपमध्ये येऊन धडकले, तेव्हाही हेच घडलं होतं. गवताळ प्रदेशातले यामनाया लोक युरोपमध्ये आल्याचा महत्त्वाचा पुरावा असलेली युरोपमधली कॉर्डेड वेअर संस्कृती ही यामनायांनी गवताळ प्रदेशातून आणलेली नव्हती, तर यामनाया लोक आणि युरोपमधले

---

९ हार्वर्ड विद्यापीठातले प्राध्यापक विट्झेल यांच्या मतानुसार मूर्धन्य व्यंजनं हे वायव्य भारतातल्या 'मिश्र-भाषागटाचं वैशिष्ट्य' आहे. द्राविडी भाषांव्यतिरिक्त ती खोतानमधल्या 'शक' आणि 'वाही' या पूर्व इराणमधल्या भाषांमध्ये तसंच 'बुरुशास्की' या विशिष्ट प्रदेशापुरतीच मर्यादित राहिलेल्या भाषेत आढळतात. विट्झेल यांनी हेही दाखवून दिलं आहे की, ऋग्वेदात इतर भाषांमधून घेतलेल्या एकूण ३०० शब्दांमध्ये द्राविडी शब्दांची संख्या फारच कमी आहे.

नवाश्मयुगीन शेतकरी यांच्या एकमेकांशी आलेल्या संपर्कातून ती निर्माण झाली होती. त्यासंबंधी स्पष्टीकरण देताना द *हॉर्स*, द *व्हील अँड द लँग्वेज*, यामध्ये डेव्हिड अँथनी यांनी म्हटलं आहे :

> 'कॉर्डेड वेअर' संस्कृतींची भौतिक वैशिष्ट्यं बहुतांशी उत्तर युरोपमधल्या स्थानिक शेतकऱ्यांच्या संस्कृतींशी जुळणारी होती; परंतु त्याच्या मुळाशी असणाऱ्या दैनंदिन व्यवहाराच्या पद्धती यामनाया संस्कृतीच्या पुराव्याशी आणि जीवनपद्धतीशी जुळणाऱ्या होत्या. यामनायांची संस्कृती पशुपालकांची होती. अर्थव्यवस्थेत फिरस्त्या जीवनशैलीला महत्त्व होतं आणि त्यासाठी बैलगाडी आणि घोडागाडी यांचा वापर केला जात होता, त्यामुळे पशुधनामध्ये समाविष्ट असलेल्या गुरांची धार्मिक प्रतिष्ठा आणि मूल्य यांमध्ये वाढ झाली होती.

कॉर्डेड वेअरची व्यवच्छेदक लक्षणं सांगताना अँथनी लिहितात :

> स्थिर वसाहतींच्या अस्तित्वावर गदा आणणारी पशुपालकांची भटकी जीवनशैली (गवताळ प्रदेशातल्या यामनायांसारखीच असलेली), बहुतेक सर्वत्र दिसणारे व्यक्तिगत दफनाचे उंचवटे (यामनायांप्रमाणे), पाषाणांचे हातोडे–कुऱ्हाडी यांचा प्रसार... मद्यप्राशनाची संस्कृती दर्शवणारे, दोरीच्या ठशांची नक्षी असणारे चषक आणि चोचदार पात्रांचे स्थानिक प्रकार...

२०१७ साली *एन्टीक्विटी* या नियतकालिकात प्रकाशित झालेल्या शोधनिबंधात स्वीडनच्या युनिव्हर्सिटी ऑफ गुटेनबर्गमधले पुरातत्त्वशास्त्राचे प्राध्यापक क्रिश्चियन क्रिश्चियनसेन आणि तीन सहलेखकांनी मिळून कॉर्डेड वेअर संस्कृती कशी निर्माण झाली, याचं सखोल स्पष्टीकरण दिलेलं आहे. या शोधनिबंधामध्ये गवताळ प्रदेशातून युरोपमध्ये झालेल्या स्थलांतरांमध्ये कोणते घटक महत्त्वाचे होते, यासंबंधी विचार केलेला आहे. कळपांच्यासाठी चाऱ्याचा बंदोबस्त करण्याकरता जंगलं जाळून चराऊ कुरणं निर्माण करणं, याशिवाय इतरही महत्त्वाच्या गोष्टी होत्या, त्यावर अधिक भर दिलेला आहे. त्यामध्ये लेखकांनी विशेषतः संयुक्त दफनामधून मिळणारे पुरावे पद्धतशीर रीतीनं गोळा केले. त्या पुराव्यावरून असं दिसून आलं की, कॉर्डेड वेअर संस्कृतीमधले पुरुष त्यांच्या समूहाबाहेरच्या स्त्रियांशी विवाह करत होते. कदाचित, त्या स्त्रिया पळवून आणलेल्या असतील. या दफनांमध्ये पुरुषांबरोबर स्त्रियांनाही पुरलेलं होतं. त्या स्त्रिया, जनुकीयदृष्ट्या स्थानिक वंशाच्या नव्हत्या आणि पुराव्यांवरून असंही दिसून आलं की, त्यांच्या बालपणी त्यांचा आहारही स्थानिकांपेक्षा वेगळा होता. याला जनुकीय पुराव्यांच्या आधारेही पुष्टी मिळालेली आहे. कारण, कॉर्डेड वेअर संस्कृतीमधल्या पुरुषांमध्ये आढळणाऱ्या 'वाय' गुणसूत्र हॅप्लोग्रुपच्या तुलनेत स्त्रियांमध्ये 'एमटी'डीएनए हॅप्लोग्रुपचं अधिक वैविध्य दिसून आलं.

या शोधनिबंधात म्हटलं आहे :

> जर बाहेरून स्थलांतर करून येणाऱ्या समूहांमध्ये पुरुषांचाच भरणा अधिक असेल, तर अशा वेळी इतर जनसमूहांमधल्या स्त्रियांशी विवाह करण्याचं धोरण

हे व्यवहार्य आणि कदाचित अपरिहार्य ठरतं. पशुपालक अर्थव्यवस्थेचं हे एक संभाव्य रूप आहे आणि त्याला पुरातत्त्वीय पुराव्यानं पुष्टी मिळते. जुटलँड (उत्तर जर्मनी आणि डेन्मार्कमधल्या) मधल्या सिंगल ग्रेव्ह/कॉर्डेड वेअर नागरी संस्कृतीमधली ९० टक्के दफनं पुरुषांचीच होती. याच गोष्टीला पूरक असा पुरावा भारत ते बाल्टिक प्रदेश आणि आयर्लंडमधल्या ऐतिहासिक काळातील साहित्यामध्येही मिळतो. त्या स्रोतांमध्ये या पशुपालक समाजाचं एक वैशिष्ट्य सांगितलेलं आहे. ते म्हणजे १२-१३ ते १८-१९ वर्षं वयाच्या मुलांचा समावेश असलेल्या योद्ध्यांचे गट. त्या वयोगटातील मुलांची योद्धा म्हणून उभं राहण्याची पूर्ण तयारी झालेली असे. या तरुण योद्ध्यांच्या गटाचं नेतृत्व एक ज्येष्ठ पुरुष करत असे आणि या समूहांना 'ब्लॅक यूथ' म्हटलं जात असे. त्यांच्या दीक्षाविधीचा एक भाग म्हणून त्यांना कुत्र्यांची आणि लांडग्यांची नावं दिली जात असत.

क्रिश्चियन आणि त्यांच्या सहलेखकांच्या मतानुसार जे पशुपालक समाज अधिक लढाऊवृत्तीचे आणि फिरस्ते असतात ते कृषक संस्कृतीच्या समाजावर सहजपणे वर्चस्व प्रस्थापित करतात. पशुपालक तरुणांच्या टोळ्या नवीन प्रदेशांमध्ये जाऊन स्थिर होताना बहुतेक वेळी तिथल्या कृषक संस्कृतीतल्या मुलींशी जबरदस्तीनं विवाह करत असत.

कॉर्डेड वेअर पद्धतीची भांडी तयार करायला कशी सुरुवात झाली असावी, याविषयीचं स्पष्टीकरणही या शोधनिबंधात दिलं आहे. लेखक म्हणतात की, यामनाया लोकांच्या फिरस्त्या जीवनशैलीत भांडी बनवण्याची परंपरा रुजलेली नव्हती. कारण, त्यांना सहज न फुटणारी, टिकाऊ आणि त्यांच्या बैलगाड्यांमध्ये भरून सहज नेता येतील, अशा प्रकारच्या पात्रांची गरज होती. यामनाया नेहमी कातड्याची, लाकडाची किंवा झाडाच्या जाड सालींपासून पात्रं तयार करत असत.

त्यामुळे कॉर्डेड वेअर संस्कृतीच्या प्राचीन दफनांमध्ये 'कॉर्डेड वेअर' प्रकारची भांडी मिळाली नाहीत. ती फक्त उत्तर युरोपमध्ये दिसू लागतात. याचं कारण, मातीची भांडी तयार करण्याची कला अवगत असणाऱ्या स्त्रिया विवाह करून स्थलांतरित यामनाया समाजात गेल्या आणि तिथे त्या यामनायांच्या कातडी, लाकडी आणि विणून तयार केलेल्या पात्रांशी साधर्म्य असणारी मातीची भांडी घडवू लागल्या. या गृहीतकाला पुष्टी देणारा पुरातत्त्वीय पुरावा मिळाला आहे. हा पुरावा म्हणजे एक लाकडाची चपट्या बुडाची वाटी आहे आणि तिला छोटे पाय आहेत (असं भांडं दही विरजण्यासाठी किंवा अन्य दुग्धजन्य पदार्थ तयार करताना रात्रभर ठेवण्यासाठी वापरलं जाऊ शकतं). ही वाटी लाकडाची असूनही चांगल्या स्थितीत टिकून राहिली होती. या लाकडी भांड्याच्या आकाराप्रमाणे घडवलेलं मातीचं भांडं युरोपमध्ये पसरलेल्या कॉर्डेड वेअर शैलीचं वैशिष्ट्य म्हणून ओळखलं जातं.

स्थलांतर करून येणारे लोक, त्यांची संस्कृती आणि स्थलांतर केलेल्या प्रदेशातील स्थानिक लोक व त्यांची संस्कृती यांच्या सात्मीकरणाच्या प्रक्रियेची गती आणि प्रमाण हे स्थळकाळानुसार वेगवेगळं असू शकतं. हे लक्षात घेऊनही गवताळ प्रदेशातून युरोपात आणि भारतात मोठ्या प्रमाणात झालेल्या स्थलांतरांमध्ये काही समान सूत्र असू शकतं, असं गृहीत धरलं तर ते वावगं ठरणार नाही.

उदाहरणार्थ, 'राजा भोज याच्या इसवी सनाच्या अकराव्या शतकातल्या, 'सरस्वतीकंठाभरण' (सरस्वतीच्या गळ्यातला हार) या ग्रंथात काव्यात्मक आणि अलंकारिक रचनांमध्ये संस्कृतचा वापर याविषयी केलेल्या भाष्यामध्ये असं म्हटलं आहे, 'असंस्कृत लोकांची भाषा यज्ञविधींमध्ये वापरली जाऊ नये; स्त्रियांशी प्राकृतखेरीज इतर भाषेत (संस्कृतमध्ये) बोलताना दिसू नये; अभिजनांशी मिश्र भाषेत बोलू नये आणि अज्ञानी माणसांशी संस्कृतमध्ये बोलू नये.'[१०]

गवताळ प्रदेशातल्या आर्य पुरुषांनी त्यांची संस्कृत भाषा न जाणणाऱ्या स्थानिक स्त्रियांशी विवाह केल्यामुळे त्यांच्याशी प्राकृतमध्ये बोलणं ही वास्तव परिस्थितीची गरज असावी. त्या गरजेतून निर्माण झालेला, स्त्रियांशी प्राकृतमध्येच बोलावं हा संकेत काळाच्या ओघात अपरिवर्तनीय नियम बनला.

एकमेव नव्हे, बहुविध स्रोतांमधून आकाराला आलेली नागरी संस्कृती

भारत आणि युरोप दोन्ही प्रदेशांतील जनसमूहांच्या लोकसांख्यिकी रचनेत बदल घडवून आणण्याइतके समर्थ असलेले शेवटचे स्थलांतरित हे इंडो-युरोपीय भाषा बोलणारे लोक होते. त्यानंतर इसवी सनपूर्व ३२६मध्ये आलेल्या सिकंदरापासून ते इसवी सनपूर्व १५०मध्ये शक (स्किथियन्स), इसवी सनपूर्व ४५०च्या सुमारास आलेले हूण, इसवी सनपूर्व ७१०मध्ये आलेले अरब, इसवी सनपूर्व १५२६दरम्यान आलेले मुघल, त्यानंतर पोर्तुगीज, फ्रेंच, डच आणि इंग्रज अशा अनेकांनी भारतावर आक्रमणं केली. भारतीय संस्कृतीवर या सर्वांचा मोठा प्रभाव असला तरी आपल्या समाजाच्या लोकसांख्यिकी रचनेत मात्र त्यांच्यामुळे लक्षणीय फरक घडला नाही. डीएनए आणि जनुकशास्त्राच्या क्षेत्रात झालेल्या संशोधनाला श्रेय द्यायला हवं. कारण, त्यामुळेच आपण आज हे सांगू शकतो. पुढील काळातही कोणतंही स्थलांतर किंवा आक्रमण भारताच्या लोकसांख्यिकी रचनेत फारसा बदल घडवू शकणार नाही म्हणून या प्रकरणाचं नाव आहे : भारतात आलेले अखेरचे स्थलांतरित. आपला साधारण इतिहास, अनेक परंपरा आणि अनुभव यातून घेतलेल्या विविध घटकांमधून आपली एकमेवाद्वितीय नागरी संस्कृती कशी घडत गेली यासंबंधी आहे. आपली नागरी संस्कृती, एकमेव स्रोतातून नव्हे तर बहुविध स्रोतांमधून आकाराला आलेली आहे.

इसवी सनपूर्व २०००च्या सुमाराला ते अखेरचे स्थलांतरित 'आर्य' भारतात आले, तेव्हा त्यांच्यापूर्वी तिथे स्थिरावलेला भारतीय उपखंडातला जनसमूह हा जगातील आधुनिक मानवांच्या मोठ्या समूहांपैकी एक (सर्वांत मोठा नसला तरी) समूह होता. या जनसमूहानं भारतात कृषितंत्रातील क्रांती साध्य केली होतीच; पण त्यातून त्यांनी जगातली सर्वांत मोठी प्राचीन नागरी संस्कृतीही निर्माण केली होती. या नागरी संस्कृतीनं भारतातील चारी दिशांना कृषीमुळे होणाऱ्या परिवर्तनाचं नेतृत्व केलं. उपलब्ध माहितीच्या आधारे असं म्हणणं निश्चितच योग्य ठरेल की, भारतीय संस्कृतीचा पाया हडप्पा नागरी संस्कृतीच्या काळातच रचला गेला.

---

१० शेल्डन पोलॉक, द *लँग्वेज ऑफ द गॉड्स इन द वर्ल्ड ऑफ मेन* (परमनंट ब्लॅक, २००६)

हडप्पा नागरी संस्कृती लयाला गेल्यानंतरचा साधारण हजार वर्षांचा काळ, दक्षिण आशियातल्या आधुनिक मानवांच्या इतिहासातला सर्वांत अस्थिर आणि उलथापालथ करणारा काळ होता; पण त्याविषयीची अगदी त्रोटक माहिती आपल्याकडे आहे. त्यामुळे त्या काळाबद्दल फारसं काही सांगता येत नाही. त्या वेळी काय काय झालं ते पाहा : दीर्घकाळ अस्तित्वात असलेली तत्कालीन विशाल नागरी संस्कृती, दीर्घकाळ टिकलेल्या दुष्काळाच्या दुष्परिणामांमुळे लयाला गेली आणि त्या संस्कृतीची महत्त्वाची प्रतीकंसुद्धा हळूहळू नाहीशी होऊ लागली; त्याचबरोबर तिथलं नागरी जीवनही नष्ट झालं. नव्यानं जीवन सुरू करण्याच्या उद्देशानं लोकांनी पूर्वेला आणि दक्षिणेला स्थलांतर केलं; त्यांच्या जागी आलेले नव्या स्थलांतरितांचे लोट आपल्याबरोबर नव्या भाषा आणि भिन्न संस्कृती घेऊन आले. त्यांच्या संस्कृतीमध्ये यज्ञसंस्था मध्यवर्ती होती आणि नागरी व्यवस्थेपेक्षा पशुपालन तसंच गायी-गुरं पैदा करण्यावर अधिक भर होता. ईशान्येकडून आलेल्या स्थलांतरितांच्या आणखी एका समूहानं नव्या भाषांसह नवीन पिकं आणि सिंचनाखालील लागवडीचं तंत्र तसंच तांदळाच्या नव्या जाती आणल्या; अशा प्रकारे भारतीय संस्कृती आकाराला येत गेली. त्यानंतर चार हजार वर्षांनंतरही स्वतःमध्ये कधी ज्यू, तर कधी सिरियन, पारशी अशा विविध संस्कृतींचे घटक सामावून घेत ती अजूनही सतत नव्यानं घडतेच आहे.

उपसंहार

इतिहासाकडे योग्य दृष्टिकोनातून बघताना

या पुस्तकातील विषयासंबंधी एक टिप्पणी आणि जातिव्यवस्था कशी उदयाला आली याचं विवेचन

या आधीच्या चार प्रकरणांमध्ये आपण भारतीय 'पिझ्झा' कसा तयार झाला ते पाहिलं. आफ्रिकेतून बाहेर पडलेले स्थलांतरित भारतात येऊन पोहोचल्यापासूनच्या ६५००० वर्षांच्या या पिझ्झाचा तळाचा थर कसा तयार झाला हेसुद्धा आपण पाहिलं. इसवी सनपूर्व ७०००नंतर जेव्हा झॅग्रोस प्रदेशातले पशुपालक बलुचिस्तानात आले, आफ्रिकेतून भारतात आलेल्या स्थलांतरितांमध्ये मिसळले आणि एकत्रित होऊन हडप्पा नागरी संस्कृती उभारू लागले तेव्हा त्या पिझ्झ्यावरचं सॉस तयार होऊ लागलं. जेव्हा ही नागरी संस्कृती ढासळून पडली तेव्हा हे सॉस भारतीय उपखंडावर सर्वत्र पसरलं गेलं. इसवी सनपूर्व २००० नंतर आर्यांचं आगमन झालं आणि संपूर्ण पिझ्झ्यावर चीज पसरलं गेलं; पण या चीजचा थर दक्षिणेपेक्षा उत्तरेच्या बाजूला अधिक दाट होता. त्याच काळादरम्यान, आज वेगवेगळ्या प्रदेशांमध्ये वेगवेगळ्या प्रमाणात आढळणाऱ्या ऑस्ट्रोएशियाटिक आणि तिबेटो-बर्मन भाषकांच्या रूपानं त्या पिझ्झ्यावरच्या सजावटीची पखरण झाली. त्यानंतर बऱ्याच काळानं ग्रीक, ज्यू, हूण, शक, पारशी, सिरियन, मुघल, पोर्तुगीज, ब्रिटिश आणि सिद्दीही आले आणि त्या सर्वांनी भारतीय पिझ्झ्यावर आपापले छोटे ठसे उमटवले.

सर्वसाधारण उपमांप्रमाणेच या उपमेचं स्वरूपही जरासं पोरकट आणि वरवरचं वाटू शकेलही; पण आपण कोण आहोत याविषयीच्या खोलवर रुजलेल्या चुकीच्या समजुती नीट करण्यासाठी ती काही प्रमाणात नक्कीच उपयुक्त आहे. साधारणपणे असा एक समज आहे की, आजच्या लोकसंख्येत जेमतेम ८ टक्के प्रमाण असलेले 'आदिवासी' किंवा भारतातले 'मूळ रहिवासी' विलग झालेले आहेत किंवा ते वेगळे आहेत. ते उर्वरित भारतीय समाजापेक्षा

वेगळे आहेत, हा समज त्यांच्याकडे पाहण्याच्या चुकीच्या दृष्टिकोनातून निर्माण झाला. त्यांना हीन मानलं गेलं; पण हा समज कसा वास्तवाला धरून नाही हे आता आपल्याला समजलं आहे. ते आणि आपण एकच आहोत.

आदिवासी आणि अन्य भारतीय समाज यांची जनुकीय पूर्वजसाखळी एकाच स्रोतातून आलेली आहे. त्या दोन्हींमध्येही भारतात आलेल्या पहिल्या आफ्रिकन स्थलांतरितांचा जनुकीय अंश आहे, त्यामुळे भारतातले पहिले आफ्रिकन स्थलांतरित हेच आजच्या भारतीय समाजाचे जनुकीय पूर्वज आहेत. आपण आधी पाहिल्याप्रमाणे आजच्या भारतीय समाजाच्या संपूर्ण जिनोममधला ५० ते ६५ टक्के अंश त्या आद्य पूर्वजांच्या जनुकीय वंशसाखळीतून आलेला आहे. आज भारतातील विविध लोक वेगवेगळ्या भाषा बोलत असले आणि जातिव्यवस्थेच्या कोणत्याही स्तरामध्ये असले तरीही त्या आद्य पूर्वजांच्या जनुकीय पूर्वजसाखळीचा अंश नाही, असा एकही जनसमूह आज भारतामध्ये नाही, तर मग हडप्पा नागरी संस्कृतीचं प्रतीक मानली जाणारी 'नर्तकी' (मुखपृष्ठावर असलेली) हिला एक आदिवासी कन्याच मानणं योग्य ठरेल नाही का? दुसऱ्या आणि तिसऱ्या प्रकरणात पाहिल्याप्रमाणे भारतीयांचे पहिले आफ्रिकन पूर्वज हे पहिल्या नागरीकरणाचा भाग होते (शिवाय : आणि ती मुलगी खरंच नाचत होती का हेसुद्धा आपल्याला माहीत नाही. आपल्याला फक्त एवढंच माहीत आहे की ती मुलगी खूपच आकर्षक आणि निर्धास्तपणे उभी आहे आणि तिच्या त्या मुद्रेतून आजही ऊर्जा आणि सच्चेपणा दिसून येतो).

आदिवासींना कमी लेखण्याच्या प्रवृत्तीमधून त्यांच्याबद्दल परकेपणा समाजात रुजत गेला आणि आता आपल्याला माहीत आहे की हा परकेपणा मुळापासून पुसून टाकायला हवा. आदिवासींसंबंधीची आपली हीच अनास्था आपल्या प्रागैतिहासिक वारसास्थळांच्या बाबतीतही उमटलेली दिसते. आपल्याकडच्या ज्वालापुरमपासून भीमबेटका ते ढोलावीरापर्यंतच्या प्रागैतिहासिक स्थळांविषयी लोकांमध्ये फारशी उत्सुकता नसते आणि त्याविषयी फारशी आत्मीयताही नसते. अशीच अनास्था आपल्या पश्चिमेकडे असणाऱ्या प्रदेशात इस्लामपूर्व काळातल्या स्थळांविषयी आहे. भारतातल्या प्रागैतिहासिक स्थळांकडे पर्यटकांचं लक्ष वेधलं जाईल आणि आपले पूर्वज काय काय करत होते आणि कसे जगत होते, यांविषयी जाणून घेण्याची जिज्ञासा त्यांच्या मनात जागी होईल, तेव्हाच आपण खऱ्या अर्थानं परिपक्व झालो आहोत आणि आपला भूतकाळ आत्मियतेनं जाणून घेत आहोत, असं म्हणता येईल.

दुसरा गैरसमज आहे तो, भारतीय उपखंडात सर्वत्र अनुभवता येणाऱ्या एका समान सांस्कृतिक सूत्राचा उगम कुठे झाला याविषयीचा. तो गैरसमज दूर करण्यासाठी पिझ्झ्याची उपमा उपयुक्त आहे. या समान सांस्कृतिक सूत्राचे मूलभूत स्रोत सात शतकं नांदलेल्या समृद्ध अशा प्रगल्भ हडप्पा नागरी संस्कृतीमध्ये लपलेले आहेत, जिची लोकसंख्या आणि प्रादेशिक व्याप्ती या दोन्ही बाबतीत तत्कालीन कोणत्याही इतर संस्कृतीपेक्षा अधिक होती.

आर्यावर्त आणि मगध

हडप्पा नागरी संस्कृती लयाला गेल्यानंतर आणि गवताळ प्रदेशातल्या स्थलांतरितांचं आगमन झाल्यानंतरच्या शतकांमध्ये जे काही घडलं त्यातल्या बराचशा भागावर पुरातत्त्व

प्रकाश टाकू शकलेलं नाही (गवताळ प्रदेशातले स्थलांतरित कायमस्वरूपी वसाहती करत नसत हे लक्षात घेता त्यांच्याविषयी पुरातत्त्वीय पुरावे नाहीत, यात आश्चर्य वाटण्यासारखं काही नाही). आधी सांगितल्याप्रमाणे स्थलांतरित आर्य कोणत्या मार्गानं आले, त्यांचे किती समूह होते किंवा त्यांच्या वाटचालीच काळ किती वर्षांचा होता, यातलं काहीही आपल्याला माहीत नाही; पण इंडो-युरोपीय भाषा बोलणाऱ्या जनसमूहांमध्ये संघर्ष झाला होता, हे आपल्याला पूर्व वैदिक काळातील साहित्यातून समजू शकतं, त्यामुळे आर्यांच्या अनेक समूहांनी स्थलांतर केलं असणार हे उघड आहे. भाषाशास्त्राद्वारे आणि आता जनुकशास्त्राद्वारे या स्थलांतराच्या दरम्यान झालेल्या या घडामोडींवर आता कमी-अधिक प्रकाश टाकला जाऊ शकतो.

'लिंग्विस्टिक सर्व्हे ऑफ इंडिया' या ग्रंथाचे प्रमुख संकलक, सर जॉर्ज ग्रियरसन यांनी १९३० साली मांडलेल्या आणि नंतर २००५ साली त्यावर आधारित, फ्रँकलिन सी. साउथवर्थ यांनी अधिक विस्तारित केलेल्या 'ग्रियरसन गृहीतका'नुसार इंडो-आर्यन भाषागटातील भाषांचे दोन सामाजिक उपगट केले जाऊ शकतात. त्यातला एक उपगट मध्यवर्ती प्रदेशातल्या भाषांचा (उत्तर-मध्य प्रदेशातला) आहे आणि दुसरा उपगट परिघावरच्या प्रदेशातल्या भाषांचा (नैर्ऋत्य-पूर्व प्रदेशातला) आहे. मध्यवर्ती प्रदेशातल्या (म्हणजे उत्तर भारतातील 'मध्यदेश' म्हणून ओळखला जाणारा प्रदेश) उपगटामध्ये हिंदी, पंजाबी, राजस्थानी, बुंदेली आणि पहाडी या भाषा समाविष्ट आहेत, तर परिघावरच्या प्रदेशातील उपगटामध्ये बांगला, बिहारी, उडिया, मराठी आणि कोंकणी या भाषा येतात. साउथवर्थ यांनी द *लिंग्विस्टिक आर्केऑलॉजी ऑफ साउथ एशिया* या दीर्घ प्रकरणामध्ये भाषिक विभाजनासंबंधी विचार मांडताना म्हटलं आहे की, 'मध्य आशियातील पशुपालक संथ गतीनं दीर्घकाळ वाटचाल करत पुढे सरकत होते, असं गृहीत धरून त्यानुसार भाषिक उपगट कसे बनले असतील या संबंधात विचार करता असं दिसतं की, ते इंडो-इराणी सीमाप्रदेशापासून पंजाबपर्यंत आले आणि नंतर तिथून त्यांची एक शाखा पूर्वेला गंगेच्या प्रदेशाकडे गेली तर दुसरी शाखा सिंधू नदीकडून दक्षिण दिशेनं दख्खनकडे आणि तिथून पुढे गेली.

त्यांनी म्हटल्याप्रमाणे :

आर्यावर्त म्हणजे हिंदू पारंपरिकतेचा प्रदेश आणि म्लेच्छ-देश किंवा व्रात्यांचा प्रदेश म्हणजे जिथे अनार्य भाषा बोलल्या जात आणि जिथे वैदिक कर्मकांडाचं पालन केलं जात नसे तो प्रदेश. मध्यदेश आणि त्याच्या परिघावरील प्रदेशांमध्ये एकमेकांशी संपर्क प्रस्थापित झाल्यानंतरही अनेक वर्षं साहित्यामध्ये दोन भाषिक समूहांमधल्या अंतराचं प्रतिबिंब उमटत राहिलं. हे दोन्ही प्रदेश मध्य भारतात पसरलेल्या विंध्य प्रदेशातील पर्वतरांगा आणि पठारं यांमुळे भौगोलिकदृष्ट्या वेगळे झालेले आहेत. यादव कुळाचा प्रसार लक्षात घेता (स्थानिक रीतिरिवाज आत्मसात केल्यामुळे मूळ इंडो-आर्यन समाजात गौणत्व प्राप्त झालेली शाखा) ते लोक प्रामुख्यानं विंध्याचलाच्या दक्षिणेकडे किंवा पूर्वेकडे स्थिरावलेले दिसतात.

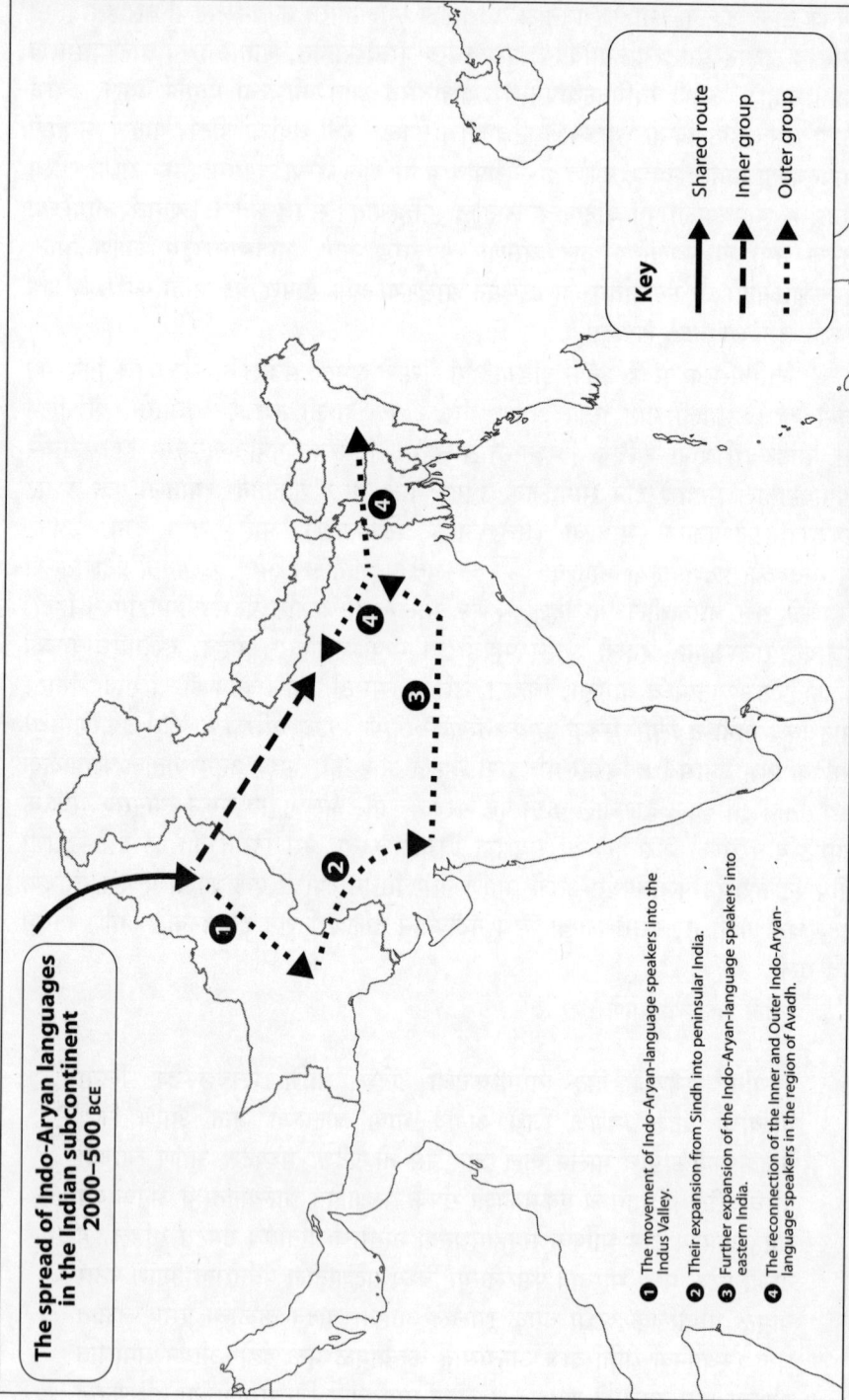

The spread of Indo-Aryan languages in the Indian subcontinent 2000–500 BCE

Key

Shared route

Inner group

Outer group

1 The movement of Indo-Aryan-language speakers into the Indus Valley.

2 Their expansion from Sindh into peninsular India.

3 Further expansion of the Indo-Aryan-language speakers into eastern India.

4 The reconnection of the Inner and Outer Indo-Aryan-language speakers in the region of Avadh.

Adapted from Franklin C. Southworth, Linguistic Archaeology of South Asia, RoutledgeCurzon, 2005

(गैर इंडो-युरोपीय भाषा म्हणजे अनार्य भाषा असा एक समज आहे; परंतु तो तितकासा बरोबर नाही. आर्यावर्त किंवा मध्य प्रदेशातील परंपरेनं आर्यावर्ताच्या सीमांबाहेरच्या प्रदेशातील भाषांना अनार्य म्हटलं गेलं. वरील परिच्छेदात उल्लेख केलेल्या अनार्य भाषा म्हणजे आर्यावर्ताच्या बाहेरच्या भाषा आहेत.)

स्थलांतर करून भारतात आलेल्या आर्य लोकांमध्ये खरोखरीच उपस्तरीय भेद होते हे जनुकीय पुराव्यांमधूनही दिसून आलं आहे. ते ग्रियरसन आणि साउथवर्थ यांनी दाखवून दिलेले भाषिक भेद हे आर्य समाजाच्या त्या उपस्तरीय भेदाचाच भाग असू शकतील. याविषयी २०१८ सालच्या 'द जिनॉमिक फॉर्मेशन ऑफ साउथ अँड सेंट्रल एशिया,' या शोधनिबंधामध्ये हेच मत मांडलं गेलं आहे. १४० वर्तमान भारतीय जनसमूहांचं विश्लेषण केल्यावर त्यांच्यातल्या दहा जनसमूहांमध्ये गवताळ प्रदेशातल्या लोकांच्या जनुकीय पूर्वजसाखळीचा अंश इतरांच्या तुलनेत खूपच अधिक होता.

> तिवारी ब्राह्मण आणि उत्तर प्रदेशातील ब्राह्मण जातींमध्ये आपल्याला दोन मोठी जनुकीय वैशिष्ट्यं (गवताळ प्रदेशातल्या जनुकीय पूर्वजसाखळीतून आलेली) आढळतात. साधारणपणे उत्तर भारतात प्रतिष्ठित समजल्या जाणाऱ्या पुरोहित समाजात ती अधिक ठळकपणे आढळतात. गवताळ प्रदेशातल्या जनुकीय पूर्वजसाखळीचं हे ठळक अस्तित्व महत्त्वाचं ठरतं. कारण, हा पुरोहित समाज, परंपरेनं संस्कृत साहित्याचं जतन करणारा आहे.
>
> याचं संभाव्य स्पष्टीकरण द्यायचं झालं तर असं म्हणता येईल की, मध्य ते उत्तर कांस्ययुगाच्या कालखंडात गवताळ प्रदेशातून दक्षिण आशियात आलेल्या जनसमूहांमधून इसवी सनपूर्व दुसऱ्या सहस्रकामध्ये गवताळ प्रदेशातील पूर्वजसाखळीचे कमी-अधिक अंश असलेल्या गटांचा उदय झाला. त्यातल्या एका गटामध्ये तो अंश इतरांपेक्षा तुलनेनं अधिक होता आणि याच गटानं वैदिक संस्कृतीचा प्रसार करण्यात प्रमुख भूमिका निभावली.

भाषाशास्त्रीय पुराव्यानुसार याचा अर्थ लावायचा तर, सर्व इंडो-युरोपीय स्थलांतरित जनसमूहांचा सामाजिक दृष्टिकोन किंवा धोरणं एकसारखी नव्हती (ग्रियरसनच्या परिभाषेतील मध्यवर्ती जनसमूह). त्यांच्यामध्ये सामाजिक नात्यांवरील (आणि कदाचित भाषेच्या वापरावरीलसुद्धा) निर्बंध अलवचीक होते. स्त्री-पुरुष संबंधांच्या बाबतीत ते समाजाबाहेरील लोकांशी संपर्क होऊ देत नव्हते. त्या उलट 'परिघावरील जनसमूहातल्या लोकांचे सामाजिक निर्बंध इतके अलवचीक नव्हते. भाषाशास्त्र आणि जनुकशास्त्र यातून दिसणारा फरक साहित्यिक संदर्भांमध्ये विशेषतः 'आर्यावर्त' आणि 'म्लेच्छ-देश' यांविषयीच्या लेखनामध्येही आढळून येतो.

लॉझेन विद्यापीठातील संस्कृत आणि भारतीय विद्येचे प्रख्यात प्राध्यापक जोहान्स ब्रॉन्खहर्स्ट लिखित *ग्रेटर मगध* या लेखात म्हटल्याप्रमाणे मधल्या नोंदीनुसार व्याकरणकार पतंजली यानं इसवी सनपूर्व १५०च्या सुमारास लिहिलेल्या *महाभाष्य* या टीकाग्रंथामध्ये, लक्ष वेधून घेणारा एक प्रश्न विचारला आहे आणि स्वतःच त्याचं उत्तरही दिलं आहे :

प्रश्न आहे, 'आर्यांची भूमी कोणती आहे? सरस्वती जिथे लुप्त होते त्या प्रदेशाच्या पूर्वेला, कालका वनाच्या पश्चिमेला, हिमालयाच्या दक्षिणेला आणि परीयात्रा पर्वताच्या उत्तरेला.' कालका वन गंगा-यमुनेच्या संगमाजवळ असल्याचा आणि परीयात्रा पर्वत म्हणजे विंध्य पर्वतश्रेणी असल्याचा पारंपरिक समज आहे. तो समज आर्यावर्त ही गंगा आणि यमुनेच्या मधली भूमी असल्याच्या संस्कृत साहित्यात येणाऱ्या उल्लेखांवर आधारलेला आहे.

'पतंजलींच्या महाभाष्यामधला हा परिच्छेद जवळ जवळ जसाच्या तसा, बौद्धायन धर्मसूत्र आणि वासिष्ठ धर्मसूत्र अशा काही इतर ग्रंथांमध्येही समाविष्ट केलेला आहे,' असं सांगून ब्रॉन्खहर्स्ट पुढे म्हणतात : 'काहींच्या म्हणण्यानुसार या दोन्ही ग्रंथांमध्ये आर्यवर्त हा गंगा-यमुनेच्या मधला प्रदेश असल्याचं म्हटलं आहे. यामुळे कालका वन या दोन्ही नद्यांच्या संगमावर किंवा संगमाजवळ असण्याच्या कल्पनेला दुजोरा मिळतो. ऑलिव्हेल असं म्हणतात की, ही दोन्ही धर्मसूत्रं पतंजलींच्या नंतरच्या काळातली आहेत. हे जर खरं असेल तर गंगा-यमुना संगमाच्या पूर्वेला असलेला प्रदेश हा पतंजलींच्या नंतरच्या काळातही बहुतेक अनेक ब्राह्मणांसाठी कमी अधिक प्रमाणात परकाच प्रदेश होता या विचाराला पुष्टी मिळते.'

इथे एक गोष्ट लक्षात घ्यायला हवी की आर्यावर्ताची ही व्याख्या, ग्रियरसन आणि साउथवर्थ यांनी केलेल्या व्याख्येनुसार उत्तर-मध्य प्रदेशातल्या भाषिक गाभागटांशी आणि नैर्ऋत्य-पूर्व प्रदेशातील 'परिघावरील' भाषिक गट या कल्पनेच्या पार्श्वभूमीवर असणाऱ्या प्रादेशिकतेच्या कल्पनेशी जुळणारी आहे. आणखी एक गोष्ट लक्षात येते का? पतंजली जेव्हा आर्यावर्ताच्या सीमा निश्चित करत होते, तेव्हा त्या सीमांपलीकडचा पूर्वेचा प्रदेश आधीपासूनच इंडो-युरोपीय भाषा बोलणाऱ्यांनी व्यापलेला होता आणि खरं तर हा प्रदेश हडप्पा नागरी संस्कृतीचा ऱ्हास झाल्यानंतर इसवी सनपूर्व ५००च्या सुमारास पुन्हा एकदा नागरीकरणाचं केंद्र बनला होता. भारतातलं पहिलं साम्राज्य म्हणजे मौर्य साम्राज्य (इसवी सनपूर्व ३२२-१८०)सुद्धा याच प्रदेशात, म्हणजे आर्यावर्ताच्या परिघावरील प्रदेशात उदयाला आलं होतं. या प्रदेशाला 'मगध' प्रदेश असं नाव होतं. इसवी सनपूर्व सातव्या आणि पाचव्या शतकाच्या दरम्यान याच प्रदेशात जैन आणि बौद्ध या दोन्ही धर्मांचा उदय झाला (इसवी सनपूर्व सहाव्या ते चौथ्या शतकादरम्यान बौद्ध धर्म आणि इसवी सनपूर्व सातव्या ते पाचव्या शतकादरम्यान जैनधर्म). वैदिक परंपरेतील धर्मग्रंथ, यज्ञसंस्था आणि प्रस्थापित सामाजिक रचना यांना या दोन्ही धर्मांनी आव्हान दिलं होतं. आर्यावर्तातील अभिजन समाजाला म्लेच्छ-देशांविषयी इतका तिटकारा वाटण्याचं काय कारण असावं? याविषयी ब्रॉन्खहर्स्ट म्हणतात :

> वर दिलेल्या उताऱ्यांनुसार पतंजलीच्या काळात गंगा-यमुना संगमाच्या पूर्वेकडच्या प्रदेशाला ब्राह्मणांचा प्रदेश मानलं जात नव्हतं. याचा अर्थ तिथे ब्राह्मण राहत नव्हते असा नाही. उलट ही परिस्थिती असं सूचित करते की, तिथे राहत असणाऱ्या ब्राह्मणांना अपेक्षित असलेली प्रतिष्ठा दिली जात नव्हती; पण पतंजलीच्या आर्यावर्तामध्ये मात्र निदान काही प्रमाणात तरी ब्राह्मणांना अपेक्षित प्रतिष्ठा प्राप्त होती. आर्यावर्तातल्या समाजात ब्राह्मणांना मिळालेलं

प्राधान्य लक्षात घेता त्या समाजाला 'पुरोहित प्रधान समाज' किंवा 'वैदिक समाज' म्हटलं जाऊ शकतं. कारण, त्या काळात अजूनही वैदिक साहित्याची रचना केली जात होती; पण अर्थातच या मतांचा अर्थ असा होत नाही की, त्या समाजात फक्त पुरोहितच होते किंवा ब्राह्मण वर्णातले सर्वच पौरोहित्य करत होते असंही नाही.

वैदिक किंवा पुरोहितप्रधान समाजाचं व्यवच्छेदक लक्षण म्हणजे 'यज्ञसंस्था,' यज्ञांमध्ये पुरोहितांना दिली जाणारी भरघोस दक्षिणा तसंच राज्यकर्ते आणि पुरोहित वर्गामधलं परस्परावलंबीत्वाचं नातं.

ब्रॉन्खहर्स्ट यांच्या मतानुसार गंगा-यमुना संगमाच्या पूर्वेला असलेल्या गंगेच्या खोऱ्याच्या राजकीय इतिहासातूनही हेच दिसून येतं की, पूर्वेकडचा हा प्रदेश एका आदर्शवत समजल्या गेलेल्या पुरोहितप्रधान समाजाचा नव्हता.

भारतीय उपखंडाच्या फार मोठ्या प्रदेशावर अधिराज्य प्रस्थापित करणाऱ्या मौर्य साम्राज्याचा पाया याच भूप्रदेशात घातला गेला होता. ऐतिहासिक स्रोतांवर विश्वास ठेवून पाहिलं तर इथल्या कोणाही राज्यकर्त्याला ब्राह्मणांमध्ये आणि त्यांच्या विचारप्रणालींमध्ये रुची नव्हती. बौद्ध आणि जैन या दोन्ही धर्मांच्या लोकांनी, मगधाचे आधीचे राजे म्हणजे श्रेणिक बिंबीसार आणि अजातशत्रू या मगध सम्राटांना ते आपले असल्याचं म्हटलं आहे. इसवी सनपूर्व ३५०च्या सुमारास पाटलीपुत्रचं साम्राज्य संघटित करणारे नंदवंशीय राजे जैन धर्माचे आश्रयदाते होते. चंद्रगुप्त मौर्यानं नंदांचा पाडाव केला खरा पण त्यानं ज्यांचा पाडाव केला, त्यांच्याशी त्याला जेवढं देणंघेणं नव्हतं तेवढंच ते ब्राह्मणांशीही नव्हतं. चंद्रगुप्त मौर्यानं स्वतः जैन धर्म स्वीकारला होता आणि तो जैन श्रमण म्हणून मरण पावला. त्याचा मुलगा बिंदुसार यानं अवैदिक चळवळींना, विशेषतः आजीवक संप्रदायाला आश्रय दिला. त्याचा मुलगा अशोक याला बौद्ध धर्माविषयी आत्मीयता होती आणि त्याच्या पुढच्या पिढ्यांना आजीवक संप्रदायात आणि जैन धर्मात रुची होती. शुंग राजे ब्राह्मण होते. शुंगांच्या काळातच ब्राह्मणांना, त्यांना स्वतःला अपेक्षित असलेली प्रतिष्ठा प्राप्त व्हायला सुरुवात झाली. हे इसवी सनपूर्व १८५च्या सुमारास घडलं; पण त्यानंतरसुद्धा आपण आधी पाहिल्याप्रमाणे चाळीस-पन्नास वर्षांनी महाभाष्य लिहिणारे व्याकरणकार पतंजली, यमुनेच्या पूर्वेला असलेलं गंगेचं खोरं हे आर्यभूमी[१] असल्याचं म्हणत नाहीत.

ब्रॉन्खहर्स्ट म्हणतात की, कालांतरानं अखेरीस मगधाबद्दलचा हा दृष्टिकोन बदलला. इसवी सनाच्या तिसऱ्या शतकापूर्वी कधीतरी लिहिल्या गेलेल्या *मानव धर्मशास्त्र* म्हणजेच

१ ब्रॉन्खहर्स्ट म्हणतात की, कालिदासाच्या मालविकाग्निमित्रम् या नाटकाला सत्य मानलं तर शेवटच्या मौर्याची हत्या करून शुंग साम्राज्य निर्माण करणारा पुष्यमित्र हा शुंग सेनापती पाटलीपुत्रमध्ये न राहता, तिथून दूर विदिशामध्ये राहायला गेला हा कदाचित योगायोग नसावा.

मनुस्मृतीमध्ये आर्यावर्ताची व्याख्या एका समुद्रापासून दुसऱ्या समुद्रापर्यंत अशी केलेली आहे: पूर्वेच्या समुद्रापासून पश्चिमेच्या समुद्रापर्यंत पसरलेल्या एकाच पर्वतश्रेणींमधल्या (हिमालय आणि विंध्य) प्रदेशाला सुजाण लोक 'आर्यावर्त' अर्थात आर्यांची भूमी असं म्हणतात. *महाभाष्य* आणि *मनुस्मृती* या दोन्हींची रचना होण्याच्या दरम्यानच्या काळात कधीतरी मगधामध्ये बदल घडून आला असावा, ज्यामुळे आर्यावर्तातल्या लोकांना मगधाची भूमी आपलीशी वाटू लागली असावी. या विषयाकडे आपण पुन्हा येणार आहोत.

जातिव्यवस्था कशी आणि केव्हा निर्माण झाली याचं उत्तर कदाचित मध्यदेशातील मध्यवर्ती आणि परिघावरील प्रदेशातल्या फरकाच्या आधारे लक्षात येईल. भारतीय उपखंडामध्ये 'आर्य' आले, तेव्हा त्यांनी इथल्या समाजावर जातिव्यवस्था थोपली हा सिद्धान्त आता चुकीचा ठरला आहे. २०१३ साली प्रसिद्ध झालेल्या 'जेनेटिक एव्हिडन्स फॉर रिसेंट पॉप्युलेशन मिक्श्चर इन इंडिया' या शोधनिबंधामध्ये हे दाखवून दिलेलं आहे. प्रिया मूरजानी, कुमारसामी थंगराज, लालजी सिंग, डेव्हिड राईच आणि इतर सहलेखकांनी हा शोधनिबंध लिहिला आहे.

या शास्त्रज्ञांनी, भारतीय उपखंडावरच्या ७३ जनसमूहांच्या जिनोमच्या अभ्यासावरून केलेल्या संशोधनाचे निष्कर्ष आश्चर्यकारक आहेत. इसवी सनपूर्व २२०० ते इसवी सनपूर्व १००च्या दरम्यान वेगवेगळ्या भारतीय जनसमूहांमध्ये मोठ्या प्रमाणात सरमिसळ झाली. त्याचा परिणाम म्हणून जवळ जवळ सर्वच भारतीयांमध्ये वेगवेगळ्या प्रमाणात का होईना; पण आफ्रिकेतून भारतात आलेले पहिले स्थलांतरित, हडप्पा संस्कृतीचे लोक आणि गवताळ प्रदेशातले जनसमूह अशा सर्वांच्याच जनुकीय पूर्वजसाखळ्यांचे अंश उतरले आहेत. या शोधनिबंधात म्हटलं आहे की, अनेक हजार वर्षांपूर्वी भारतातल्या लोकसांख्यिकी रचनेमध्ये परिवर्तन घडून आलं. जिथे आधी विविध जनसमूहांमध्ये अगदी सहज सरमिसळ होत असे तिथे अंतर्विवाह पद्धतीचा (समाजातल्या समाजात विवाह करणे) कटाक्षानं अवलंब केल्यामुळे एकमेकांशी संबंधित असलेले जनसमुदायही एकमेकांमध्ये मिसळेनासे झाले.

दीर्घकालीन दुष्काळामुळे आणि नवीन आलेल्या स्थलांतरितांमुळे हडप्पा नागरी संस्कृती लयाला जाऊ लागल्यावर वायव्येकडून दक्षिणेकडे आणि पूर्वेकडे मोठ्या प्रमाणात स्थलांतरं होऊ लागली आणि स्थलांतरांद्वारे जनसमूहांची एकमेकांमध्ये सरमिसळ होऊ लागली हे आपण आधीच पाहिलं आहे, त्यामुळे या संशोधनामध्ये जे सांगितलं आहे त्यात वेगळं असं काही नाही. मात्र ही सरमिसळ वरवरची नव्हती हे या संशोधनातून दिसतं : मागच्या काही हजार वर्षांमध्ये सर्वच जनसमूहांमध्ये मोठ्या प्रमाणावर सरमिसळ झालेली दिसते. त्यात भिल्ल, चामर आणि कल्लार असे आदिवासी समाज इतरांपेक्षा जनुकीयदृष्ट्या वेगळे असतील असं वाटतं; पण तेसुद्धा या सरमिसळीत होतेच.

पुढे जे काही घडलं, ते जरा आश्चर्य वाटण्याजोगं आहे. कारण, ते अपेक्षित घटनाक्रमाच्या विपरीत आहे. इसवी सन १००च्या सुमारास भिन्न जमसमूहांच्या सामाजिक संबंधांवर निर्बंध लादले जाऊन त्यांचं एकमेकांमध्ये मिसळणं थांबलं, असं दिसतं. एक वेळ असं झालं तर समजू शकतं की, प्रदीर्घ काळापर्यंत जाणीवपूर्वक आपापसात संकर होऊ न देण्यावर कटाक्ष असणारे दोन भिन्न समाज आता खूप झालं, असं वाटून अचानक हे अंतर

संपवण्याचं ठरवतात आणि आपापसात बेटी-व्यवहार सुरू करतात; पण ज्या समाजांमध्ये काही एका काळापर्यंत आपापसातील सामाजिक संबंध आणि त्यातून घडणारा संकर ही नित्याची बाब होती ते समाज एक दिवस उठतात आणि हे सर्व पूर्णतः निषिद्ध मानून ते थांबवायचं ठरवतात, तेव्हा ते समजून घेणं अवघड असतं; पण जनुकीय विश्लेषणात अगदी असंच झाल्याचं दिसलं आहे. जणू काही इसवी सन १००च्या सुमारास एक नवी विचारसरणी समाजात रुजली आणि तिचा अंमल इतर सर्व बाबींपेक्षा वरचढ होऊन नवे सामाजिक निर्बंध आणि नवीन जीवनशैली लोकांवर थोपली गेली. जनुकशास्त्रीय संशोधनातून असं दिसतं की इतक्या प्रचंड प्रमाणावर सामाजिक पुनर्रचनेचा प्रयत्न करणं आणि त्याला एवढं मोठं यश लाभणं असं त्या आधी आणि त्या नंतर कधीच घडलं नाही.

जातिव्यवस्थेची सुरुवात आणि जनसमूहांच्या सरमिसळीला अचानक घातली गेलेली बंदी यातला संबंध या संशोधनात दाखवून दिला गेला आहे : चातुर्वर्ण्य व्यवस्थेमध्ये ब्राह्मण, क्षत्रिय, वैश्य आणि शूद्र हे चार वर्ण असल्याचा उल्लेख ऋग्वेदाच्या ज्या भागात केला गेला आहे, तो भाग उशिरा रचला गेला असणं शक्य आहे. ऋग्वेदामध्ये विशिष्ट सामाजिक स्थान किंवा व्यवसायावर आधारित जातिव्यवस्थेचा उल्लेख आढळत नाही. ऋग्वेदानंतर अनेक शतकांनी रचलेल्या ग्रंथांमध्ये जातिव्यवस्थेचा उल्लेख येतो.

इसवी सनपूर्व पहिल्या सहस्रकाच्या अखेरच्या शतकांमध्ये झालेली मौर्य साम्राज्याची अखेर या विचारसरणीत झालेल्या बदलामागे असू शकते का? मौर्यांचा पराजय ही भारतीय उपखंडातून बौद्ध धर्म नाहीसा होण्याची आणि जैन धर्म उतरणीला लागण्याची पूर्वसूचना होती का? सामाजिक उच्चनीचतेच्या ठाशीव कल्पना आणि वर्णसंकराला म्हणजेच दोन भिन्न वर्गांच्या किंवा वंशांच्या मिश्रसंततीला असलेला टोकाचा विरोध बरोबर घेऊन घडलेल्या आर्यावर्ताच्या पुरातन परंपरांना धोका निर्माण होतो आहे, असं वाटून अखेरीस मगधाच्या अधिक खुल्या; निर्बंधरहित प्रागतिक आणि कर्मकांडाला विरोधी असणाऱ्या विचारसरणीचा आर्यांनी पराभव केला का?

इसवी सनपूर्व चौथ्या आणि दुसऱ्या शतकादरम्यान आर्यावर्ताच्या केंद्रवर्ती प्रदेशात मौर्य साम्राज्याचा विस्तार झाला, त्यामुळे तिथली यज्ञसंस्था, ब्राह्मणांचं प्रभुत्व आणि त्यांचे सत्ताधाऱ्यांशी असलेले हितसंबंध आधारित असलेल्या ब्राह्मणी विचारसरणीला धोका निर्माण झाला असेल का? संधी मिळताच आर्यावर्ताच्या लोकांनी त्याला उत्तर म्हणून अशी भूमिका घेतली असेल का? मग हळूहळू त्यांनी दीर्घकाळ जोपासलेल्या त्यांच्या 'शुद्धते'बद्दलच्या कल्पना बाकीच्या समाजावर थोपायला सुरुवात केली असेल का? त्याचबरोबर स्वतःला आर्य म्हणवणाऱ्या पण वैदिक नियमांचं पालन न करणाऱ्या पूर्वेकडच्या इंडो-युरोपीय भाषा बोलणाऱ्या सर्वच समाजावर अंतर्विवाहाचं बंधन घातलं असेल का? ब्रॉन्खहर्स्ट यांनी त्यांच्या पुस्तकात यातील काही प्रश्नांचा विचार केला आहे.

या चर्चेतून काही मुद्दे उपस्थित होतात. भारतातली जातिव्यवस्था 'आर्यांच्या भारतातील आगमनाशी' *संबंधित नाही*. त्यांच्या आगमनानंतर साधारण दोन सहस्रकांनंतर जातिव्यवस्थेनं भारतीय समाजाला विळखा घातला. ती समाजात रुजेपर्यंत जनसमूहामधला परस्परसंकर कमी-अधिक प्रमाणात आधीपासून घडतच होता. त्यामुळे आनुवंशिक दृष्टीनं

शूद्र समाजातले लोक अन्य जातींच्या भारतीयांपासून जनुकीयदृष्ट्या अजिबात वेगळे नाहीत, हे डॉ. आंबेडकरांचं म्हणणं योग्यच होतं; परंतु ते या विषयाच्या फार खोलात शिरले नसावेत. आदिवासी जमाती इतरांपेक्षा वेगळ्या आहेत, असं त्यांनासुद्धा वाटत असावं; पण हे खरं नाही, हे आता आपल्याला समजलं आहे. कारण, आपण कोणत्याही जाती/वर्णाचे असलो तरी आपणा सर्वांमध्ये आदिवासींच्या जनुकीय पूर्वजसाखळीचा अंश आहे. डॉ. आंबेडकरांनी आर्यांचं स्थलांतर सर्वथा नाकारणं हेही चूकच होतं; पण त्यासाठी त्यांना दोष देता येणार नाही. कारण, आज आपल्याकडे असलेली जिनोमची माहिती त्या वेळी उपलब्ध नव्हती.

पूर्व भारत किंवा मगधाच्या प्रदेशातील सांस्कृतिक समृद्धी मौर्य साम्राज्य भरभराटीला येण्याच्या काही शतकं आधीची होती. नागरीकरण, नवे धर्मप्रवाह आणि दर्शनं (तत्त्वज्ञान), व्यापारी वर्गाची वाढती श्रीमंती आणि महत्त्व यांच्या माध्यमातून त्याचा प्रत्यय येत होता. मगधाच्या संस्कृतीचा आणि तिथल्या कल्पनांचा प्रसार भारतीय उपखंड आणि त्याही पलीकडे असणाऱ्या प्रदेशांमध्ये जाऊन पोहोचला होता. हे सर्व जातीच्या निर्बंधांची दारं खोल रोवली जाऊन ती घट्ट बंद होण्याआधीच्या काळाच्या बाबतीत खरं होतं; पण अनेक पिढ्यांच्या आणि शतकांच्या काळात जातिव्यवस्था दृढ झाली आणि आपला देश अनेक अंगांनी बंदिस्त होत गेला.

यशाची नवीन शिखरं आणि नवीन साहसांचा काळ

इसवी सनाची सुरुवात होण्यापूर्वीची पाच-सहा शतकं आणि इसवी सनाची सुरुवात झाल्यानंतरची एक-दोन शतकं हा भारतीय इतिहासातला सर्वांत जास्त सर्जनशील आणि प्रगतीसाठी अनुकूल असलेला काळ होता. या काळात काय काय घडलं : ज्यांच्यामधल्या अंतदृष्टीनं आणि तत्त्वज्ञानानं जगभरातल्या सहस्रावधी लोकांना प्रेरित केलं आणि भारतीय तत्त्वज्ञानाच्या, अध्यात्माच्या विविध प्रणालींना मोठ्या प्रमाणात प्रभावित केलं त्या उपनिषदांची रचना; बौद्ध आणि जैन हे जगातले पहिले धर्म ज्यांनी आपल्या संस्थापकांची शिकवण आणि नव्या भाषिक संकल्पना तसंच साहित्य रचनांचे प्रकार भारताच्या कोनाकोपऱ्यात नेले आणि बौद्ध धर्माविषयी सांगायचं तर त्या काळात ज्ञात असलेल्या जगातल्या सर्व प्रदेशांमध्ये या धर्माचा प्रसार झाला; पूर्व आशियातील देशांमध्ये भारतीय संस्कृतीचा प्रसार झाला; चीनवर भारतीय तत्त्वज्ञानानं जादू केली... त्या काळातल्या या घटना उल्हसित करणाऱ्या तर आहेतच; पण त्यांची यादीही मोठी आहे. समुद्रापलीकडल्या देशांशी संपर्क प्रस्थापित करण्याचा प्रयत्न करणं, दूरवरच्या प्रदेशपर्यंत पोहोचणं आणि साहसी सफरी यांची सुरुवात पूर्व तसंच दक्षिण भारतीय किनारी प्रदेशांमधून झाली. उघड आहे की, तिथल्या लोकांना आर्यावर्ताप्रमाणे इतरांबरोबरच्या संपर्कावरील आणि समुद्रप्रवासावरील बंधनं आवश्यक वाटत नव्हती.

हा भारतीय संस्कृतीचा प्रवाह, भारतामध्ये सामाजिक प्रतिष्ठेच्या उतरंडीवर उभी असलेली निषेध आणि निर्बंध यांची व्यवस्था रुजली आणि पूर्वीची एकमेकांमध्ये सहजपणे मिसळू देणारी समाजव्यवस्था नष्ट झाल्यानंतरसुद्धा अनेक शतकं अखंडपणे सुरू होता. पुढे अभिजनांची नवी भाषा म्हणून आणि ज्ञान प्रसाराचं माध्यम म्हणून संस्कृतचा प्रभाव

वाढत गेला. लॅटिनचा अपवाद सोडला तर इतर कोणतीही भाषा प्राचीन इतिहासात इतकी प्रभावशाली ठरली नव्हती. मात्र लॅटिनप्रमाणे तलवारीच्या जोरावर नव्हे तर अखंडितपणे केलेल्या सांस्कृतिक पाठपुराव्यामुळे ती समाजात स्वीकारली गेली आणि संस्कृत भाषेचा प्रसार होत गेला. लॅटिन भाषेचा प्रसार कसा झाला याचं विवरण शेल्डन पोलॉक यांच्या *द लँग्वेज ऑफ द गॉड्स इन द वर्ल्ड ऑफ मेन* या विख्यात पुस्तकात खूप चांगल्या रीतीनं केलं आहे. भारतीय किनाऱ्यांपलीकडे आग्नेय आशियातल्या राजांना आणि राजेपदाची महत्त्वाकांक्षा बाळगणाऱ्यांना संस्कृतमुळे लाभणारी प्रतिष्ठा आणि अनुकूल पार्श्वभूमी हवी होती. संस्कृत साहित्याच्या परंपरेतला राजेपदाच्या उगमाचा सिद्धान्त त्यांच्यासाठी सोयीचा होता. ज्यांचा संस्कृतचा व्यासंग असे अशांना अभिजनांमध्ये स्वागतार्ह ठरणारे सभ्य व्यक्तिमत्त्व आणि सामाजिक प्रतिष्ठा लाभत होती. ज्यामध्ये रामायण आणि महाभारत यांसारख्या महाकाव्यांचा समावेश आहे, असे अत्यंत प्रभावशाली साहित्य संस्कृतमध्ये निर्माण झालेले होते. विशेषतः स्फूर्तिदायक आणि मंत्रमुग्ध करण्याची कमालीची ताकद हे या दोन्ही महाकाव्यांचे गुण आजतागायत अजोड राहिलेले आहेत. सत्ता आणि सामाजिक संबंधांविषयीचे नवे सिद्धान्त त्या साहित्याचा अंगभूत भाग होते. ज्यांनी ते मांडले त्यांना ते जसे पटलेले होते, तसेच ते ज्यांच्यासाठी मांडले गेले त्यांनाही पटले असावेत.

हे अपरिहार्य नव्हतं

पण डेव्हिड राईच यांनी त्यांच्या *हू वुई आर अँड हाऊ वुई गॉट हिअर* या पुस्तकात स्पष्ट केल्याप्रमाणे समाजाच्या या नव्या रचनेसाठी खूप मोठी किंमत मोजावी लागल्याचं जनुकीय संशोधनातून स्पष्ट दिसतं.

भारताकडे १.३ अब्जांहून जास्त लोकांचा, प्रचंड मोठ्या लोकसंख्येचा देश म्हणून पाहिलं जातं. अनेक भारतीय आणि परदेशी लोक याच नजरेतून भारताकडे पाहतात; पण जनुकीय शास्त्रानुसार परिस्थितीकडे बघण्याचा हा दृष्टिकोन चुकीचा आहे. खऱ्या अर्थानं संख्येनं सर्वांत मोठा असलेला जनसमूह चीनमधील 'हान' हा आहे. गेल्या हजारो वर्षांपासून त्यांचं अन्य जनसमूहांबरोबर मिसळणं सुरू आहे. त्या उलट भारतीय समाजात जनसंख्येच्या दृष्टीनं खूप विशाल असलेला जनसमूह अभावानंच आहे. भारतामध्ये एकाच खेड्यात जवळ जवळ राहणाऱ्या भिन्न जातींच्या लोकांमध्ये असलेला जनुकीय फरक हा उत्तर युरोप आणि दक्षिण युरोप या दोन प्रदेशांतील लोकांमध्ये जितका जनुकीय फरक असू शकतो, त्यापेक्षा दोन ते तीन टक्क्यांनी जास्त असतो, त्यामुळे भारत हा अनेक भिन्न भिन्न जनसमूहांचा मिळून तयार झालेला आहे, ज्यातील प्रत्येक जनसमूह वेगळेपणानं विचारात घेतला तर त्याची जनसंख्या ही फारच मर्यादित आहे आणि हेच सत्य आहे.

इसवी सनाच्या दुसऱ्या शतकात भारतीय समाजात जी व्यवस्था प्रस्थापित झाली, त्यामुळे २०१८ साली वृत्तवाहिन्यांवर होणाऱ्या चर्चांमध्ये वापरल्या जाणाऱ्या परिभाषेत

सांगायचं तर देशाचे 'तुकडे तुकडे' झाले. एखादा समाज जेव्हा अशा प्रकारे विभागला जातो, तेव्हा त्या समाजातील व्यक्ती त्यांच्यातील अंगभूत क्षमतांच्या विकासाची उच्चतम पातळी दाखवू शकत नाहीत. तितकीच महत्त्वाची आणखी एक गोष्ट म्हणजे एकाच ठिकाणी राहत असूनही लोकांमधला बंधुभाव कमी होऊ लागतो. त्यामुळे व्यक्तीच्या कामगिरीचा आणि यशाचा फायदा समष्टीला मिळणं शक्य होत नाही. तो फक्त व्यक्तीपुरताच मर्यादित राहतो. एक राष्ट्र म्हणून भारतावर याचा किती मोठा आघात झाला, याचं उत्तर एखाद्या दिवशी कोणी समाजशास्त्रज्ञच देऊ शकेल आणि ते उत्तर विश्वासार्ह आकडेवारीवर आधारलेलं असेल अशी आशा करू या.

समाजाचं हे असं तुकड्या तुकड्यांमध्ये झालेलं विभाजन टाळता येणं शक्यच नव्हतं हे आता स्पष्ट झालं आहे. साधारणपणे इसवी सन १००पर्यंत भारतीय समाजाची वाटचाल विभाजनाच्या वाटेनं चाललेली नव्हती; पण या वाटचालीला अचानक खीळ बसली आणि समाजातील एका महत्त्वाच्या प्रश्नावर आपण पुन्हा माघारी फिरलो, तरीही एकदम असं म्हणता येणार नाही की, आर्यावर्त किंवा आर्यावर्तातील अभिजनांचं प्रतिनिधित्व करणारी विचारसरणी तसंच मगध किंवा पूर्व भारतातील समाजाचं प्रतिनिधित्व करणारी विचारसरणी आणि आचारसरणी यांच्यातील विरोध अचानकच संपुष्टात आला होता. बौद्ध धर्म ज्या भूमीत उदयाला आला तिथेच त्याचं अस्तित्व गौण झालं तरी तो त्यानंतरही अनेक शतकं टिकून होता. मात्र त्याचा प्रभाव कमी कमी होत गेला.

इसवी सन १००च्या सुमारास जातिव्यवस्था प्रस्थापित झाल्यानंतरच्या सुमारे सात शतकांच्या काळात वैदिक (आर्यावर्त) आणि अवैदिक (मगध/पूर्व भारत) यांच्या विचारसरणींमधले काही संघर्ष सुरूच होते. बौद्ध आणि जैन धर्मातील तत्त्वज्ञानाचं खंडन करणाऱ्या आदि शंकराचार्यांच्या कार्यामध्ये या संघर्षाचं प्रतिबिंब स्पष्ट उमटलेलं दिसतं. पुरातत्त्व आणि साहित्य यांच्याद्वारे उपलब्ध झालेल्या पुराव्यांमध्येसुद्धा सतत सुरू असलेल्या या वादांच्या खुणा मिळतात. पुरातत्त्वीय पुरावा आणि साहित्यातील संदर्भ यातून विद्वत्सभांमधल्या खंडन-मंडनाच्या स्वरूपात रंगलेले वाद-विवाद आणि प्रत्यक्षात समोरासमोर होणारे झगडे यांची जशी माहिती मिळते तशीच भक्तीला प्राधान्य देणाऱ्या सांप्रदायिक चळवळींची माहितीही मिळते. या चळवळींनी समाजातील घडामोडींचे मूक साक्षीदार असणाऱ्या बहुसंख्य वर्गाला स्वतःची भूमिका व्यक्त करण्यासाठी आवाज मिळवून दिला. डॉ. भीमराव आंबेडकरांनी विसाव्या शतकातील सामाजिक विषमतेशी लढताना स्वतःसाठी आणि आपल्या अनुयायांसाठी बौद्ध धर्माची निवड केली. यावरून लक्षात येतं की, ज्या तत्त्वांवर समाजाची उभारणी करायची त्या तत्त्वांच्या बाबतीत असलेले प्राचीन काळातले मतभेद विसाव्या शतकातही तसेच राहिलेले होते. त्यादृष्टीनं महात्मा गांधी आणि डॉ. बाबासाहेब आंबेडकर या दोघांमधील वैचारिक वाद हा एक प्रकारे सनातनी आर्यावर्ताकडून मिळालेला मानवी जीवन आणि समाज या संबंधीच्या उच्च दर्जाच्या तात्त्विक चिंतनाचा वारसा, आणि मगधाकडून मिळालेला बुद्धिवाद आणि प्रगतिशील यांचा वारसा यांमधील चढाओढ होती.

इतिहासकार रोमिला थापर म्हणतात :

आपण जेव्हा आपल्या सांस्कृतिक वारशाचं मूल्यांकन करतो तेव्हा बुद्धिवाद आणि नास्तिक्यवाद हे भारतीय विचारसरणीचे महत्त्वाचे घटक होते, हे वास्तव आपण विसरून तरी जातो किंवा त्याला महत्त्व देत नाही. हे केवळ चार्वाक (लोकायत) यांच्यापुरतंच मर्यादित नाही तर इतर भारतीय दर्शनेही, विशेषतः बौद्ध आणि जैन दर्शनांच्या बाबतीमध्येही दिसून येतं. आपल्या परंपरेमध्ये आधी प्रश्नांची स्पष्ट मांडणी करून मग त्यांची उत्तरं शोधून त्यांची मांडणी करण्याची जी पद्धती आहे, ती केवळ तत्त्वज्ञानातील चर्चांपुरती मर्यादित नाही; तर ती लौकिक विषयाशी संबंधित साहित्यामधूनही जपलेली स्पष्टपणे दिसते. आपण त्या परंपरेचं जतन करणं योग्य ठरेल.

प्रश्न एक, उत्तरं अनेक

आपल्या इतिहासाकडून 'विविधतेत एकता' या वाक्प्रचाराचा अर्थ आपण समजून घ्यायला हवा. आपण एखाद्या भूप्रदेशात राहत असतो, याचा वास्तविक अर्थ असा आहे की, आपण एका सांस्कृतिक आणि संभाषणात्मक परिघात राहत असतो. आपल्या बौद्धिक आणि सांस्कृतिक चर्चा, वाद आणि विवादांचे विषय पूर्णतः आपले असतात; पण आपल्याकडे प्रत्येकालाच पटतील आणि सर्वांचं एकमत होईल, असा उत्तरांचा संच तयार नसतो. आपला समाज भिन्न भिन्न सांस्कृतिक-भाषिक गटांचा बनलेला आहे. त्यातील प्रत्येकाच्या परंपरा आणि सामाईक अनुभवांची ऐतिहासिक पार्श्वभूमीही भिन्न भिन्न असते. या सर्वांच्या एकत्रितरीत्या उमटलेल्या वैचारिक आणि भावनिक ऊर्मी यावर आपली उत्तरं आणि प्रतिक्रिया अवलंबून असतात. भारतीय म्हणून आपणा सर्वांचा एक संयुक्त इतिहास असला तरी तो भिन्न गटांनी भिन्नपणे अनुभवलेला असतो. राजकीय विचारधारांमध्ये किंवा अगदी खाण्या-पिण्याच्या आवडीनिवडींमध्येदेखील एकीकडे दक्षिण आणि पूर्व भारतातला फरक; तर दुसरीकडे उत्तर आणि पश्चिम भारतातला फरक हा त्या वेगवेगळेपणाचं प्रतिबिंब आहे आणि त्या वेगळेपणाचे काही पैलू हे अगदी खोलवर रुजलेले असतात.

उदाहरणार्थ, आपल्या खाण्यापिण्याच्या सवयी. दक्षिण भारतीय आणि पूर्व भारतीय लोकांच्या तुलनेत उत्तर भारतीय आणि पश्चिम भारतीय लोक दूध आणि दुग्धजन्य पदार्थांचा वापर कितीतरी अधिक आणि मांस, मासे यांचा वापर कमी करतात. राजकारणी लोक आणि सामाजिक परिस्थितीवर भाष्य करणारे लोक या विविधतेला सामाजिक-राजकीय चौकटीत बसवतात; पण या विविधतेमागची कारणं अधिक मूलभूत स्वरूपाची आहेत: ती आहेत जनुकीय. अधिक नेमकेपणानं सांगायचं तर 13910T म्हणून ओळखलं जाणारं जनुकीय उत्परिवर्तन. हे साधारण ७५०० वर्षांपूर्वी युरोपमध्ये घडलं. या जनुकामुळे मानवी शरीराला, तान्हेपणाची अवस्था संपल्यानंतर, मोठेपणातही दूध पचवण्याची ताकद मिळते. *बुद्धिमान मानव* ही सस्तन प्राण्यांमधली एकमेव प्रजाती आहे जिला ही क्षमता प्राप्त झालेली आहे. यात आश्चर्य वाटण्यासारखं काही नाही. कारण, जोपर्यंत गाई किंवा शेळ्यांना माणसाळवून त्यांचा

उपयोग दूध मिळवण्यासाठी करण्याची सुरुवात झाली नव्हती, तोपर्यंत अशा प्रकारच्या उत्परिवर्तनाची गरजच निर्माण झाली नव्हती; पण मानव दुभती जनावरं पाळायला सुरुवात करून दूध आणि दुग्धजन्य पदार्थांचं सेवन करू लागला, तेव्हा दूध पचवण्याची ताकद येणं हे प्रौढ व्यक्तींसाठी गरजेचं ठरलं आणि दुग्धसेवन करणाऱ्या गटांमध्ये उत्परिवर्तन होऊन दूध पचवण्यासाठी उपयुक्त जनुक निवडलं गेलं.

प्रौढ वयातही दूध पचवण्याची क्षमता जगातल्या चार वेगवेगळ्या प्रदेशांमध्ये विकसित झाली; पण 13910T हे जनुक आपल्यासाठी विशेष महत्त्वाचं आहे. कारण, भारतामध्ये प्रौढ वयातही दूध पचवण्याची क्षमता असणारे जे लोक आहेत[२], त्यांच्यातल्या या जनुकाचा दुवा युरोपीय गटांमध्ये उपस्थित असलेल्या जनुकाशी जुळत असल्याचं दिसतं. शरीरात असलेल्या लॅक्टेस (प्रौढ वयातही दूध पचवण्याच्या क्षमतेसाठीची शास्त्रीय संज्ञा)विषयी जाणून घेण्यासाठी भारतभरातल्या विविध भाषावार गटांच्या डीएनएच्या नमुन्यांचं विश्लेषण केलं गेलं. त्या विश्लेषणातून प्रौढ वयातही दूध पचवण्याच्या क्षमतेचे म्हणजे 'लॅटेक्स'च्या संबंधी काही निष्कर्ष काढण्यात आले. त्यातले तीन असे : एक म्हणजे या क्षमतेचं प्रमाण वायव्येकडील प्रदेशातील लोकांच्या तुलनेत, जसजसं ईशान्येकडे जाऊ तसतसं तिथल्या लोकांमध्ये कमी कमी होत जातं. दुसरं म्हणजे त्या संदर्भातले जनुकीय उत्परिवर्तन हे युरोपातील जनुकीय उत्परिवर्तनाशी तंतोतंत जुळते असल्याचं स्पष्ट दिसून येत आहे. तिसरं म्हणजे भारतीयांच्या एकूण लोकसंख्येच्या केवळ एक पंचमांश लोक हा प्रौढ वयात दूध पचवू शकतात. त्यामध्ये सर्वाधिक भरणा उत्तर आणि पश्चिम भारतातील लोकांचा आहे. या जनुकाचं प्रमाण पश्चिम आणि उत्तर भारतातल्या काही ठरावीक भागांमध्ये ४० टक्के आणि ईशान्य भारतातल्या काही भागांमध्ये १ टक्का इतकं कमी आहे.

यावरून स्पष्ट होतं की, पूर्व भारतीय किंवा दक्षिण भारतीय लोक उत्तर भारतीय किंवा पश्चिम भारतीय लोकांपेक्षा एवढं कमी दूध का पितात. कारण, त्यांच्यातल्या बहुतेक लोकांना प्रौढ वयात दूध पचू शकत नाही. इथे पुन्हा एकदा हे सांगायला हवं की लहान मुलांमध्ये दूध पचवण्यासाठी हे जनुक असण्याची आवश्यकता नसते. हे जनुक कोणात असते आणि कोणात नसते हे ओळखण्याची सोपी खूण म्हणजे ज्यांच्यामध्ये ते असतं ते लोक आयुष्यभर दूध पिऊ आणि पचवू शकतात; तर ज्यांच्यामध्ये हे जनुक नसतं त्यांची दूध पचवण्याची क्षमता, वयाच्या पहिल्या एक-दोन वर्षांतच संपलेली असते.

या सगळ्याचा शाकाहारी असण्याशी किंवा उत्तर आणि पश्चिम तसंच दक्षिण आणि पूर्व इथल्या काही लोकांच्या मांसाहार आणि मत्स्याहारी असण्याशी काय संबंध आहे? तर तो अगदी साधा आहे : ज्या भारतीयांमध्ये प्रौढपणी दूध पचवायच्या क्षमतेसाठी आवश्यक जनुक असते त्यांना प्राणिज प्रथिनांचा स्रोत म्हणून मांस आणि मासे यांऐवजी दुधाचा पर्याय मिळतो आणि तो त्यांनी स्वीकारलेला दिसतो. राष्ट्रीय नमुना सर्वेक्षण या संस्थेनं केलेल्या घरगुती ग्राहकांच्या खर्चाच्या ताळेबंदाची पाहणी केली असता त्यातील आकडेवारीतून असं दिसून आलं की, ज्या राज्यांमध्ये दुधाचा वापर मोठ्या प्रमाणात केला जातो, तिथे मांस,

२ आयरीन गॅलॅगो रोमेरो आणि इतर -'हर्डर्स ऑफ इंडियन अँड युरोपीयन कॅटल शेअर देअर प्रिडॉमिनन्टएलिल फॉर लॅक्टेस पर्सिस्टन्स,' मोलेक्यूलर बायॉलॉजी अँड इव्हॉल्यूशन (२०१२)

मासे आणि अंड्यांचा वापर कमी आहे आणि जिथे मांस, मासे आणि अंड्यांचा वापर जास्त केला जातो तिथे दुधाचा वापर कमी आहे.

अर्थातच आहारात दूध आणि मांस, मासे, अंडी यांचं समप्रमाणही आढळतं; परंतु ते काही थोड्या प्रदेशांमध्येच. यामध्ये एक न विसरता येणारी महत्त्वाची गोष्ट म्हणजे मांसापेक्षा दुधाचा वापर ज्या प्रदेशांमध्ये जास्त आहे, त्या प्रदेशातील लोकांमध्ये दूध पचवण्यासाठी आवश्यक असलेल्या जनुकीय उत्परिवर्तनाचं प्रमाण अधिक आहे आणि त्या उलट मांसाहारावर भर असणाऱ्या प्रदेशातील लोकांमध्ये अशा उत्परिवर्तनाचं प्रमाण नगण्य आहे.

भारताच्या सामाजिक नकाशावर दिसणाऱ्या आहारपद्धतींचे वेगवेगळे नमुने आणि त्या अनुषंगानं काय खावं-काय खाऊ नये यांसारख्या सर्वसामान्य प्रश्नांना मिळणाऱ्या वेगवेगळ्या उत्तरांमागची यथायोग्य कारणं या जनुकीय कथेवरून लक्षात येतात. इथे एकरंगी नागरी संस्कृती निर्माण करणं, त्यासाठी सामाजिक वैविध्य किंवा वेगळेपण मिटवण्याचा प्रयत्न करणं हा एकूण भारतीय घडणीशी विसंगत, अनिष्ट असा अव्यापारेषु व्यापार ठरेल. त्यातून पदरामध्ये अपयशच येईल.

भारताच्या इतिहासाचं लेखन करताना सातत्यानं त्यामध्ये एक समान सूत्र असल्याचं दाखवण्याचा अनिष्ट प्रयत्न जबरदस्तीनं केला गेला. अगदी अलीकडेपर्यंत ज्या काळापासून इतिहास लेखनासाठी लिखित साधनं उपलब्ध आहेत, तिथूनच ऐतिहासिक काळाची सुरुवात होते, असं मानून लेखन केलं जाई. त्या आधीच्या काळाकडे दुर्लक्ष तरी केलं जाई किंवा फार फार तर काही परिच्छेद किंवा मर्यादित पृष्ठांमध्येच त्याचं वर्णन संपवलं जाई. भारतामध्ये याचा परिणाम असा झाला की, प्रत्येक जण इतिहासाची सुरुवात भारतामध्ये साधारण ४,५०० वर्षांपूर्वी झाली, असं समजू लागला. ४,५०० वर्षांपूर्वी म्हणजे जेव्हा हडप्पा संस्कृतीचा भरभराटीचा काळ होता तेव्हापासून किंवा कदाचित काही शतकांनंतर वेदांची निर्मिती झाली (काही लोक या दोन्ही गोष्टी एकमेकांशी निगडित असल्याचं मानतात, त्यांचं बरोबर आहे असं मानलं तरी) तो काळ. अगदी आत्तापर्यंत प्रागैतिहासिक काळात नक्की काय घडलं हे समजून घेण्याचे मार्ग सहज उपलब्ध नसल्यामुळे आणि ते समजून घेण्यासाठी केवळ तर्कावर आधारलेली अनुमानं बांधणं, एवढंच करता येत असल्यामुळे असं होणं साहजिक आहे; पण आता भारतात आणि अन्य ठिकाणीही ही परिस्थिती वेगानं बदलत आहे. त्याचं श्रेय प्राचीन डीएनएच्या अभ्यासपद्धतीला द्यायला हवं. संपूर्ण युरेशियातील सर्व ठिकाणांहून जसजसे डीएनए उपलब्ध होण्याचं प्रमाण वाढलं आणि त्याचं विश्लेषण होऊ लागलं तसतसं आपल्याला आपल्या प्रागैतिहासाचे सूक्ष्म धागेदोरे उलगडू लागले आणि आता आपला इतिहास जिथून सुरू झाला तिथून म्हणजे सुमारे ६५,००० वर्षांपूर्वी बुद्धिमान मानव भारतात आले तिथपासून तो लिहिण्याची योग्य वेळ आली आहे. इतिहासाचा विपर्यास होऊ द्यायचा नसेल आणि देशातील लोकांशी त्याची नाळ जोडली जायला हवी असेल, तर त्याची तळापासून वरच्या दिशेनं म्हणजे आपल्या आजच्या भारतीयांचं मूळ असलेल्या, आफ्रिकेतून आलेल्या पहिल्या स्थलांतरितांपासून व्हायला हवी.

यात अवघड असं काहीच नाही. कारण, आपल्या संस्कृतीच्या उत्कर्षकाळात सर्वसमावेशकता हे तिचं वैशिष्ट्य होतं, निवडक समावेशता हे नव्हे. आफ्रिकेतून आलेले पहिले स्थलांतरित आणि इराणच्या झॅग्रोस प्रदेशातून आलेल्या शेतकऱ्यांच्या मिश्र जनुकीय पूर्वजसाखळीतून निर्माण झालेल्या लोकांनी हडप्पा नागरी संस्कृती उभारली. बौद्ध धर्मप्रचारकांनी जेव्हा भारतीय संस्कृतीचे गुणविशेष पहिल्यांदाच भारताच्या सीमांपलीकडे चीन, आग्नेय आशिया आणि मध्य आशियामध्ये नेले, तेव्हा त्यामागे धर्मप्रसाराचा हेतू होता त्याचबरोबर जात, धर्म, पंथ असा भेदभाव न करता सर्वांना सामावून घेण्याचा उत्साहही होता. त्यांनी बौद्ध धर्माचा प्रसार करत असताना, वैदिक धर्माला, त्यातील यज्ञसंस्थेला आणि सामाजिक विषमतेला आव्हान दिलं हे खरं असलं तरी त्यांनी बुद्धपूर्व वैदिक तत्त्वज्ञानासह सर्व भारतीय दर्शनांमधून (तत्त्वज्ञानाच्या शाखा) अनेक गोष्टी घेतल्या, त्यामुळे साहजिकच बौद्ध तत्त्वज्ञान हे जगातलं असं पहिलं तत्त्वज्ञान ठरलं. ज्यामध्ये बौद्ध धर्मातील आंतरिक दृष्टी आणि करूणेचा संदेश सर्व मानवतेपर्यंत पोहोचवण्याच्या दुर्दम्य इच्छेला कोणत्याच मानवनिर्मित किंवा नैसर्गिक सीमांची आडकाठी झाली नाही. गौतम बुद्धानं जगाला दिलेला संदेश आजही मनाची पकड घेणारा आहे. गौतम बुद्धांच्या उपदेशानुसार जीवन जगणाऱ्या जगभरातील हजारो-लाखो लोकांनी तो जिवंत ठेवला आहे. जगाला भारून टाकणारं हे तत्त्वज्ञान भारतीय आहे. ज्या मातीतून उपनिषदांची निर्मिती झाली त्याच मातीत या तत्त्वज्ञानाचा उगम होऊन ते रुजलं.

भारतीय इतिहाससंबंधीचे दोन एकमेकांना छेद देणारे विचार रुजलेले आहेत : पहिला आहे तो काल मार्क्सने भारतासंबंधी मांडलेला विचार. त्यानुसार भारत हा काळानुसार बदलणारा देश नाही. आपण मार्क्सच्या या विचारात इतके गुरफटले गेलो की, त्यातून बाहेर पडणं कठीण होऊन बसलं. दुसरा विचार आहे तो भारतीय संस्कृती अनादि काळापासून चालत आलेली आहे आणि काळाच्या ओघात संस्कृतीची घसरण होत गेली. हे दोन्ही विचार चुकीचे, पूर्वग्रहदूषित आहेत. भारत हा काळाबरोबर सातत्यानं बदलणारा आहे. त्याची कथा ही नक्कीच उतरणीला लागल्याची कथा नाही. भारताचा इतिहास इतर कोणत्याही चैतन्यपूर्ण समाजाप्रमाणे गतिमान, ऊर्जेनं परिपूर्ण आणि वैचारिक द्वंद्वांनी भारलेला असाच आहे. हे सर्व घडत असताना भारतीय समाजानं जाती व्यवस्थेसारख्या आत्मघातकी व्यवस्थेचा भार वाहिला आहे आणि तरीही भारतीय समाज मृतप्राय झाला नाही. उलट तो पुन्हा पुन्हा उठून उभा राहिला हे लक्षात घायला हवं.

आपण भारतीय नक्की कोण आहोत?

अनेक जीवनधारा एकत्र येऊन त्यांच्या संगमातून आकाराला आलेला समाज अशी आपल्याला आपल्या समाजाची व्याख्या करावी लागेल. आपल्या सांस्कृतिक जाणिवा, परंपरा आणि आहारपद्धती त्या अनेक जीवनधारांनी आणि त्यांच्यामागे असणाऱ्या स्थलांतराच्या इतिहासानं आपल्याला दिलेल्या वारशामधून मिळालेल्या आहेत. नवनवीन प्रदेश शोधत सुमारे पासष्ट हजार वर्षांपूर्वी या भूमीवर येऊन पोचलेल्या, आफ्रिकेतून आलेल्या पहिल्या धाडसी स्थलांतरितांच्या जनुकीय पूर्वजसाखळीचा अंश हाच आजही

भारतीय समाजाचा पाया आहे; भारतीय उपखंडातील पहिली कृषिक्रांती घडवण्यात आणि भारतीय संस्कृतीमधल्या पहिल्या नागरी जीवन पद्धती, संकल्पना आणि द्राविडी भाषा या गोष्टी जिच्या मुशीत घडल्या त्या हडप्पा संस्कृतीची उभारणी करण्यात सहभागी असलेले पश्चिम आशियातले लोक; पूर्व आशियातून आलेले स्थलांतरित नव्या भाषा आणि पिकांचे नवे वाण तसंच शेतीचं नवं तंत्रज्ञानं घेऊन आलेले आणि जे मध्य आशियातून इथे येताना, पुढे श्रेष्ठ ठरलेल्या, संस्कृत भाषेचं मूळ असणारी वैदिक भाषा, त्या भाषेचा अविभाज्य भाग असणाऱ्या श्रद्धा तसंच यज्ञीय कर्मकांड त्यांच्याबरोबर घेऊन आले, ज्यांमुळे आपल्या समाजामध्ये मूलभूत बदल घडले; त्याच्याही नंतर जे लोक शरणार्थी, आक्रमक किंवा व्यापारी म्हणून आले, स्थायिक झाले, इथलेच झाले. या सर्व प्रवाहांच्या संगमातून एकत्रितपणे जो समाज निर्माण झाला, त्याला आपण 'भारतीय' म्हणतो. आपण सर्व जण भारतीय आहोत आणि लक्षात ठेवण्याची बाब म्हणजे आपले पूर्वज असणारे सर्वच जनसमूह केव्हा ना केव्हा तरी बाहेरून भारतात आले होते.

परिशिष्ट

घग्गर-हाक्राचं खोरं

युरेशियन गवताळ प्रदेशातून स्थलांतर करून दक्षिण आशिया ते युरोप अशा अत्यंत विस्तृत प्रदेशातील समाजांचा तोंडावळाच बदलून टाकणाऱ्या जनसमूहांच्या जनुकीय पूर्वजांच्या संख्येबद्दलची माहिती सतत वाढत आहे; पण त्यांच्याकडे दुर्लक्ष करून आर्य बाहेरून भारतात आले; ही अनेक पिढ्यांच्या कालावधीत जगभर आणि अनेक ज्ञानशाखांमध्ये पद्धतशीरपणे पसरवलेली एक भूलथाप आहे, असं ठामपणे म्हणणारे काही लोक आहेत. त्यांच्या मते 'ऋग्वेदामध्ये वर्णन केलेली विशाल सरस्वती नदी म्हणजे आताची घग्गर नदी आहे, जी शिवालिक टेकड्यांच्या पायथ्याशी उगम पावते आणि पंजाब, हरियाणा, राजस्थानमधून वाहत वाहत पाकिस्तानातील चोलीस्तानमध्ये आणि सिंधमध्ये जाते. ही नदी पावसाळी आहे आणि जवळ जवळ कोरडी आहे. भारतात या नदीला घग्गर म्हणून ओळखलं जातं तर पुढे तिला हाक्रा म्हटलं जातं. हडप्पातल्या अनेक वसाहती घग्गर-हाक्राच्या खोऱ्यात होत्या. हडप्पा नागरी संस्कृतीचं वर्णन करतानासुद्धा घग्गर-हाक्रा आणि सिंधूच्या खोऱ्यात वसलेली नागरी संस्कृती असंच करणं योग्य ठरेल.'

आर्य भारतात बाहेरून आले ही गोष्ट नाकारणाऱ्या लोकांचा या पुढचा युक्तिवाद असा असतो : 'घग्गर-हाक्रा नदी हीच प्राचीन सरस्वती नदी आहे. कारण, यमुना आणि सतलज या नद्यांच्यामध्ये असलेली नदी असं ऋग्वेदात सरस्वतीचं केलेलं भौगोलिक वर्णन घग्गर-हाक्राशी नेमकंपणानं जुळतं. एकेकाळच्या विशाल सरस्वती नदीचा प्रवाह आज इतका क्षीण रूपात दिसतो याला इसवी सनपूर्व २०००च्या सुमाराला घडलेल्या भूगर्भीय हालचाली कारणीभूत आहेत, त्यामुळे हिमालयातील हिमनगाचं वितळलेलं पाणी सरस्वतीमध्ये येणं बंद झालं. एका भूकंपामुळे सतलज नदीचा प्रवाह दिशा बदलून बियास नदीला मिळाला, जो पूर्वी सरस्वती/घग्गर-हाक्रा नदीला मिळत होता. त्यानंतर सतलज आणि बियास या दोन्ही नद्या सिंधू नदीला मिळाल्या. त्याच सुमारास हिमालयामध्ये झालेल्या भूकंपामुळे एक उंचवटा निर्माण होऊन सरस्वतीत येणारं हिमनगाचं पाणी यमुना नदीकडे वळलं.

या घटनांमुळे सरस्वती नदीचा प्रवाह रोडावला आणि त्यामुळेच भारतातील राखीगढी आणि कालीबंगनपासून पाकिस्तानातल्या गन्वेरीवालापर्यंतच्या हडप्पातील अनेक वसाहती

उठून गेल्या. परिणामतः हडप्पा नागरी संस्कृती लयाला गेली; पण ऋग्वेदामध्ये सरस्वतीच्या वैभवशाली रूपाचं वर्णन केलं गेलं आहे आणि तिला पर्वताची शिखरं भंग करण्याइतकी ताकद असलेली शक्तिशाली नदी मानलं गेलं आहे, त्यामुळे तिचं असं वर्णन करणारे वैदिक लोक जेव्हा सरस्वतीच्या खोऱ्यात असतील तेव्हा सरस्वती नदी पूर्ण क्षमतेनं वाहत असणार म्हणजेच तो काळ हडप्पा नागरी संस्कृतीचा काळ असणार आणि म्हणूनच वैदिक लोक हेच हडप्पा नागरी संस्कृतीतले लोक होते.'

गवताळ प्रदेशातून झालेल्या स्थलांतरांना पुष्टी देणाऱ्या जनुकीय पुराव्यापुढे हा युक्तिवाद अगदीच दुबळा आहे; परंतु शेवटी या युक्तिवादानंच अनेक लोकांचं लक्ष वेधून घेतलं. कारण, भारतीय परंपरेचं सरस्वती या नदी नामाशी एक भावनिक नातं आहे. या युक्तिवादामध्ये अनेक गंभीर त्रुटी आहेत. एक-एक करून त्यांची माहिती घेऊ या.

पहिली त्रुटी म्हणजे ऋग्वेदात, 'पर्वताची शिखरं भंग करण्याइतकी ताकद असलेली शक्तिशाली नदी' असं जिचं वर्णन केलं आहे ती भारतातली सरस्वती नदीच आहे की अफगाणिस्तानातली हरैवती नदी आहे हे स्पष्ट होत नाही. अफगाणिस्तानातून भारतात येताना आर्यांना हरैवती नदीही जवळून माहीत झाली असणार (इंडो-आर्यन भाषेतल्या 'ह'च्या जागी इंडो-इराणी भाषांमध्ये 'स' हे अक्षर येतं आणि त्या उलट 'स'च्या जागी 'ह' हे अक्षर येतं. याची प्रसिद्ध उदाहरणं म्हणजे - 'हिंदू'चं सिंधू हे रूप आणि 'सप्तसिंधू'चं हप्तहिंदू हे रूप. यावरून हरैवती आणि सरस्वती ही दोन्ही नाव एकच असल्याचं दिसतं). आज हरैवतीला अर्घन्दाब म्हणून ओळखलं जातं. ती हिमालयात उगम पावणाऱ्या हेलमंड नदीची उपनदी आहे. हेलमंड ही खरोखरीच पर्वताची शिखरं भंग करण्याइतकी ताकद असलेली शक्तिशाली नदी आहे. असंही असण्याची शक्यता आहे की आर्यांनी भारतात आल्यानंतर त्यांना जी पहिली नदी दिसली ती क्षीण आणि फक्त पावसाळ्यातच प्रवाहित होत असली तरी तिला त्यांनी अफगाणिस्तानातील हरैवती/सरस्वती नदीचं नाव दिलं. ऋग्वेदामधलं सरस्वतीच्या विशाल आणि शक्तिशाली रूपाचं वर्णन हे स्मृतिसंचिताच्या आधारे केलं गेलं असावं. तसंही आवडत्या नायकांची, नद्यांची आणि ठिकाणांची नावं भारतभरामध्ये पुन्हा पुन्हा वापरलेली दिसून येतात. आज भारतामध्ये अनेक नद्यांची नावं सरस्वतीच्या[१] नावावरून पडलेली आहेत.

पण इतरही अनेक मोठ्या त्रुटी आहेत : सरस्वती किंवा घग्गर-हाक्राचा प्रवाह एकदाच नाही, तर अनेकदा कोरडा पडल्याचे प्रसंग आहेत. सरस्वती नदी इसवी सनपूर्व २०००च्या सुमारास रोडावली. या कालनिश्चितीलाही काही बळकट पुरावा नाही. हडप्पा संस्कृतीचे लोक म्हणजेच वैदिक आर्य असं मानणारे अभ्यासक ज्यांचा वारंवार उल्लेख करतात ते आंतरराष्ट्रीय ख्यातीचे जलवैज्ञानिक रॉबर्ट राइक्स यांचं निरीक्षणही सरस्वती/घग्गर-हाक्रा इसवी सनपूर्व २०००मध्ये रोडावली ती कायमचीच, या समजुतीला पुष्टी देत नाही. सन १९६८मध्ये राईक्स यांनी घग्गर-हाक्रा जवळच्या कालीबंगन या हडप्पा संस्कृतीच्या प्रमुख स्थळाचा अभ्यास केला आणि *एन्टिक्विटी* या नियतकालिकासाठी

---

१ प्रोफेसर राजेश कोच्छर यांच्या, *द वेदिक पीपल* या पुस्तकात सरस्वती आणि हरैवती यांविषयी सविस्तर माहिती दिली गेली आहे.

'कालिबंगन : डेथ फ्रॉम नॅचरल कॉजेस' हा शोधनिबंध लिहिला. त्यामध्ये राईक्स म्हणतात की, नदी कोरडी झाल्यामुळे कालीबंगनमधले लोक निघून गेले; पण पुढे ते असं म्हणतात की : 'या शोधनिबंधातून जलविज्ञानाच्या माहितीनुसार निष्पन्न होणारं गृहीतक आणि उपलब्ध असलेला पुरातत्त्वीय पुरावा एकमेकांशी तंतोतंत जुळतात. त्यातून असं स्पष्ट दिसतं की, यमुना नदी वेगवेगळ्या काळात प्रवाह बदलल्यामुळे कधी सिंधूला मिळते तर कधी गंगेला.' दुसऱ्या शब्दांत सांगायचं तर सिंधू आणि गंगेच्या त्रिभुज प्रदेशातील सखल भागात यमुनेचं पाणी कधी गंगेत मिसळतं तर कधी सरस्वती आणि सतलजद्वारे सिंधूमध्ये जातं, असं राईक्स यांचं निरीक्षण आहे. त्यानुसार त्यांनी एक तक्ता तयार करून त्यामध्ये इसवी सनपूर्व २५०० आणि इसवी सन ५००च्या दरम्यान सिंधू आणि गंगा नदीचे वेगवेगळ्या वेळी पाचदा बदललेले प्रवाह दाखवले आहेत. कालीबंगनची वसाहत नामशेष होण्यास कारणीभूत असलेला नदीच्या प्रवाहातील बदल यांपैकी एक होता, त्यामुळे आर्य लोकांनी इसवी सनपूर्व २०००च्या सुमारास ऋग्वेदामध्ये जिला सरस्वती नदी म्हटलं, ती आजची कालीबंगन जवळची घग्गर-हाक्रा नदी आहे, असं म्हणता येणार नाही. कारण, हडप्पा नागरी संस्कृती लयाला गेल्यानंतरच्या काळातही घग्गर-हाक्रा पूर्ण क्षमतेनं वाहत असण्याची शक्यता आहे.

पुरातत्त्वज्ञ व्ही. एन. मिश्रा यांनीही सरस्वतीच्या खोऱ्यातील हडप्पा संस्कृतीच्या स्थळांच्या विस्ताराच्या अभ्यासावर आधारित संशोधनातून अशाच प्रकारचे निष्कर्ष मांडले आहेत. ते म्हणतात :

या सर्व पुराव्यांवरून असं दिसून येतं की, घग्गर-हाक्राचा जलशास्त्रीय इतिहास अतिशय गुंतागुंतीचा आहे. त्यातून असं दिसतं की, सतलज आणि यमुना या नद्यांचं घग्गर-हाक्राला येऊन मिळणं किंवा त्यांचे प्रवाह वळल्यामुळे घग्गर-हाक्रापासून दूर जाणं ही घटना एकदाच घडलेली नाही. दोन्ही नद्यांचे प्रवाह एकाच वेळेस बरोबरीनं वळले असंही नाही. उलट अशा प्रकारच्या घटना वेगवेगळ्या वेळी घडलेल्या आहेत.

नवीन माहितीच्या अनुसार निश्चितपणे सांगता येईल की, सतलज आणि यमुना या दोन्ही नद्या हडप्पा नागरी संस्कृतीच्या काळात घग्गर नदीला जाऊन मिळत होत्याच; परंतु त्यापूर्वी आणि त्यानंतरच्या काळातही ते अनेकदा घडलं होतं.

दुसऱ्या शब्दांत सांगायचं तर सरस्वती/घग्गर-हाक्रा नदी शेवटची कोरडी झाली, त्या घटनेचा काळ निश्चित करता येत नाही. त्या पुराव्याच्या आधारे ऋग्वेदाची रचना हडप्पा नागरी संस्कृतीचा ऱ्हास होण्यापूर्वी केली गेली, असा दावाही करता येणार नाही. हडप्पा नागरी संस्कृतीचा ऱ्हास झाल्यावर वैदिक समाज जिला सरस्वती नदी म्हणत असे त्या नदीच्या काठी आला असावा.

तरी त्यामध्ये बराच मोठा काळ गेला असावा. मग वैदिक काळात घग्गर-हाक्रा नदी खूप विशाल होती, असं असण्याची शक्यता आहे का? हार्वर्ड युनिव्हर्सिटीमधले संस्कृतचे

वेल्स प्राध्यापक मायकेल विट्झेल यांनी या संबंधातील एका प्रश्नाकडे आपलं लक्ष वेधलं आहे. आर्य भारताबाहेरून आले हे ज्यांना मान्य नाही, त्या लोकांचं असं मत आहे की, भूगर्भीय हालचालींमुळे आधी सरस्वती नदीला जाऊन मिळणारी सतलज नदी बियास नदीला मिळू लागली आणि तिथून सिंधूमध्ये सामावली जाऊ लागली, त्यामुळे सरस्वती नदी हळूहळू कोरडी होत गेली; पण ऋग्वेदातल्या तिसऱ्या मंडलातील ३३व्या ऋचेमध्ये सतलजचं वर्णन तिचा बियासशी संगम होऊन तिथून दोन्ही नद्या एकत्र वाहत जातात असं केलं आहे. याचा अर्थ ऋग्वेदाची रचना केली गेली, त्या वेळी सरस्वती नदीला सतलजचं पाणी मिळणं आधीच बंद झालं होतं. कारण, सतलज आणि बियास मिळून त्यांचं पाणी सिंधूमध्ये जात होतं. सरस्वती नदीला ते पूर्वी मिळत होतं हे गृहीत धरावं लागेल म्हणूनच सरस्वती नदी 'पर्वतशिखरांचा भंग करेल इतकी विशाल नदी' असण्याची शक्यता नाही. टी. आर. ग्रिफीथ यांनी भाषांतरित केलेल्या एका ऋचेचा काही भाग इथे देत आहे. त्यामध्ये सतलज बियासला मिळत असल्याचं वर्णन केलं आहे (बिपाशा हे बियासचं आणि शतुद्री हे सतलजचं वैदिक नाव आहे) :

> Forth from the bosom of the mountains, eager as two swift mares with loosened rein contending,
> Like two bright mother cows who lick their youngling, Vipas and Sutudri speed down their waters.
> Impelled by Indra whom ye pray to urge you, ye move as 'twere on chariots to the ocean.
> Flowing together, swelling with your billows, O lucid streams, each of you seeks the other

(जर यमुनेचं पाणी खरोखरीच घग्गर-हाक्रामध्ये जात असेल अशी कल्पना केली तर ऋग्वेदामध्ये यमुनेचा वेगळा उल्लेख आढळणार नाही, तसा उल्लेख नसता तर 'यमुना' म्हणजेच सरस्वती असा अर्थ झाला असता. यमुना आणि सरस्वती या दोन वेगवेगळ्या नद्या असल्याच्या उल्लेखावरून असं दिसतं की, यमुनेचं सरस्वतीला मिळणारं पाणी गंगेकडे वळण्याची घटना ऋग्वेदाची रचना होण्यापूर्वी घडली असणार).

विट्झेल म्हणतात की, पाकिस्तानी पुरातत्त्वज्ञ मुहम्मद रफीक मुघल यांनी केलेल्या सर्वेक्षणानुसार इसवी सनपूर्व १५००पर्यंत पाकिस्तानमधल्या सरस्वती नदीच्या प्रदेशात वसाहती वसलेल्या होत्या. यावरून त्या काळापर्यंत म्हणजे हडप्पा नागरी संस्कृतीच्या ऱ्हासानंतरही[२] सरस्वती नदी कोरडी झालेली नव्हती हे दिसून येतं.

वर उल्लेख केलेली अनुमानं भाषाशास्त्रीय आणि पुरातत्त्वीय पुराव्यांवर तसंच काही प्रमाणात भूगर्भशास्त्रीय संशोधनावर आधारित आहेत, त्यामुळे नुकत्याच केल्या गेलेल्या

---

२ पुरातत्त्वज्ञ मुघल यांनी घग्गर-हाक्रा खोऱ्यातल्या चोलीस्तानमध्ये हडप्पा नागरी संस्कृतीच्या अनेक स्थानांचा शोध लावला आहे, त्यामुळे हडप्पा नागरी संस्कृती ही सिंधू आणि घग्गर-हाक्रा नद्यांच्या प्रदेशात पसरलेली होती हे त्यांच्या संशोधनावरून निश्चित होतं.

दोन विस्तृत शास्त्रीय संशोधनांतील माहितीचा इथे आढावा घेणं योग्य ठरेल. ती माहिती अलीकडेच प्रसिद्ध झालेल्या दोन शोधनिबंधांतून मिळते. ते शोधनिबंध आहेत – २०१२ साली प्रकाशित झालेला 'फ्लूविअल लँडस्केप्स ऑफ द हरप्पन सिव्हिलायजेशन' आणि २०१७ साली प्रकाशित झालेला 'काऊंटर-इंट्युइटिव्ह इन्फ्लूयन्स ऑफ हिमालयन रिव्हर मॉर्फोडायनॅमिक्स ऑन इंडस सिव्हिलायजेशन अर्बन सेटलमेंट्स' हे ते दोन शोधनिबंध. यातला पहिला शोधनिबंध, मॅसॅच्युसेट्समधील 'वूड्स होल जिओग्राफिक ओशनोग्राफिक इन्स्टिटय़ूशन'चे भूगर्भशास्त्रज्ञ लिव्ह्यू जियोसन, युनायटेड किंगडममधील अबर्डिन विद्यापीठाचे पीटर डी. क्लिफ्ट, पुरातत्त्वज्ञ डोरेन क्यू. फुल्लर आणि इतर यांनी मिळून लिहिलेला आहे, तर दुसरा शोधनिबंध लिहिणारे तज्ज्ञ आहेत कानपूर इथल्या इंडियन इन्स्टिटय़ूट ऑफ टेक्नॉलॉजीचे भूगर्भशास्त्रज्ञ अजित सिंग आणि राजीव सिंग, टेक्निकल युनिव्हर्सिटी ऑफ डेन्मार्कच्या सेंटर फॉर न्यूक्लिअर टेक्नॉलॉजीज इथले क्रिस्टीना जे. थॉमसन आणि इतर.

यातल्या पहिल्या संशोधनात हडप्पा नागरी संस्कृतीच्या ऱ्हासाच्या कारणांची शक्यता जाणून घेण्यासाठी तत्कालीन हवामानामधील बदलांचा आणि नद्यांच्या प्रवाहांमधील बदलांचा अभ्यास केला गेला. त्यातून दोन स्पष्ट निष्कर्ष काढले गेले. पहिला निष्कर्ष म्हणजे पुराची तीव्रता हळूहळू कमी होत गेली, त्याबरोबर सुरुवातीला मोठ्या प्रमाणावर शेती करण्यास चालना मिळाली आणि त्यामुळे इसवी सनपूर्व २५००च्या सुमारास नागरीकरणालाही चालना मिळाली; पण मोसमी पावसाचं प्रमाण कमी होत गेल्यामुळे कालांतरानं पुराच्या पाण्यावरच्या आणि पावसाळी पाण्यावरच्या अशा दोन्ही प्रकारच्या शेतीवर परिणाम झाला. दुसरा निष्कर्ष घग्गर-हाक्राविषयीचा आहे :

> आधी असं मानलं जात होतं की, हिमनग वितळून त्यातून उगम पावलेली, पुराणकथांमध्ये उल्लेख असलेली सरस्वती नदी ही हडप्पा नागरी संस्कृतीच्या मध्यवर्ती प्रदेशासाठी पाण्याचा प्रमुख स्रोत होती. ती सिंधू आणि गंगा नद्यांच्या खोऱ्याच्या मधल्या गाळाच्या मैदानातून वाहत होती; पण आम्हाला असं दिसून आलं आहे की होलोसीनच्या काळात पावसाळ्यात प्रवाहित होणाऱ्या नद्याच फक्त त्या प्रदेशात अस्तित्वात होत्या. मोसमी पावसाचं प्रमाण कमी झाल्यावर त्यावर अवलंबून असणाऱ्या नद्या हळूहळू शुष्क पडत गेल्या किंवा फक्त पावसाळ्यातच प्रवाही होऊ लागल्या. त्याचा प्रतिकूल परिणाम त्यांच्या काठांवरील वसाहतींवर होत गेला. घटणारं पावसाचं प्रमाण आणि हवेतील वाढणारा कोरडेपणा यांमुळे शेतीचं उत्पादन अस्थिर झालं आणि त्यावर अवलंबून असलेल्या हडप्पा संस्कृतीच्या नागरी जीवनशैलीवरही प्रतिकूल परिणाम झाला. तिथल्या नगरांची वस्ती आणि विस्तार कमी होऊ लागला, कोरड्या हवामानात आणि कमी पाण्यावर येणाऱ्या पिकांची लागवड होऊ लागली. उत्तर पंजाब, हरियाणा तसंच उत्तर प्रदेश अशा अधिक आर्द्रता असलेल्या प्रदेशांमधल्या वसाहतींच्या संख्येत प्रचंड वाढ होऊ लागली.

दुसऱ्या शब्दांत सांगायचं तर साधारणपणे इसवी सनपूर्व १०,०००पासून घग्गर-हाक्रा ही पावसाळी नदी होती आणि म्हणून वितळलेल्या हिमनगापासून उगम पावलेल्या नद्यांप्रमाणे ती 'पर्वतांची शिखरं भंग करावीत' इतकी 'प्रबळ' असणं शक्य नव्हतं.

अजित सिंग आणि इतर तज्ज्ञांनी केलेल्या दुसऱ्या संशोधनातही असाच ठोस निष्कर्ष मांडला गेला आहे :

सिंधू नागरी संस्कृतीतील वसाहती, हिमालयात उगम पावणाऱ्या एखाद्या जिवंत नदीच्या खोऱ्यात वसलेल्या नव्हत्या तर त्या नदीच्या एका कोरड्या पडलेल्या खोऱ्यात वसल्या होत्या. त्यामध्ये असं म्हटलं आहे की, वाळूच्या कणांवर 'ऑप्टिकली स्टिम्युलेटेड ल्युमिनिसन्स' या तंत्राचा वापर करून कालक्रम निश्चित केला गेला. त्याआधारे आम्ही असं दाखवून देऊ शकतो की, या प्रदेशातील सतलजचा प्रवाह सिंधू नागरी संस्कृतीतील वसाहती वसण्याच्या बऱ्याच पूर्वी कोरडा पडला होता. नदीचं पात्र कोरडं पडण्याची प्रक्रिया इसवी सनपूर्व ८००० पूर्वी झाली होती. कारण, तोपर्यंत सतलजनं तिचं पात्र पूर्णपणे बदललं होतं. सतलजच्या कोरड्या पडलेल्या पात्रामध्ये सिंधू नगरं विकसित झाली, हिमालयात उगम पावलेल्या विशाल पात्राच्या नद्यांच्या काठी नव्हे. आम्हाला असं सुचवायचं आहे की, कोरड्या नदीचं मोकळं पडलेलं पात्र नागरी वसाहतींसाठी अगदी योग्य होतं. कारण, हिमालयात उगम पावलेल्या नद्यांना नेहमीच मोठमोठे पूर येत आणि त्या नद्या पात्र बदलत असत. त्या पार्श्वभूमीवर या कोरड्या पात्रात अधिक सुरक्षितता होती.

संशोधनात असं म्हटलं आहे की, सतलजचा प्रवाह बदलल्यावरही आजच्या घग्गर नदीसारख्याच फक्त पावसाळ्यात प्रवाहित होणाऱ्या आणि हिमालयाच्या पायथ्याजवळून उगम पावणाऱ्या हंगामी नद्या त्या कोरड्या पडलेल्या खोऱ्याच्या प्रदेशात वाहत असत, त्यामुळे हडप्पा संस्कृतीच्या वसाहतींना टिकून राहण्यासाठी पुरेसा आधार मिळत होता. संशोधनात असं दिसून आलं आहे की, इसवी सनपूर्व ३००० नंतर या खोऱ्यात गाळ साठण्याचं प्रमाण कमी कमी होत गेलं.

कदाचित, कमी होत गेलेल्या पर्जन्यमानामुळे असं घडलं असावं. संशोधनाची निष्पत्ती मांडताना असं म्हटलं आहे की, 'घग्गर-हाक्रा नद्यांच्या प्राचीन पात्रांमधून कधी काळी हिमालयात उगम पावलेल्या एखाद्या विशाल नदीचा प्रवाह वाहत असेल आणि सिंधू नागरी संस्कृतीतील वसाहतींचं पोषण करत असेल, ही कल्पना आम्ही स्पष्टपणे शक्यतेच्या पलीकडची म्हणून नाकारत आहोत. उलट सतलजच्या कोरड्या पात्रातील रेतीच्या सूक्ष्म कणांवरून असं दिसून येतं की, सतलजच्या कोरड्या पात्रामधून पावसाळ्यात प्रवाहित होणाऱ्या हंगामी नद्यांना वाहण्यासाठी निश्चित मार्ग मिळत असे.'

हडप्पा संस्कृतीचा ऱ्हास हा भारतातील पर्जन्यमान कमी कमी होत गेल्यामुळे झाला का या प्रश्नाच्या उत्तरावर २०१७ साली प्रसिद्ध झालेला शोधनिबंध ठोस निष्कर्ष मांडत नाही; परंतु २०१२ साली प्रसिद्ध झालेला लेख मात्र त्याला निश्चित पुष्टी देतो. २०१७च्या

लेखामध्ये असं म्हटलेलं आहे की, साधारण ४२०० ते ४००० वर्षांपूर्वी भारतीय उपखंडातील अनेक प्रदेशांमधील हवामानाच्या नोंदींमधून भारतातील पर्जन्यमान कमी कमी होत गेल्याचा ठोस पुरावा मिळतो आणि आमच्या संशोधनातूनही ५००० वर्षांपूर्वी नदीच्या पात्रांमधील गाळ जमा होण्याचं प्रमाण कमी झालेलं दिसतं; परंतु या निरीक्षणातून काही निश्चित निष्कर्ष मांडायचा असेल तर त्या प्रदेशातील नद्यांना आलेल्या पुरांच्या कालक्रमानुसार केलेल्या नोंदी उपलब्ध असणं आवश्यक आहे; परंतु तशा त्या उपलब्ध नाहीत.

ते काही असलं तरीही जुलै, २०१८मध्ये भूगर्भीय कालखंडांचा अभ्यास करणाऱ्या इंटरनॅशनल कमिशन ऑन स्ट्रॅटिग्राफी (ICS) या अधिकृत संस्थेनं 'मेघालयन' या नव्या कालखंडाचा परिचय करून दिला, त्यामुळे मोसमी पावसाचं दीर्घकाळापासून कमी कमी होत गेलेलं प्रमाण हेच घग्गर-हाक्रा नदी कोरडी होण्याचं कारण आहे, हे वास्तव पुढे आलं. २०१२ सालातल्या संशोधनाच्या निष्कर्षाला मोठ्या प्रमाणावर मान्यता लाभली. 'मेघालयन' हा कालखंड इसवी सनपूर्व २२००पासून आजतागायत सुरू आहे. ही गोष्ट खूपच महत्त्वाची आहे. कारण, ICS या संस्थेच्या म्हणण्यानुसार मेघालयन कालखंडाची सुरुवातच मुळी इजिप्त, मेसोपोटेमिया, चीन आणि अर्थातच भारत अशा जगभरातल्या अनेक नागरी संस्कृतींना उद्ध्वस्त करणाऱ्या प्रचंड मोठ्या दुष्काळानं झाली. समुद्रपातळीमधले आणि वातचक्रातले बदल यांमुळे हा प्रचंड दुष्काळ पडला असावा.

ICS या संस्थेकडून भूगर्भीय पुराव्याच्या विश्लेषणाला मान्यता मिळवण्यासाठी जागतिक स्तरावरील बदलांविषयीच्या स्पष्ट आणि निःसंदिग्ध पुराव्यांची आवश्यकता असते. मेघालयन कालखंडाच्या बाबतीत, मेघालयामधल्या मॉम्लुह गुहेमध्ये जमिनीपासून वाढत गेलेल्या स्टॅलाग्माईट्समध्ये उपस्थित असलेल्या प्राणवायूच्या समस्थानिकांमध्ये (isotopes) अचानक झालेले बदल हा 'मेघालयन' कालखंड सुरू झाल्याचा पुरावा आहे. मेघालयन या नव्या कालखंडाचा प्रस्ताव मांडणाऱ्या होलोसीनच्या विशेषज्ञांच्या आंतरराष्ट्रीय संघाचं नेतृत्व करणारे, युनायटेड किंग्डममधील वेल्स विद्यापीठातील प्राध्यापक माईक वॉकर यांनी एका वृत्तसंस्थेला सांगितलं की, 'ऑक्सिजनच्या समस्थानिकांमध्ये झालेल्या बदलांमुळे मोसमी पर्जन्यमानात २० ते ३० टक्के घट झाली.'

आज उपलब्ध असलेला विश्वासार्ह पुरावा असं दर्शवतो की घग्गर-हाक्रा कोरडी पडण्यामागे तिचं पाणी गंगा किंवा सिंधू या नद्यांकडे वळवणारे भूकंप हे नसून, प्रचंड मोठा दुष्काळ हे आहे. या दुष्काळाचा परिणाम जगभरात दिसून आलेला आहे. पुन्हा एकदा हे आवर्जून सांगायला हवं की, घग्गर-हाक्रा ही नदी आर्यांच्या स्थलांतराचं वास्तव नाकारणाऱ्या लोकांच्या समजुतीप्रमाणे 'पर्वत शिखरं भंग करणारी' शक्तिशाली नदी नव्हती, तर पावसाळ्यात प्रवाहित होणारी नदी होती. पर्जन्यमान कमी होत जाऊन दुष्काळ पडल्यामुळे ती कोरडी होत गेली.

आभार

हे आभार प्रदर्शन नेहमीपेक्षा मोठं झालेलं आहे कारण पुरातत्त्व, जनुकशास्त्र, भाषाशास्त्र, पुराभिलेख आणि इतिहास अशा विविध ज्ञानशाखांमधल्या अनेक अभ्यासक, शास्त्रज्ञ आणि तज्ज्ञांनी गेली सहा वर्षं त्यांच्या ज्ञानाचा लाभ मला करून दिला याबद्दल मला त्यांचे आभार मानायचे आहेत. या सहा वर्षांमध्ये त्यांच्यातल्या काहींशी माझी वैयक्तिक ओळख झाली तर त्या सर्वांच्याच अनेक दशकांच्या संशोधन कार्याद्वारे त्यांच्या विद्वत्तेचा परिचयही झाला. इथे त्यांच्यातल्या एखाद्या व्यक्तीचा उल्लेख करणं आवश्यक असूनही अनवधानानं राहून गेलं असेल तर मी त्यांचा मनोभावे क्षमाप्रार्थी आहे.

या आभारप्रदर्शनाची सुरुवात मी आज आपल्यात नसलेल्या चार महान व्यक्तींच्या स्मरणानं करणार आहे. पहिले आहेत, भारतातले प्रसिद्ध पुरालेखतज्ज्ञ डॉक्टर इरावथम महादेवन. हे पुस्तक (मूळ इंग्लिश आवृत्ती) छपाईसाठी गेलं तेव्हाच त्यांचं देहावसान झालं. डॉक्टर इरावथम हडप्पा लिपीचं वाचन करण्यासाठी कसून मेहनत करत होते. भारतीय प्रागैतिहासिक अभ्यासातला हा सर्वांत कठीण विषय आहे. त्याविषयी चर्चा करत मी त्यांच्याबरोबर त्यांच्या चेन्नईमधल्या घरात व्यतीत केलेला काळ हा माझ्या आयुष्यातला सुवर्णकाळ आहे. आधुनिक संशोधनामुळे भारतीय नागरी संस्कृतीच्या रचनेविषयीचे त्यांचे दृष्टिकोन योग्य असल्याचं सिद्ध होत असतानाच त्यांचं असं अचानक जाणं मनाला चटका लावून गेलं.

प्रथितयश पुरातत्त्वज्ञ प्रोफेसर म. के. ढवळीकर आणि प्रोफेसर व्ही. एन. मिश्रा तसंच बनारस हिंदू विद्यापीठाचे कुलगुरू अनुवंशशास्त्रज्ञ प्रोफेसर लालजी सिंग यांच्या जाण्यानंही अशीच मोठी पोकळी निर्माण झाली आहे. ढवळीकर आणि मिश्रा या दोघांनीही पुण्याच्या डेक्कन कॉलेज या पुरातत्त्व विषयासाठी दक्षिण आशियात अग्रगण्य समजल्या जाणाऱ्या संस्थेमध्ये संचालक म्हणून काम केलं. त्या दोघांनीही त्यांच्या पुण्यातल्या घरी माझं स्वागत केलं. हडप्पा नागरी संस्कृतीविषयीच्या त्यांच्या अनेक वर्षांच्या गहन संशोधनातून मला एवढी माहिती दिली की, हडप्पा नागरी संस्कृतीविषयीचे अनेक संशोधनपर निबंध वाचूनही तेवढी माहिती मला मिळाली नसती. लालजी सिंग यांना मी बनारस हिंदू विद्यापीठात भेटलो. त्यांनी मला भारतातल्या जनुकशास्त्र विषयक अभ्यासाच्या शक्यतांची झलक दाखवली.

प्राचीन भारतीय इतिहासाचे आधारस्तंभ ठरतील, अशा अनेक पुस्तकांच्या लेखिका भारतीय इतिहास आणि पुरातत्त्वाच्या तज्ज्ञ प्रोफेसर रोमिला थापर आणि भारतीय पुरातत्त्व सर्वेक्षण खात्याचे माजी संचालक डॉ. बी. बी. लाल यांनीही आमच्या दिल्लीच्या भेटीत त्यांचा अमूल्य वेळ माझ्यासाठी खर्च केला. रोमिला थापर यांनी सुरुवातीलाच माझ्या संशोधनाला योग्य दिशा दिली आणि त्यांच्या रोखठोक टीकेनं मला माझ्या युक्तिवादांसंबंधी पुनर्विचार करायला प्रवृत्त केलं, तसंच 'आर्यांचं स्थलांतर' याविषयीचा वाद सखोलतेनं समजून घेण्यासाठी मला डॉ. लाल यांनी मदत केली.

हे पुस्तक लिहिण्यासाठी मला हार्वर्ड युनिव्हर्सिटीचे सुविख्यात भाषातज्ज्ञ आणि संस्कृतचे अभ्यासक, प्रोफेसर मायकेल विट्झेल आणि कोलंबिया युनिव्हर्सिटीचे प्रोफेसर शेल्डन पोलॉक यांचंही बहुमोल सहकार्य लाभलं. त्यांचं संस्कृतमधलं भरीव कार्य आणि मी ई-मेलद्वारे त्यांच्याशी साधलेल्या संवादातून इसवी सनाच्या सुरुवातीच्या शतकांमधला इतिहास नव्यानं समजून घेता आला. विट्झेल यांचं भारतीय प्राचीन ग्रंथांच्या अभ्यासाला नवीन दिशा देणारं संशोधन, भारतीय प्रागैतिहासिक काळातील वादयुक्त विषयांवरचे त्यांचे ग्रंथ तसंच दूरध्वनी संभाषण आणि ई-मेल व्यवहारातून त्यांच्याकडून उपलब्ध झालेल्या माहितीमुळे या विषयांकडे बघण्याचा नवा दृष्टिकोन मला लाभला. माझं हस्तलिखित वाचून त्याविषयी विचार व्यक्त करून मला बहुमूल्य सूचना देण्यासाठी मी त्या दोघांचाही ऋणी आहे.

हे पुस्तक वाचताना तुमच्या लक्षात आलं असेलच की, ज्याच्या आधारे जागतिक प्रागैतिहासाची पुनर्मांडणी केली जात आहे, त्या प्राचीन डीएनएविषयीचं बरंचसं संशोधन, हार्वर्ड मेडिकल स्कूलचे प्रोफेसर डेव्हीड राईच यांनी केलेलं आहे. त्यांचं पुस्तक, त्यांचे शोधनिबंध आणि मी त्यांच्याशी केलेली चर्चा हे माझ्या प्रागैतिहासिक प्रवासातले अत्यंत महत्त्वाचे टप्पे आहेत.

हैदराबाद इथल्या सेंटर फॉर सेल्युलर अँड मोलेक्युलर बायोलॉजी (CCMB)चे डॉ. कुमारस्वामी थंगराज यांनी अनेक लेखांचे सहलेखक आणि सहसंचालक म्हणून काम केलेलं आहे. कामाच्या सुरुवातीच्या टप्प्यांमध्येच त्यांना भेटण्याची संधी मला मिळाली. थंगराज यांनी भारतीय समाजाचं जनुकशास्त्र या विषयावर अनेक प्रभावी शोधनिबंध लिहिलेले आहेत.

या पुस्तकाच्या जडणघडणीसाठी प्रत्यक्ष-अप्रत्यक्ष रीतीनं महत्त्वाच्या भूमिका निभावणाऱ्या चार व्यक्तींचा विशेष उल्लेख केला पाहिजे : त्यांतले पहिले आहेत, भारतीय प्रागैतिहासामध्ये उल्लेखनीय कार्य करणारे कर्नाटक विद्यापीठाचे प्रोफेसर रवी कोरीसेट्टर; दुसरे आहेत, कोलकात्यातील इंडियन स्टॅटिस्टिव्हल इन्स्टिट्यूटचे जनुकशास्त्रज्ञ आणि प्रथितयश प्रोफेसर पार्थ मजुमदार; डेक्कन कॉलेजचे संचालक प्रोफेसर वसंत शिंदे; आणि हडप्पाच्या इतिहासासंबंधी अनेक प्रसिद्ध पुस्तकांच्या लेखिका प्रोफेसर शिरीन रत्नागर.

शिरीन रत्नागर नेहमीच समीक्षकाच्या भूमिकेतून थेट समीक्षण करत असत. वसंत शिंदे यांनी पुण्यातील डेक्कन कॉलेजचं समृद्ध ग्रंथालय माझ्यासाठी खुलं करून दिलं. मी जेव्हा भारतीय जनुकीय घडणीविषयी संशोधन सुरू केलं, तेव्हा त्या संबंधीच्या इतिहासाविषयी मजुमदार यांनी केलेलं कार्य मला नवी दृष्टी देणारं ठरलं. आंध्र प्रदेशातील कर्नूल जिल्ह्यामधील ज्वालापुरम् आणि कर्नाटकातील बेळ्ळारी जिल्ह्यातील संगणकल्लू या

उत्खनन स्थळांना भेट देणं, कोरीसेट्टर यांच्यामुळे शक्य झालं. सध्या ते बेळ्ळारीमध्ये एका प्रागैतिहासिक विषयाच्या संग्रहालयाची उभारणी करण्यात गुंतलेले आहेत.

पुरातत्त्वज्ञ आणि प्रोफेसर शांती पप्पू यांची चेन्नईच्या उपनगरातील प्रयोगशाळा-कार्यालय मला कर्नाटक, आंध्र प्रदेशातल्या उत्खनन स्थळांइतकंच प्रभावित करणारं आहे. अत्तीरम्पक्कम् इथे पप्पू आणि त्यांच्या सहकाऱ्यांनी केलेल्या अनेक दशकांच्या संशोधनातून अनेक उल्लेखनीय गोष्टी समोर आल्या आहेत.

मला भेटलेले अन्य दोन पुरातत्त्वज्ञ म्हणजे कर्नाटकातल्या हुंसगी-बैचबाळ खोऱ्यासह अन्य ठिकाणी उत्खनन करणारे डेक्कन कॉलेजचे प्रोफेसर एमिरिट्स के. पद्दय्या आणि हडप्पा नागरी संस्कृतीच्या भारतातल्या सर्वांत महत्त्वाच्या मानल्या गेलेल्या ढोलावीराचं उत्खनन करणारे डॉ. आर. एस. बिश्त.

२०१७ सालच्या जूनमध्ये द *हिंदूमध्ये* माझा, 'हाऊ जेनेटिक्स इज सेटलिंग द आर्यन मायग्रेशन डिबेट,' हा लेख प्रसिद्ध झाला तेव्हा या पुस्तकाच्या प्रवासात एक वेगळं वळण आलं. दोन व्यक्तींमुळे हा लेख लिहिणं शक्य झालं होतं. त्या व्यक्ती म्हणजे 'एमटी' डीएनए विषयातले जागतिक स्तरावरचे तज्ज्ञ असलेले युनायटेड किंग्डममधील हडर्सफिल्ड विद्यापीठाचे प्रोफेसर मार्टीन बी. रीचर्ड्स आणि 'वाय' गुणसूत्र विषयातले जागतिक तज्ज्ञ असलेले स्टँडफोर्ड विद्यापीठाचे डॉ. पीटर अंडरहील. रीचर्ड्स यांच्या भारतीय उपखंडातील जनुकीय कालक्रम या विषयातील शोधनिबंधामुळे पूर्वी केल्या गेलेल्या संशोधनातील निष्कर्षांचे अर्थ नव्यानं समजून घेता आले, तर अंडरहील यांचं वैशिष्ट्य म्हणजे, सामाजिक जनुकशास्त्र या क्षेत्रातील संशोधनाला नवी दिशा देणाऱ्या अनेक शोधांसाठी ते विख्यात आहेत. त्या दोघांनीही उदारतेनं केलेल्या सहकार्यासाठी मी त्यांचा ऋणी आहे.

'द जिनॉमिक फॉर्मेशन ऑफ साउथ अँड सेंट्रल एशिया' या शोधनिबंधाचे सहलेखक, हार्वर्ड मेडिकल स्कूलचे वाघीश नरसिंहन यांनी मला अलीकडच्या संशोधनांतील सूक्ष्म भेद आणि त्यांच्यातले परस्पर संबंध समजून घ्यायला खूप मोठी मदत केली. भारतातील जनुकीय सरमिसळीचा काळ निश्चित करणाऱ्या शोधनिबंधाच्या सहलेखिका आणि सध्या कॅलिफोर्निया विद्यापीठात असलेल्या प्रिया मूरजानी या विषयाचं सखोल आकलन होण्यासाठी मदत करणाऱ्या प्रेरणास्रोत होत्या.

दक्षिण आणि मध्य आशियातील जिनोमच्या घडणीवरील शोधनिबंधाचे सहलेखक, लखनौच्या बिरबल साहनी इन्स्टिट्यूट ऑफ पॅलिओसायन्सेसमधील जनुकशास्त्रज्ञ डॉ. नीरज राय यांना मी ते उभारत असलेल्या प्रयोगशाळेत भेटलो. या प्रयोगशाळेत प्राचीन डीएनएचं विश्लेषण करण्याची क्षमता असणार आहे. आज डॉ. राय, भारतातल्या प्राचीन डीएनएच्या संशोधन क्षेत्रात सखोल संशोधन करत आहेत.

या पुस्तकाच्या मसुद्याचं काटेकोरपणे परीक्षण केलं ते प्रोफेसर फ्रँकलीन सी. साउथवर्थ आणि डॉ. डेव्हीड डब्ल्यू. मॅक-आल्पीन या दोघांनी. हे दोघंही दक्षिण आशियातील भाषांचे तज्ज्ञ आहेत. त्यांच्या मदतीशिवाय मी हडप्पा संस्कृतीविषयीचं प्रकरण लिहूच शकलो नसतो. मॅक-आल्पीन यांनी द्राविडी भाषा आणि एलामाईट भाषा यांमधले संबंध स्पष्ट करणारे विस्तृत शोधनिबंध लिहिले आहेत. द्राविडी आणि एलामाईट भाषाशास्त्रातील

बारकावे आणि त्याचा आधुनिक जनुकशास्त्रीय संशोधनाशी असलेला संबंध याविषयीच्या चर्चेसाठी आपला अनेक तासांचा बहुमूल्य वेळ खर्च केला.

मला वेळेवर आणि मोठी मदत करणाऱ्या शास्त्रज्ञांमध्ये सुप्रसिद्ध पुरातत्त्वज्ञ प्रोफेसर मायकेल पेट्राग्लिया यांचाही उल्लेख आवश्यक आहे. त्यांच्याशी केलेल्या चर्चेमुळे आफ्रिकेतून अरबस्तानद्वारे झालेल्या स्थलांतरांबद्दलचं संशोधन जाणून घेणं शक्य झालं.

चेन्नईमध्ये मी इतिहासकार आणि प्रोफेसर आर. चंपकलक्ष्मींची भेट घेतली. त्यांनी मला दक्षिण भारतीय इतिहास चांगल्या पद्धतीनं समजून घेण्यासाठी मोलाची मदत केली. या पुस्तकाच्या लेखनकाळामध्ये मी ज्या तज्ज्ञांच्या संपर्कात आलो, त्यांच्यामध्ये एक नवा विचार देणाऱ्या *द वेदिक पीपल* या पुस्तकाचे लेखक आणि खगोल–भौतिकशास्त्र तज्ज्ञ डॉ. राजेश कोच्छर तसंच जनुकशास्त्रज्ञ डॉ. ज्ञानेश्वर चौबे या दोन व्यक्तीही महत्त्वाच्या आहेत.

इथे एक गोष्ट लक्षात घ्यायला हवी की, या पुस्तकासंदर्भात मी ज्या ज्या लोकांना भेटलो, त्या सर्वांची मतं एकमेकांशी जुळणारी होतीच असं नाही. भारतीय प्रागैतिहासासंबंधी महत्त्वाच्या वादांमध्ये काहींचे विचार अगदी विरुद्ध टोकाचे होते आणि म्हणूनच त्या सर्वांना भेटून, त्यांच्याशी बोलून त्यांचे विचार जाणून घेणं माझ्यासाठी महत्त्वाचं होतं.

आणखी एक महत्त्वाची सूचना : माझ्या पुस्तकात जर काही चुकीचं लिहिलं गेलं असेल तर त्यासाठी या पुस्तकाच्या लेखनासंदर्भात मी ज्यांना भेटलो, ज्यांच्याशी चर्चा केली किंवा ज्यांची मदत घेतली त्यांपैकी कोणीही जबाबदार असणार नाही. इथे जर काही चुका झाल्या असतील तर त्याची पूर्ण जबाबदारी माझी स्वतःची आहे.

मी ज्यांचे आभार मानणार आहे, त्यांच्यामध्ये दोन व्यक्ती अशा आहेत ज्यांच्या अगदी जवळ राहून मी एक दशकाहून अधिक काळापर्यंत काम केलं आहे. त्यांनी आताही माझ्या पुस्तक लेखनादरम्यानच्या अटीतटीच्या वेळी मला साथ दिली आहे : त्यांतले पहिले आहेत, आनंद बजार पत्रिका समूहाचे प्रसिद्ध संपादक श्री. अवीक सरकार आणि दुसरे आहेत, *बिझनेस स्टँडर्ड*चे संचालक श्री. टी. एन. नयणन.

अर्ली इंडियन्स पूर्ण होण्याचं बरचसं श्रेय गेल्या दोनेक वर्षांत माझे लेख प्रकाशित करणाऱ्या तीन प्रकाशनगृहांना जातं. ती आहेत, द *हिंदू*, 'स्क्रोल' आणि 'क्विंट.'

या पुस्तक लेखनाच्या प्रत्येक टप्प्यात जगरनॉटच्या चिकी सरकारबरोबर केलेलं काम अत्यंत आनंददायक होतं. व्यावसायिक कौशल्य, अचूक निर्णयक्षमता आणि ठामपणा या तीन गुणांचं तिच्यामध्ये एक प्रभावी मिश्रण आहे. वृत्तपत्रात प्रसिद्ध झालेला माझा लेख पाहिल्यानंतर तिनं मला जो संदेश पाठवला, त्यामुळे या पुस्तकाच्या लेखनाला चालना मिळाली.

वास्तव विषयांवरील लेखनाचे संपादक पार्थ पी. मेहरोत्रा यांचाही मी आभारी आहे. त्यांची अत्यंत अचूक निरीक्षणं, संयम आणि औचित्यपूर्ण व्यावसायिकता यामुळे माझं हे कथन अपेक्षेपेक्षा अधिक चांगलं होऊ शकलं.

संपादक जयश्री राम मोहन यांच्या उत्तम सूचनांसाठी मी त्यांचा आभारी आहे. गॅव्हिन मॉरीस यांनी तयार केलेल्या कलात्मक मुखपृष्ठासाठी त्यांना विशेष श्रेय द्यायला हवं. प्रत संपादक सिन्सी होजे हिनं प्रतीमधील चुका, विसंगती अचूकपणे शोधल्या. नकाशाकार

मोहम्मद हसन यांनी उत्तम नकाशे तयार केले. त्या नकाशांमुळे या कथेचा पाठपुरावा करणं वाचकांसाठी सोपं होईल.

या आभार प्रदर्शनात सर्वांत शेवटी; पण सर्वांत महत्त्वाचा आहे माझा परिवार.

माझे दिवंगत पिता प्रोफेसर के. एम. जोसेफ यांनी पुस्तकांच्या आणि कल्पनांच्या जगाशी माझी ओळख करून दिली. या पुस्तकाचा काही भाग मी केरळमधल्या माझ्या काही महिन्यांच्या वास्तव्यात लिहिला आहे. त्या वेळी माझी आई श्रीमती चिन्नमा जोसेफ आणि माझी बहीण प्रोफेसर थंकम्मा इम्यॅन्युएल यांच्यामुळे माझं तिथलं वास्तव्य आनंददायी झालं आणि लेखन सुकर झालं.

इथे मी माझ्या पत्नीचा, शेबाचा उल्लेख केला नाही, तर आभाराचं हे काम अपूर्ण राहील. गेली अनेक दशकं माझ्या लेखनात, तिच्यातला उपजत व्यवस्थितपणा आणि विचारातील स्पष्टता अतिशय उपयुक्त ठरली आहे. तिनं जेव्हा जेव्हा माझ्या पुस्तकाचा कच्चा मसुदा वाचला, तेव्हा तेव्हा केवळ व्याकरण आणि तर्काच्या आधारानं माझ्या लक्षात न आलेल्या त्रुटी निदर्शनास आणून दिल्या. कधी कधी असं वाटायचं की, हे पुस्तक कधीच पूर्ण होणार नाही; पण शेबाला या विषयात असलेली रुची आणि तिला त्याचं जाणवलेलं महत्त्व यामुळेच पुस्तकाचं काम पूर्णत्वाला गेलं. अविरत काम करून माझ्या हस्तलिखितांचा ढीग बारकाईनं तपासण्यासाठी मी तिचे आभार मानतो.

माझी मुलगी खेम्ता हिनं या पुस्तकासाठी वेगळ्या प्रकारे योगदान दिलेलं आहे. ती नेहमी मला या विषयावर अवघड प्रश्न विचारत असे. या पुस्तकात तिच्या त्या सर्व प्रश्नांची उत्तरं द्यायचा प्रयत्न मी केला आहे.

Bibliography

Anthony, David W. *The Horse, the Wheel and Language: How Bronze-Age Riders from the Eurasian Steppes Shaped the Modern World*. Princeton University Press, 2007.

Bellwood, Peter. *First Farmers: The Origins of Agricultural Societies*. Blackwell Publishing, 2005.

———. *First Migrants: Ancient Migration in Global Perspective*. Wiley Blackwell, 2013.

Bellwood, Peter, ed. *The Global Prehistory of Human Migration*. John Wiley & Sons, 2013.

Bisht, R.S. *Excavations at Dholavira: 1989–90 to 2004–05*. Archaeological Survey of India, 2015.

Bronkhorst, Johannes. *Greater Magadha: Studies in the Culture of Early India*. Brill, 2007.

Bronkhorst, Johannes, and Madhav M. Deshpande. *Aryan and Non-Aryan in South Asia: Evidence, Interpretation and Ideology*. Manohar Publishers & Distributors, 2012.

Bryant, Edwin F., and Laurie L. Patton, ed. *The Indo-Aryan Controversy: Evidence and Inference in Indian History*. Routledge, 2005.

Cavalli-Sforza, L. Luca, Paolo Menozzi, and Alberto Piazza. *The History and Geography of Human Genes*. Princeton University Press, 1994.

Childe, Gordon V. *Man Makes Himself.* New American Library, 1951.

———. *The Urban Revolution.* Town Planning Review. Liverpool University Press, 1950.

———. *What Happened in History.* Puffin, 1985/1942.

Danino, Michel. *The Lost River: On the Trail of the Sarasvati.* Penguin Books, 2010.

Gimbutas, Marija. *The Prehistory of Eastern Europe, Part One: Mesolithic, Neolithic and Copper Age Cultures in Russia and the Baltic Area.* American School of Prehistoric Research, Harvard University, Peabody Museum, 1956.

Harari, Yuval Noah. *Sapiens: A Brief History of Humankind.* Penguin Random House, 2015.

Joan, Aruz, ed., with Ronald Wallenfels. *Art of the First Cities: The Third Millennium BC from the Mediterranean to the Indus.* Metropolitan Museum of Art, 2003.

Kochhar, Rajesh. *The Vedic People: Their History and Geography.* Orient Blackswan, 2000.

Korisettar, Ravi, ed. *Beyond Stones and More Stones.* Mythic Society, 2017.

Krishnamurti, Bhadriraju. *The Dravidian Languages.* Cambridge University Press, 1998.

Kuz'mina, Elena E. *The Origin of the Indo-Iranians*, edited by J.P. Mallory. Koninklijke Brill NV, 2007.

Lal, B.B. *The Rigvedic People: Invaders, Immigrants or Indigenous? Evidence of Archaeology and Literature.* Aryan Books International, 2015.

———. *The Sarasvati Flows On: The Continuity of Indian Culture.* Aryan Books International, 2002.

Lal, Pranay. *Indica: A Deep Natural History of the Indian Subcontinent.* Penguin Random House India, 2016.

Liverani, Mario. *Uruk: The First City.* Equinox Publishing Ltd, 2016.

Mallory, J.P. *In Search of the Indo-Europeans: Language, Archaeology and Myth.* Thames & Hudson, 1991.

Oppenheimer, Stephen. *Out of Eden: The Peopling of the World.* Constable & Robinson Ltd, 2004.

Ostler, Nicholas. *Empires of the Word: A Language History of the World*. HarperCollins Publishers, 2005.

Parpola, Asko. *The Roots of Hinduism: The Early Aryans and the Indus Civilization*. Oxford University Press, 2015.

Petraglia, Michael, and Bridget Allchin, eds. *The Evolution and History of Human Populations in South Asia*. Vertebrate Paleobiology and Paleoanthropology Series, edited by Eric Delson. Springer, 2007.

Pollock, Sheldon. *The Language of Gods in the World of Men*. Permanent Black, 2006.

Possehl, Gregory L. *The Indus Civilization: A Contemporary Perspective*. Altamira Press, 2002.

Ratnagar, Shereen. *The End of the Great Harappan Tradition*. Manohar Publishers & Distributors, 2000.

———. *Understanding Harappa: Civilization in the Greater Indus Valley*. Tulika Books, 2001.

Reich, David. *Who We Are and How We Got Here: Ancient DNA and the New Science of the Human Past*. Oxford University Press, 2018.

Renfrew, Colin. *Prehistory: Making of the Human Mind*. Weidenfeld & Nicolson, 2007.

Roberts, Alice. *The Incredible Human Journey: The Story of How We Colonised the Planet*. Bloomsbury Publishing, 2009.

Shulman, David. *Tamil: A Biography*. Harvard College, 2016.

Singh, Upinder. *A History of Ancient and Early Medieval India: From the Stone Age to the 12th Century*. Dorling Kindersley India Pvt. Ltd, 2009.

Southworth, Franklin C. *Linguistic Archaeology of South Asia*. RoutledgeCurzon, 2005.

Thapar, Romila. *The Past as Present: Forging Contemporary Identities through History*. Aleph Book Company, 2014.

———. *The Penguin History of Early India: From the Origins to AD 1300*. Penguin Books India, 2003.

Wells, Spencer. *The Journey of Man: A Genetic Odyssey*. Penguin Books, 2002.

Journal articles and scientific papers

Akhilesh, Kumar, et al. 'Early Middle Palaeolithic Culture in India around 385 to 172 ka Reframes Out of Africa Models'. *Nature*, 2018.

Allentoft, Morten E., et al. 'Population Genomics of Bronze Age Eurasia'. *Nature*, June 2015.

Basu, Analabha, Neeta Sarkar-Roy, and Partha P. Majumder. 'Genomic Reconstruction of the History of Extant Populations of India Reveals Five Distinct Ancestral Components and a Complex Structure'. *PNAS*, February 2016.

Bates, J., C.A. Petrie, and R.N. Singh. 'Approaching Rice Domestication in South Asia: New Evidence from Indus Settlements in Northern India'. *Journal of Archaeological Science*, February 2017.

Bednarik, Robert G. 'Palaeolithic Art in India'. *Man and Environment*, January 1993.

Belfer-Cohen, Anna, and Nigel A. Goring-Morris. 'Becoming Farmers: The Inside Story'. *Current Anthropology*, October 2011.

Boivin, Nicole, et al. 'First Farmers in South India: The Role of Internal Processes and External Influences in the Emergence and Transformation of South India's Earliest Settled Societies'. Paper presented at the 'International Seminar on the First Farmers in Global Perspective' in Lucknow, 2006. Published in *Pragdhara* 18.

Clarkson, Chris, et al. 'Human Occupation of Northern Australia by 65,000 Years Ago'. *Nature*, July 2017.

Constantini, Lorenzo. 'The First Farmers in Western Pakistan: The Evidence of the Neolithic Agro-pastoral Settlement of Mehrgarh'. Paper presented at the 'International Seminar on First Farmers in Global Perspective' in Lucknow, January 2006. Published in *Pragdhara* 18.

Daly, Kevin G., et al. 'Ancient Goat Genomes Reveal Mosaic Domestication in the Fertile Crescent'. *Science*, July 2018.

Damgaard, Peter de Barros, et al. 'The First Horse Herders and the Impact of Early Bronze Age Steppe Expansions into Asia'. *Science*, May 2018.

During Caspers, Elisabeth C.L. 'Sumer, Coastal Arabia and the Indus Valley in Protoliterate and Early Dynastic Eras: Supporting Evidence for a Cultural Linkage'. *Journal of the Economic and Social History of the Orient*, 22(2), 1979.

Fuller, Dorian Q. 'Agricultural Origins and Frontiers in South Asia: A Working Synthesis'. Institute of Archaeology, University College of London, 2006.

———. 'Ashmounds and Hilltop Villages: The Search for Early Agriculture in Southern India'. *Archaeology International*, November 2000.

Gallego-Llorente, M., et al. 'The Genetics of an Early Neolithic Pastoralist from the Zagros, Iran'. *Scientific Reports*, May 2016.

Giosan, Liviu, et al. 'Fluvial Landscapes of the Harappan Civilization'. *PNAS*, 2012.

Goring-Morris, Nigel A., and Anna Belfer-Cohen. 'Neolithization Processes in the Levant: The Outer Envelope'. *Current Anthropology*, October 2011.

Gyaneshwer, Chaubey, et al. 'Population Genetic Structure in Indian Austroasiatic Speakers: The Role of Landscape Barriers and Sex-specific Admixture'. *Molecular Biology and Evolution*, February 2011.

Haak, Wolfgang, et al. 'Massive Migration from the Steppe Was a Source for Indo-European Languages in Europe'. *Nature*, June 2015.

Jarrige, Jean-François. 'Mehrgarh Neolithic'. Paper presented at the 'International Seminar on First Farmers in Global Perspective' in Lucknow, 2006. Published in *Pragdhara* 18.

Joseph, Tony. 'How Genetics Is Settling the Aryan Migration Debate'. *The Hindu*, 16 June 2017.

———. 'How We the Indians Came to Be'. *Quint*, 2 April 2018.

———. 'Who Built the Indus Valley Civilization?' *The Hindu*, 23 December 2017.

———. 'Who Were the First Settlers of India'. *The Hindu*, 5 September 2017.

Karmin, Monica, et al. 'A Recent Bottleneck of Y Chromosome Diversity Coincides with a Global Change in Culture'. *Genome Research*, April 2015.

Kenoyer, Jonathan Mark. 'Changing Perspectives of the Indus Civilization: New Discoveries and Challenges'. *Puratattva*, 2011.

———. 'The Harappan State: Was It or Wasn't It?' *Wisconsin Archaeological Reports*, Volume 3, 1994.

Kristiansen, Kristian, et al. 'Re-theorising Mobility and Formation of Culture and Language among the Corded Ware Culture in Europe'. *Antiquity*, April 2017.

Laziridis, Iosif, et al. 'Genomic Insights into the Origin of Farming in the Ancient Near East'. *Nature*, August 2016.

Librado, Pablo, et al. 'The Evolutionary Origin and Genetic Makeup of Domestic Horses'. *Genetics*, October 2016.

Lipson, Mark et al. 'Ancient Genomes Document Multiple Waves of Migration in Southeast Asia Prehistory'. *Science*, 2018.

Madella, Marco, and Dorian Q. Fuller. 'Palaeoecology and the Harappan Civilization of South Asia: A Reconsideration'. *Quaternary Science Reviews*, 2006.

Mahadevan, Iravatham. 'Dravidian Proof of the Indus Script via the Rigveda: A Case Study'. Indus Research Centre, Roja Muthiah Research Library, 2014.

———. 'Early Tamil Epigraphy: From the Earliest Times to the Sixth Century CE'. Central Institute of Classical Tamil, 2014.

———. 'How Did the Great God Get a Blue Neck? A Bilingual Clue to the Indus Script'. *Journal of Tamil Studies*, December 2008.

———. 'Indus Fish Swam in the Great Bath: A New Solution to an Old Riddle'. Indus Research Centre, Roja Muthiah Research Library, August 2011.

——. 'Interpreting the Indus Script: The Dravidian Solution'. Convocation address at the Dravidian University, Kuppam, Andhra Pradesh, February 2015.

Majumder, Partha P. 'The Human Genetic History of South Asia'. *Current Biology*, February 2010.

——. 'Understanding the Aryan Debate: Population Genetics Concepts and Frameworks'. *Current Science*, March 2018.

Majumder, Partha P., and Analabha Basu. 'A Genomic View of the Peopling and Population Structure of India.' *Cold Spring Harbor Perspectives in Biology*, 2015.

Mathieson, Iain, et al. 'Genome-wide Patterns of Selection in 230 Ancient Eurasians'. *Nature*, 2015.

McAlpin, David W. 'Brahui and the Zagrosian Hypothesis'. *Journal of the American Oriental Society*, July 2015.

——. 'Proto-Elamo-Dravidian: The Evidence and Its Implications'. *Transactions of the American Philosophical Society*, 1981.

McColl, Hugh, et al. 'Ancient Genomics Reveals Four Prehistoric Migration Waves into Southeast Asia'. bioRxiv, 2018.

Mellars, Paul, et al. 'Genetic and Archaeological Perspectives on the Initial Modern Human Colonization of Southern Asia'. *PNAS*, 2013.

Mendizabel, I., et al. 'Reconstructing the Indian Origin and Dispersal of the European Roma: A Maternal Genetic Perspective'. *PLOS One*, January 2011.

Misra, V.N. 'Indus Civilization and the Rgvedic Sarasvati'. Proceedings of the 'Twelfth International Conference of the European Association of South Asian Archaeologists' held in Helsinki University, 5–9 July 1993. Suomalainen Tiedeakatemia, 1994.

——. 'The Role of the Rgvedic Sarasvati in the Rise, Growth and Decline of the Indus Civilization'. Annals of the Bhandarkar Oriental Research Institute, 2011. Speech delivered at the Bhandarkar Oriental Research Institute in Pune, 27 August 1998.

Mishra, Sheila, Naveen Chauhan, and Ashok K. Singhvi. 'Continuity of Microblade Technology in the Indian Subcontinent since 45 ka: Implications for the Dispersal of Modern Humans'. *PLOS One*, July 2013.

Moorjani, Priya, et al. 'Genetic Evidence for Recent Population Mixture in India'. *American Journal of Human Genetics*, September 2013.

Narasimhan, Vagheesh, et al. 'The Genomic Formation of South and Central Asia'. bioRxiv, March 2018.

Pagani, Luca, et al. 'An Ethnolinguistic and Genetic Perspective on the Origins of the Dravidian-Speaking Brahui in Pakistan'. *Man in India*, 2017.

Palanichamy, Malliya Gounder, et al. 'West Eurasian mtDNA Lineages in India: An Insight into the Spread of Dravidian Language and the Origins of the Caste System'. *Human Genetics*, March 2015.

Parpola, Asko. 'A Dravidian Solution to the Indus Script Problem'. Kalaignar M. Karunanidhi Classical Tamil Research Endowment Lecture delivered at the World Classical Tamil Conference, Central Institute of Classical Tamil, 25 June 2010.

———. 'Study of the Indus Script'. Paper read at the '50th ICES' Tokyo Session, 19 May 2005.

Petraglia, Michael, et al. 'Population Increase and Environmental Deterioration Correspond with Microlithic Innovations in South Asia ca. 35,000 Years Ago'. *PNAS*, July 2009.

Pickrell, Joseph K., and David Reich. 'Toward a New History and Geography of Human Genes Informed by Ancient DNA'. *Trends in Genetics*, September 2014.

Poznik, David G., et al. 'Punctuated Bursts in Human Male Demography Inferred from 1,244 Worldwide Y-Chromosome Sequences'. *Nature Genetics*, 2016.

Raikes, Robert. 'Kalibangan: Death from Natural Causes'. *Antiquity*, December 1968.

Rasmussen, Simon, et al. 'Early Divergent Strains of *Yersinia pestis* in Eurasia 5000 Years Ago'. *Cell*, October 2015.

Reich, David, et al. 'Reconstructing Indian Population History'. *Nature*, September 2009.

Robert, Patrick, Nicole Boivin, and Michael Petraglia. 'The Sri Lankan "Microlithic" Tradition c. 38,000 to 3,000 Years Ago: Tropical Technologies and Adaptations of *Homo sapiens* at the Southern Edge of Asia'. *Journal of World Prehistory*, June 2015.

Romero, Irene Gallego, et al. 'Herders of Indian and European Cattle Share Their Predominant Allele for Lactase Persistence'. *Molecular Biology and Evolution*, 2012.

Sengupta, Sanghamitra, et al. 'Polarity and Temporality of High Resolution Y-Chromosome Distributions in India Identify Both Indigenous and Exogenous Expansions and Reveal Minor Genetic Influence of Central Asian Pastoralists'. *American Journal of Human Genetics*, February 2006.

Silva, Marina, et al. 'A Genetic Chronology for the Indian Subcontinent Points to Heavily Sex-biased Dispersals'. *BMC Evolutionary Biology*, 2017.

Singh, Ajit, et al. 'Counter-intuitive Influence of Himalayan River Morphodynamics on Indus Civilisation Urban Settlements'. *Nature Communications*, 2017.

Southworth, Franklin C., and David W. McAlpin. 'South Asia: Dravidian Linguistic History'. In *Encyclopedia of Global Human Migration*, Blackwell Publishing Ltd, 2013.

Tewari, Rakesh, et al. 'Early Farming at Lahuradewa'. Paper presented at the 'International Seminar on First Farmers in the Global Perspective' in Lucknow, January 2006. Published in *Pragdhara* 18.

Thakur, B., A. Saxena, and I.B. Singh. 'Paddy Cultivation During Early Holocene: Evidence from Diatoms in Lahuradewa Lake Sediments, Ganga Plain'. *Current Science*, June 2018.

Thangaraj, Kumarasamy, et al. 'In Situ Origin of Deep Rooting Lineages of Mitochondrial Macrohaplogroup M in India'. *BMC Genomics*, June 2006.

Thangaraj, Kumarasamy, et al. 'Reconstructing the Origin of Andam: Islanders'. *Science*, May 2005.

Underhill, Peter, et al. 'The Phylogenetic and Geographic Structu of Y-Chromosome Haplogroup R1a'. *European Journal of Hum. Genetics*, January 2015.

Wang, Wensheng, et al. 'Genomic Variation in 3,010 Diver Accessions of Asian Cultivated Rice'. *Nature*, 2018.

Warmuth, Vera, et al. 'Reconstructing the Origin and Spread of Hor Domestication in the Eurasian Steppe'. *PNAS*, May 2012.

Westaway, K.E., et al. 'An Early Modern Human Presence in Sumat 73,000 to 63,000 Years Ago'. *Nature*, August 2017.

Witzel, Michael. 'Autochthonous Aryans? The Evidence from C Indian and Iranian Texts'. *Electronic Journal of Vedic Studies* 7 (EJVS), 2001.

———. 'The Languages of Harappa'. February 2000. www.people.fa harvard.edu/~witzel/IndusLang.pdf

Zeder, Melinda. 'The Origins of Agriculture in the Near East'. *Curre Anthropology*, October 2011.

अनुवादकांचा परिचय

शुभांगना अत्रे

पुण्यातील डेक्कन कॉलेज पदव्युत्तर आणि संशोधन संस्था (मानद विद्यापीठ) आणि टिळक महाराष्ट्र विद्यापीठ या संस्थांमध्ये पुरातत्त्व, प्राचीन भारतीय इतिहास, भारतीय विद्या या विषयांचे अध्यापन. पुण्याजवळ शिरूर तालुक्यातील इनामगाव हे प्रसिद्ध ताम्रपाषाणयुगीन स्थळ तसेच इतर फळांच्या उत्खननात सहभाग. *हरप्पन रिलिजन* या विषयावर लिहिलेल्या प्रबंधावर पुणे विद्यापीठातून विद्यावाचस्पती पदवी मिळवली. *आर्किटाइपल मदर : अ सिस्टिमिक ॲप्रोच टू हरप्पन रिलिजन* या शीर्षकाखाली प्रबंध प्रकाशित. राष्ट्रीय आणि आंतरराष्ट्रीय नियतकालिके आणि इतर प्रकाशनांमधून संशोधनपर लेख प्रकाशित. मराठी नियतकालिकांमधून नैमित्तिक लेखन. म. के. ढवळीकर लिखित *कोण होते सिंधू लोक* या पुस्तकाचे संपादन.

इंद्रायणी चव्हाण

इंद्रायणी चव्हाण, १९९१-९२पासून आकाशवाणी आणि दूरदर्शनसाठी लेखन-निवेदन करत आहेत. दिवाळी अंक, वृत्तपत्रं आणि मासिकांमध्ये त्यांचे लेख प्रकाशित झाले आहेत. गेल्या १५ वर्षांपासून त्या हिंदी आणि मराठीमध्ये विविध विषयांसंबंधी अनुवादाचं काम करत आहेत. त्यांनी काही पुस्तकांचेही अनुवाद केले आहेत. त्यांतली छत्रपती शिवाजी महाराजांच्या संघर्षावर आधारित 'झुंज नियतीशी' (मराठी) आणि श्री गोरक्षनाथांच्या चरित्रावर आधारित 'शिवगोरक्ष' (हिंदी) ही पुस्तकं प्रकाशित झाली आहेत.

अनुवादकलेविषयी बोलताना इंद्रायणी चव्हाण म्हणतात, ''अनुवादाच्या निमित्तानं संबंधित विषयाची, साहित्याची ओळख होते, त्यासंबंधी थोडाफार अभ्यास आणि विचारही केला जातो, त्यामुळे अनुवादकानं केलेला प्रत्येक अनुवाद त्याला एक व्यक्ती म्हणून समृद्ध करत जातो. ज्यांच्यामुळे मला अशी समृद्धी लाभली, त्यांची मी सदा ऋणी असेन.''

अनुवादकांचे मनोगत

या पुस्तकात पुरातत्त्व, भाषाशास्त्र आणि अनुवंशशास्त्र अशा तीन ज्ञानशाखा एकत्र गुंफलेल्या आहेत. तिन्ही ज्ञानशाखांची स्वतंत्र संशोधनपद्धती आणि स्वतःची परिभाषा आहे. भारतात कोण मूळचे आणि कोण नंतर आलेले हा वादग्रस्त आणि संवेदनशील ठरलेला प्रश्न कालबाह्य आहे, याचे भान जागे करणारे हे पुस्तक आहे. मराठीत अनुवाद करताना सुनिश्चित परिभाषा उपलब्ध नाही, त्यामुळे इंग्रजी आशयाचा विपर्यास होऊ नये आणि मराठी वाचकाला हा अनुवाद बोजडही वाटू नये, अशी दोन आव्हाने आमच्यासमोर होती. ही आव्हाने स्वीकारून आम्ही केलेला प्रवास अवघड होता; पण समृद्ध करणाराही होता, हे आवर्जून सांगावेसे वाटते.

या पुस्तकामुळे आम्हा अनुवादकांना एक निराळी अंतर्दृष्टी लाभली. खरं तर 'हे विश्वचि माझे घर' किंवा 'आपण सगळे एकच आहोत' ही भारतीय शिकवण असल्याचं आपण लहानपणापासून वाचत–ऐकत आलोय. पण *अर्ली इंडियन्स* या पुस्तकाचा अनुवाद करताना आम्हाला जणू याचे पुरावेच मिळत गेले. पुस्तकाच्या संपादकीय प्रक्रिये दरम्यान मंजुल पब्लिशिंग हाउसचे मुख्य संपादक श्री. चेतन कोळी यांच्याशी चर्चा करताना हेच जाणवलं की, सखोल अभ्यास आणि पुरावे यांवर आधारलेली अधिकाधिक पुस्तकं आपण वाचकांपर्यंत पोहोचवायला हवीत. कारण वाचकाच्या जाणिवा विस्तारण्याचं आणि त्याला सर्व अंगांनी सजग करण्याचं काम एक उत्तम पुस्तक करू शकतं. अनुवाद करताना आम्हाला असाच सजगतेचा, समृद्धीचा अनुभव आला. वाचकालाही असाच अनुभव येईल, हीच आशा.

– शुभांगना अत्रे व इंद्रायणी चव्हाण